நெஞ்சில் கனல் மணக்கும் பூக்கள்

மணிமேகலை

பாகம் 1

நெஞ்சில் கனல் மணக்கும் பூக்கள்

மணிமேகலை

பாகம் 1

அ. மார்க்ஸ்

எழுத்து பிரசுரம்

Title: Manimegalai (Part -1)
Author's Name: A. Marx

Published by Ezutthu Prachuram

Ezutthu Prachuram
(An imprint of Zero Degree Publishing)
No. 55(7), R Block, 6th Avenue,
Anna Nagar,
Chennai - 600 040

Website: www.zerodegreepublishing.com
E Mail id: zerodegreepublishing@gmail.com
Phone : 89250 61999

Ezutthu Prachuram First Edition: January 2025

ISBN:978-93-91748-98-2

TITLE NO EP: 556

Rs.420/-

Layout: Vijayan, Creative Studio
Cover Design: Negizhan
Printed at Rathna Offset, Chennai, India

பொருளடக்கம்

முன்னுரைக் குறிப்புகள்

‘குமுதம்’ குழும இதழ்களில் ஒன்றாக ஜனவரி 2017 முதல் ஜூலை 2022 வரை மாதம் தோறும் வெளிவந்து கொண்டிருந்த இலக்கிய இதழ்தான் ‘தீராநதி’. சில ஆண்டுகள் முன் பெரிய அளவில் இலக்கிய ஆய்வாளர்களால் விரும்பி வாசிக்கப்பட்ட ஒன்று இது. அதில் ஜனவரி 2017 முதல் 2022 ஜூலை வரை சரியாக மூன்றாண்டுகள் ‘நெஞ்சில் கனல் மணக்கும் பூக்கள்’ எனும் தலைப்பில் நான் எழுதிவந்த அரசியல் மற்றும் இலக்கியத் தொடர் கட்டுரை இது. முன்னதாக 2007 ஜனவரி முதல் தொடர்ந்து சரியாக ஐந்தாண்டுகள் ‘பேசாப் பொருளைப் பேசத் துணிந்தேன்’ எனும் தலைப்பில் நான் எழுதி வந்த 60 கட்டுரைகள் வெளிவந்து முடித்திருந்த பின்னணியில், அதன் வாசக நண்பர்கள் கேட்டுக் கொண்டதை ஏற்று, அதன் அடுத்த கட்டமாக இந்தத் தொடர் கட்டுரை ‘தீராநதி’ இதழில் தொடங்கப்பட்டது. முந்தைய தொடரைப்போல் அவ்வப்போது எழுதப்பட்ட அரசியல் மற்றும் இலக்கியக் கட்டுரைகளாக இல்லாமல், பெரும் பாரம்பரியம் மிக்க நம் தமிழ் இலக்கியத்தின் ஐம்பெரும் காப்பியங்களில் ஒன்றான பேரறிஞர் சீத்தலைச் சாத்தனாரின் ‘மணிமேகலை’ எனும் பெரும் காப்பியத்தை இம்முறை நான் தேர்வு செய்து கொண்டேன். சரியாக ஐந்தாண்டு காலம் இத் தொடர் பெரிய அளவில் வாசகர்களின் ஆதரவுடன் வெளிவந்தது.

ஐம்பெரும் தமிழ்க் காப்பியங்களில் என்னை மிகவும் ஈர்த்த பெருங்காப்பியம் மணிமேகலைதான். தமிழ்க் காப்பியங்கள் மத்தியில் ஆகப் பெரிய அளவில் இன்றளவும் கொண்டாடப்படும் சிலப்பதிகாரத்துடன் ஒருவகையில் தொடர்புடைய காவியம் இது என்றாலும் அதிலிருந்து இது பெரிதும் வேறுபட்டது. வேறுபட்டது மட்டுமல்ல, அடிப்படைக் கோட்பாடுகளில் முற்றிலும் மாறுபட்டதும் கூட. சிலம்பின் தொடர்ச்சியாக மணிமேகலையை சொல்வார் உண்டு. ஆனால் சற்றே ஆழ்ந்து வாசிப்போர் மணிமேகலை காப்பியம் பல்வேறு அம்சங்களில் சிலம்பிலிருந்து வேறுபட்டு நிற்பதை மிக எளிதாக உணர்வர். சிலம்பிலிருந்து முற்றிலும் வேறுபட்ட பௌத்தப் பின்புலத்தில் உருவான மிக முக்கியமான காப்பியம் மணிமேகலை. இதை அது தயங்கித் தயங்கியோ நசுக்கி நசுக்கியோ முன்வைப்பது இல்லை. மிக வெளிப்படையாக அது தன் மறுப்பை மறுக்க வேண்டிய இடங்களில் அதை வெளிப்படுத்தத் தயங்குவதில்லை என்பதை மணிமேகலையை வாசிக்கும் யாரும் மிக எளிதாகக் காண இயலும். அந்த வகையில் சமண காப்பியமான சிலப்பதிகாரத்திலிருந்து வேறுபட வேண்டிய இடங்களில் வேறுபடத் தயங்காததுதான் இந்த ‘மணிமேகலை துறவு’ என அழைக்கப்படும் இப்பெரும் காப்பியம்.

சிலம்பு, மணிமேகலை இரண்டிலும் முக்கிய பாத்திரங்கள் ஒன்றாக இருந்தபோதும் சாத்தனாரின் பௌத்த அணுகல் முறை என்பது இன்னொரு பேரறிஞரான இளங்கோ அடிகளின் சமணப் பார்வையிலிருந்து வேறுபட வேண்டிய இடங்களிலிருந்து முற்றிலும் வேறுபட்டிருந்ததுதான் என்னை ஈர்த்தது. மணிமேகலையில் ஒரு காட்சி: தன் கணவன் அரச நீதியால் அநீதியாகக் கொல்லப்பட்ட கொடூரத்தை எதிர்த்துச் சீறி எழும் கண்ணகி, மதுரையைத் தீக்கிரை ஆக்குகிறாள். குற்றத்திற்கு ஆளானவர்கள் தீக்கிரையாக்கப்படுகின்றனர். பெருமைக்குரிய ஒரு காப்பிய நிகழ்வாகவும், பெண்ணின் பெருமையாகவும் நாம் இதைக் காண்கிறோம். ஆனால், மணிமேகலை காப்பியம் இதை முற்றாக மறுக்கிறது. அதன் பௌத்தப் பார்வை இவ்வாறு ஏராளமான மக்கள் ஆத்திரத்தில் கொல்லப்படுவதைக் கடுமையாக எதிர்க்கிறது.

காவியப் போக்கில் மணிமேகலை வஞ்சிமா நகர் செல்கிறாள். அங்கே கண்ணகிக்கு அமைக்கப்பட்ட பத்தினிக் கோட்டத்திற்குச்

சென்று அங்கு கண்ணகிக்கும் கோவலனுக்கும் எடுக்கப்பட்டிருந்த நினைவாஞ்சலியைத் தொழுது கண்ணீர் விடுகிறாள். அவர்களின் நற்குணங்களைச் சுட்டிக்காட்டி இறந்துபோன பெரியோருக்கான வணக்கங்களை மனதாரச் செய்கிறாள்.

அத்தோடு முடிந்திருந்தால் அது ஒரு வழமையான இலக்கியக் காட்சிகளில் ஒன்றாக அமைந்திருக்கும். ஆனால் சாத்தனாரின் காப்பியம் அப்படி முடியவில்லை. மணிமேகலை தன் பெறா அன்னையை நோக்கி இப்படிக் கேட்பாள்: 'அன்புக் கடலில் நீங்கள் நிலைபெறவில்லை. நற் தவநெறியையும் தொடரவில்லை. கற்பாகிய கடன் (ஒன்றையே) கணக்கிற்கொண்டு உங்களின் பிறவிக் கடனை முடித்தீர்கள்'. அருள் கூர்ந்து நீங்கள் அதை விளக்க வேண்டும்" எனக் கண்களில் நீர் கசிய கண்ணகியின் படிமம் முன் நீதிகேட்டு நிற்கிறாள் அந்தச் சிறுமி மணிமேகலை. 'அற்புக்கடன் நில்லாது, நற்றவம் படறாது, கற்புக் கடன் பூண்டு, நுங்கடன் முடிந்தது அருளல் வேண்டும் என அழுது முன்நிற்ப" என இக்காட்சியை முன்வைப்பார் மகாகவி சாத்தனார்.

பெண்களின் ஆக முக்கியமான அடையாளம் தன் கற்பைக் காப்பது மட்டும்தான். மற்றெல்லாம் இரண்டாம் பட்சமானவையே என்கிற கருத்தாக்கம் இங்கே தகர்க்கப்பட்டு முற்றிலும் மறுக்கப்படுகிறது. "அற்புக்கடன் நில்லாது" எனும் சொல்லாக்கம் இங்கே முக்கியமான ஒன்று. "அன்பாகிய கடனில் நில்லாமலும், நற் தவநெறியையும் மேற்கொள்ளாமலும்" இப்படி எல்லாவற்றையும் விட்டுவிட்டு, கற்பாகிய கடனை மட்டுமே முன்வைத்து ஒரு மக்கட் சமூகத்தையே அழித்ததை ஏற்கவே முடியாது என்கிறாள் மணிமேகலை.

தன் பெறா அன்னையான கண்ணகியுடன் ஒப்பிடும்போது மணிமேகலை ஒப்பீட்டளவில் ஒரு சிறுமிதான். ஆனால் கண்ணீர் மல்க அச்சிறுமி கேட்கும் இந்தக் கேள்விக்கு கண்ணகி என்ன பதில் சொல்வாள். எனினும் அவள் அதற்கு ஒரு விளக்கம் அளிக்க முயல்கிறாள். "ஒரு பெரும் பத்தினிக் கடவுள்" ஆகிய அவள் தன் பெறா மகளாகிய மணிமேகலை முன் தோன்றிக் கூறியதாவது:

"என் கணவனுக்கு நேரிட்ட துன்பத்தை ஏற்காது ஏற்பட்ட கொடும் கோபத்தால் மதுரை நகரமே அன்று பற்றி எரிந்தது. அப்போது மதுராபுரி எனும் பெருந் தெய்வம் ஒன்று என்முன் தோன்றி

இப்படிக் கூறியது: "இது முன் செய்த தீவினையின் விளைவு. பழுதற்ற மலர்வனங்கள் மிக்க கலிங்கம் எனும் நாட்டில் அதன் ஆதிக்கக்காரர்களாக வசு, குமரன் என இருவர் இருந்தனர். சிங்கபுரம், கபிலபுரம் எனும் நகரங்களில் இருந்து அவர்கள் ஆண்டுவந்தனர். பகைகொண்டு அவர்கள் போர் புரிந்த ஓர் காலகட்டத்தில் அப்பகுதிகளில் யாரும் செல்ல இயலாத நிலை இருந்தது. இப்படியான சூழலில் காவலர் அறியாத வண்ணம் தன் மனைவியுடன் அணிகலன்கள் நிறையக் கொண்டு வந்தான் சங்கமன் என்பான். சிங்கபுரத்தில் தன் பொருள்களை விலைகூறி அவன் விற்றுக்கொண்டிருந்தபோது அதை அறிந்த பரதன் என்பான் அவனை ஒற்றன் என அரசனிடம் கூறிக் கொல்லவும் செய்தான். இந்தச் செய்தியைச் சங்கமனின் மனைவி அறிந்தபோது, அழுது அரற்றி உயிரை விடப்போனவள் இட்ட சாபமே இப்போது விளைந்துள்ளது என மதுராபதி கூறியதை அத்தனை எளிதாகத் தன்னால் ஏற்க இயலாத நிலையில்தான் இவ்வாறு ஆத்திரம் கொண்டு மதுரையை எரிக்க நேர்ந்தது என, தான் மதுரையை எரித்த வரலாற்றைச் "சீற்றம் கொண்டு செழுநகர் சிதைத்தேன்" என கண்ணகி, மணிமேகலையிடம் மனம் கசிந்து விளக்கினாள்.

தான் அப்போது வணக்கத்துக்கு உரியவளாக ஆக்கப்பட்டிருப்பது குறித்துத் தொடர்ந்து சொல்லுகையில், "இப்போது நாங்கள் முன்செய்த நற்பயன்களின் ஊடாக இந்நிலையை அடைந்துள்ளோம். எனினும் அதன் முடிவில் எப்படியும் (மதுரையை எரித்த) இத் தீவினையின் பயனை நாங்கள் அடையாமற்போக இயலாது" என்பதை மணிமேகலையிடம் மனதார விளக்கினாள் கண்ணகி என்கிறார் பேரறிஞரும் பெருங்கவிஞருமான சாத்தனார். தன் கணவன் அரச அநீதியால் கொல்லப்பட்டிருந்தும்கூட மதுரை எரிக்கப்பட்டு அப்பாவி மக்கள் கொல்லப்பட்டதை எல்லாம் மணிமேகலை நியாயப்படுத்தியோ, இல்லை... பெருமிதமாகவோ பேச முடியாதவளாகவே இங்கு முன்வைக்கப்படுகிறாள் என்பதுதான் இதில் கவனத்திற்கு உரியது.

பௌத்தம் ஒவ்வொரு புள்ளியிலும் அறத்தை வற்புறுத்துவதை நாம் கவனத்திற்கொள்வது அவசியம். கோவலன் அநீதியாகக் கொல்லப்பட்டதற்கு எதிராக மதுரைவாழ் மக்கள் எரித்துக் கொல்லப்பட்டதை ஒரு பெருமிதமாகவும், சாதனையாகவும் மணிமேகலை காப்பியம் முன்வைக்கவில்லை என்பதுதான்

மணிமேகலை காப்பியத்தின் தனிச் சிறப்பு. இது நம் சிந்தனைக்குரிய ஒன்றும்கூட.

பௌத்தக் காப்பியமான மணிமேகலை தமிழ் மண்ணில் பெரிய அளவில் போற்றப்பட்ட சிலப்பதிகாரத்தைக் காட்டிலும் என்னை, என் சின்ன வயதிலிருந்தே, ஈர்த்து வந்துள்ளது. பசியால் வதியும் மக்களின் பசிப்பிணி நீக்குவதை மையமாகக்கொண்ட இந்த மகா காவியத்திற்கு உரிய முக்கியத்துவம் தமிழ் மண்ணில் அளிக்கப்படவில்லையோ என்கிற கவலையும் இருந்து வந்தது. எனினும் சமீப காலங்களில் உலகளவில் மணிமேகலையின் முக்கியத்துவம் ஏற்கப்பட்டுள்ள நிலை மனம் நெகிழ வைக்கிறது.

மணிமேகலை காப்பியம் குறித்து இன்று பல நூல்கள் தமிழிலும் ஆங்கிலத்திலும் உலகளவில் வெளிவந்துள்ளன. தமிழ்ப் பாட நூல்களாகவும் அவை உள்ளதை ஒட்டி மிகவும் எளிமையாகப் படிக்கத்தக்க உரையுடன் கூடிய பல நூல்களும் எழுதப்பட்டுள்ளன. புலியூர்க் கேசிகனின் நூல் இந்த வகையில் எல்லோராலும் அறியப்பட்ட ஓர் எளிய நூல். நாவலர் பண்டிதர் ந.மு. வெங்கடசாமி நாட்டார், வித்துவான் ஔவை சு.துரைசாமிப் பிள்ளை ஆகியோரால் எழுதப்பட்ட பதவுரை விளக்கங்களுடன் கூடிய நூல்கள் முதலியன (சைவசித்தாந்த நூற்பதிப்புக் கழக வெளியீடு) சற்றே விரிவான நூல்கள். இன்றைய எனது இந்த நூலாக்கத்தில் இவை எனக்குப் பெரிய அளவில் உதவின.

எல்லாவற்றையும் இணைத்துப் பார்க்கும்போது ஒன்றை நாம் பெருமிதத்துடன் சொல்லிக்கொள்ள முடியும். மிகப்பெரிய அளவில் உலகளாவிய அறிஞர்களால் வியந்து ஆய்வு செய்யப்பட்டதும், ஆங்கில அறிஞர்களால் மொழியாக்கப்பட்டதுமான தமிழ்ப் பெரும் காவியமாகவும் இன்று உலகளவில் உருப்பெற்று விளங்குவதுதான் நம் பெருமைக்குரிய மகா காவியமான 'மணிமேகலை.' இரண்டாண்டுகளுக்கு முன் மறைந்த பேராசிரியை ஆனே மோனியஸ் அவர்களின் நூல் மணிமேகலை காப்பியத்தின் ஊடாகத் தமிழின் பெருமையை உலகறியச் செய்த ஒன்று *(Anne E Monius, Imagining a Place for Buddhism)*. மற்றொன்று பவ்லா ரிச்மானின் நூல் *(Paula Richman, Framed Narrative and the Dramatized Audience in Tamil Buddhist Epic Reading Manimekalai as a Buddhist Literature)*. மற்றது பீட்டர் ஷால்க்கின் கட்டுரை *(Peter Shalk,*

Buddhism among Tamils : An Introduction), முன்னதாக வெளிவந்த இன்னொறு நூல் தமிழறிஞரான ஜி.யு. போப் அவர்களின் '*Manimekhalai.*' இப்படி உலகளவில் முக்கியத்துவம் வாய்ந்த தமிழ்ப் படைப்பாக இன்று மணிமேகலை உருப்பெற்றுள்ளது.

அறிஞர் சோ.ந.கந்தசாமி அவர்களின் 'மணிமேகலையின் காலம்', 'மணிமேகலையில் சாங்கியம்' முதலான தலைப்புகளில் எழுதப்பட்டுள்ள நூல்களும் குறிப்பிடப்பட வேண்டியவை.

முதன் முதலாக மணிமேகலை காப்பியத்தைத் தமிழில் பதிப்பித்தவர் தமிழறிஞர் உ.வெ.சாமிநாதர். வாசிப்பவர்கள் புரிந்து கொள்வதற்கான குறிப்புகளுடன் எழுதப்பட்ட அந்த நூலின் இறுதிப் பகுதி மிக்க கடினமாகவும், ஆழமாகவும் இருந்ததை ஒட்டித் தன்னால் அவற்றை விளக்க இயலவில்லை என்கிற குறிப்புடன் மூலத்தோடு ஒரு கட்டத்தில் நிறுத்திக் கொள்வார் அவரது நூல். தற்போது முன்னதாக அவ்வாறு விடப்பட்ட அப்பகுதிகளையும் பின்னால் வந்தவர்கள் குறிப்புகள் எழுதிப் பதிப்பித்துள்ளனர்.

நான்காண்டுகள், முப்பத்தெட்டு கட்டுரைகள் ஒவ்வொன்றும் ஐந்து அல்லது ஆறு பக்கங்கள்... இன்று நினைத்துப் பார்த்தால் மலைப்பாக உள்ளது. வாசக இடையீடுகள், மறுப்புகள், பாராட்டுகள் என அந்த நான்காண்டுகளும் என் எழுத்து வாழ்வில் மறக்க முடியாதவை. அனைவர்க்கும் என் நன்றிகள். என் கருத்துகளில் எவ்வித இடையூறும் இன்றி நான்காண்டு காலம் இக் காவியம் குறித்து எழுத வாய்ப்பளித்த குமுதம் 'தீராநதி' இதழாசிரியருக்கு என் நன்றிகள் உரித்தாகின்றன..

நிறைவாக இந்த நூல் அமைப்பு குறித்து ஒரு சொல்: மணிமேகலை காப்பியம் இன்று பலராலும் பல்வேறு வடிவங்களில் விளக்கப்பட்டு எழுதப்பட்டுள்ளது. பேரறிஞர் சாத்தனாரின் மூலகாவியத்தை எளிதில் புரிந்துகொள்ளும் வண்ணம் எளிமைப்படுத்தப்பட்டு வெளிவந்துள்ள நூல்கள் பலவும் தமிழில் உள்ளன. எனது இன்றைய இந்த நூலைப் பொறுத்தமட்டில் எளிமைப்படுத்தப்பட்டு அதே வரிசையில் அமைக்கப்பட்ட இன்னொரு மூலநூலாக இது உருவாக்கப்படவில்லை. அதே நேரத்தில் மூலநூலின் எந்த முக்கியக் கூறுகளும் கூடியவரையில் குறையாமல், அதன் தனித்துவத்துடன் இது இன்று உங்கள் முன் வைக்கப்படுகிறது.

கதைப்போக்கு மலர மலர மூல வடிவத்துடன் இது நெருக்கமாகிறது. சில அத்தியாயங்கள் அப்படியே முற்றிலும் மணிமேகலை காப்பியத்துடன் அடையாளம் காண இயலாவிட்டாலும் பௌத்த நோக்கில் மணிமேகலை காப்பியம் முன்வைக்கப் பட்டுள்ளதற்கு இணங்கவும், ஒப்பீடுகளுடன் புரிந்துகொள்ளும் வண்ணமும் முற்றிலும் மூல காப்பியத்தின் அப்பட்டமான மொழியாக்கமாக இல்லாமலும் இங்கு மணிமேகலை உங்கள் முன் வைக்கப் படுகிறது. எடுத்துக்காட்டாக மாமன்னர் அசோகரின் தம்ம ஆட்சி குறித்த குறிப்புகளைச் சொல்லலாம். இதுதவிர இந்நூலுக்கு இணையாக மேலும் சிலவற்றை அறிந்துகொள்ளவும், மேலும் சிலவற்றைச் சிந்திக்கவும் வண்ணம் இணைப்புத் தொகுதி ஒன்றும் பிற்சேர்க்கையாக நூல் இறுதியில் இணைக்கப்பட்டுள்ளது.

மணிமேகலை காப்பியம் இன்று அதன் பௌத்தம், ஆசீவகம் முதலான அகன்ற பார்வைகளுடன் ஏற்கப்பட்டு நம்மால் மட்டுமின்றி உலகளவிலும் வரவேற்புக்கு உள்ளாகியுள்ள நிலையில் இந்த நூல் இன்று உங்கள் முன் வைக்கப்படுகிறது. பௌத்தம் இந்திய மண்ணில் உருவான ஒன்று. புத்தர் நம்மவர் என்பதை எல்லாம் நாம் நினைவிற்கொண்டு தமிழின் ஆகப் புரட்சிகரமான மணிமேகலை காப்பியத்திற்குள் நுழைவோம்.

அன்புடனும் வாழ்த்துகளுடனும்
உங்கள் அ.மார்க்ஸ்.

வாழ்த்துரை

அடுத்து மணிமேகலை காப்பியம் குறித்து என் நண்பர் இரா. நரேந்திரகுமார் அவர்களின் “வாசிப்பை அர்த்தப்படுத்திய வாசக பர்வம்” எனும் தலைப்பில் எழுதப்பட்ட இந்த நூல் குறித்த விரிவான கட்டுரை இங்கு முழுமையாக உங்கள் முன் வைக்கப்படுகிறது. என் இந்நூல் குறித்த ஆய்வுக் கட்டுரை அடுத்து வருகிறது. நரேந்திர குமாரின் இந்நூல் குறித்த சுருக்கமான அறிமுகக் குறிப்பு இங்கே முன்வைக்கப்படுகிறது. மணிமேகலை குறித்த இந்த நூல் பெரிய அளவில் தமிழ் வாசகர்களால் ஏற்கப்பட்டு வாழ்த்தப்பட்ட சூழலில் என் இனிய நண்பர் நரேந்திர குமாரின் இந்த ஆய்வுக் கட்டுரை மிக முக்கியமான ஒன்று. மணிமேகலைக் காப்பியத்தின் ஊடாக எனக்குக் கிடைத்த புதிய நட்புகள் ஏராளம். அவர்களில் ஆக முக்கியமானவர் நரேந்திரகுமார் அவர்கள். இந்த நூல் தீராநதியில் வந்து முடிந்த நாள் தொட்டு இதை முழு நூலாக்க வற்புறுத்திக்கொண்டிருந்த அவர், அத்தோடு நிறுத்திக்கொள்ளாமல் என் இந்தக் கட்டுரைத் தொகுப்புகளைக் கெட்டி அட்டைகளில் உடன் தொகுத்து அனுப்பினார். எனக்கு அளிக்கப்பட்ட ஆகச் சிறந்த பரிசாக நான் அதை இன்றும் பாதுகாத்து வைத்துள்ளேன். “நான் ஓர் எளிய, சாமானிய வாசகன்” என அவர் பணிந்து கூறிக்கொண்டாலும் அவரது இந்த ஆய்வுக் கட்டுரையை வாசிப்போர் இது எத்தனை ஆழமான

மதிப்பீடு என்பதைப் புரிந்துகொள்வார்கள். 'பாவிகம்' எனும் சொல்லாக்கத்தை அவர் இங்கே முன்வைக்கிறார். பாவியம் என்று சொல்லப்படுவது, "காப்பியமாகிய தொடர்நிலைச் செய்யுளில் கவிஞரால் கருதிச் செய்யப்படுவதோர் குணம் ஆகும்" - என அறிஞர்கள் கூறுவர். "பாவிகம் என்பது காப்பியப் பண்பே" எனத் தண்டி அலங்காரமும் குறிப்பிடும். "பல்வேறு சமய, தத்துவச் சிந்தனைகள் தொகுத்திருந்த தமிழ் மண்" என்றெல்லாம் குறிப்பிட்டுள்ளது குறித்து அவை வந்தபோது நரேந்திரகுமார் என்னுடன் உரையாடியது எல்லாம் என் நினைவுக்கு வருகிறது. தன்னை ஒரு 'சாமானிய வாசகன்' என அவர் தன்னைப் பற்றிச் சொல்லிக்கொண்டாலும் அவர் எத்துணை ஆழமாக இவற்றை ஆய்ந்துள்ளார் என்பதை யாரும் அறிந்துகொள்வார்கள்.

நரேந்திரகுமார் அவர்களுக்கும் எனது மணிமேகலையை விரைவில் நூலாக்க வேண்டும் எனத் தொடர்ந்து வற்புறுத்தி வந்த என் இதர அன்புத் தோழர்களுக்கும் என் மனமார்ந்த நன்றிகள் என்றென்றும் உரித்தாகின்றன.

இனி நரேந்திரகுமார் அவர்களின் ஆய்வுக் கட்டுரை.

வாசிப்பை அர்த்தப்படுத்திய வாசக பர்வம்

– இரா. நரேந்திரகுமார்

அய்யந்திரிபற அனைவர்க்கும் தெளிவாவது காவியப் பண்பான 'பாவிகம்' என்பது. குடிப்பிறப்பழித்து விழுப்பங்கொன்று, கல்விப்பெருமையை இல்லாதொழித்து, நாணத்தைக் களைந்து மாணெழில் சிதைக்கும் 'பசிப்பிணி' என்னும் கொடுநோயை அறவே அகற்றி, பல்லுயிர் ஓம்பும் கருணைச்சிந்தையே, கூலவாணிகன் சாத்தனார் யாத்த மணிமேகலை காப்பியத்தின் 'பாவிகம்', 'மண்டிணி ஞாலத்து வாழ்வோர்க்கெல்லாம் உண்டி கொடுத்தோர் உயிர் கொடுத்தோரே' எனத் தீவதிலகை உணர்த்துவது கதையாடலின் மையக்கரு ஆகிறது.

அறிவுமைய ஆய்வாளரும் ஆகப் பெரிய சிந்தனையாளருமான பேராசிரியர் அ. மார்க்ஸ் போன்ற மானுட குலப் பற்றாளருக்குச் சிறைக்கோட்டத்தை அறக்கோட்டமாக்கும் அருஞ்செயல் 4. இணைப் பாவிகமெனப்படுகிறது. இந்தியச் சிறைச்சாலைகளின் நிலை, கைதிகளின் சுயமரியாதை அழிப்பு, கொட்டடிகளின் கொள்ளளவுக்கும் அதிகமாகக் கைதிகள் குவிப்பு, உயிர்வளியின் பற்றாக்குறை, சிறையினுள் சம்பவிக்கும் கொலைகள் - தற்கொலைகள் பரோல் மறுப்பு, போன்றவற்றையெல்லாம் காப்பியப் போக்குக்கு இணையாகச் சீர்தூக்கிப் பார்க்கிறார்.

ஒரு காப்பியத்தை ஒருவர் மதிப்பிடுவதை அளவீடாகக் கொண்டு அவருடைய தகைமையைக்கூட வரையறுக்க முடியும். காப்பியத்தில் அ. மார்க்ஸ் கண்ணுற்ற குணநலன்கள்

நாயகனில்லாத காப்பியத்தின் தலைவி ஓர் அறத்தின் செவ்வியாள்.

பிறர் துயரைத் தன் துயர் ஆக்கிக்கொள்ளும் தன்மை. அச்சமென்பதை அறியாத அறிவுமையம்.

உணவின்றி மெலிந்தவர்களின் பசித்தீயை அவிப்பதும்; அறஞ்சார்ந்த சிறைக் கொள்கையை முன்னிறுத்தும்.

பௌத்தத் தர்க்கம் உச்சம் தொட்ட நாளில் சாத்தியமான பெண் கல்வியும் பெண் துறவும்.

மெய்ப்பொருளை உணர்வதற்கான அளவைகள் என்கிற தர்க்கநெறியில் தேர்ச்சி.

மக்கள் மொழி பன்மைய வாழ்வியல் சமூக விழுமியங்களுக்களுக்கான அங்கீகாரம்.

மகத நாட்டு நிலப்பரப்பை நிலப்பரப்பை விட்டகலாத புததரைப் போலன்றி, வாதப் பிரதிவாதங்களை முன்னெடுத்து திசைதோறும் பயணம் - வெற்றியில் மனச்சமன்.

இவையனைத்தும் காப்பியச்சிறப்பு மாத்திரமல்ல; பேராசிரியர் அ.மார்க்ஸ் என்கிற களப் போராளியின் யோக்கியதாம்சங்கள் கூட.

“என் எழுத்துகளில் எனக்குப் பிடித்தது எது என ஒரு நேர்காணலில் வினவிய போது, நான் ‘தீராநதி’யில் எழுதி வந்த பேசாப் பொருளைப் பேசத் துணிந்தேன்’ தொடரைத்தான் சொன்னேன் என்றார் அ.மார்க்ஸ்.

இதே ‘தீராநதி’ திங்களிதழில் சாத்தனாரின் ‘மணிமேகலை’க் காப்பியத்தை மைய அச்சாக்கி, ‘நெஞ்சில் கனல் மணக்கும் பூக்கள்’ என்கிற வகைமையில் அவர் பயணித்த வெளி, விரிவும் ஆழமும் நிரம்பியது.

பதினாறு கிளைக் கதைகளை உள்ளடக்கி, கதைகளை உள்ளடக்கி 4758 வரிகளில், முப்பது அத்தியாயங்களில் சிக்கலான கட்டுமானத்தில் சாத்தனார் யாத்த பனுவலை, 39 கட்டுரைகளில் காப்பிய நலனாகப் பிழிந்து தந்துள்ளார் அ. மார்க்ஸ்.

எப்போதும் அறிந்திடாத, புத்தம் புதிதான வாசிப்பனுபவம் வாய்த்தது எனக்கு. செய்தித்தாள் கட்டினை உடைத்தவுடன் 'முரசொலி' படித்தாக வேண்டும் என்கிற பரபரப்பில் ரயிலடியில் காத்துக்கிடந்தது என் பதின் பருவம். வாழ்வின் வகிபாகத்தைக் கழித்துவிட்ட என்னை மீளவும் கட்டுடைக்கும் தருணத்துக்காகக் காத்திருக்க வைத்தது 'தீராநதி' அ. மார்க்ஸ் எனக்கருளிய அஞ்சல் வழிக் கல்வியது என்றும் உரைப்பேன்.

பல்வேறு சமய, தத்துவச் சிந்தனைகள் செழித்திருந்த தமிழ் மண் (2019 பிப்ரவரி); 'இந்தியத் துணைக் கண்டத்தின் முதல் சர்வ சமய சங்கீர்த்தனம்' (2019 ஏப்ரல்) ஆகிய கட்டுரைகளை வாசித்தபின் கூடுதல் புரிதலுக்காக பேராசிரியர் அவர்களை அலைபேசி வாயிலாகத் தொடர்புகொண்டு தொல்லைப்படுத்தினேன். தத்துவம் பரவலாக இழையோடிய இக்கட்டுரைகள் வைதீகம், ஆசீவகம், பௌத்தம் சாங்கியம், பூதவாதம் ஆகியவை மீதான விசாரணைகளை விரிவாக்கியதால் எனக்குச் செரிமானச் சிரமம் ஏற்பட்டது

மணிமேகலை காப்பியத்தைக் குறிப்புகளுடன் பதிப்பித்து வெளியிட்ட அறிஞர் உ.வே.சா. அவர்கள் பௌத்தத் தத்துவங்களை ஆழமாக விளக்கும் காப்பியத்தை இறுதிப் பகுதியை அணுகும் போது, இப்பகுதிக்குத் தன்னால் குறிப்பு எழுத இயலவில்லை என்று கூறி அரும்பொருள் விளக்கங்கள் இன்றிப் பதிப்பித்துள்ளார் என்கிற ஆவணப்பதிவைச் சரியான கோணத்தில் முன்வைத்துள்ளார் அ. மார்க்ஸ்.

அடுத்தடுத்த உரையாடல்கள் மூலமாக மணிமேகலை எனும் நல்லாள் அறிந்துகொண்ட அளவைவாதம் (பிரமாணங்கள்) தொடங்கி, சைவம், பிரமவாதம், வைணவம், வைதீகம், ஆசீவகம், நிகண்டவாதம், சாங்கிய வாதம், வைசேடிகம், பூதவாதம் மதங்களைச் சாத்தனார் ஐவகைச் சமயமும் அறிந்தனள் என்னும் கூற்று வாயிலாக ஐந்து மதங்களாகச் சுருக்கிக்கொள்வதை அ. மார்க்ஸ் விளக்குகிறார் எனினும் நேருக்கு நேர் முகம் நோக்கி - அமர்ந்து, விரிவான பார்வைக்கு வித்திடும் ஆசான் அவசியம் தேவைப்படும் சட்டகங்கள் இவை.

இரட்டைக் காப்பியங்களுள் ஒன்றெனப் பேசப்படினும் தத்துவப் பரிமாணத்தில் தனித்தொளிரும் ஆகச்சிறந்த தமிழ்ப்பனுவலை ஜனநாயகப்படுத்தும் களப்பணியில் அ. மார்க்ஸ் வாகை

சூடியிருப்பது தமிழரின் நல்லூழ். அவருடைய களப்பணி கருத்தியல் முரண்பாட்டாளர்களாலும் கூட அங்கீகரிக்கப்படுவது.

உரையாடும் காந்தி நூலினை சிந்தனை - செயல் ஆகிய இரண்டு தளங்களிலும் சோர்வின்றிப் பணியாற்றும் அ. மார்க்சுக்குக் காணிக்கையாக்கி எழுத்தாளர் ஜெயமோகன் பதிவிடுகிறார் :

"அ. மார்க்ஸ் அவர்களுடைய கருத்துளுடன் முப்பதாண்டுகளாகப் பெரும்பாலும் அனைத்துத் தளங்களுடன் ஒவ்வாமையும் எதிர்ப்பையுமே கொண்டிருக்கிறேன். அதைப் பல தருணங்களில் உச்சகட்ட விசையுடன் பதிவும் செய்திருக்கிறேன். ஆனால் அவருடைய மானுட உரிமை சார்ந்த களப்பணிகள் மீதான என் மதிப்பை எப்போதும் கூடவே பதிவு செய்வது என் வழக்கம். தமிழ் கருத்துருவாக்கத் தளத்தின் முதன்மைப் பங்களிப்பாளர்களில் ஒருவர் என அவரை எப்போதுமே சொல்லி வந்துள்ளேன்."

Subaltern Studies எனப்படும் அடிநிலை மாந்தர் ஆய்வுகள் வாயிலாக அவர்களுடைய வாழ்வியல் கூறுகளைப் பண்பாட்டுத் துறையில் மீள்பார்வை செய்த 'அங்கக அறிஞர்' *(Organie Intellectual)* மத்தியால் சாமுவேல் சவுந்தரபாண்டியன் *(1958- 2014)* சென்னையில் நடைபெற்ற கருத்தரங்கு ஒன்றில் உரக்க முழக்கமிடுகிறார் - 'அ.மார்க்ஸ், நாங்கள் யாவரும் மதிக்கும் ஒரு சிந்தனையாளர்!'

இந்தச் சிந்தனையாளர் மணிமேகலைப் பனுவலைக் கருத்தியலாக்கி, உரையாடலாகக் கனியச் செய்கிறார்.

பௌத்த விடுதலை ஓர் அறம் சார்ந்த வாழ்முறை சார்ந்தது. பக்தி இயக்கம் இறைமயப்படுத்தியதை பௌத்தம் அறமயப்படுத்தியது என அடிக்கொருதரம் வலியுறுத்துகிறார்.

அறிவாற்றலிலும் அறக்கோட்பாட்டிலும் துறைபோகிய மணிமேகலை வாசிப்புக்குப் பிறகு கண்ணகி வெறுமனே கதை நாயகியாக மட்டுமே தென்படுகிறாள்.

மணிமேகலையில் இடம்பெற்றுள்ள சமயக் கணக்கர் தம் திறம் கேட்ட காதையானது பௌத்த சமயக் கருத்துக்களின் கருவூலம். கதைப்போக்குடன்கூடிய இந்தத் தத்துவப் பகுதிக்கு முழுமையான விளக்கம் தர எவராலும் இதுவரை இயலவில்லை. அளவை என்பது 'தர்க்கம்'. *(Logie)* சமயக்கணக்கர் என்பதில் உள்ள கணக்கு தத்துவம் அல்லது மெய்யியல் என்னும் பொருளில் உணர்த்தப்படுவதாக இத்தொடர் மூலம் புரிதல் ஏற்பட்டது.

மெய்ப்பொருளை உணர்த்துவதற்கான அளவைகள் என்கிற தர்க்க நெறியை மணிமேகலைக்கு அறவண அடிகள் மணிமேகலைக் காவியத்தின் நிறைவுப்பகுதி.

மணிமேகலை தவத்திறம் பூண்டு தருமம் கேட்ட வரலாறு *(36) 2020* பிப்ரவரியிலும் எண்ணில் புத்தர்கள் வழி வழி வந்த வந்த அறங்கள்' *(37) 2020* மார்ச்சிலும் 'தீராநதி'-யில் வெளியாயின.

பெருந்தொற்றுக் கால இடைவெளிக்குப் பிறகு, பௌத்தத்தில் 'ஆன்மா' என்பதற்கு இடமில்லை *(38); 2022* ஜூன் மாதத்திலும் அறவணர் ஞான தீபம் காட்டி அருளல் *(39) 2022*ஜூலையிலும் வெளியாகித் தொடர் முடிவுற்றது. ஒவ்வொரு கட்டுரையும் பௌத்தம் தொடர்பான அறிவுச்சிதறலைத் தாங்கி வந்தமை நிதான வாசிப்புக்கான ஊன்றுகோல் ஆயின.

அ. மார்க்ஸின் பிறிதொரு படைப்பான புத்தம் சரணம் நூலில் இடம்பெற்ற பொதியில் 'தேரூர்' அவலோகிதீஸ்வரர் ஆகிய கருத்துருக்கள் தீராநதியின் இந்திரன் தோற்றான், புத்திரன் வென்றான் *(13)* கட்டுரையில் விளக்கமாகவும், பொருத்தமாகவும் இடம் பெற்று வெளிச்சம் பாய்ச்சுகின்றன.

அகத்தியர் முதன் முதலில் தமிழ் இலக்கியத்தில் தோன்றுவது 'மணிமேகலை'யில் என்பது அரிய தகவல். பௌத்தத் தர்க்கத்தின் போக்கை உருவாக்கியவர்களில் ஒருவரான தின்னாகர்தான் சாத்தனாரின் கைவண்ணத்தில் அறவண அடிகள் ஆனார் என்கிற கருத்தும் தொடரில் உண்டு.

அள்ள அள்ளக்கு றையாத அமுதசுரபியை அணுகித் துயருற்ற உயிர்கள் அனைத்தும் பசியாறும் மானுடக் கற்பிதத்தை ஒரு பௌத்தக் காவியமன்றி வேறெதில் தரிசிக்க இயலும் என்கிற கட்டுரையாளர் அதீத கற்பனை கூடுவிட்டுக் கூடு பாய்தல் பறக்கும் கம்பளம் என்பவை பல்வேறு காப்பியங்களிலும் காணக்கிடைப்பதே என்று கடந்து செல்கிறார்.

*22*ஆம் கட்டுரையான 'அறிவு உண்டாக' என ஆங்கவன் வாழ்த்தினான் - அறிவுக்குப் பௌத்தம் தந்த முக்கியத்துவத்தைப் பேசுகிறது. புத்த மதம் ஒன்றே புத்திமதம் என்கிறார் தந்தை பெரியார். அறிவு வளர்ச்சி தடைபடும் என்பதால் பௌத்தத்தில் புனித நூல் கிடையாது என்பதையும்; கற்றதை உதறு; அதுவே

கல்வி; எல்லாவற்றையும் களைவதே நிர்வாணம் என்பதையும்; புதிதாக என்ன சொல்லப் போகிறேன். ‘உனக்கு நீயே விளக்கு’ என்றுரைக்கும் புத்தரின் மரண வாக்குமூலத்தையும் தொடர் அறியத் தருகிறது.

அறம் சார்ந்த சிறைக்கொள்கையைக் கொணர்ந்த அசோகர் பற்றிய குறிப்புகள் மணிமேகலையில் இல்லை. எனது முடிசூட்டுதலுக்குப் பிந்திய இந்த 26 ஆண்டுகளில் 25 முறை சிறைவாசிகட்கு மன்னிப்பளித்து விடுதலை செய்யப்பட்டுள்ளனர் எனக் கற்றூண் சாசனம் 5 அசோகரின் ஆட்சியைப் பேசுவது பொருத்தமான பதிவு.

அணிநகர் தன்னை அலைகடல் கொள்க (21) கட்டுரையானது ஒரு பெருங்கடற்கோளால் பூம்புகார் பெருநகர் அழிந்ததையும்; அகழாய்வு முடிவுகளையும் விளக்குவதுடன் கடற்கோளால் பூம்புகார் அழிந்துபட்டமைக்கான இலக்கியச்சான்று மணிமேகலை என்றும் கவனப்படுத்துகிறது.

மக்களின் உயிர் வாழ்க்கையோடு இணைந்துள்ள உணவுப் பழக்கத்தில் தலையிட விரும்பாத பௌத்தத்தின் நிலை, ஒரு மக்கள் மதமாகத் தன்னைத் தகவமைத்துக் கொள்ளும் முயற்சியில் ஏற்பட்ட விட்டுக்கொடுத்தல்களில் ஒன்றுதான் என்பது தொடர் ஏற்படுத்தும் புரிதல். உயிர்க் கொலை செய்யாத ஒருவன் புலால் உண்ணலாம்; உண்ணாமலும் இருக்கலாம். என்கிற புரிதலுக்கு வாசிப்பாளனை இட்டுச் செல்கிறது.

வயதேற வயதேற கொள்கைப் பிடிப்பின் பிடிவாதம் முகத்தில் கடுமை படரச் செய்தமை தந்தை பெரியாருக்கு நேர்ந்தது போலவே பேராசிரியர் அ.மார்க்ஸுக்கும் நேர்ந்துள்ளது. அணுகாமலும் அகலாமலும் அவரிடம் குளிர் காயும் நிர்ப்பந்தத்தை அவருடைய தோற்றம் பிறப்பிப்பது உண்மை. கரடுமுரடாகப் புறத்தில் தோன்றி, மதுரத்தை அகத்தில் தேக்கிய பலா நிகர்த்த அவருடைய அருங்குணத்தை கல்லுக்குள் கசிவுற்ற ஈரத்தை - நேரில் கண்டிருக்கிறேன் நான்.

31-12-2007 நாளன்று நான் ஒருங்கு செய்த உரையாடலுக்குத் தன் அன்பு மகனுடன் இராசபாளையம் வந்திருந்தார் பேராசிரியர் அ.மார்க்ஸ். மறுநாள் காலை திருவனந்தபுரத்தில் அவருக்கு ஒரு முக்கியமான கருத்தரங்கம். ‘நரேந்திரகுமார் அதிகாலை

மூன்று மணிக்கு நாங்கள் இருவரும் மதுரைக்குப் பேருந்தில் புறப்பட்டுச் செல்கிறோம். அங்கிருந்து திருநெல்வேலி, நாகர்கோவில் வழியாககத் திருவனந்தபுரம் சென்றுவிடுகிறோம்' என்றார். மேற்குத் தொடர்ச்சி மலை ஊடாகக் காரில் இங்கிருந்து சென்றால் மூன்றே மணி நேரத்தில் சென்று விடலாமே பேருந்துப்பயணம் ஏழுமணி நேரம் ஆகுமே என்றெண்ணிய நான் அழுத்தமான மறுப்பையும் மீறி ஒரு காரமர்த்தி செங்கோட்டை வழியாக நேரடியாகத் திருவனந்தபுரம் அனுப்பிவைத்த போது பாறையிலே பூ முளைச்சுப் பார்த்தவன் நான் ஆனேன்.

நான் நடத்திய கலந்துரையாடலின் போது, அரங்கில் பார்வையாளர் பகுதியில் அமர்ந்திருந்த என் இணையரைச் சுட்டிக் காட்டி 'என் மனைவி பெயர் மணிமேகலை' என்ற தருணத்தில் மார்க்ஸ் அவர்கள் வாய்விட்டுச் சிரித்து மகிழ்ந்த காட்சி புகைப்படமாகப் பதிவாகியிருக்கிறது.

முப்பத்தொன்பது அத்தியாயங்களில் முழுமை பெறுகிறது அ.மார்க்ஸ் அவர்களின் மணிமேகலை காப்பியத் திறனாய்வும், பௌத்தப் பரிமாணமும். முத் தாய்ப்பாக அவர் சொல்வது -

'மணிமேகலையின் இறுதி அத்தியாயங்கள் முழுக்க முழுக்க இந்தியத் தத்துவங்கள் குறித்துப் பேசுகின்றன. ஆழமான தத்துவப்புலமை இன்றி அவற்றை விளக்கிவிட முடியாது. முழுமையாக அவற்றைப் புரிந்துகொள்ள வேண்டுமெனில் இந்தியத் தத்துவ மரபு குறித்த ஆழமான புரிதல் நமக்குத் தேவை

'அறிதோறு அறியாமை கண்டற்றால்' என்கிறது வள்ளுவம். மணிமேகலை காப்பியம் தொடர்பான 'நெஞ்சில் கனல் மணக்கும் பூக்கள்' தொகுப்பை அறிய அறிய என்னிடம் சூல் கொண்ட அறியாமை முகங்காட்டுகிறது.

இப்படிக்கு எளிய, சாமானிய வாசகன்

நரேந்திரகுமார்.

மணிமேகலை காப்பியம் தொடங்குகிறது

பதிகம்

(பதிகம் என்பது நூலின் அமைப்பு முறையைச் சொல்வது. காப்பியத்தின். உட்பிரிவுகளாக உள்ள முப்பது அத்தியாயங்களின் முறைமையும் முன்வைக்கப்படுகிறது. சாத்தனார் உரைக்க இளங்கோ அடிகள் அதைக் கேட்டார் எனவும் நூல் இறுதியில் முன்வைக்கப்படுகிறது. சற்றே சுருக்கமாகக் காண்போம்)

இமயத்தின் உச்சியில் தோன்றியவளும் இளம் கதிரவனை எள்ளும் திருமேனியை உடையவளும், தென்திசை நோக்கி வந்து இந்த நாவலம் தீவில் காவல் தெய்வமாய் விளங்குபவளும், பூமாதேவிக்கு வரும் துயரை அறிந்து, அதற்குக் காரணமான அரக்கர்களுக்கு எதிரான நோன்பை மேற்கொள்பவளுமான சம்பாபதி தன் பெயரால் விளங்கும் இவ் இடத்தில் வீற்றிருந்தாள். செங்கதிர்ச் செல்வனான ஞாயிறின் குலம் விளங்கும் வண்ணம் சோழநாட்டின் நீர்வளத்தைப் பெருக்க விருப்பம் கொண்டான் காந்தமன் எனும் மன்னன். அமர முனிவனான அகத்தியன் தன் கமண்டலத்தைக் கவிழ்க்க அவ்விடத்தே தோன்றினாள் காவிரிப் பாவை.

இப்படித் தோன்றிய காவிரி அங்கிருந்தோடி கடலோடு கலந்து தோன்றினாள். இப்படித் தன்னருகே காவிரிப்பாவை வந்ததை அங்கே அருந்தவம் புரிந்துகொண்டிருந்த சம்பாபதியாள் இதனூடாகப் பெருகிவரும் காவிரியை மகிழ்வோடு எதிர்கொண்டு வருக வருக என வரவேற்றாள்.

காவிரியைத் தொடர்ந்து வந்து அங்கு நின்றிருந்த அகத்தியன் அவளை நோக்கி, “அன்னையே நான் சொல்வதைக் கேள். இந்த அருந்தவ முதியோள் உன்னால் வணங்கத் தக்கவள். வணங்குக” என்றனன். சோழர்கள் செங்கோன்மை மிக்கவர்கள். அவர்களின் குலக் கொடிதான் காவிரி. கோள்கள் கூடத் தன் நிலை மாறலாம். அப்போதுகூட வாராது நின்று வளம் அளிப்பவள் அவள் என்றும் கூறினான்.

இப்படி இமய உச்சியில் தோன்றிய சம்பாபதியின் வரலாறு அகத்தியனின் வாயிலாக, “இனி என் பெயர் நீங்கி நின் பெயர் ஆகுக” எனச் சோழ நாடு மற்றும் நீர்வளம் மிக்க காவிரி ஆகியவற்றோடு இவ்வாறு வரலாறு இணைக்கப்படுவது நம் கவனத்திற்கும் உரியது.

நூலாசிரியரின் மேற்குறிப்புகள்

சோழர்களின் தலைநகரம் காவிரிப்பூம்பட்டினம். நீண்ட பழமை மிக்க அதன் முந்தைய ஆதி பெயர் ‘சம்பாபதி’. சோழர்கள் காவிரியைத் தம் குலக் கொடியாக ஏற்று வணங்கினர். “கோள் நிலை திரிந்து கோடை நீடினும் தான் நிலை திரியாத் தண்டமிழ்ப் பாவை” என அது கொண்டாடி வணங்கப்பட்டது. இத்தகை மேன்மை கொண்ட அந்தப் பழமை மிக்க மூதூரில்தான் ஆண்டு தோறும் இந்திர விழா கொண்டாடப் பட்டது. இந் நூலுக்குச் சிறிய எழுத்துக்களில் 22 பக்கங்களில் மிக விரிவான ஆராய்ச்சி உரை ஒன்றை சைவ சித்தாந்த நூற்பதிப்புக் கழகம் வெளியிட்டுள்ளது ‘சீத்தலைச் சாத்தனார் இயற்றிய மணிமேகலை’ எனும் மிக விரிவானதும் முக்கியமானதுமான இந்நூலை நாவலர் பண்டிதர் நா.மு.வேங்கடசாமி நாட்டார் மற்றும் வித்துவான் அவ்வை துரைசாமிப் பிள்ளை ஆகியோர் எழுதி உள்ளனர். இது தவிர இன்றளவும் யாரும் எளிதாகப் புரிந்துகொள்ளும் வண்ணமாக இன்னும் பலர் இந்நூல் குறித்துச் சுருக்கமான குறிப்புகளும் எழுதியுள்ளனர்,

மணிமேகலை காப்பியத்தின் இன்னொரு பதிவைப் போல இந்நூல் எழுதப்படவில்லை. மணிமேகலை குறித்து அப்படியான ஆழமான ஆய்வு நூல்களும் தமிழில் பல உண்டு. நீண்ட வரலாறு உள்ள நம் தமிழின் காப்பியங்களில் ஒப்பீட்டளவில் தனித்துவம் மிக்க ஒரு படைப்பாக வெளிப்படும் நூல் இது. தமிழின் இரு பெரும் காப்பியங்களாக வெளிப்பட்டுள்ள இளங்கோ அடிகளின் சிலப்பதிகாரமும், சாத்தனாரின் இந்த மணிமேகலையும் இரட்டைக் காப்பியங்கள் என அழைக்கப்படுவதை அறிவோம். ஆக முக்கியமான கதாபாத்திரங்கள் இரண்டிலும் ஒன்றாகவே இருப்பதை முன்னிட்டு இப்படிச் சொல்லப்படுகிறது. ஆனால் இவ்விரு நூல்களையும் ஆழமாக வாசிக்கும் யாரும் இவ் இரண்டு மகா காப்பியங்களும் முற்றிலும் ஒன்றோடொன்று வேறுபட்ட பார்வைகளுடன் கூடிய வெவ்வேறு கோணங்களில் இருந்து எழுதப்பட்டவை என்பதைப் புரிந்து கொள்ள முடியும். கவனமாக வாசிப்போர் இதை எளிதில் மனம்கொள்ளும் வண்ணம் மிக நுணுக்கமாக எழுதப்பட்டுள்ள நூல்தான் மணிமேகலை என்பதை வாசிக்கும்போது எளிதில் புரிந்துகொள்ள முடியும்.

1. காப்பியத் தொடக்கம்

விழாவறை காதை

மணிமேகலை பெரும் காப்பியம் 'விழாவறை காதை' உடன் தொடங்குகிறது. புகார் நகரில் இந்திர விழா தோன்றிய வரலாறு முதலில் கூறப்படுகிறது. ஒழுக்கம் மிகுந்த நன் மக்கள் வாழும் நகரமாக அது போற்றப்படுகிறது. அப்போது அகத்திய முனிவன் தேவர்களின் தலைவனான இந்திரனை நோக்கி இவ்விழா நடக்கும் இருபத்தெட்டு நாட்களிலும் புகாரில் வந்து தங்கி இருக்க வேண்டும் எனக் கேட்டுக்கொள்ள, இந்திரனும் அதனை ஏற்றுக்கொள்வதோடு இந்த விழாவறை காதை தொடங்குகிறது. பூம்புகாரின் புகழ் மேலும் சிறக்கும்படியாக நூல் திறம் மிக்க அறிஞர்கள், காலங்களைக் கணிக்கும் சோதிடர்கள், பல பகுதிகளில் இருந்தும் வணிகநோக்கில் வந்து குவியும் வணிகர்கள், ஐம்பெரும் காப்பியத்தினர் எனப் பலரும் வந்து குவிந்து விழாக் கால் கொள்வது மிகவும் விரிவாக இம் முதல் அத்தியாயம் முழுவதும் நிறைகிறது. அக்காலகட்டத்தில் இப்படியான ஒரு திருவிழா எவ்வாறு கொண்டாடப்பட்டது என்பதை அறிய ஒரு முக்கியமான ஆவணம் இது. இவற்றைப் பெரிதும் மிகைப்படுத்தப்பட்டதாக நாம் கருதவேண்டியதில்லை. இன்றுவரை நம் கிராமப்புறங்களில் திருவிழாக்கள் இவ்வாறு கொண்டாடப்படுவதை நாம் கண்டுகொண்டுதான் உள்ளோம். இப்படியான கொண்டாட்டங்கள் மட்டுமின்றிப் புண்ணிய

நல்லுரைகள், மாற்றுக் கருத்துள்ள பகை மக்கள் ஆனாலும் சற்றே ஒதுங்கி நின்று அமைதி காத்தல், எனப் பசியும், பிணியும், பகையும் நீங்கி நிற்பதாக அக்கால இந்திர விழா முன்வைக்கப்படுவதை அறிகிறோம்.

ஊர் அலர் உரைத்த காதை

புகார் நகரில் இப்போது தீவக சாந்தி விழா தொடங்குகிறது. இப்படியான பொது விழாக்களில் மாதவி, மணிமேகலை முதலான பொட்டுக்கட்டி வாழும் சமூகத்தினர் கட்டாயமாக வந்து நடனமாடி மக்களை மகிழ்விக்க வேண்டும். ஆனால் கோவலனையும், கண்ணகியையும் இழந்திருந்த துயரில் இம்முறை மாதவி தீவகச் சாந்தியில் கலந்துகொள்ளவில்லை. அவளின் மகள் மணிமேகலை உரிய வயதுடையவளாக உருப்பெற்றுக் கொண்டிருந்தபோதும் அவள் இப்படியான பொட்டுக்கட்டும் சடங்குகளை மட்டுமல்ல, இப்படியான ஊரலர்களுக்கெல்லாம் அஞ்சுபவளாக உருப்பெறவில்லை. அவள் முற்றிலும் மாறுபட்ட புதுமைப் பெண்ணாக உருப்பெறத் தொடங்கிய காலம் அது. இது மக்களிடத்தில் சலசலப்பை ஏற்படுத்துகிறது. தாயும் மகளும் கண்டிக்கப்படுகின்றனர். இப்படியான ஊரலரைச் சுட்டிக் காட்டி மாதவியையும் மணிமேகலையையும் அழைத்துவர தோழியும் உதவியாளுமான வயந்த மாலையை அனுப்புகிறாள் மணிமேகலையின் பாட்டி.

ஒன்றை நாம் கவனத்தில் கொள்ளவேண்டும். அன்றைய சூழலில் பொட்டுக்கட்டப்பட்ட சமூகத்தைச் சேர்ந்த பெண் எனில் அவள் வயதுக்கு வந்துவிட்டால் அதற்குரிய வாழ்க்கையை அவள் ஏற்றுக் கடைபிடிக்க வேண்டும். திருமண வாழ்க்கைக்கு அவள் தகுதியற்றவள் ஆகிறாள். நடனமாடி மக்களை மகிழ்விப்பது அவளது கட்டாயக் கடமை ஆகிறது. வயந்த மாலையும் அத்தகைய கருத்தை ஏற்றவளாகவே உருப்பெற்றிருந்தாள். மாதவியின் துறவை அவள் ஏற்கவில்லை. நேரில் சென்று, “கடமையிலிருந்து விலகிய” அவளைக் கண்டிக்கிறாள். அவள் மீது ஊர் கொண்ட பகையைச் சுட்டிக் காட்டுகிறாள். அவளின் நாட்டியத் திறன்களை நினைவூட்டுகிறாள். அப்படியான திறன்மிக்க நீ இப்படித் தவநெறி மேற்கொண்டது “நாணமுடைத்து” (வெட்கக் கேடு) எனக் கடிகிறாள்.

உரிய பதில் அளிக்கிறாள் அன்னை மாதவி. அது:

"என் காதலன் உற்ற கடும் துயரை நான் அறிந்த கணமே என் உயிரை விட்டிருக்க வேண்டும். அப்படிச் செய்யாமல் இருந்துவிட்டேன். அன்றே நான் என் நாணத்தையும் இழந்துவிட்டேன்..."

என்பாள். அது மட்டுமன்று. "தன் கணவன் அநீதியாகக் கொல்லப்பட்டதை அறிந்ததை ஒட்டித் தன் ஒளி பொருந்திய அழகிய இள முலையைத் திருகி எரிந்து, அதனூடாகக் கொடும் நெருப்பை மூட்டி பாண்டியனின் மதுரையை எரித்து நெருப்புக்கு இரையாக்கினாளே கண்ணகி அவளே மாபெரும் பத்தினி" என்றும் உரைப்பாள்.

"கண்ணகி மதுரைக்கு எரியூட்டியதன் ஊடாகத் தவறிழைத்த பொற்கொல்லன் மற்றும் பாண்டிய மன்னன் முதலானோர் மட்டுமே அன்று தவறுக்கான தண்டனையை ஏற்றனர். அவர்கள் தம் தவறை ஏற்றுக்கொண்டனர். மாறாக மதுரை நகரே அப்பாவி மக்கள் உட்பட மக்கள் கொல்லப்பட்டனர் என்பது தவறு.

அப்படி அப்பாவி மக்கள் இதைக் காரணம் காட்டிக் கொல்லப் பட்டிருந்தால் அதை ஏற்க இயலாது. இது இக்காப்பியத்திலும் உரிய இடத்தில் பதிவு செய்யப்பட்டுள்ளது. மணிமேகலை காப்பியத்தில் ஒரு காட்சி உண்டு. மணிமேகலை தன் பெறா அன்னை கண்ணகியின் நினைவு மண்டபத்திற்குச் சென்று அவரிடம் தன்னை அறிமுகப்படுத்திக்கொண்டு இப்படித் தனக்கு இழைக்கப்பட்ட அநீதிக்காக ஒரு ஊரையே அன்று அழித்து அப்பாவி மக்கள் கொல்லப்பட்டிருந்தால் அதை யார் செய்திருந்தாலும் ஏற்க இயலாது. ஒரு பெரிய அளவில் எண்ணற்றோர் அன்று துன்புற்றதற்குக் காரணமானவர் நீங்கள்தான் எனக் கண்களில் நீர் கசியச் சொன்னதாகவே பேரறிஞர் சாத்தனார் மணிமேகலை காப்பியத்தில் சுட்டிக் காட்டுகிறார்.

அதனை எக்காரணம் கொண்டும் யாரும் ஏற்க முடியாது. அப்படி ஒருவேளை சனாதனம் ஏற்ற போதும் பௌத்தம் இதை ஏற்பதில்லை. மணிமேகலை காப்பியம் இதை மிகத் தெளிவாகக் காப்பியப் போக்கில் சுட்டிக் காட்டுகிறது. இந்நூலின் தொடக்க முகப்புரையிலேயே இதை நான் குறிப்பிட்டுள்ளேன். இந்நூலின் இறுதிக் கட்டத்தில் மணிமேகலை, கண்ணகியின் நினைவு மண்டபத்திற்குச் சென்று அவளிடம் தன்னை அறிமுகப்படுத்திக் கொண்டு இப்படித் தனக்கு இழைக்கப்பட்ட அநீதிக்காக

ஒரு பெரும் ஊரையே அழித்து எண்ணற்றோரின் இறப்புக்கு நீங்கள் காரணமாகி உள்ளீர்களே அது எப்படி நியாயமாகும் என மணிமேகலை முன்வைக்கும் குற்றச்சாட்டை, கண்ணகி முழுமையாக ஏற்பதாக ஒரு அத்தியாயத்தை பேரறிஞர் சாத்தனார் இணைத்திருப்பதும் இங்கே குறிப்பிடத்தக்கது. இக் காப்பிய வரலாற்றில் ஓரிடத்தில் இது விரிவாக விளக்கப்படுகிறது.

மலர்வனம் புக்க காதை

பெற்றோருக்கு நேர்ந்த துயரை மாதவி வாயிலாக அறிந்த மணிமேகலையால் தன் கண்ணீரை அடக்க முடியவில்லை. இதனூடாகப் பூசைக்கெனக் கொணர்ந்த மாலையின் தூய்மை கெட்டதை மாதவி சுட்டிக் காட்டியதை ஒட்டி சுதமதியுடன் மணிமேகலை புதிதாகப் பூக் கொய்து வருவதற்காகச் செல்கிறபோது, ஊர்மக்கள் அவளது தந்தைக்கும் கண்ணகிக்கும் நேர்ந்த துயர் குறித்து அவளை அனுதாபத்துடன் பார்க்கின்றனர். அது மணிமேகலையின் துயரை அதிகரிக்கிறது. வினைப் பயனுக்குரிய “ஏது நிகழ்வு” இப்படியாக இந்தத் துயரின் ஊடாக அந்த இளம் பெண்ணுக்கு முதல் முறையாக நேர்கிறது.

இனி அந்த இளம் பெண்ணின் வாழ்வில் இன்னும் பல துயர்மிகு அனுபவங்களை மட்டுமின்று யாரும் எளிதாக அறிய முடியாத உன்னதங்களையும் அவள் எதிர்கொள்ளவும் அது தொடக்கமாகவும் அமைகிறது. அள்ள அள்ளக் குறையாத அமுதசுரபி எனும் எந்த ஒரு உலகக் காப்பியங்களிலும் காணப்படாத ஒரு பெரும் பேறு நம் அன்னை மணிமேகலைக்குத்தான் வாய்க்கப் போகிறது. இனி நம் எளிய மக்களைப் பசி எனும் பெருந்துயர் அணுகப் போவதில்லை.

சாத்தனார் பேரறிஞர்! உலக இலக்கியங்கள் வேறெதிலும் காண இயலாத ஒரு மகா கற்பிதத்தைக் கற்பித்தவர்.

(மணிமேகலை காப்பியத்திற்கான முன்னுரை, பதிகம் மற்றும் இக் காவியத்தின் முன் நிகழ்வுகள் ஆகியன சுருக்கமாக இங்கு இப்படித் தரப்பட்டுள்ளன. இனி மணிமேகலையைத் தொடர்வோம்,)

2. மணிமேகலை தமிழ் காப்பியம் மட்டுமல்ல அது பௌத்த காப்பியமும் கூட

ஐம்பெரும் காப்பியங்கள் மட்டுமல்ல, தமிழின் முக்கிய இலக்கண நூல்கள், நிகண்டுகள் எல்லாமும் கூட சமண பௌத்த மதங்களின் கொடைகள்தான் என்பதை நாம் மறந்துவிடக் கூடாது. இவற்றில் பௌத்த நூல்கள் பலவும் அழிந்தும், அழிக்கவும் பட்டன. முழு வடிவில் எஞ்சியிருப்பவை தமிழின் மணிமுடிகளில் ஒன்றான மணிமேகலைக் காப்பியமும் இலக்கண நூலான வீரசோழியமும் மட்டுந்தான். எனினும் சில நூறு ஆண்டுகளுக்குப் பின் தோன்றிய வீரசோழியத்தில் எங்கும் மணிமேகலை பற்றிய குறிப்பே இல்லை. மணிமேகலையில் எங்கும் பௌத்தம் தழைக்க வந்த அசோகச் சக்கரவர்த்தி பற்றியும் அதில் ஏதுமில்லை. இவை குறித்து ஏன் எனச் சிந்திக்கும்போது தமிழ் பௌத்தம் குறித்த சில கூடுதல் தெளிவுகள் கிடைக்க வாய்ப்புண்டு.

2500 ஆண்டுகளுக்கும் மேற்பட்டு விரிந்து கிடக்கும் தமிழ் இலக்கிய வரலாற்றை நாம் பல்வேறு வகைகளில் வகைப்படுத்திப் புரிந்து கொள்ள இயலும். சங்க காலத்தை 'வீர யுகம்' என வகைப்படுத்தும் அறிதல் முறை ஒன்றுள்ளது. அதேபோல ஆறாம் நூற்றாண்டுக்குப் பிந்திய சைவ, வைணவ பாசுரங்களின் காலத்தைப் 'பக்தி யுகம்' எனச் சொல்வதுமுண்டு. இதற்கு இடைப்பட்ட ஐம்பெருங்

காப்பிய காலத்தை ஒருவகையில் 'அற யுகம்' எனச் சொல்லல் தகும். இந்த ஐம்பெருங்காப்பியங்கள் மட்டுமின்றி திருக்குறள் உட்பட்ட பிற்சங்க நூல்கள் பலவும் அறநெறிகளை உயர்த்திப் பிடித்தவைதான். அற வாழ்வின் மூலம் மட்டுமே நீங்கள் இறுதி நிலையான 'நிர்வாணத்தை' எட்ட முடியும் எனக் கூறியவை. அடுத்த கட்டமாக வெளிப்படும் பாசுரங்கள் அறத்தின் இடத்தில் பக்தியை வைத்தன. இறை பக்தியையும், இறையடியார்களுக்குச் செய்யும் சேவையையும் இறுதி உய்விற்கு அவை நிபந்தனையாக்கின. ஆனால் அறநூல்களோ அறம் சார்ந்த வாழ்வை மட்டுமே முதன்மைப்படுத்தின.

சமண மரபில் வந்துள்ளதாகக் கருதப்படும் சிலப்பதிகாரத்தில் ஒரு காட்சி. கனாத்திறம் உரைத்த காதையில் 55, 64 ஆம் வரிகளில் தேவந்தி கண்ணகிக்கு அறிவுரைப்பாள். முற்பிறவியில் கண்னகி தன் கணவனுக்காக நோன்பிருக்கத் தவறியதால் விளைந்த சாபத்தின் விளைவே இப்பிறவியில் அவள் அனுபவிக்கும் துன்பங்களுக்கெல்லாம் காரணம் எனக் கூறி, இத்துன்பம் நீங்க புகாருக்கு அருகில் உள்ள சோமகுண்டம், சூரியகுண்டம் எனும் இரு பொய்கைகளில் புண்ணிய தீர்த்தமாடிக் காமவேளை வணங்கிச் செல்லுமாறு தேவந்தி கூறுவாள். "பீடன்று", அதாவது "அது எங்கள் இயல்பன்று" எனக் கூறி அதை மறுத்து அகல்வாள் கண்ணகி. 'தீர்த்த மூடம்', 'தெய்வ மூடம்' என இவற்றை மூட நம்பிக்கைகளாகச் சமணம் விலக்கும். சிரமண மதங்களைப் பொறுத்தமட்டில் இவை மூட நம்பிக்கைகள். துயர் நீங்க அறவாழ்வு மட்டுமே ஓரே வழி.

அதே நேரத்தில் சிரமண மரபிற்குள் சிலம்பும், மணியும் மட்டும்தான் முற்றிலும் தமிழ் மரபில் உருவான கதைகள் என்பதையும் நாம் காணத் தவறக்கூடாது. கண்ணகியின் கதை சங்கம் தொட்டுப் பழகி வந்த ஒன்று (புறம் 144, நற்றிணை 216). மணிமேகலை சிலம்பின் தொடர்ச்சியாக அமைந்த ஒன்று. கண்ணகி, மணிமேகலை, மாதவி, சித்திராபதி, மாசாத்துவன், அறவணர், இளங்கோ, சாத்தனார் ஆகிய கதைமாந்தர்கள் இரண்டு காப்பியங்களிலுமே பொதுவானவர்களாக உள்ளனர். என்றபோதிலும் பல்வேறு நிலைகளில் இரண்டுக்கும் பெரிய அளவில் வேறுபாடுகளும் உண்டு. மணிமேகலை உறுதியாகவும் வெளிப்படையாகவும் பௌத்த அறங்களை உயர்த்திப் பிடிப்பது

மட்டுமின்றிப் பிற மதங்களின் தர்க்கங்களை வெல்வதாகவும், சில நேரங்கள் அவற்றை இழிவு செய்வதாகவும் அமையும். சிலம்பை அப்படிச் சொல்ல இயலாது. ஓரளவு சமயப் பொறையுடையது எனக் கூறத்தக்கதாக அது அமைகிறது. திருக்குறள், சிலப்பதிகாரம் முதலான சமணக் கருத்தாக்கங்களைப் பொறுத்தமட்டில் தமிழ்ச் சூழலில் பிரிக்க இயலாமல் விரவிக்கிடந்த ஒரு காலகட்டப் படைப்புகள் மட்டுமன்று, அவற்றை ஏற்றுக்கொண்டவையும் கூட.

இறுதியில் வெளிப்படுத்தும் அறச்சீற்றம் தவிர பிற அம்சங்களில் சிலப்பதிகாரக் கண்ணகி வெறும் காவிய நாயகி மட்டுமே. ஆனால் மணிமேகலையோ ஒரு காவிய நாயகி மட்டுமல்ல. அறக் கோட்பாடுகளை மக்கள் மத்தியில் முன்வைத்தவள்; நடைமுறைப்படுத்தியவள்; வாதிட்டு வென்றவள். அறிவாற்றல் மிக்கவள் *(intellectual)* எனும் சொல்லுக்கு எல்லா வகையிலும் பொருத்தமானவள்.

பௌத்த தர்க்கம் அதன் உச்சங்களைத் தொட்டுக்கொண்டிருந்த ஒரு காலகட்டப் படைப்பு மணிமேகலை. முந்தைய தமிழ் இலக்கியங்களில் காணப்படும் புகார், மதுரை, வஞ்சி முதலான நகரங்களுக்கு அப்பால் காஞ்சி எனும் ஒரு புதிய நகரம் முதன் முதலில் இதில்தான் தலைகாட்டுகிறது. துறைமுக வசதியற்ற அந்நகர் ஒரு மிக முக்கியமான அறிவு மையமாக உருப்பெறுகிறது. மிகப் பெரிய அளவில் பௌத்த தத்துவ விவாதங்கள் அங்கு அப்போது நடைபெற்றுக்கொண்டிருந்தன. முக்கிய பௌத்த தர்க்க நூல்கள் பலவும் கூட அப்போது எழுதப்பட்டன.

இந்தப் பின்னணியில்தான் சமகால பௌத்த தர்க்கங்களைத் தான் விளங்கிக்கொண்ட அளவிற்குத் தன் காவியத்தில் பதிவு செய்கிறார் வளங்கெழு கூலவணிகன் சாத்தனார். வசதி மிக்க ஒரு தானிய வணிகக் குலத்தில் பிறந்தவர் என்பது தவிர கூடுதலான தகவலேதும் அவர் குறித்து நமக்கில்லை. சங்கப் பாடல்களில் காணப்படும் சீத்தலைச் சாத்தனார் இவரில்லை என்பது மட்டும் உறுதி.

அகவற்பாவில் எழுதப்பட்ட இலக்கியம் மணிமேகலை. சாத்தனார் மற்றும் மணிமேகலையின் காலக் கணிப்பில் கவனம் கொள்ள வேண்டிய புள்ளிகளில் ஒன்று இது எனினும் அதன் மொழி, உள்ளுரை ஆகியவற்றைப் பார்க்கும்போது அதைச் சங்க

காலத்தை நோக்கி ரொம்பவும் பின்னுக்குத் தள்ளிவிடவும் இயலாது. திருக்குறளுக்குப் பிந்தியது. விருத்தத்திற்கு முந்தியது என மணிமேகலையின் காலத்தைக் கணிக்கலாம். அந்த வகையில் கி.பி. 5 ஆம் நூற்றாண்டு என்கிற காலக் கணிப்புதான் ஓரளவு பொருத்தமாகத் தெரிகிறது. அப்படியாயின் அது களப்பிறர் அல்லது பல்லவ மன்னர்கள் எழுச்சி பெற்ற காலம் என்றாகிறது.

எனில் மணிமேகலையில் மூவேந்தர்கள் புகழப்படுவது ஏன் என்கிற கேள்விக்கு நம்மிடம் விடை இல்லை.

நன்னூலுக்கு மயிலைநாதர் எழுதிய உரையில்தான் (கிபி 14ம் நூ) முதன்முதலில் ஐம்பெருங் காப்பியங்கள் எனும் சொற்றொடர் காணப்படுகிறது என்பார்கள். காப்பியங்களுக்குள்ள அழகுகளும் அலங்காரங்களும் குறைவுபடாமல் நிறைந்திருந்த போதிலும் சிலம்பையும் மணியையும் முழுக்கவும் வடமொழிக் காவிய மரபில் பொருத்திப்பார்த்துவிட முடியாது. ஏழாம் நூற்றாண்டில் எழுதப்பட்ட தண்டியின் 'காவ்யதர்சம்' தமிழில் 'தண்டியலங்காரமாக' உருப்பெற்றது 12ஆம் நூற்றாண்டில்தான். சிலம்பும் மணியும் இவை கூறும் வடமொழிக் காவ்ய மரபுகளைக் காட்டிலும், தனித்துவமான தமிழ் இலக்கியக் கொள்கைகளாக அறியப்படும் அகம், புறம் மற்றும் திணை, துறைக் கோட்பாடுகளை ஏற்றுக்கொண்டவை என்பதை மிக விரிவாக பார்த்தசாரதி, பவ்லா ரிச்மான் முதலானோர் நிறுவியுள்ளனர்.

சிலப்பதிகாரத்தின் அரங்கேற்று காதையின் 171-176 வது வரிகள்; அந்திமாலை சிறப்புசெய் காதையின் 33-43 வரிகள்: கடலாடு காதையின் 125-127 வரிகள் என்பன பரத்தையர் சேர்க்கையின் ஊடாக சொத்துக்களை அழித்தல் முதலிய முல்லைத் திணைக்குரிய கூறுகளுடனும், கானல் வரியின் 11-24, 28-46, 48-52 முதலான வரிகள் காதற் துரோகம் மற்றும் ஊடல் என்கிற மருதத் திணைக் கூறுகளுடனும், வேனிற் காதையின் 66-77 வரிகள் பிரிவாற்றாமை என்னும் நெய்தற் திணைக் கூறுகளுடனும், கனாத்திறம் உரைத்த காதையின் 72-79 வரிகள் உடன்போக்கு என்னும் பாலைத் திணைக்குரிய கூறுகளுடனும் எவ்வாறு அமைந்துள்ளன என்று பார்த்தசாரதி (*R.Parthasarathi, The Cilappatikaram:The Tale of an Anklet*) மிக விரிவாகத் தன் நூலில் விளக்குவார்.

மணிமேகலை எவ்வாறு தமிழ் இலக்கியக் கொள்கைகளோடு

தனக்கே உரிய தனித்துவத்துடன் பொருந்திப்போகிறது என்பதை இந்தக் காவியப் போக்கில் விரிவாகப் பார்ப்போம்.

இங்கு நாம் கவனம் கொள்ள வேண்டியது இதுதான்: வடமொழிக் காப்பியக் கொள்கைகளான குறைகளற்ற நாயகன், அறம், பொருள், இன்பம் முதலான நான்கு புருஷார்த்தங்கள், விரிவான போர்க்களக் காட்சிகள், முடிசூடல் அல்லது திருமண வைபவம் போன்ற மங்கலக் காட்சிகள் அமைதல் என்பன போன்ற வடமொழி இலக்கணங்களிலிருந்து பெரிய அளவில் நம் தமிழ்க் காப்பியங்கள் வேறுபட்டுள்ளன. அதனால்தான் இவற்றைக் குறிக்க அடியார்க்கு நல்லார் 'தொடர்நிலைச் செய்யுள்' எனும் ஒரு கருத்தாக்கத்தைத் தேர்வு செய்தார்.

சமஸ்கிருத இலக்கியக் கோட்பாடுகளும் இங்கு இறுக்கமாகப் பின்பற்றப்படவில்லை. வைதீக மதிப்பீடுகளும் ஏற்றுக்கொள்ளப் படவில்லை என்கிற காரணங்களுக்காகவே இடைக்காலத்தில் பக்தி இலக்கியத்திற்கு முந்திய இலக்கியங்கள் தமிழ்ச் சூழலில் புறக்கணிக்கப்பட்டன. அவற்றைப் பயில்வது மத விரோதம், ஒழுக்கக் கேடு என்கிற கருத்து இங்கு வலுவாக முன்வைக்கப்பட்டது. ஒரு கட்டத்தில் அது ஒட்டுமொத்தமாக தமிழையே பழிக்கும் நிலைக்கும் இட்டுச் சென்றது. 'இலக்கணக் கொத்து' ஆசிரியரான சுவாமிநாத தேசிகர் (17ம் நூ) சிவஞான சுவாமிகள் ஆகியோர் இவ்வகையில் குறிப்பிடத்தக்கவர்கள். தமிழ் சமஸ்கிருதத்தைச் சார்ந்துள்ளது எனவும். சமஸ்கிருதத்தை விடக் கீழானது எனவும் தேசிகர் குறிப்பிட்டார். ஒருவகையான தணிக்கை முறைக்குத் தமிழ் ஆட்படுத்தப்பட்டது. தேசிகர் படிக்கக் கூடாதவை எனத் தணிக்கை செய்தவற்றுள் சிலப்பதிகாரம், மணிமேகலை, சங்கப்பாட்டு ஆகியன அடக்கம் என்பது நினைவிற்குரியது. தீவிர சைவரான அவர் ராமன் கதையையும் தவிர்க்கச் சொன்னார். இவை மட்டுமல்ல நன்னூல் போன்ற "குப்பைகளை"க் கற்பவர்களையும் அவர் "வாணாளை வீணே கழிப்பர்" என்றார். 18ம் நூற்றாண்டைச் சேர்ந்த சிவஞான சுவாமிகளும் சிந்தாமணி, சிலப்பதிகாரம், மணிமேகலை, சூளாமணி ஆகியவற்றை வாசிக்கலாகாது என்றார். நல்ல சைவர்களுக்கும், வைணவர்களுக்கும் இது தகுதியானதல்ல என்பது அவர் கருத்து. அவரது மாணவரான கச்சியப்ப முனிவர் தமது மாணவர்கள் சமண நூல்களில் ஆர்வம் கொண்டிருப்பதைக் கவனம்கொண்டு அவர்களை ஈர்ப்பதற்காக கடும் சைவைக்

கருத்துக்கள் திணிக்கப்பெற்ற ‘தணிகைப் புராணத்தை’ எழுதினார். இப்படியான தணிக்கை ஒரு நூற்றாண்டு காலம் தீவிரமாகக் கடைப்பிடிக்கப்பட்டதன் விளைவாக நான்கைந்து தலைமுறை மாணவர்கள் இவற்றை அறியாமற் போயினர். இதனூடாக இந்நூற் சுவடிகளைப் பாதுகாப்போரும் குறையலாயினர். பழம் நூல்கள் பல அழிவுற்றதற்கு இதுவும் ஒரு காரணம். 19 ஆம் நூற்றாண்டில் புகழ்பெற்றிருந்த ஆசிரியரான மீனாட்சிசுந்தரம் பிள்ளையும் இத்தகையோரே. அவரது புகழ்மிக்க மாணவரும் இவ்வாறு தடைசெய்யப்பட்ட பல நூல்களைப் பதிப்பித்தவருமான உ.வே. சாமினாத அய்யர் இந்நுல்களில் பல உள்ளதை அவரிடமிருந்து வெளியேறின பின்பே அறிய நேர்ந்தது என்பதும் இங்கே குறிப்பிடத் தக்கது.

இக்கால கட்டத்தில்தான் தமிழ் முதுநூல்கள் பலவும் அச்சேறின. அந்தப் பதிப்பு முயற்சிகளிலும் இது வெளிப்பட்டது. பல திருத்தங்கள், இணைப்புகள், செருகல்கள், நீக்கல்கள் ஆகியவற்றுடன் இந்த அச்சுப் பதிப்புகள் வெளியாயின. கம்ப ராமாயணத்தைப் பதிப்பித்த ஒரு வைணவர் ராமன் இலங்கைக்குச் செல்லுமுன் ராமேசுவரத்தில் சிவனை வணங்கிய வரலாற்றைச் சொல்லும் ராமேஸ்வரப் படலத்தையே நீக்கிப் பதிப்பித்ததாக தொழுவூர் வேலாயுத முதலியார் தனது ‘ஏரெழுபது’ மற்றும் ‘திருக்கை வழக்கம்’ நூற்பதிப்புகளில் (1886) பதிவு செய்துள்ளார்.

இப்படி நிறையச் சொல்லாம்.

மணிமேகலைக்குச் சற்றுப் பிந்திய சமண நூலான நீலகேசி அதனை, ‘மணிமேகலைத் துறவு’ எனக் குறிப்பிடுவதிலிருந்து அப்படி ஒரு பெயர் அதற்கு விளங்கியதும் தெரிகிறது. பெண்கள் அறிவில் யாருக்கும் இளைத்தோர் அல்ல எனச் சொல்வதோடு நிற்காமல் வீடு பேறடைவதற்கான வழிகளில் ஒன்றான துறவு நிலைக்குரியவர்களாகவும் பௌத்தம் கட்டமைத்தது. சிரமண மரபில் வந்த காவியங்களான மணிமேகலை, நீலகேசி, குண்டலகேசி மூன்றிலுமே பெண்கள் துறவுநிலை அடைவது முக்கிய பாடுபொருளாகின்றது. இம்மூவருமே மாற்றுத் தத்துவங்களில் வல்லவர்களாக உள்ள ஆடவர்களை வெல்வதாகப் படைக்கப்பட்டுள்ளதும் குறிப்பிடத்தக்கது. பாலியலுக்கும் நிர்வாணத்திற்கும் உள்ள தொடர்பும் சமண, பௌத்த நூல்களில்

தொடர்ந்து விவாதப் பொருளாக்கப்பட்டன. பெண்களின் ஞானத் தேடலுக்கும் ஆன்மீக நாட்டத்திற்கும் அவை தம் கதவுகளை எப்போதுமே திறந்து வைத்திருந்தன. குடும்பத்தின் குறுகிய சுவர்களிலிருந்து அவர்கள் விடுபட்டு ஞானவெளியில் சஞ்சரிக்க அவர்களுக்கு அனைத்து வாய்ப்புகளையும் அளித்தன. அந்த மதங்கள் மட்டுமல்ல அவற்றின் மடாலயக் கதவுகளும் அவர்களுக்குத் திறந்திருந்தன.

சமண நெறி ரிஷபதேவர் தொடங்கி மகாவீரர் ஈறாக 24 தீர்த்தங்கரர்களை ஜீன நிலை அடைந்த வணக்கத்துக்குரியவர்களாகப் போற்றுகிறது. இந்த வரிசையில் 19 வது தீர்த்தங்கரராக அவர்கள் வணங்கும் மல்லிநாதரை ஸ்வேதாம்பரர்களும் யாப்பானியர்களும் ஒரு பெண் தீர்த்தங்கரர் ஆக ஏற்றுக்கொண்டனர். எனினும் இன்னொரு சமணப் பிரிவினரான திகம்பரர்கள் அவரைப் பெண்ணாக ஏற்பதில்லை.

ஸ்வேதாம்பரர்கள் மல்லிபாயை ஜீன நிலை அடைந்தவராக ஏற்பதற்கு பெண்ணாக இருந்த போதும் அவரிடம் இருந்த ஆண் தன்மையே ('பும்வாத') காரணம் என விளக்கம் அளிப்பார்கள். எனினும் மேற்கு கர்நாடகப் பகுதியில் செழித்திருந்த சமணப் பிரிவினரான யாப்பானியர்கள் அப்படிக் கருதுவதில்லை. ஜீன நிலை அடைய பாலியல் ஒரு பொருட்டல்ல என்பது அவர்களின் கருத்து. எப்படிக் காமம், கர்வம் முதலான உணர்வுகள் எல்லாம் ஆண்களுக்கும் பெண்களுக்கும் சமமாக உள்ளனவோ அதேபோல எல்லாவற்றையும் கடந்த உயர்நிலையை அடைய பாலியல் அடையாளம் ஒரு தடையல்ல என்பது அவர்களின் கருத்து. நிர்வாணம் அடைய 'சம்யக் ஞானம்', 'சம்யக் தர்சனம்', 'சம்யக் சரித்ரா' (சரியான அறிவு, சரியான பார்வை, சரியான நடத்தை) ஆகியன இருந்தாலே போதும் என்பதே...

(அடுத்து ஒரு பௌத்தப் பிரதியாக இக் காவியத்தை வாசிப்பது குறித்து இன்னும் சில)

3. ஒரு இளம்பெண் துறவை நோக்கிச் செல்கையில்

ஒரு மகா காவியத்திற்குரிய பிரம்மாண்டங்களுடனும், அழகுகளுடனும், அலங்கார மரபுகளுடனும் மணிமேகலை ஒரு தமிழ்க் காவியமாக மொட்டவிழ்கிறது. வணிகப் பெருக்கத்தாலும், இயற்கை வளத்தாலும் ஓங்கிச் செழித்திருந்த புகார் நகரில் நூற்பொருள் மெய்மைகளையும், வீடுபேறு ஈறான நான்கு உண்மைகளையும் அவற்றின் இயல்பு மாறாமல் காட்டத் தக்கவர்களாகிய சமயக் கணக்கர்களும், தம் துறை சார் அறிவிற் சிறந்த காலக் கணிதர்களும், மனித உருவில் நகரில் வந்துறைகின்ற கடவுளர்களும், ஐம்பெருங்குழு, எண்பேராயம் முதலான அரச அதிகாரத்தினரும், வளம் கொழிக்கும் நகரில் வணிக நிமித்தமாகவும் பிற காரணங்களுக்காகவும் வந்து நிறைந்துள்ள பல மொழி பேசும் பன்னாட்டவரும் அரசவையில் வந்து குழுமி இருபத்தெட்டு நாட்கள் தொடர்ந்து நடக்கக்கூடிய இந்திரவிழா குறித்துத் திட்டமிடக் கூடியுள்ள காட்சியுடன் தொடங்குகிறது மணிமேகலை காப்பியம்.

விழாச் செய்தியை ஊர்மக்களுக்கு அறிவிக்க முதுகுடி பிறந்த வள்ளுவர் அழைக்கப்படுகிறார். ஊர்க் கோவிலில் நெய்தடவிப் போற்றிப் பாதுகாக்கப்படுவதும் இடி முழக்கத்தை எழுப்ப வல்லதுமான முரசம் கச்சை யானையின் பிடர்த்தலையில் ஏற்றப்பட்டு விழா பற்றி ஊர் மக்களுக்கு அறைதல் தொடங்குகிறது.

இந்திரனும் இதர தேவ கணங்களும் வந்துறையும் இந்நாட்களில் தோரண வீதியும், ஆலய வாயில்களும் பூரண கும்பங்களாலும், பொற் பாலிகைகளாலும், பாவை விளக்குகளாலும் அலங்கரிக்கப்படட்டும்; முற்றிய குலைகளுடன் கூடிய கமுகும், வாழையும், வஞ்சியும் கரும்பும் ஊர் தோறும் நடப்படட்டும், வீதிகளில் உள்ள தூண்களில் முத்து மாலைகள் பொலியட்டும்....... என்றெல்லாம் விழாவில் பங்கேற்க ஊர் மக்களுக்கு அழைப்பு விடும் காட்சியோடு காப்பியம் விரிகிறது. "பசியும் பிணியும், பகையும் நீங்கி, வசியும் (மழையும்) வளனும் சுரக்க..." என ஊர் மக்கள் வாழ்த்தப்படுகின்றனர்.

இந்திர விழாவிற்கு மட்டுமல்ல, "பசிப் பிணி அகற்றல்" எனும் அறநோக்கிற்கும் இப்படித் தொடக்க அத்தியாயத்திலேயே கால்கோள் இடப்படுகிறது.

இந்த பிரம்மாண்டமான பின்னணி அடுத்த அத்தியாயங்களிலேயே பின்னுக்குத் தள்ளப்பட்டு நேரடியாக காப்பிய நாயகியின் கதை முன்னுக்கு வருகிறது. காப்பிய நாயகியான மணிமேகலை நூல் இறுதி நிலை எட்டுவதற்குச் சற்றுமுன் வரை ஒரு காவிய நாயகிக்குரிய இலக்கணங்களுடனேயே அறிமுகப்படுத்தப்படுகிறாள். 'மணிமேகலைத் துறவு' என்பது இந்நூற் பெயர்களில் ஒன்று என்பதை முன் அத்தியாயத்திலேயே கண்டோம். ஒரு இளம்பெண்ணுக்குரிய அனைத்து ஆசைகளையும், வேட்கைகளையும் படிப்படியாகத் துறக்கும் வரலாற்றைச் சொல்வதன் ஊடாக பௌத்த நெறிகளை விளக்குவதே நூலின் நோக்கமாயினும் அதன் பொருட்டு சாத்தனார் காவிய நெறிகளை விட்டுக்கொடுத்துவிடுவதும் இல்லை. காவிய நெறிகளால் அமங்கலம் எனக் கருதப்படும் வகையில் மணிமேகலையை அவர் இறுதி அத்தியாயங்களுக்கு முன்னதாகக் காட்சிப்படுத்துவதுமில்லை.

ஒருவகையில் சிலப்பதிகாரத்தின் தொடர்ச்சிதான் மணிமேகலை என்ற போதிலும், இது "ஒருவகையில்" மட்டுமே என்பது சாத்தனாரின் சொற்களில் வெளிப்பட்டுக்கொண்டே இருக்கும். பல வகைகளில் சிலம்புக்கும் மேகலைக்கும் வேறுபாடுகள் உண்டு என்பதை முன் அத்தியாயத்திலேயே பார்த்தோம். சிலப்பதிகாரத்தில் கோவலன் அநீதியாகக் கொலை செய்யப்பட்டு, மதுரை எரிக்கப்பட்ட செய்தி அறிந்த உடனேயே மாதவி தானும் மகளும் இனித் துறவுகோலம் கொள்வதென முடிவு

செய்ததோடன்றி மணிமேகலையையும் அவ்வாறே சிகையை மழித்துத் துறவுகோலத்திற்கு ஆட்படுத்துவாள்.

“மணிமேகலையை வான் துயர் உருக்கும்
கணிகையர் கோலம் காணாதொழிகெனக்
கோதைத் தாமம் குழலொடு களைந்து
போதித்தானம் புரிந்தறங் கொள்ளவும்...”

(சிலம்பு 27:105-108)

என்றும், பிறிதோரிடத்தில்,

“வருகவென் மடமகள் மணிமேகலை என்று
... கோதைத் தாமம் குழலொடு களைந்து
போதித்தானம் புரிந்தறம் படுத்தனள்”

(சிலம்பு 30:24-27),

எனவும் இன்னொறு பிறிதோரிடத்தில்,

“திருவிழை கோலம் நீங்கினளாதலின்” *(சிலம்பு 30:36)*

எனவும் தந்தை இறந்த செய்தி அறிந்த உடனேயே தலைமுடி முதலான மங்கல அடையாளங்கள் நீக்கப்பட்டவளாக மணிமேகலையைச் சித்திரிப்பார் இளங்கோ அடிகள். ஆனால் மணிமேகலையை முன்வைத்து பௌத்த அறங்களை விளக்க ஒரு காவியம் இயற்ற வந்த சாத்தனாரோ காப்பிய இறுதிவரை மணிமேகலையை, மக்கள் மங்கலமாகக் கருதும் அடையாளங்களுடனேயே படைப்பார்.

“மதுமலர்க் குழலாள் மணிமேகலைதான்” *(மணி 5:89 -3)*

“மதுமலர்க் குழலி” *(மணி 21:4)*

என்றெல்லாம் தேன் சுமந்த மலர்களைச் சூடிய தலையலங்கார முடையவளாகவே அவளை முன்னிறுத்துவார். தவிரவும் இறுதிவரை மணிமேகலையின் உடல் அழகைக் காவிய பாணியில் சற்றே கவர்ச்சிகரமாக வருணிக்கவும் அவர் தவறுவதில்லை. எடுத்துக்காட்டாகச் சில:

“பைத்தற அல்குற் பாவைதன் கிளவியின்” *(மணி 28:220*

படம் எடுத்த பாம்பைப் போன்ற அல்குல் உடையாள் எனும் பொருளில்)

"பொன்திகழ் மேனிப் பூங்கொடி" *(மணி 21:36)*

"சேயரி நெடுங்கண்" *(மணி 21 : 270)*

இப்படி இன்னும் பலவற்றை எடுத்துக்காட்ட இயலும். இப்படி சாத்தனார் மணிமேகலையின் அழகைக் காவிய பாணியில் வருணிப்பது மட்டுமல்ல, ஒரு இளம் பெண்ணின் மன ஓட்டங்களையும், அவள் வயதுக்குரிய சலனங்களையும் மிக நுணுக்கமாக அவர் சித்திரிக்கவும் தயங்குவதில்லை. இரண்டு காட்சிகள் மட்டும் இங்கே.

சோழ இளவரசன் உதயகுமாரன் மணிமேகலை மீது காமம் கொண்டு அவளைப் பின்தொடர்கிறான். பருவ வயதினளான அவள் சற்றே சலனத்துக்குள்ளாகிறாள். இது இப்பிறவித் தொடர்பு மட்டுமல்ல, முற்பிறவியிலும் அவள் கணவனாக அவளோடு வாழ்ந்தவன் அவன். கோவலன் படுகொலை செய்யப்பட்டதென்பது அவள் மிகச் சிறிய வயதில் எதிர்கொண்ட மிகப் பெரிய இழப்பு. அதை ஒட்டி அவள் தாய் மாதவி இவளைத் துறவுப் பாதையை நோக்கித் திருப்பவும் முயற்சிக்கிறாள். இத்தனைக்கும் மத்தியில் அவளது பருவ உணர்வுகள் அவளைப் படுத்தும் பாட்டையும் சாத்தனார் காப்பிய அழகுடன் சுட்டிக்காட்டத் தவறுவதில்லை.

"புதுவோன் பின்னைப் போனது நெஞ்சம்
இதுவோ அன்னாய் காமத்து இயற்கை
இதுவே ஆயின் கெடுகதன் திறம் என." *(5:89-91)*

எனச் சிணுங்கும் அந்த இளநங்கை அடுத்தடுத்துச் சம்பவிக்கும் நிகழ்வுகளின் ஊடாக இந்தத் திசை நழுவல்களிலிருந்து மீண்டு அவளது துறவுப் பாதையில் மேற்செல்கிறாள் என்றபோதிலும் இளம் வயதின் உடலியற்கையின் விளைவான உணர்வுத் தூண்டல்களிலிருந்து அவள் முற்றாக விடுதலை பெறவில்லை என்பது உதயகுமாரன் தன் மீது வைத்த ஆசையின் பொருட்டுக் கொலை செய்யப்பட்டான் என அவள் அறிந்தபோது மீண்டும் வெளிப்பட்டு விடுகிறது.

ஆம். இதற்கிடையில் உதயகுமாரன் கொலை செய்யப்படுகிறான். இது இம் மகா காவியத்தில் நிகழும் இன்னொரு திருப்பம். அது எவ்வாறு நிகழ்ந்தது என்பதை மணிமேகலையின் வாயிலாகவே காண்போம்.

"(முற்பிறவியில்) விடம் தீண்டி நீ இறந்தபோது நெருப்பில் வீழ்ந்து நானும் உனைத் தொடர்ந்தேன். (இப்பிறவியில்) உவவனத்திடையே உன்னை முதலில் கண்டபோது உன்னிடத்தே சென்ற என் உள்ளத்தை மீட்டெடுக்க இயலாதவள் ஆயினேன். மணிமேகலா தெய்வம் என்னை மணிபல்லவத் தீவிற்குக் கொண்டு சென்று பிறவிப் பிணியை நீக்கும் மாதவராம் புத்த தேவனின் பாதபீடிகையில் என்னைச் சரணாக்கினாள். நான் காயசண்டிகை உருவில் மறைந்திருப்பதை அறியாத அவள் கணவன், என்னை நாடி வந்த உன் மீது தவறாக ஆத்திரம் கொண்டான். உன் தீவினையும் சேர்ந்து உன் அழிவுக்குக் காரணமானது. அய்யோ..." என அழுது புலம்பி *(மணி 21:11-25)*., எழுந்து அவனது உடல் கிடத்தப்பட்டிருந்த இடம் நோக்கி அவள் நகர முற்பட்ட தருணத்தில்,

"செல்லல் செல்லல்! சேயரி நெடுங்கண்!" *(மணி 21:27)*

என அவளை மீண்டும் தெய்வம் தடுத்தாட் கொண்டது.

துறவுப் பாதையை நோக்கிய அவளது பயணத்தில் உரிய "ஏது"க்கள் *(ஹேது-மூல நிபந்தனை)* அவளைத் தொடர்ந்து எதிர்கொள்கின்றன. பௌத்தம் கூறும் இந்த "ஏதுக்கள்" குறித்துப் பின்னர் விரிவாகப் பார்ப்போம். அந்த ஏதுக்கள் உரிய வகையில் முதிரும் தருணத்தில் அவள் துறவுநிலைக்கான முதிர்ச்சியை அடைகிறாள் என்பது பௌத்த நம்பிக்கை. சாத்தனார் அவ்வாறு மணிமேகலையின் வாழ்வில் ஏதுக்கள் முதிர்ந்து வருவதை பௌத்த நெறிநின்று சொல்லும் பாங்கைப் பார்க்கும் முன் எப்படியான பிரதி வியூகங்கள் *(textual strategies)* மூலம் காவிய நகர்வின் ஊடாக இந்த மாற்றத்தை சாத்தனார் சாத்தியமாக்குகிறார் எனப் பார்ப்போம்.

மணிமேகலையின் கட்டுமானம் மிகச் சிக்கலான ஒன்று. முப்பது அத்தியாயங்களில் அமைந்துள்ள *4758* வரிகளில் ஆன இந்நூலில் *16* கிளைக் கதைகள் பதிக்கப்பட்டுள்ளன. பவ்லா ரிச்மான் போன்றோர் இக் கிளைக்கதைகள் குறித்து மிக விரிவாக ஆய்ந்துள்ளனர். இந்திய மரபில் சில அடிப்படையான சமூக நீதிகளாகக் கருதப்பட்டவற்றைப் பரப்புவதற்கும் பயிற்றுவிப்பதற்கும் கதைகள் மிக முக்கிய கருவிகளாகப் பல நூற்றாண்டுகளாகப் பயன்படுத்தப்பட்டு வருகின்றன. புத்தர்களின் முற்பிறவிகளைச் சொல்வதாகக் கருதப்படும் புத்த ஜாதகக் கதைகள் (கி.மு *4* ஆம் நூ., ஆகக் கொள்ளலாம்), பஞ்சதந்திரக் கதைகள் (கி.மு *3* ஆம் நூ.,

என்பர்) ஆகியன சில எடுத்துக்காட்டுகள். பெருங்காப்பியங்கள் கூட இப்படியான உட்கதைகள் பதிக்கப்பட்ட மணியாரங்களாகத்தான் இங்கு அமைந்துள்ளன. மகாபாரதம் இதற்கொரு எடுத்துக்காட்டு.

மணிமேகலையில் பதிக்கப்பட்டுள்ள இந்த 16 கதைகளையும் ஆராய்ந்தோர் ஒன்றைக் குறிப்பிடுவர். இவை ஒவ்வொன்றும் மணிமேகலையின் ஊடாக முன்வைக்கப்படும் பௌத்தத்தின் ஒரு குறிப்பிட்ட கோட்பாட்டை விளக்கும் நோக்கில் அமைந்துள்ளன என்பதுதான் அது. மொத்தத்தில் மையக் கதை எதை நோக்கி இயங்குகிறதோ அதற்கு வலுசேர்க்கும் முகமாக இந்தக் கிளைக் கதைகள் பதினாறும் செயல்படுகின்றன. மணிமேகலையைப் பொறுத்தமட்டில் நாம் இன்னொன்றையும் கவனத்தில் இருத்த வேண்டும். ஒரு இளம் பெண்ணின் துறவை நோக்கிய இயக்கத்தைச் சொல்வதாக அது அமைந்த போதும் கூடவே அது ஒரு தத்துவ விவாத நூலாகவும் அமைந்துள்ளது. அதன் இறுதி அத்தியாயங்கள் இந்தத் தத்துவ விளக்கங்களாகவும் விவாதங்களாகவுமே முற்றுப்பெறுகின்றன. இப்படியான ஒரு தத்துவ விவாதத்தைக் காவியமாக்குதல் என்கிற ஒரு அதிசயத்தைச் சாதித்ததாகவும் மணிமேகலை அமைகிறது.

கதைப்போக்கு, உரையாடல்கள், பதிக்கப்பட்ட உட்கதைகள் என காப்பியத்தின் ஒவ்வோர் அங்கத்தின் ஊடாகவும் நிலவும் பொதுக் கருத்தியலுக்கு எதிரான மாற்றுக் கருத்துகள் தொடர்ந்து முன்வைக்கப்படுகின்றன. அதன் மூலம் வைதீகச் சிந்தனைகளுக்கு மாற்றாக பௌத்தம் முன்வைத்த மாற்றுச் சிந்தனைகள் மீது கவனம் ஈர்க்கப்படுகின்றன.

எடுத்துக்காட்டாக ஒன்று: உதயகுமாரன் மணிமேகலை மீது மோகம் கொண்டு அவளை அடையத் தீவிரமாகிறான். மணிமேகலா தெய்வம் அவளை மீட்டு மணிபல்லவத் தீவில் கொண்டு வைத்துத் திரும்பி வந்து உதயகுமாரனுக்கு அறிவுரைக்கிறது.;

“மன்னவன் மகனே! ‘கோ’ (அரசன்) நிலைதவறினால் ‘கோள்’ களும் நிலைதவறும். கோள்கள் நிலை தவறினால் மழை பொய்க்கும். மழை பொய்த்தால் மன்னுயிர் (மனிதர்கள்) அழியும். மன்னுயிர் அழிந்தால் மன்னுயிர் எல்லாம் தன்னுயிர் எனக் கருதவேண்டிய மண்ணாள் வேந்தனின் தகைமை அழியும்” (மணி 7:7 -12) என்கிறது மனிமேகலா தெய்வம்.

மேற்கண்ட கூற்றில் கடைசியாகச் சொல்லப்படும் "மன்னுயிர் எல்லாம் மண்ணாள் வேந்தன் தன்னுயிர்" என்பது மணிமேகலைக்கு முந்திய சங்கம் தொட்டு நிலவி வந்த "மன்னன் உயிர்த்தே மலர்தலை உலகம்" எனும் மோசுகீரனாரின் புறப்பாடலுக்கு (புறம் 186) முற்றிலும் நேர் எதிரானது. "மன்னனே உயிர், மக்கள் வெறும் உடல்தான். மன்னன் நன்றாக இருந்தால்தான் மக்கள் நன்றாக இருக்க முடியும்" என்பது மோசுகீரனாரால் முன்வைக்கப்படும் பழைய கருத்து. இதற்கு மாறாக சாத்தனார் முன்வைக்கும் மாற்றுக் கருத்து, "மக்கள்தான் உயிர். மக்கள் நன்றாக இருந்தால்தான் மன்னன் நன்றாக இருக்க முடியும்" என்பது.

இப்படி மணிமேகலையின் தனித்துவம் குறித்து நிறையச் சொல்ல இயலும். உதயகுமாரனிடமிருந்து மணிமேகலையைக் காப்பாற்றி மணிபல்லவத் தீவில் விட்டு மணிமேகலா தெய்வம் நீங்கியபின் மணிமேகலை கண்விழிப்பாள். புதிய இடத்தை அவள் வியப்புடன் நோக்கிக்கொண்டிருக்கும்போது அங்கு தோன்றும் தீவதிலகை, "இலங்குதொடி நல்லாய் யார் நீ" என்பாள் (மணி 11: 8). அதற்கு மணிமேகலை,"எப்பிறப் பகத்துள், 'யார் நீ' என்றது? (மணி 11.9) எனத் திருப்பிக் கேட்பாள். வெறுமனே 'யார்நீ?' எனின் என்ன பொருள் கொள்ள முடியும். கர்மவினைக்கேற்ப பிறவிகள் தொடர்கின்றன. இப்படி ஒவ்வொரு பிறவியில் ஒவ்வொருவராகப் பிறப்பெடுத்துள்ளபோது எந்தப் பிறவியைக் கருத்திற்கொண்டு நான் இதற்குப் பதில் அளிக்க இயலும் என்பது இதன் பொருள்.

எல்லாம் மாறிக்கொண்டும் இயங்கிக்கொண்டும் இருக்கின்றன. எதுவும் நிரந்தரம் இல்லை. எல்லாம் இயங்கிக்கொண்டு மட்டுமல்ல, அனைத்தும் ஒன்றை ஒன்று சார்ந்தும் உள்ளன என்பன பௌத்த அடிப்படைகளில் ஒன்று. மணிமேகலைப் பிரதி இதைத் தொடர்ந்து வற்புறுத்திக்கொண்டே இருக்கிறது. மாதவி, சுதமதி ஆகியோரின் முற்கதையைக் கூறிய அறவணர் இறுதியாக,

"ஆடும் கூத்தியல் அணியே போல

வேற்று ஓர் அணியோடு வந்தீரே"

என்பார். நாடகத்தில் ஆடைமாற்றி வரும் கூத்தியர் போல தொடர்ந்த பிறவிச் சுழலில் ஓர் இடைக் கண்ணியே இந்த வாழ்க்கை என்பது பொருள். வெவ்வேறு காட்சிகளில் வெவ்வேறு ஆடைகளில் தோன்றும் நடிகர்கள் போல நாமும் வெவ்வேறு

பிறவிகளில் வெவ்வேறாக உணர்கிறோம்.

இப்படி பௌத்த அடிப்படைகள் ஆங்காங்கு நுணுக்கமாக வெளிப்பட்டுக்கொண்டே இருந்தாலும் மணிமேகலைக் காப்பியத்தின் மிக அடிப்படையான கரிசனம் பசிப்பிணி அகற்றுவது, எல்லோராலும் கைவிடப்பட்டோருக்கு ஆதரவாக அமைவது என்பவைதான். எல்லாவற்றையும் துறந்து சங்கத்தில் ஐக்கியமாகும் போதும்கூட மணிமேகலை அவளுக்கு அருளப்பெற்ற அமுதசுரபியை, கோமுகி எனப்படும் நீர்த்தேக்கத்தில் அமைக்கப்பட்ட புத்தபீடிகையின் மீது அமர்த்திப் பசித்து வருவோர் என்றென்றும் பசியாற வழிசெய்த பின்னரே அகல்கிறாள். பதினெட்டு மொழி பேசும் மக்களும் அங்கு குவிந்தனர். மனிதர்கள் மட்டுமன்று எல்லா உயிரினங்களும் குவிந்தன.

காணார், கேளார், கால்முடமானோர், கைவிடப்பட்டோர், பேசார், பிணித்தோர், நோன்பிகள், நோயுற்றோர் ஆகியோரோடு “மடிநல் கூர்ந்த மக்கள்” யாவரும் அங்கு என்றென்றும் பசியாறலாம்.

அதுசரி, யார் இந்த ‘மடிநல் கூர்ந்த மக்கள்”?

(அடுத்து ஒரு பெண்ணின் துறவும் பௌத்தக் கருணையும்)

4. மணிமேகலை:
காட்சிகள் விரைந்து மாறும் காவியம்

வஞ்சி மாநகரில் தன் சுய உரு மறைத்து ஆண் வேடம் கொண்டு, அளவை வாதி முதல் பூதவாதி ஈறாகவுள்ள ஐவகைச் சமய நெறியாளர்களையும் கண்டு அவரவர் கொள்கைத் திறங்களையும் அவரவர் சொல்லக் கேட்டு, அவை அனைத்தும் அறமற்றவை என உணர்ந்து தனக்குள் நகைத்தவளாய் அந்நகர் விட்டகல்வாள் மணிமேகலை. வழியில் புத்த தேவனின் நல்லறம் போதிக்கும் அறவோர் வாழும் பௌத்த பள்ளி ஒன்றை அடைகிறபோது, அங்கு தன் பாட்டனும், கோவலனின் தந்தையும், மகன் மறைவிற்குப் பின் பௌத்த நெறி ஏற்றுத் துறவறம் பூண்டு வாழ்பவனுமாகிய மாசாத்துவனைச் சந்திக்கிறாள்.

பாட்டன் தான் துறவறப் பாதைக்கு வந்த கதையையும் வருபிறப்பு அறிந்ததையும் கூறியதோடு அவளைக் கச்சி மாநகர் (காஞ்சி) செல்லுமாறு வேண்டுவான். அவளது துறவு நிலைக்கான 'ஏதுக்கள்' முதிர்ந்து வாய்க்கும் இடம் அதுவே என்பது மட்டுமின்றி, மழை பொய்த்த காஞ்சி மாநகர் தன் சிறப்பையெல்லாம் இழந்து, பசியால் உயிர்கள் மடியும் நிலையில் உள்ளதால் அவள் அங்கு செல்வது பயன் தரும் என்பான். அமுதசுரபியின் துணையுடன் அம்மக்களின் உயிர் காக்க வேண்டிக் கொள்வான்.

அமுதசுரபியுடன் வான்வழியாகச் சென்று அழகும் வளமும் இழந்து நின்ற காஞ்சி நகர் நடுவில் வந்திறங்குவாள் மணிமேகலை.

இளங்கிள்ளி என்பான் அமைத்திருந்த புத்த சேதியத்தில் தொழுதபின் பூம்பொழில் ஒன்றை அடைவாள். சீருடை அணிந்த அரசுப் பணியாளன் ஒருவன் காஞ்சி மன்னனிடம் சென்று, மாமழைபோல மணிமேகலை கச்சிமாநகர் வந்திறங்கியுள்ள செய்தியைச் சொல்வான். கந்திற் பாவையின் மூலம் முன்பே அவள் வரும் செய்தியை அறிந்திருந்த மன்னன் அமைச்சர் முதலான தன் உரிமைச் சுற்றத்துடன் மணிமேகலையைச் சந்தித்து அவள் வருகைக்காகத் தானும் வளமழிந்து நிற்கும் காஞ்சியும் காத்துக் கிடப்பதை எல்லாம் எடுத்துரைப்பான். கோமுகிச் சோலைக்கு அவளை அழைத்துச் செல்வான். தான் முற்பிறப்புணர்ந்த மணிபல்லவத் தீவே போலக் காட்சியளித்த அந்தச் சோலையில் அவள் புத்த பகவனின் பாத பீடிகை ஒன்றை அமைக்க அரசனிடம் வேண்டுவாள். அவ்வாறே அமைக்கப்பட்ட பகவனின் பாதபங்கயப் பீடிகை முன் தொழுதெழுவாள். பசிப்பிணி அழிய வந்த அமுதசுரபியை அந்தப் பீடிகை மீது வைத்து "எல்லா உயிர்களும் பசி நீங்க வருக" எனக் கூவி அழைப்பாள் மணிமேகலை.

எல்லோரும் தொழத்தக்கவராகிய அன்னை மணிமேகலையின் அழைப்பைக் கேட்டு பதினெட்டு மொழிகளையும் பேசும் மக்கள், குருடர், செவிடர், முடவர், யாருமற்ற அனாதையர், ஊமையர், நோயாளிகள், தவநோன்புடையோர், பசிநோயுற்றோர், மடிநல்கூர்ந்த மாக்கள் மட்டுமின்றி பன்னூறாயிரம் விலங்குகளின் தொகுதியுடன் மன்னுயிர் அனைத்தும் திரண்டு கூடிப் பசியாறிய விந்தையைப் பதிவு செய்கிறார் சாத்தனார். இது உலக இலக்கிய வரலாற்றில் வேறெங்கும் கண்டிராத ஒரு காட்சி. எளிய மக்களின் பசியை மட்டுமல்ல, சக உயிர்கள் அனைத்தின் பசியையும் நீக்கும் கடமை நமக்குண்டு என அறிவுறுத்துகிறது இந்த பௌத்த காப்பியம். உலகக் காவியங்கள், இந்தியப் புராணங்கள் முதலானவற்றில் எத்தனையோ அமானுடமான கற்பனைகளை எல்லாம் கண்டுள்ளோம். இப்படி அள்ள அள்ளக் குறையாத அமுதசுரபியை அண்டித் துயருற்ற உயிர்கள் அனைத்தும் பசியாறும் கற்பிதத்தை ஒரு பௌத்த காவியமன்றி வேறெதில் நாம் தரிசிக்க இயலும்.

பசியாறிய மக்களுள் சாத்தனாரால் இறுதியில் சொல்லப்படும் அந்த "மடிநல் கூர்ந்த மாக்கள்" என்போர் யாவர்? கையில் அகப்படும் உரையாசிரியர்கள் பலரும், "சோம்பி இருத்தலால்

வறுமையுற்றோர்” என ஒரு பொருளைச் சொல்லி அகல்கின்றனர். உ.வே.சா அவர்கள், “உடுத்தற்கு ஆடையுமின்றி வறுமையுற்ற மாக்கள்” எனச் சொல்வதோடு, “சோம்புதலால் வறுமையுற்ற மாக்களெனும் அமையும்” என்பார். ந.மு. வேங்கடசாமி நாட்டார், ஔவை துரைசாமிப் பிள்ளை ஆகியோர் (கழக வெளியீடு) “உடையின்றித் துன்பமெய்தியோர்” எனும் பொருளை மட்டும் பதிகின்றனர். “சோம்புதலால் வறுமையுற்ற மாக்கள்” எனும் பொருள் பொருந்தவில்லை எனக் கூறி அதை மறுக்கின்றனர். சோம்புதலால் வறுமையுற்றோருக்கு அருளுதல் ‘மடிமை” ஆகிய, அதாவது ‘சோம்புதல்’ ஆகிய தீவினையை வளர்க்கும் செய்கையாகையால் அது அறமாகாது ஒழியும் என்பது அவர்கள் இதற்கு அளிக்கும் விளக்கம். எனில் நமக்கொரு கேள்வி எழுகிறது. உடையின்றித் துன்பமெய்தியோரின் துன்பத்தை அகற்ற அவர்களுக்கு முதலில் உடையைத்தான் அளிக்க வேண்டும். அவர்களுக்குச் சோறிடுவது முதற்கடமையாகுமா? சரி. பசித் துயரை மிஞ்சியதே வேறெந்தத் துயரும் என நாம் இதைப் புரிந்துகொள்கிறோம். எனினும் ‘மடிநல்கூர்வோர்’ என்பதற்கு வேறேதும் பொருள் சாத்தியமா?

‘மடி’ என்பது பல பொருள் ஒரு சொல். “சோம்புதல், ஊக்கம் குறைதல், சுருங்குதல், தவிர்தல் என்ற பொருள் தருமாறு ஒரு சொல்லாகவும், கெடுதல், அழிதல் போன்ற பொருளில் இன்னொரு சொல்லாகவும் பழம்பாடல்களில் பயின்று வந்தது” எனக் கூறுவர். ‘மடி’ என்பதற்கு ‘ஆடை’ என்கிற பொருளும் உண்டு. ‘மடித்தல்’ என்பதோடு அது தொடர்புடையதாக இருக்கலாம். பால்சுரக்கும் உடற்பகுதி, தொப்பூழ்க்குக் கீழே அமைந்த பகுதி என்றெல்லாமும் பொருள்கள் உண்டு.

இவை தவிர ‘மடி’ என்பதற்கு ‘தீட்டு அற்ற தூய்மை’ என்றொரு பொருளும் வழக்கில் உண்டு. உயர்சாதியினர் மத்தியில், “நான் ‘மடியாய்’ இருக்கிறேன். தொட்டுவிடாதே...” எனச் சொல்லும் வழக்கும் உண்டு. மேற்குறிப்பிட்ட ‘சுருங்குதல்’, ‘தவிர்தல்’ என்கிற சொற்களோடு தொடர்புடையதாக இது அமையலாம். இங்கே ‘தூய்மை’ என்பது வெறும் அழுக்கின்றி இருப்பதல்ல. மாறாக இது சடங்கு (*ritual*) சார்ந்த பொருளுடைய ஒன்று. ‘தீட்டின்மை’ எனும் பொருளிலேயே ‘மடி’ எனும் சொல் இங்கு பயன்படுத்தப் படுகிறது.

இந்தப் பொருளில். 'மடிநல்கூர்தல்' என்பதை எப்படிப் புரிந்து கொள்வது? நல்கூர்தல் என்பது வறுமையை, இன்மையைக் குறிப்பது. எனவே 'சடங்கு சார்ந்த தூய்மை இன்மை' *(absence of ritual purity)* எனலாமா?

எனில் "மடிநல் கூர்ந்த மாக்கள் யாவரும்" என்பதைத் தீட்டுப்பட்டோர் எனத் தவிர்க்கப்பட்டவர்கள் எனலாமா? ஏதோ ஒருவகையில் பொதுச் சமூகத்திலிருந்து தீண்டாதாராக ஒதுக்கப்பட்ட மக்களும் இதர பசி துயருற்றோருடன் பசியாறினர் எனக் கொள்ளலாமா? உடற்குறையால் மட்டுமின்றி சமூக ஏற்றத் தாழ்வுகளால் ஒதுக்கப் பட்டவர்களையும் ஏற்று அணைத்தவரன்றோ புத்த பெருமான் (பார்க்க: வசல சுத்தம்).

★★★

மணிமேகலையை நாம் ஒரு தமிழ்க் காப்பியமாக மட்டுமின்றி பௌத்த காவியமாகவும் வாசித்துக்கொண்டுள்ளோம். தமிழன்னைக்குச் சூட்டப்பட்ட மணியாரங்களில் ஒன்றான மணிமேகலை காப்பிய அலங்காரங்களுக்குக் குறைவின்றிப் படைக்கப்பட்டுள்ள அதேநேரத்தில் பௌத்த நெறிகளுக்குள் இறுக்கமாக நின்றும் ஆக்கப்பட்டுள்ள பாங்கு அறிய அறியச் சுவை பயக்கக்கூடிய ஒன்று. கூடுதலாக இது ஒரு இளம் பெண் துறவுநிலையை எட்டுவதை காப்பியப் பொருளாகக்கொண்ட இலக்கியமும்கூட என்பதையும் பார்த்து வருகிறோம். காப்பிய அழகுகளை அதன் உச்சத்திற்கு இட்டுச் செல்லும் ஒவ்வொரு நிலையிலும் அதிவேகமாகக் காட்சிகள் மாறி காப்பியத்தின் தனித்துவமான இந்த அடிப்படை நோக்கங்களுடன் பொருந்தி அமைகின்றன.

காவிரிப்பூம்பட்டினத்தில் இந்திர விழா அறிவிப்புடன் கம்பீரமாகத் தொடங்கும் காவியம், காப்பிய நாயகியை ஒரு நாயகிக்குரிய அத்தனை அழகுகளுடனும், அலங்காரங்களுடனும், இளமைக் கனவுகளுடனும் முன்நிறுத்துகிறது. மதங்கொண்ட யானையை அடக்கி வரும் அழகிய இளவரசன் காப்பிய நாயகியைக் கண்டு காமுறுகிறான். அவளும் அவனால் ஈர்க்கப்பட்ட போதும் அவளை அடைதல் அத்தனை எளிதல்ல என்பதைத் தொடக்கத்தில் உணரும் இளவரசன், அவள் பிறப்பறிந்தபின்,

"கற்புத் தானிலள்; நற்றவ உணர்விலள்;
வருணக் காப்பிலள்; பொருள்விலையாட்டி"

என இகழ்ந்து, அவள் மறுத்தால் என்ன, "சித்திராபதியால் சேர்தலும் உண்டு" என மனம் தேறுகிறான். பசிப்பிணி நீக்கி பௌத்த அறம் உரைக்கப் பிறப்பெடுத்த அவளைக் குலத் தொழிலில் பயிற்றுவிக்க உறுதிபூண்டுள்ள அவளது பாட்டியை வைத்துக் காரியம் முடிப்பேன் என இப்படிச் சூளுரைத்து அகல்கிறான் அந்த இளவரசன்.

மணிமேகலை விரும்பாவிடினும் அரச குமாரன் ஒருவன், அவளை அடைவதை எளிதாக்குவதாக அவன் சுட்டும் பாதுகாப்பின்மைகள் இங்கே கவனத்துக்குரியன.

கற்பொழுக்கமற்ற குலத்தில் உதித்தவள்; நல்ல தவ உணர்வு அற்றவள்; வருணப் பாதுகாப்பு இல்லாதவள்; பொருளுக்காகச் சோரம்போகும் குலத்தவள். அவளுக்கென்ன அத்தனை திமிர்? இதை அந்த அரசிளங்குமரன் மனதிற்குள் நினைத்தவன் மட்டுமல்ல. அவளின் முகத்திற்கெதிரே சொல்லியும் அகல்கிறான். உயர் வருணத்தார்க்கு உள்ள பாதுகாப்பும் அற்ற ஒருத்திக்கு இத்தனை ஆணவமா?

அவன் சொன்ன அனைத்தும் உண்மையே. நல்ல தவ உணர்வு அற்றவள் என்பது உட்பட. அன்று அவள் ஒரு இளஞ் சிறுமிதானே. இன்னும் சில காலத்தில் உலகோர் வியக்க அனைத்து சமகாலச் சமயக் கணக்கர்களை எல்லாம் வாதில் வென்று தவநெறி ஏற்கப் போகிற அந்த இளநங்கை அப்போது அதை உணர்ந்தாளில்லை. முகத்திற்கு நேரே "பொருள் விலையாட்டி" என அவமதித்த பின்னும் 'புதுவோன் பின்னைப் போனது நெஞ்சம்" எனப் புலம்பும் பருவ வயதினள் அவள். தவிரவும் அவனுடன் முற்பிறவி உறவும் கொண்டவள்.

இப்படி வேகமாக நகர்ந்துகொண்டுள்ள காவியம் திடீரெனத் தடம் மாறுகிறது. காப்பியக் காட்சிகளும் முற்றிலும் வேறாய் உருக்கொள்கின்றன. சுதமதி, மணிமேகலா தெய்வம், புத்த பீடிகை, சக்கரவாளக் கோட்டம், மணிபல்லவத் தீவு...என அதிவேகமாக இந்தக் காட்சி மாற்றங்கள் நிகழ்கின்றன. உதயகுமாரனுக்கு அஞ்சி பளிக்கறையில் புகுந்து தன்னைக் காத்துக்கொள்ள முயல்கிறாள் மணிமேகலை. அவளை அடைந்தே தீருவேன் என வஞ்சினம் கூறிச் சென்ற அரசிளங்குமரனை எண்ணிக் கலங்கி நின்ற சுதமதியிடம் மணிமேகலா தெய்வம் தோன்றி அவர்களைச்

சக்கரவாளக் கோட்டம் செல்லச் சொல்கிறது. நேர்வழியில் சென்றால் மதங்கொண்டு திரியும் உதயகுமாரனின் கைப்பட வாய்ப்புண்டு என எச்சரிக்கிறது.

சக்கரவாளக் கோட்டம் என்பது வேறொன்றுமில்லை. காவிரிப்பூம்பட்டினத்தின் சுடுகாடுதான். இருநூற்றுப் பதிநான்கு வரிகளில் சுடுகாட்டின் வரலாறும் வருணனையும் காப்பியத்தின் ஓரங்கமாகிறது. அச்சம், அருவெறுப்பு முதலான ரசங்கள் இந்தக் காதையை நிறைக்கின்றன. இதோ அந்தச் சுடுகாட்டுக் கோட்டத்தின் சில காட்சிகள்.

எலும்பு, தசை, உதிரம் ஆகியனவே யாக்கை என்பதை இவற்றின் மீது ஆசை கொண்டு அறம் மறந்து கிடக்கும் மாக்களுக்கு அறிவுறுத்துவதே போன்று கிடக்கிறது புழுக்கள் அரித்துக் கொண்டுள்ள ஒரு ஊன்பிண்டம். அந்த உடலின், செம்பஞ்சுக் குழம்பால் அலங்கரிக்கப்பட்ட பாதம் ஒன்றை நரி ஒன்று கவ்விக்கொண்டு ஊளையிட்டபடி போய்க்கொண்டிருக்கிறது. படம் எடுத்த பாம்பு போன்ற அல்குல் என வியக்கப்பட்ட உடலழகை ஒரு கழுகு குடைந்துண்டு கூவுகிறது. நெருக்கமான வளைகள் சூட்டப்பட்டு நின்ற அழகிய கரம் ஒன்றை ஒரு சுடுகாட்டு நாய் நொறுக்கித் தின்னுகிறது. சந்தனப் பூச்சுடன் செருக்கோடு நிமிர்ந்திருந்த இளம் கொங்கைகளைப் பருந்தொன்று கவர்ந்துண்டு ஓசை எழுப்புகிறது. அதோ அடர்த்தியான கருங்கூந்தல் கொண்ட அப்பிணத்தின் தலையைக் கொய்து பெருமகிழ்ச்சி பொங்க எழுகிறாள் ஒரு பேய் மகள். இது மேகமோ இல்லை கூந்தலோ; இது மீனோ இல்லை கண்ணோ, இதழோ இல்லை முருக்க மலரோ, பற்களோ இல்லை முத்துக்களோ என்றெல்லாம் ஒரு காதலனைப்போல அந்தப் பேய்மகள் வர்ணித்து மகிழவில்லை. மாறாக அந்தத் தலையில் பொதிந்த கண்களைத் தோண்டிச் சுவைத்து மகிழ்ந்து களித்த வண்ணம் அடிகளைப் பெயர்த்துக் களியாட்டம் போடுகிறது...

தவநெறி சிறந்தோர், மிகப் பெரும் செல்வர் ஈன்ற இளம் பெண்டிர், எதையும் செய்து முடிக்காத பாலகர், முதியோர், இளையோர் என்றெல்லாம் எதுவுமே கருதாது கொடுந்தொழில் ஆற்றுபவன் இக் கூற்றுவன். இவ்வாறு பலறும் கொன்று குவிக்கப்படுதலையும், அவர்தம் உடல்களை தம் அழல் வாயால்

சிதைகள் சுவைத்துண்பதையும் கண்டும் செல்வச் செருக்குடன், கள்ளுண்டு களித்து, மேன்மை மிகு நல்லறங்களை விரும்பாது வாழ்வோரும் உளரே. அவரினும் சிறந்த மடையர்கள் உண்டோ.

அதோ இந்தக் கொடுங் காட்சிகள் நிறைந்த சுடலைக்குள் வழிதப்பி வந்த ஒரு இளம் பார்ப்பனச் சிறுவன் அச்சத்தில் உறைந்து அங்கேயே சாகிறான். மகனைத் தேடிவந்த பார்ர்ப்பனி அவனுடலைச் சுமந்து சென்று சம்பாபதியிடம் என்னுயிரைக் கொண்டு இவன் உயிரைத் தந்தருள் என வேண்டுகிறாள். அப்படியாயின் இவன் என் கண்ணற்ற கணவனைக் காப்பாற்றுவான் எனக் கதறுகிறாள். அது சாத்தியமில்லை. போன உயிரை என்னால் மீட்டுத் தர இயலாது. அதன் நல்வினை, தீவினைக்கேற்ப அது மீளவும் பிறப்பெடுக்கும். அவ்வளவே. அறியாயோ நீ. உலகாளும் மன்னராயினும் மீண்டும் உயிர்பெறுவரோ? இதோ இந்த ஈமப் புறங்காட்டில் அரசர்க்குத்தான் எத்தனை சமாதிகள். மீண்டும் உயிர் கொடு என்கிற நரகத்துக்குரிய பேச்சைத் தவிர் என்றனள் சம்பாபதி.

சக்கரவாளக் கோட்டம் எனப்படும் சுடுக்காட்டுக் கோட்டம் பற்றிய இந்த வருணனைகள் சுதமதிக்கு மணிமேகலா தெய்வம் அதன் வரலாற்றைச் சொல்லும் முகமாக காவியத்தில் இடம்பெறுகிறது.

நடுச்சாமம் நெருங்குகிறது. சுதமதி கண்ணயர்கிறாள். மணிமேகலா தெய்வம் நம் காப்பிய நாயகியான மணிமேகலையை அள்ளி எடுத்துக் கொண்டு தென் திசையில் முப்பது யோசனைத் தூரத்தில் அமைந்துள்ள மணிபல்லவத் தீவில் வைத்துவிட்டு அகல்கிறது.

இனி அவள் விழித்த பின் தன் முற்பிறப்பு அறிவாள். அவள் தன் வரலாற்றுக் கடமையை ஆற்றும் நிகழ்வுகள் ஒன்றன்பின் ஒன்றாக நிகழும். கூடவே மணிமேகலை துறவு எனும் பெயரை உறுதி செய்யும் 'ஏதுக்களும்' அமையும்.

(அடுத்து 'ஏதுக்கள்' எனும் பௌத்தக் கோட்பாடு மணிமேகலையில் விளக்கமுறும் பாங்கு)

5. துறவுக்குரிய ஏதுக்கள் முகிழத் தொடங்குகின்றன

ஒரு மகா காப்பியத்திற்குரிய அத்தனை அணிகலன்களும், அழகுகளுமாகப் படைக்கப்பட்டுள்ள மணிமேகலை இன்னொரு புறம் அது எவ்வாறு முழுமையாக ஒரு பௌத்த மரபில் ஆக்கப்பட்ட ஒரு படைப்பாக அமைகிறது என்பதைப் பார்த்துக் கொண்டுள்ளோம். மணிமேகலையின் கதை அமைப்பு மிகவும் சிக்கலானது. கோவலன் மாதவி ஆகியோரின் ஒரே மகளான மணிமேகலை எவ்வாறு ஒரு பௌத்தத் துறவியாக மலர்கிறாள் என்பதை மையக் கருவாகக்கொண்ட கதை அமைப்பு அத்தோடு ஒரு பதினாறு உட்கதைகளையும் தன்னகத்தே கொண்டுள்ளது. கதைகளின் ஊடாக வாழ்வின் உண்மைகளையும், தத்துவங்களையும் விளக்கும் ஒரு மரபு இங்கு உண்டு. புத்த ஜாதகக் கதைகள், பஞ்ச தந்திரக் கதைகள் முதலியன சில எடுத்துக்காட்டுகள். மகாபாரதத்திலும் நாம் இதைக் காண இயலும். மணிமேகலை காப்பியத்தில் இடம்பெறும் இந்தப் பதினாறு உட்கதைகளும் காப்பியத்தின் மையக் கதையுடன் கதை ஓட்டத்திற்குக் குறைவு ஏற்படுத்தாமல் பௌத்த அறங்களை விளக்கும் பாங்கு இங்கே குறிப்பிடப்பட வேண்டிய ஒன்று.

பௌத்தம் அது தோன்றிய காலத்திலிருந்து வைதீகத் தத்துவங்களையும் கோட்பாடுகளையும் எதிர்கொண்டு இயங்க வேண்டியதாக இருந்தது. புத்தருக்குச் சுமார் ஆயிரம் ஆண்டுகளுக்குப்

பின் தமிழ் மண்ணில் மணிமேகலை உருவானபோது இந்திய அளவில் இந்த விவாதங்கள் தீவிரமாக நடந்துகொண்டிருந்தன. வைதீகத்திற்கு ஒரு வலுவான மாற்றமாக எல்லா அம்சங்களிலும் பௌத்தம் தன்னை நிலைநிறுத்திக்கொண்டிருந்த காலம் அது. காஞ்சிபுரம் அந்த வகையில் ஒரு முக்கியமான மையமாக அமைந்து வைதிகத்தை எதிர்கொண்டது மட்டுமல்ல, தமக்குள் பல விவாதங்களை நிகழ்த்திக்கொண்டும் வளர்ந்துகொண்டும் இருந்த காலம் அது. இந்தப் பின்னணியில் அமைந்த மணிமேகலை சிக்கலான பௌத்தத் தத்துவக் கோட்பாடுகளையும் தன் கதை ஓட்டத்தின் ஊடாகவே, காப்பிய நெறிக்கும் அழகுக்கும் சிறிதும் பங்கம் ஏற்படாமல் சொல்லிச் செல்லும் திறன் வியக்கத்தக்க ஒன்று.

மையக் கதை பௌத்த சிந்தனைகளை விளக்கும் பதினாறு உட்கதைகள், சில பௌத்தத் தத்துவக் கோட்பாடுகள் என இந்த மூன்றும் இணைந்து பொருந்தி அமைக்கப்பட்ட ஓர் அழகிய ஆபரணமாக மணிமேகலை தமிழ் இலக்கிய மரபில் தனிச் சிறப்புடன் விளங்குகிறது. இந்த மூன்று கூறுகளும் காப்பிய அழகைச் சிதைக்காமல் முரணின்றிப் பின்னப்பட்டுள்ளதுதான் மணிமேகலை காப்பியத்தின் தனிச் சிறப்பு.

இந்தியத் தத்துவ மரபில் ஏதேனும் ஒரு பொதுவான கூறு உண்டெனில் அது 'கர்மக்' கோட்பாடுதான். பல்வேறு நுணுக்கமான வேறுபாடுகளுடன் இந்தியத் தத்துவங்கள் அனைத்தும் கர்ம வினைகளுக்கு ஏற்ப மீண்டும் மீண்டும் பிறந்து இந்தப் பிறவிப் பெருங்கடலை நீந்திக் கடப்பதை வலியுறுத்துகின்றன. பிராமண மரபிற்கு எதிராக வந்த பௌத்தம், சமணம், ஆஜீவகம் முதலான சிரமண மரபுகளைப் பொறுத்தமட்டில் துறவு என்பது இந்தப் போக்கில் ஒரு முக்கியப் பங்கு வகிக்கிறது. மணிமேகலை காப்பியத்தின் இன்னொரு பெயர் 'மணிமேகலைத் துறவு' என்பதை அறிவோம். கணிகையர் குலத்தில் பிறந்த ஒரு இளம் பெண், பிறவியால் தொழிலும், வாழ்வும் நிர்ணயிக்கப்படும் ஒரு சமூக அமைப்பில் நின்று எவ்வாறு அந்தச் சமூக நியதிகளை வென்றதோடு, எதிர்கொள்ளும் எல்லாத் தடைகளையும் கடந்து இறுதி உய்வின் ஒரு முக்கியப் படியாகிய துறவு நிலையைச் சென்றடைகிறாள் என்பதைச் சொல்வதுதான் மணிமேகலைக் காப்பியத்தின் அடிப்படை அமைப்பு.

பிறவிப் பெருங்கடலை அறுக்கும் இறுதி உய்வுக்குரிய துறவி நிலையை எய்துவதற்கு உரிய பொருத்தமான 'காரணிகள்' அந்தத் தகுதிக்குரியோரின் வாழ்வில் அவரவரின் வாழ்விற்கேற்றவாறு தோன்றி, மலர்ந்து, முதிர்ச்சி அடைகிறது என்கிறது பௌத்தம். மணிமேகலையின் துறவுக்குரிய இந்தக் 'காரணி' என்பதற்கான பௌத்த தத்துவ கருத்தாக்கம் சமஸ்கிருதம் மற்றும் பாலி மொழியில் 'ஹேது' எனப்படும். சாத்தனார் இதனைத் தமிழ் மரபிற்கேற்ப 'ஏது' எனக் குறிப்பார். மணிமேகலையின் இந்தத் துறவுக்குரிய ஏதுக்கள் தோன்றி மலர்வது குறித்து ஒன்பது குறிப்புகள் மணிமேகலை காப்பியத்துள் அமைகின்றன. காப்பியக் கதைப்போக்கின் ஊடாக அவை நிகழ்ந்து (நிகழ்தல்). படிப்படியாக அவை முற்றி (முற்றுதல்) கனிவதைச் சொல்வதுதான் மணிமேகலை காப்பியம். துறவிற்குரிய இந்த நற்காரணிகள், மணிமேகலையின் வாழ்வில், எதிர்கொண்டு மலர்ந்து முற்றுவது எனும் வளர்ச்சிப் போக்குதான் காப்பியத்தின் கதை. பௌத்த சீலங்களை விளக்கும் உட்கதைகள், பௌத்த அடிப்படைத் தத்துவக் கோட்பாடு ஆகியன பிசிறின்றி இத்துடன் இணைக்கப்படுகின்றன.

வைதீகம் கருமங்களை, (அதாவது செயல்களை) 'பாவம் எதிர் புண்ணியம்' எனப் பகுக்கும். பௌத்தம் கருமங்களை நல்ல நோக்கம் உடையவை, கெட்ட நோக்கம் உடையவை என அவற்றின் நோக்கங்களின் அடிப்படையில் வேறுபடுத்திக் காட்டும். நல்ல நோக்கங்களுடன் அமைவன 'குசல கம்மங்கள்'. தீய நோக்கங்களுடன் அமைவன 'அகுசல கம்மங்கள்' எனப்படும். குசல கம்மங்கள் என்பன கர்ம விளைவுகளிலிருந்து உங்களை விடுவித்துப் பிறவியற்ற இறுதி விடுதலையை நோக்கி நகர்த்தும். அப்படியான நல்நோக்கத்துடன் அமையும் செயல்களுக்குக் காரணியாக அமையும் நிகழ்வுகள் 'குசல மூலம்' எனப்படும். இத்தகைய மூலம் அல்லது காரணி அல்லது நிகழ்வு என்பதே இங்கு 'ஏது' எனப்படுகிறது. இத்தகைய நிகழ்வுகளும் செயல்களும் பேரானந்தத்தை விளைவிப்பவை என்கிறது பௌத்தம்.

மீண்டும் மீண்டும் பிறத்தலுக்குக் காரணமான கர்மிய விளைவுகளை ஏற்படுத்தும் கர்மங்கள் 'அகுசல கம்மங்கள்' எனப்படும். 1.ஆசை (லோபம்), 2. வெறுப்பு அல்லது பகை (தோஷம்). 3. மருள் அல்லது ஐயம் அல்லது தெளிவற்ற நிலை (மோகம்) ஆகியவற்றிற்குக் காரணமானவையே அகுசல கம்மங்கள். (பார்க்க: அ.மார்க்ஸ்,

புத்தம் சரணம், கருப்புப் பிரதிகள், பக்.74,84). ஆசையின்மை (அலோபம்), வெறுப்பின்மை (அதோஷம்), ஐயமின்மை (அமேகம்) ஆகியவற்றுடன் செயலூக்கமுள்ள ஒரு வாழ்வை எதிர்கொள்வதே இறுதி விடுதலைக்கான வழி. அப்படியான விருப்ப பூர்வமான செயலுக்கு (செய்கை அல்லது பாலி மொழியில் 'சேதனா' இட்டுச் செல்லும். ஏதுக்களை (காரணமாகும் நிகழ்வுகளை) நோக்கி இட்டுச் செல்பவர்களாக பௌத்த பிக்குவான அறவண அடிகள். மணிமேகலா தெய்வம் முதலான இறை வடிவுகள் சாத்தனாரின் படைப்பில் பாத்திரங்களாக இடம் பெறுகின்றனர்.

என்ன செய்கிறோம் என்பதைக் காட்டிலும் என்ன நோக்கத்துடன் நமது செயல்கள் உந்தப்படுகின்றன என்பதற்கு ஐயமின்மை என்பதனூடாக ஆழ்ந்த புரிதல், அதற்குக் காரணமாகும் கல்வி ஆகியவற்றுக்கு பௌத்தம் அளிக்கும் கூடுதல் முக்கியம் இங்கே கவனத்துக்குரியது.

புகார் நகரில் பிரம்மாண்டமான ஏற்பாடுகளுடன் கூடிய இந்திரவிழா அறிவிப்போடு காப்பியம் மொட்டவிழ்வதைக் கண்டோம். தீவகச் சாந்தியுடன் விழா நிகழ்ச்சிகள் தொடங்குகின்றன. விழா எனில் ஆடலும் பாடலும் அதனின்றும் பிரிக்க இயலாதவை. இது உலகெங்கிலும் ஒரு பொது இயல்பு. இந்தியத் துணைக் கண்டத்தைப் பொறுத்தமட்டில் அனைத்தும் குலமரபாகப் பிரித்து ஒதுக்கப்பட்ட பின்னணியில் கணிகையர் குலத்தில் தோன்றிய அன்றைய புகழ்பெற்ற ஆடல் நாயகியான மாதவியின் நடனத்தை ஊர் மக்கள் ஆவலுடன் எதிர்பார்க்கின்றனர். மாதவி மட்டுமல்ல. அவளது அழகிய இளமகள் மணிமேகலையின் நடனம் இம்முறை விருந்தாக அமையும் என்கிற மக்களின் எதிர்பார்ப்புகள் பொய்க்கின்றன. மணிமேகலையோடு மாதவியும் வராததைக் கண்டு மக்களைக் காட்டிலும் மாதவியின் தாய் சித்திராபதி தணியாத் துன்பம் அடைந்தாள் என்கிறார் சாத்தனார். செவ்வறியோடிய நீண்ட கண்களை உடைய தன் மகளின் உற்ற தோழியாகிய வயந்தமாலையை (வசந்த மாலை) அழைத்து மாதவியின் ஆட்டம் இல்லாமற் போனமைக்காக ஊர்தூற்றும் செய்தியை அவளிடம் சொல்லிவரப் பணிக்கிறாள்.

ஆடிய சாயல் அழகுமிக்க மாதவி வாடிய உடலுடனும் மகளுடனும் இருந்த மலர் மண்டபத்துக்குச் சென்று வயந்தமாலை இந்த

ஊரலரை எடுத்துரைக்கிறாள். வேத்தியல் பொதுவியல் என்று இரு திறத்தையும் சார்ந்து கூத்தும் பாட்டும், தூக்கும் துணிவும் என்கிற ஆடற் கலையின் அனைத்து நுணுக்கங்களையும் கற்றுத் துறைபோகிய பொற்றொடி என்று ..தினைந்து அழகான வரிகளில் மாதவியின் கல்விச் சிறப்பை இங்கு வியந்து முன்வைப்பார் பெருங் கவிஞர் சாத்தனார். குலத் தொழிலில் இத்தகைய வல்லுனளான நீ இப்படி தவக்கோலம் பூண்டு அமர்ந்துள்ளது வெட்கக்கேடு என முடிப்பாள் வயந்தமாலை. ஆம். நமது மரபில் கணிகையாய்ப் பிறந்தோர் அதற்குரிய வாழ்க்கை வாழ்வது வெட்கக் கேடான செயலல்ல. யாராயினும் அவர்கள் பிறவித் தொழிலைச் செய்யாதிருப்பதே நாணுடைத்து.

பௌத்தம் மேலோங்கி வளர்ந்துவந்த அந்தக் காலகட்டத்தில் துறவு நிலையும் துறவியரும் பெரிதும் மதிக்கப்பட்ட அந்தச் சூழலில் கணிகையர் இருவரைத் துறவுக்குரியோராய் சாத்தனார் இவ்வாறு முன்வைப்பதும் அக்காலத்தில் ஒரு புரட்சிதான்.

6. பவுத்தம் முன்வைக்கும் பிறவி அறுத்தல் கோட்பாடு

புத்தர் தோன்றியதும் பௌத்தம் அரும்பியதும் இந்தியத் துணைக் கண்டத்தின் வடக்குப் பகுதியில்தான். புத்தர் அவதரித்த லும்பினி இன்று நேபாளத்தில் உள்ள கபிலவஸ்து மாவட்டத்தில் உள்ளது. புத்தர் நிர்வாணம் அடைந்த புத்த கயா நேபாளத்திற்குக் கீழ் அமைந்துள்ள பீஹார் மாநிலத்தில் உள்ள கயா மாவட்டத்தில் உள்ளது. அவர் பரிநிர்வாணம் அடைந்த குஷிநாரா உத்தரப்பிரதேசத்தில் உள்ள கோரக்பூரிலிருந்து சுமார் 50 கி.மீ. தொலைவில் நேபாள எல்லையில் உள்ளது.

புத்தருக்குப் பிந்திய மூன்று நூற்றாண்டுகளில், மாமன்னர் அசோகரது காலத்தில், பவுத்தம் இலங்கை முதலான தெற்கு மற்றும் தெற்காசிய நாடுகளில் தடம் பதிக்கத் தொடங்கி இருந்தது. மணிமேகலை காப்பியம் புத்தருக்குச் சுமார் ஆயிரம் ஆண்டுகளுக்குப் பின் தோன்றியது. புகார், வஞ்சி, காஞ்சி எனும் அன்றைய தமிழகத்தின் மூன்று முக்கிய நகரங்கள் தவிர மணிபல்லவம், சாவகம் முதலான இந்தியத் துணைக் கண்டத்திற்கு வெளியேயும் பவுத்தம் செழித்திருந்த பல நிலப் பரப்புகளையும் மணிமேகலை நம்முன் விரிக்கிறது. மணிமேகலையில் காட்சிப்படுத்தப்படும் மணிபல்லவத் தீவு இன்றைய இலங்கையின் நயினாத் தீவுதான் என்றொரு கருத்துண்டு. சாவகம் என்பது இன்றைய ஜாவா

என்பதில் ஐயமில்லை. தென்னிந்தியா, இலங்கை, தாய்லாந்து, கம்போடியா, லாவேஸ், ஜாவா, சுமத்ரா (இந்தோனேஷியா) என ஒரு தெற்காசிய பௌத்த வெளி ஒன்று அன்று உருவாகி இருந்தது என ஆனே மோனியஸ் போன்ற இன்றைய ஆய்வாளர்கள் குறிப்பிடுகின்றனர். மணிமேகலையில் முக்கிய நகரங்களாக வெளிப்படும் காஞ்சிபுரத்திற்கும், சாவகத்திற்கும் இடையில் அடுத்த பல நூற்றாண்டுகள் வரை நெருக்கமான தொடர்பும் இருந்துள்ளது. பதினான்காம் நூற்றாண்டு ஜாவா காவியமான 'நாகரக்ருதாகம' எனும் நூலில் ஆறு பௌத்த விகாரைகள் அமைந்த காஞ்சிபுரத்திலிருந்து வந்த ஸ்ரீபுத்தாதித்யா எனும் பிக்கு எழுதிய கவிதைகள் பற்றிய குறிப்புகள் உள்ளதாக மோனியஸ் கூறுகிறார்.

இப்படியான ஒரு அகன்ற தென்னிந்திய, தென்கிழக்காசிய இலக்கியப் பண்பாட்டு வெளி ஒன்று குறித்துத் தனக்கும் முன்பாக சில்வேய்ன் லெவி பதிவு செய்துள்ளதையும் அவர் குறிப்பிடுகிறார். இந்த நிலப்பகுதிகள் அனைத்தையும் இப்படி இணைக்கும் பண்பாட்டுக் குறியீடாக பௌத்தக் கடவுளர்களில் ஒன்றான மணிமேகலா தெய்வத்தை லெவி சுட்டிக் காட்டுகிறார். "தமிழ்நாடு, சிலோன், பர்மா, சயாம், கம்போடியா முதலான நாடுகளில் மணிமேகலா தெய்வம் அறியப்பட்டிருந்ததற்கு நிறையச் சான்றுகள் உள்ளன" எனக் கூறும் லெவி, 'இந்த நில, நீர் பரப்புகளுக்கு அப்பால் அதற்கான சான்றுகள் ஏதும் இதுவரை கண்டுபிடிக்கப்படவில்லை என்பதையும் பதிகிறார்.

கடல் கடந்து வணிகம் செய்வோரின் கடற்பயணங்களில் அவர்களைக் காப்பவராக வணிகர்களால் வணங்கப்பட்டதுதான் மணிமேகலா தெய்வம். பௌத்தப் புனிதத் தொகுப்புகளான மகாஜன மற்றும் சங்க ஜாதகங்களிலும் எதிர்கால புத்தர் ஒருவர் கப்பல் கவிழ்ந்து கடலில் தத்தளித்தபோது அவரைக் காப்பாற்றிக் கரை சேர்த்தது என மணிமேகலா தெய்வம் குறிப்பிடுகிறது. தமிழின் இரட்டைக் காப்பியங்களான சிலம்பு, மணி இரண்டிலும் அப்படிக் காப்பாற்றப்பட்ட எதிர்கால புத்தர் ஒருவர் கோவலனின் மூதாதையர்களில் ஒருவராக அடையாளப்படுத்தப்படுவார். மாதவிக்கு ஒரு பெண் குழந்தை பிறந்ததை அறிந்த கோவலன், "எம் குல தெய்வப் பெயர் ஈங்கு இடுக" எனக் கூறி மணிமேகலைக்கு அத் தெய்வத்தின் பெயர் இடப்பெற்றது என்பது இளங்கோவடிகள் கூற்று (அடைக்கலக்

காதை). "பரப்பு நீர்ப் பவ்வம் பலர் தொழக் காப்போள்" என்றும் 'திரை இரும் பௌவ்வத்துத் தெய்வம் ஒன்று உண்டு" எனவும் மணிமேகலாவை ஒரு கடற் தெய்வமாக சாத்தனாரும் குறிப்பார். பாலி இலக்கியங்களில் இந்தக் கதையாடல் சற்று வேறுபட்டு இருக்கும். மணிமேகலா தெய்வம் தனது காவற் பொறுப்பைச் சற்று மறந்திருந்ததால் கப்பல் கவிழ்ந்து ஏழுநாள் குறித்தே எதிர்காலப் புனிதரைக் காப்பாற்ற நேர்ந்தது என்று அவற்றில் கூறப்படும். 'புத்சாரணா', 'சதர்மாலங்காரா' முதலான சிங்கள நூல்களிலும் மணிமேகலா தெய்வம் போற்றப்படும். ஜாவாவின் (அதாவது சாவகத்தின்) தென்கிழக்கு முனையில் உள்ள 'பெலாபுஹான் ராட்டு' எனும் கடற்கரைச் சிற்றூர் மணிமேகலா தெய்வம் தங்கி இளைப்பாறும் இடமாக இன்றும் கருதப்படுகிறது.

அந்த மணிமேகலா தெய்வம்தான் நம் காப்பிய நாயகி மணிமேகலையை உரிய ஏது நிகழ்ச்சிகளுடன் துறவு நோக்கி ஆற்றுப் படுத்துபவராக இங்கு வெளிப்படுகிறது. உதயகுமாரனிடம் இருந்து மணிமேகலையைக் காப்பாற்றி அவளறியாமல் அவளைத் தூக்கிக்கொண்டு வான்வழி பறந்து சென்று, புகாருக்குத் தெற்காக முப்பது யோசனை தூரத்தில் பாதுகாப்பாக வைத்துத் திரும்பும் அத் தெய்வம், அத்தோடு நில்லாமல், 'விடியட்டும் அவளை என் கையில் கொணர்வேன்' என உறக்கம் வராமல் கிடந்த உதயகுமாரன் முன் தோன்றி அரசனின் கடமையை நினைவூட்டி, "தவத்திறம் பூண்டோள் தன்மேல் வைத்த அவத்திறம் ஒழிக" என அவனை எச்சரித்து அகலும்.

அடுத்து உவவனம் செல்லும் அத் தெய்வம் அங்கு களைத்து உறங்கும் சுதமதியை எழுப்பி இந்திரவிழா காணப் புகாருக்கு வந்த தான் வேறு பொறுப்புகளை மேற்கொள்ள வேண்டிய தேவை உருவானதை விளக்கும். "மணிமேகலையைப் புத்த தேவனின் அறவழியில் ஆற்றுப்படுத்துவதற்கான 'ஏது' முதிர்ந்துள்ளது. அதனால் அவளை மணிபல்லவத் தீவில் கொண்டு வைத்துள்ளேன். ஆங்கவள் முற்பிறப்புணர்ந்து இன்றிலிருந்து ஏழாம் நாள் திரும்புவாள். அன்று இங்கு நிகழ இருக்கும் 'ஏதுக்கள்' பல உள்ளன" என்றுரைத்து நீங்கும்.

உவவனத்திலிருந்து சுதமதி மாதவியின் இல்லம் நோக்கிச் செல்லும் வழியில் புகார் நகரின் அந்த இறவு நேரத்தை ஒரு பெருங்

காப்பியத்திற்குரிய அழகுடன் சாத்தனார் விரித்துரைப்பார் (துயிலெழுப்பிய காதை).

புகார் நகரில் அந்த இரவிலும் ஆடல் மங்கையர் தம் நடன அறங்குகளில் நாட்டியம் பயின்றுகொண்டு இருப்பர்; பல்வேறு இசைக் கருவிகள் முழங்கிக்கொண்டிருக்கும்; பரத்தை வீடு சென்று திரும்பிய கணவனிடம் ஊடி அகன்று படுத்திருந்த மனையாள் காமம் மீதுறக் கோபம் மறைந்து அவனைக் கட்டி அணைவாள். சிறுதேர் இழுத்து தெருவில் விளையாடிக் கொண்டிருக்கும் சிறார்களை அவர்தம் செவிலித் தாய்மார்கள் படுக்கைக்கு அழைத்துச்சென்று வாசனைப் புகை காட்டி உறங்க வைப்பர். அடுத்து அந்தப் பெருநகரில் நடுச்சாமத்திலும் ஒலிக்கும் கொண்டாட்டங்கள் சுமார் இருபத்திரண்டு வரிகளில் மிக விரிவாகக் காப்பியச் சுவையோடு எடுத்துறைக்கப்படும். அதன்பின் சுதமதி சக்கரவாளக் கோட்டம் தாண்டி ஊரம்பலத்தே சற்று இளைப்பாறுவாள். அவள்முன் தோன்றிய கந்திற்பாவை மாதவி, சுதமதி, மணிமேகலை ஆகிய மூவரும் சகோதரிகளாக முறையே தாரை, வீரை, இலக்குமி என்கிற பெயர்களில் ரவிவர்மன் என்பானின் மகள்களாகப் பிறந்த முற்பிறப்பு வரலாற்றை உரைக்கும். அடுத்து சுமார் பதினாறு வரிகளில் புகார் நகரில் இரவு அடங்கி வைகரை விடியும் காட்சி அமையும். இறுதியாக மணிமேகலை இன்னும் வராததால் கவலையுற்றுக் கிடக்கும் மாதவியை அடைந்து நடந்த கதைகளை விளக்குவாள் சுதமதி.

இவற்றை எல்லாம் இங்கு இத்தனை விரிவாகச் சொன்னதற்குக் காரணமுண்டு. இங்கே புகார் நகரம் விழிப்புறும் அதே நேரத்தில் அங்கே முப்பது காத தூரத்தில் அந்தச் சிறுபெண் மணிமேகலையும் கண்விழிப்பாள். அது இதனின்றும் முற்றிலும் வேறுபட்ட பின்புலம். புகாரில் அது ஒரு விழாக் காலம்; அது ஒரு பெருநகரத். தலைநகரும் கூட. அங்கு காண்பவை ஆடல், பாடல், கொண்டாட்டங்கள், படுக்கையில் முயங்கிக் கிடக்கும் காதலர்கள், சிறு தேர் உருட்டி விளையாடும் சிறார்கள் என அமையும்,

ஆனால் மணிபல்லவத்தில் நாம் காணும் காட்சிகள் முற்றிலும் வேறுபட்டவை. நில அமைப்பு மட்டுமல்ல. அனைத்தும் முற்றிலும் வேற்பட்ட ஒரு சூழலில் கண்விழிக்கிறாள் மணிமேகலை. இந்தப் புதிய சூழல் உணர்த்துவதும் அது காட்டும் வழித்தடமும்தான்

இனி அவள் வாழ்வாகப் போகிறது. அவளுக்குக் காட்டப்படும் இந்தப் புதிய வாழ்வின் பொறுப்புகளை, அவற்றின் கடமைகளை, இவற்றின் பின்புலங்களாக இருக்கும் உன்னதங்களை அவள் இனிதான் உணரப்போகிறாள். இந்த முரண்பட்ட இரு சூழல்களை அருகருகே அமைப்பதின் மூலம் *(just opposite)* வாசிக்கும் நம்முள்ளும் எல்லாமும் வெறும் தகவல்களாகவன்றி ஓர் அனுபவமாக மலர்ந்து விகசிக்கின்றன.

மணிமேகலை விழித்தெழும் இடம் ஒரு கடற்கரை. அலைகள் சூழ்ந்த அந்தத் தீவில் யாரும் இல்லை. முத்து விளையும் வயல்கள், சிதறிக் கிடக்கும் செம்பவளத் துண்டுகள். மணல் குன்றுகள் ஆங்காங்கு தென்படும். கடல் அலைகள் உருட்டி வந்து சேர்த்துள்ள மரத் துண்டுகள், தனித்து நிற்கும் புலிநகக் கொன்றை மரம், ஒரு மலர் சூழ்ந்த பொய்கை என இவைதான் கண்ணுக்கு எட்டிய தூரம் வரை தெரிகின்றன. சுற்றிலும் அலைகளால் முற்றுகை இடப்பட்ட ஒரு பாடி வீட்டுக்குள் அடைபட்டிருப்பது போன்று அவள் உணர்கிறாள். இதுவரை கண்டறியாத, மனித வாடையே இல்லாத அச்சூழலில் ஒரு மழ நிழலில் கண்விழித்தெழும் ஒரு சிறு பெண்ணின் உணர்வு எப்படி இருக்கும்! அவள் எழுந்த இடம் அவள் உறங்கத் தொடங்கிய உவவனம் இல்லை. உறங்குமுன் அரிகிருந்த சுதமதி எங்கே? மலர் கொய்யச் சென்ற நான் இன்னும் வராததைக் கண்டு அன்னை மாதவி எத்துணைத் துயறுருவாள்?

இந்தச் சிந்தனைகள் அலைக்கழிக்க அவள் வாய்விட்டு 'ஐயகோ' எனக்கூவி அழத் தொடங்கினாள். அப்போது நிகழ்ந்தது அந்த அற்புதம். அவள்முன் எழுந்த புத்த தேவனின் தர்மாசனம் மூன்று முழு அளவிற்கு நிலத்துக்கு மேலுயர்ந்து, நான்கு முழு அளவிற்கு அகன்று வெளிப்பட்டு ஒளிவீசும் ஒரு தர்ம பீடிகை. தன்னை மறந்து கைதொழுதாள் மணிமேகலை. கண்களில் திரண்ட முத்துக்கள் அவளது முலைகள் மீது உதிர்ந்தன.

இடம் வலமாக புத்த தேவன் அமர்ந்த அந்த தர்மாசனத்தைச் சுற்றி வந்து, மின்னல் ஒன்று வானிலிருந்து நழுவி மண்ணில் சரிந்ததுபோல வீழ்ந்து வணங்கினாள் மணிமேகலை. .

அப்படி வீழ்ந்து அவள் எழுந்தபோது அவள் தன் முற்பிறப்பு உணர்ந்தவளாய் வெளிப்பட்டாள். மாதவி, சுதமதி, மணிமேகலை மூவரும் முற்பிறவியில் சகோதரிகள் என அவளுக்கு

உணர்த்தப்பட்டது. இலக்குமி என முன் பிறவியில் அறியப்பட்ட மணிமேகலையின் கணவன் இராகுலன் திருமணம் ஆன எட்டாம் நாள் பார்வையாலேயே திட்டிவிடப் பாம்பு தீண்டி இறந்தான். கணவனோடு அழல் பாய்ந்து உயிர்விட்டாள் இலக்குமி.

இலக்குமி (அதாவது முன்பிறவி மணிமேகலை) அப்பிறவியில் பிறவிப் பெருங்கடல் அறுக்கும் பேறு பெற்றிருக்கவில்லை. அதற்குரிய 'ஏது நிகழ்ச்சி' ஏதும் அப்போது முதிரவில்லை. "எனவே நீ அடுத்த பிறவி ஒன்றை எடுப்பாய். காவிரிப்பூம்பட்டினத்தில் பிறப்பாய். உனக்கொரு பெருந்துயர் வரும். மணிமேகலா தெய்வம் உன்னை எடுத்து வந்து இந்தத் தீவில் வைக்கும். அங்கு நீ பிறவிப் பிணியிலிருந்து விடுப்பிக்கும் மருத்துவனான புத்தன் அமர்ந்து அறம் உரைத்த ஆசனத்தின் காட்சி அருளப் பெறுவாய்" என மணிமேகலைக்கு முற்பிறவி வரலாறு உணர்த்தப்பட்டது,

மணிமேகலைக் காப்பியத்தில் இவ்வாறு பதினாறு கிளைக் கதைகள் பதிக்கப்பட்டுள்ளன. அவை ஒவ்வொன்றும் ஒரு புத்த நெறியை விளக்குவதாக அமைந்துள்ளன என்றேன். இந்திய மதங்கள் எல்லாவற்றிலும் இந்தக் கர்மவினைக் கோட்பாடு, அதாவது இறப்பிற்குப் பின் உயிர்கள் மறுபிறப்பு எடுப்பது என்பது ஒவ்வொரு மதத்திற்கும் உரிய தனித்துவங்களோடு ஏற்றுக் கொள்ளப்பட்டுள்ளது.

இத்தொடரில் முதலில் கோதமை, அவள் மகன் சார்ங்கலன் ஆகியோரின் வரலாற்றைப் பார்த்தோம். பேயைக் கண்ட அதிர்ச்சியில் மரணமடைந்த மகனை உயிர்ப்பித்துத் தருமாறு சம்பாபதி எனும் தெய்வத்திடம் வேண்டி அழுவாள் கோதமை. 'ஒரு உயிர் போனது என்றால் போனதுதான். இப்பிறவியில் செய்த நல்வினை, தீவினை சார்ந்து அது இன்னொரு பிறவி எடுத்தே ஆகவேண்டும். இது விதி. என்னைப் போன்ற தெய்வங்கள் நினைத்தாலும் அதை மாற்ற இயலாது' என ஆற்றல் மிகு தெய்வமான சம்பாபதி சொல்லி அகலும்.

பிறவிப் பெருங்கடலைக் கடப்பதற்கான ஏதுக்கள் நிகழும் தகுதி பெற்று அதன் வழிச் செல்லும்வரை ஒருவர் மீண்டும் மீண்டும் பிறவி எடுக்க வேண்டும் என்பது ஒரு பௌத்த நம்பிக்கை. மணிமேகலையின் முற்பிறவிக் கதையைச் சொல்லி வரும்போது சாத்தனார் அப்பிறவியில் பிறப்பதற்குரிய ஏதுக்கள் நிகழாததால்

இப்போது மணிமேகலையாய்ப் பிறவி எடுக்க வேண்டியதாயிற்று என்பதைக் கூறுவது கவனிக்கத் தக்கது.

இவ்வாறு தன் முற்பிறவி உணர்ந்த மணிமேகலை அப்பிறவியில் தன் கணவனாக அமைந்த இராகுலன் இப்போது எங்குளன் எனக் கேட்டபோது மணிமேகலா தெய்வம் தோன்றி இப்பிறவியில் அவன்தான் உதயகுமாரன் எனத் தெளிவுருத்தும். அது மட்டுமல்ல. முற்பிறவி மணிமேகலை விண்ணிலிருந்து இறங்கிய சாது சக்கரன் என்கிற முனிவனுக்கு அமுதூட்டிய நல்லறத்தின் பயனாக பிறவி அறுக்கும் பேறு பெற்றதாக இப்பிறவி அவளுக்கு வாய்த்துள்ளது என்பதையும் விளக்கும். "இப்பிறவியில் உதயகுமாரன்பால் உன் மனம் சென்றால் உனக்கு வாய்த்த இந்த நற்பேற்றை நீ இழந்தவள் ஆவாய். மிக உயர்ந்த நெல் வித்தொன்று வெங்களர் நிலத்தில் வீழ்ந்து பாழாவதற் கொப்பாக அது முடியும். நீ அறத்தின் வித்து. நீ அப்படிப் பாழாகக் கூடாது. நீ நல்வழியில் உறுதிப்பட வேண்டுமென்றுதான் உன்னை இங்கு கொண்டு வந்தேன் என தெய்வம் அவளுக்கு விளக்கும்.

"முற்பிறவியில் உன் தமக்கையர் இருவரும் ஒரே ஆடவனை மணந்தனர். அவர்கள் அப்பிறவியில் புத்த தேவனது பாதங்கள் படிந்த பாதபங்கய மலையைத் தொழும் பாக்கியம் பெற்றதால் இப்போது மாதவியாகவும், சுதமதியாகவும் பிறந்து உன்னோடும் வாழும் பேறும் பெற்றனர்..." என்பதையும் சொல்லும்.

(அடுத்து 'உண்டி கொடுத்தோர் உயிர் கொடுத்தோரே' எனும் பௌத்த அறம் மணிமேகலையில் வெளிப்படுதல்)

7. பாத்திரம் பெற்ற பைங்கொடி மடவாள்

மணிமேகலைக் காவியத்துள் பதிக்கப்பட்ட கிளைக் கதைகள் யாவும் வெறும் காப்பிய அழகுக்காகவன்றி பௌத்தக் கோட்பாடுகளை விளக்கும் முகமாகவும் அமைக்கப்பட்டுள்ளன எனக் காண்கிறோம். தவிரவும் அவை பௌத்த அறவழியை முன்நிறுத்துவதோடு நில்லாமல் மிக நுணுக்கமாக வைதீக அணுகல் முறைகளையும், நம்பிக்கைகளையும் வெளிப்படையாகவும், தீவிரமாகவும் மறுப்பதாகவும் உள்ளது நம் கவனத்துக்குரிய ஒன்று.

எடுத்துக்காட்டாக நாம் முன் கண்ட சக்கரவாளக் கோட்டம் உரைத்த காதையில் கர்ம வினைக்கேற்ப மறு பிறவி அமையும் என்றும், அதிலிருந்து யாரும் தப்ப முடியாது என்றும் பௌத்த நோக்கில் நின்று நிறுவும் முகமாகச் சாத்தனார் அக் காட்சியை மிக்க நுணுக்கமாக அமைத்திருப்பார். அந்தக் கதையின் இறுதியில் சம்பாபதித் தெய்வம் அனைத்துத் தெய்வங்களையும் ஆங்கு ஒருங்கு கூட்டி அவர்களின் இயலாமையைக் காட்டிய காட்சி இடம் பெறுவதையும் காண்கிறோம். எத்தனை கடவுளர் கூடினும் கர்ம வினைகளை அவர்களால் மாற்ற இயலாது என்பது இதன்மூலம் தெளிவுபடுத்தப் படுகிறது.

அப்படியாயின் பிறவிப் பெருங்கடலைக் கடக்க வழிதான் என்ன. அற வாழ்வொன்றே ஒரே வழி என்கிறது பௌத்தம். கொல்லாமை

உள்ளிட்ட பௌத்த சீலங்களைக் கடைப்பிடித்தொழுகுதல் மட்டுமே வினை தீற்கும் வழி எனச் சொல்வதன் ஊடாகப் பக்தியின் இடத்தில் அறத்தை வைக்கிறது பௌத்தம். அத்தோடு நிற்காமல் பேயடித்து மாண்ட சார்ங்கனின் கதையின் ஊடாக பேயடித்தல் முதலான நம்பிக்கைகளையும் கேள்விக்குட்படுத்துகிறது பௌத்தம். கர்ம வினைதான் சார்ங்கனின் மரணத்திற்குக் காரணமே ஒழிய பேய் அடித்ததா இல்லையா என்பதல்ல அங்கு பிரச்சினை என்பதும் தெளிவுற விளக்கப்படுகிறது.

இந்த அத்தியாயத்தில் நாம் காண உள்ள ஆபுத்திரனின் கதையும் அவ்வாறே 'பசிப்பிணி அகற்றல் எனும் ஓர் உன்னத பௌத்த அறத்தை உணர்த்துவதோடு நில்லாமல் வேள்விகளில் உயிர்களைப் பலியிடும் மடமையையும் மிக வன்மையாக அது கண்டிக்கிறது, மணிபல்லவத் தீவில் உள்ள கோமுகிப் பொய்கையுள் அள்ள அள்ளக் குறையாத அமுதசுரபிப் பாத்திரம் பெற்ற கதையும் தொடர்ந்து வரும், ஆபுத்திரன் குறித்த இரு காதைகளும் பௌத்த அறத்தையும் வைதீக நம்பிக்கைகளையும் மிக்க நுணுக்கமாக எதிர் எதிராக (*juxtapose*) நிறுத்துகின்றன. சாத்தனாரின் காவிய நுட்பத்திற்கு இது ஒரு சான்று.

அரசுருவாக்கங்கள், அதன் ஆடம்பரங்கள், பெரும்போர்கள், பெருவிழாக்கள் எல்லாவற்றிற்கும் ஊடாகப் பஞ்சம், பசி, வறுமை, இரந்து உயிர்வாழும் கொடுமை ஆகியனவும் இணையாக நம் தமிழிலக்கியங்களில் இடம்பெற்றுள்ளதை அறிவோம். மிகப் பிரமாண்டமாக இந்திர விழா நடைபெறும் அதே புகாரில்தான் சக்கரவாளக் கோட்டம் அருகில் இருந்த உலகவறவியில் பல ஊர்ளிலிருந்தும் வந்திருந்த உருபசி உழன்றோரும், யாரும் இல்லாமையால் அரும்பிணி உற்றோரும், உணவிடுவாரை எதிர் நோக்கிக் காத்திருக்கும் இரப்போர்களையும் காண்கிறோம்.

பசி ஆற்றுதல் என்பது பௌத்தத்தின் ஒரு தீவிரமான கோட்பாடு (*obsession*). அது அதன் பிரிக்க இயலாத ஓரங்கம். நோய்களிலேயே கொடிது கொடிது பசி என்றார் புத்த பிரான் (தம்மபதம்). இன்றும் பௌத்த இயக்கங்கள் அமெரிக்கா போன்ற நாடுகளிலும் கூட பசித்தோர்க்கு 'உணவிடச் செயல்படுவோம்' (*work to feed the hungry*) என்பன போன்ற முழக்கங்களுடன் செயல் படுகின்றனர்.

ஆசையைவிடப் பெரும் தீ / வெறுப்பைவிடப் பெருங்குற்றம்

/ பிரிவினும் பெருந் துயர் / பசியினும் பெரும் நோய் / இறுதி விடுதலையினும் பேரின்பம் ஏதுமில்லை என்பது பௌத்த முழக்கங்களில் ஒன்று. பசித்துயர் அகற்றல் என்பதை மானுடர்க்கு மட்டுமே பொருத்தி நிறுத்துவதில்லை. பறவைகள், மிருகங்கள் என மன்னுயிர் அனைத்தின் பசி நீக்கலையும் அது ஒரு தர்மமாக ஏற்றது.

அறமெனப் படுவது யாதெனக் கேட்பின்
மறவாது இது கேள் மன்னுயிர்க்கெல்லாம்
உண்டியும், உடையும், உறையுளும் அல்லது
கண்டதில்லை

என அறம் உரைக்கிறது மணிமேகலை.

மணிபல்லவத் தீவில் புத்த பீடிகையை வணங்கித் தன் முற்பிறப்பை உணர்ந்த மணிமேகலையின் முன் தோன்றிய மணிமேகலா தெய்வம் இனி அந்தச் சிறுபெண் மிகப் பெரிய அறப்பணிகளை இம் மண்ணுலகிலும் செய்ய உள்ளாள். அன்று தமிழகத்தில் ஓங்கி நின்ற பல்வேறு சமய சித்தாந்தங்களையும் எதிர்கொண்டு வாதில் வெல்லும் பெரும்பணி அவளுக்குக் காத்திருக்கிறது என்பதை எல்லாம் கணக்கிற்கொண்டு அவளுக்குச் சில அற்புத ஆற்றல்களைத் தந்துதவியது. சிறுமி, பெண், இளையோள் என்றெல்லாம் அவளை வாதுக்கு நிற்போர் எளிதாக நினைத்துவிடக் கூடாது என மாற்று உறு எய்தவும், வானில் பறக்கவும் உரிய மந்திரங்களைத் தந்து அகன்ற அத் தெய்வம் மீண்டும் திரும்பி வந்து,"சிறந்த கொள்கைச் சேயிழை" என அவளை விளித்து, "ஒன்றை மறந்தேன். உடல் என்பது உணவின் பிண்டம்; நான் இப்போது உனக்கருளும் மந்திரம் உன் பசி அறுக்கும்" என அதையும் சொல்லி அகன்றது.

மணிமேகலை அந்த வெண்குன்றங்களையும், பூஞ்சோலைகளையும் வியக்கத் துவங்குகையில், 'யார் நீ' என்றவாறு அங்கு தோன்றியது இன்னொரு தெய்வம். அது தீவ திலகை. இந்தக் கேள்வியை இப்போது எதிர்கொள்கிறவள் நாம் இந்தக் காப்பியத் தொடக்கத்தில் கண்ட சிறுமி மணிமேலை அல்லள். இதற்குள் அவள் பல்வேறு அனுபவங்களைப் பெற்றுவிட்டாள். தன் முற்பிறப்பையும் எதிர்காலக் கடமைகளையும் உணர்ந்துவிட்டாள். தீவ திலகைக்கு அவள் அளிக்கும் பதிலில் அந்த முதிர்ச்சி தெறிக்கிறது.

சொல்வாள்: "யார் நீ என்கிறாய். எந்தப் பிறப்பில்? சென்ற பிறப்பில்

நான் ராகுலன் என்பானின் மனைவி இலக்குமி; இப்போது இப்பிறவியில் ஆடற் கணிகை ஈன்ற மணிமேகலை...”

அதற்கு, “இரத்தின தீபத்தில் (இலங்கைத் தீவின்) உள்ள சமந்த மலையில் (சிவனொளி பாதமலை எனப்படுவது) அமைந்துள்ள புத்தபிரான் பாத பீடிகையை வணங்கி வந்தவள் நான். தேவர் தலைவனின் ஆணைக்கிணங்க இந்தப் பீடிகையைக் காவல் காக்கும் பேறுடையேன்....” எனத் தீவ திலகை தன்னை அறிமுகம் செய்து கொள்கிறது. தொடர்ந்து, “தருமத் தலைவன் புத்த தேவனின் அறமொழிகளில் பிறழாத நோன்பினர் மட்டுமே இந்த பாத பீடிகையைக் கண்டு தொழும் பேறு பெறுவர்.

இந்தக் கோமுகிப் பொய்கையில் புத்தபிரான் தோன்றிய ஒவ்வொறு விசாகப் பௌர்ணமி அன்றும் ஆபுத்திரனின் கைகளில் இருந்த பெருமைக்குரிய அப்பாத்திரம் வெளித் தோன்றும். இன்று அந்த நாள். அந்தப் பாத்திரத்தில் பெய்யப்படும் உணவு அள்ள அள்ளக் குறையாமல் பெருகும் தகைமை உடைத்தது அது. அதன் பெருமைகளை அறவணரிடத்திலிருந்து நீ அறிவாய்’ எனக் கூறியதும் மணிமேகலை எழுந்து ஆவலுடன் பொய்கையை வணங்கி நின்றாள்.

அப்போது அந்த அற்புதம் நிகழ்ந்தது. அப்பொய்கையினின்று மேலெழுந்த அமுதசுரபி வலஞ்செய்து நின்றிருந்த மணிமேகலையின் கைகளைச் சென்றடைந்தது. மனம் பொங்கி நின்ற அன்னை மணிமேகலை;

> மாரனை வெல்லும் வீர நின்னடி!
> தீநெறிக் கடும்பகை கடிந்தோய்! நின்னடி!
> பிறர்க்கறம் முயலும் பெறியோய்! நின்னடி!
> துறக்கம் வேண்டாத் தொல்லோய்! நின்னடி!
> எண்பிறக் கொழிய இறந்தோய்! நின்னடி!
> கண்பிறர்க்கு அளிக்கும் கண்ணோய்! நின்னடி!
> தீமொழிக்கு அடைத்த செவியோய்! நின்னடி!
> வாய்மொழி சிறந்த நாவோய்! நின்னடி!
> நாகர் துயர்கெட நடப்போய்! நின்னடி!
> உரகர் துயரம் ஒழிப்போய்! நின்னடி!
> வணங்குதல் அல்லது வாழ்த்தலென் நாவிற்கு அடங்காது!

எனத் துதித்து அந்த அமுதசுரபியை ஏற்றனள் அன்னை மணிமேகலை.

இல்லாதோர் பசி நீக்கும் அள்ள அள்ளக் குறையாத அமுத சுரபி எனும் இம் மானுடக் கற்பனை உலக இலக்கியங்களிலோ இல்லை உலக அற்புதங்களிலோ வேறெங்கும் காணக் கிடைக்காத பேரற்புதம். இதைவிடப் பிரம்மாண்டமான பேரழிவு மற்றும் மகத்தான கற்பிதங்களை எல்லாம் எத்தனையோ புராணங்களிலும் தொன்ம இலக்கியங்களிலும் கண்டிருக்கலாம். ஆனால் இப்படிப் பசித்தோர் துயர் நீக்க ஒரு தருமப் பாத்திரத்தை பௌத்தமன்றி வேறெதுவும் கற்பித்ததில்லை.

பசிப்பிணி எனும் பாவி! ஓ! அதுதான் எத்தனை கொடிது! அது கொண்டோரின் குடிப்பிறப்பழிக்கும், நற் பண்புகளைக் கொல்லும். வாழ்வின் ஆதாரமாக விளங்கும் கல்வி எனும் பற்றுக் கோட்டையும் அகற்றும். நாணம், மானுட மேன்மை எல்லாவற்றையும் சிதைக்கும். அழகிய மனைவியுடன் பிறர் இல்லத்திற்குச் சென்று யாசகத்திற்கென ஒருவரை நிற்க வைக்கும். புல்லும் பொசுங்கும் கொடும் பஞ்சத்தில் விசுவாமித்திரன் போன்ற ஓர் முனிவனையே நாய்க்கரியைத் தின்ன வைக்கும்!

திருப்பிச் செய்யும் சக்தி உடையோருக்கு அளிப்பது பெரிதன்று. அது அறத்தை விலை பேசுவதற்கு இணையாகும். ஆற்ற இயலா மக்களின் அரும்பசி அகற்ற முனைவோரே மெய்யான அறவாழ்வை மேற்கொள்பவராவார். அப்படியானவர்களே உண்டி கொடுத்தோர் உயிர் கொடுத்தோர் எனப் போற்றுதலுக்கு உரித்தோர். அத்தகைய உயிர்க் கொடைக்கான உயிர் உடையவள் ஆயினை எனத் தீப திலகையும் மணிமேகலையை வாழ்த்தினாள்.

இந்த நாவலந் தீவத்தில் நல்லறம் விதைத்து நற்பயன் கண்டோரின் இல்லின் கண் கிழிந்த ஆடையுடனும், துன்புறுத்தும் பெரும் பசியுடனும், மழை அல்லது வெயில் என எதையும் பொருட்படுத்தாமல் முற்பிறவியில் தாங்கள் அறமற்ற வாழ்க்கை வாழ்ந்தமைக்காக வருந்திப் பிச்சைக்கு நிற்போர் அல்லர். தம் குழந்தையின் வாடிய முகத்தைக் கண்டதும் வருந்திப் பால் சுரக்கும் தாய் முலை போல உணவைச் சுரப்பதுதுதான் இந்த அரும்பாத்திரம். அதைக் காண விருப்பம் உடையேன் நான். எனக் கூறி தீவ திலகையின் அடி வணங்கி. பீடிகையை வலம் வந்து தொழுது, விடை பெற்று, வான்வழி பறந்து, ஏழுநாள் ஆகியும் மகளைக் காணோமே எனக் கலங்கிக் காத்திருந்த அன்னையை அடைந்து அவளது முற்பிறப்பையும் சொன்னாள் மணிமேகலை.

மாதவி, சுதமதி எல்லோரும் அமுதம் சுமக்கும் அப் பாத்திரத்தை வணங்கி அறவணரைத் தொழச் சென்றனர்.

அறவணரிடம் அனைத்தையும் பகிர்ந்துகொண்ட மனிமேகலை அவரை அறம் உரைக்க வேண்டினள். இவ்வூரில் இன்னும் பல ஏது நிகழ்ச்சிகள் நடக்க உள்ளன, அதற்கு முன் அத்தகைய அற உறைகள் பொருந்தாதெனக் கூறிய அறவணர், "மாதவி, சுதமதி இருவரும் புத்தபிரான் திருவடி தொழுது தொடர் வினை நீக்குவர்" என ஆசி அருளினார். அதோடு மக்களுக்கு மட்டுமின்றி தேவர்க்கும் ஏதேனும் ஒரு பொது அறம் இருக்குமாயின் அது பசிப்பிணி அகற்றல்தான் என அறவணர் வழியாகப் பசி அகற்றுதல் என்பதைத் தேவர்க்கும் கடமை ஆக்குகிறது மணிமேகலைக் காப்பியம்.

அடுத்து அறவணர் வழியாக நமக்கு உரைக்கப்படும் ஆபுத்திரன் வரலாறு இந்த அத்தியாயத்தின் தொடக்கத்தில் குறிப்பிட்டவாறு மணிமேகலையின் இரட்டைப் பிரதியியல் நுட்பத்தை *(textual strategy)* விளங்கிக்கொள்ள உதவும். அதாவது ஒரு பக்கம் பௌத்த அறத்தை விளக்கும்போதே இன்னொருபக்கம் வைதீக அணுகல் முறைகளை எதிர்த்தும் அது கதையாடும் பாங்கு சுவையான ஒன்று. ஆபுத்திரன் கதை இதற்கு விரிவான களம் அமைத்துத் தருகிறது,

காசியில் வசித்திருந்த அபஞ்சிகன், சாலி எனப்படும் ஒரு பார்ப்பனத் தம்பதியரின் மகன்தான் ஆபுத்திரன். சாலி கற்பில் பிறழ்கிறாள். பாவம் நீங்க குமரியில் நீராடித் திரும்பும் வழியில் ஆபுத்திரனைப் பெறுகிறாள். அந்த 'பாவச்' சுமையை' இரக்கமின்றி அங்கேயே விட்டகல்கிறாள். பசியில் கதறிக் கிடந்த அந்தத் தாயற்ற குழந்தைக்கு இறங்கிய பசு ஒன்று அக்குழந்தையை நாவால் நக்கி, வாயில் பாலையும் பொழிந்தது. இப்படி ஒரு வார காலம் அக் குழந்தையைப் பாலூட்டி வளர்த்தது அப்பசு. அதனால் அக்குழந்தை 'ஆபுத்திரன்' ஆனான் என்பதை அறிவோம்.

அப்போது அவ்வழியே ஒரு பார்ப்பனத் தம்பதி வந்தனர், வயனங்கோடு எனும் ஊரைச் சேந்த இளம்பூதி எனும் அந்தப் பார்ப்பனன் குழந்தையின் அழுகுரலைக் கேட்டு அள்ளி, இவன் ஆமகன் அல்லன் இவன் என் மகன் என்று கூறிக் கண்ணீர் சிந்தி அக்குழந்தையைத் தன் வீட்டிற்குக் கொணர்ந்து வளர்த்தான்,

அந்தப் பார்ப்பனத் தம்பதியால் இப்படி அன்புடன் வளர்க்கப் பட்ட ஆபுத்திரனுக்கு முப்புரிநூல் அணிவிக்கும் முன்பாகவே அனைத்து வேத மந்திரங்களும் சொல்லிக்கொடுக்கப்பட்டன. ஆபுத்திரனும் அனைத்தையும் கற்றுத் தேர்ந்தான், ஒருநாள் ஆபுத்திரன் அந்த ஊரில் இருந்த அந்தணன் ஒருவன் வீட்டிற்குச் செல்ல நேர்ந்தது. ஆங்கே வேள்வியில் பலியிடவென ஒரு பசு மாலை சூட்டப்பட்டு நிறுத்தப்பட்டிருந்தது. தன்னிலை உணர்ந்த பசுவின் கண்களில் நீரைக் கண்ட ஆபுத்திரன் நெஞ்சு நடுக்குற்று நெடுங் கண்ணீர் முகிழ்த்தது. இப்பசுவைத் துயரிலிருந்து விடுவிப்பேன் என முடிவுசெய்து நள்ளிரவில் யாரும் அறியாமல் அப் பசுவைக் கொண்டு செல்வேன் எனக் கூறி அவ்வாறே செய்யவும் செய்தான்.

கற்கள் நிறைந்த பாதை வழியே அந்தப் பசுவை கடத்திச் செல்லும்போது தேடிவந்த பார்ப்பனர்கள் ஆபுத்திரனைக் கோலால் அடித்து, “இப்படிப் பசுவைக் கடத்திச் செல்ல நீ ஒன்றும் நீச குலத்தில் பிறந்தவன் அல்ல. நிகழ்ந்ததைச் சொல்லடா புலைச் சிறு மகனே!” எனத் தாக்கியது மட்டுமின்றி அவனைச் சாதி விலக்கு செய்யப் போவதாகவும் அறிவித்தனர். அப்போது அந்த நற்பசு சீறிப் பாய்ந்து அப் பார்பனனைக் கொம்பால் குத்திக் கிழித்துக் காட்டிடை ஓடித் தப்பித்தது.

மணிமேகலை காப்பியத்தில் பதிந்து கிடக்கும் அருங்கதைகளில் ஒன்று இது.

(அடுத்து ஆபுத்திரன் ஊடாக பௌத்தம்
முன்வைக்கும் கருத்துக்கள்)

8. "யார் பிராமணன்? யார் தீண்டத்தகாதவன்?" எனக் கேட்ட புத்தன்

காப்பிய இலக்கணங்களுக்குச் சற்றும் குறையாமலும், தமிழ் மரபுத் தொடர்ச்சி அறுபடாமலும், தமிழ் மற்றும் தமிழக வரலாற்றில் ஒரு குறிப்பிட்ட காலகட்டத்தில் நடைபெற்ற தத்துவ விசாராங்களுக்கு ஒரு முக்கியமான ஆதாரமாகவும் விளங்குகிற பெருங்காப்பியமான மணிமேகலையை இறுக்கமான தமிழ்ச் சைவ மரபில் வந்த சுவாமிநாத தேசிகர், சிவஞான சுவாமிகள், மீனாட்சி சுந்தரம் பிள்ளை முதலானோர் புறக்கணித்ததை இன்று புரிந்துகொள்ள முடிகிறது. ஆனால் சென்ற நூற்றாண்டிலும், அதற்குச் சற்று முந்தைய கால கட்டத்திலும் இங்கு உருவான தமிழ்ப் பற்றும் தமிழகம், தமிழ்நாடு என்கிற அடிப்படையில் உருவான அரசியல் எழுச்சியும் கூட அதைக் கண்டுகொள்ளாதது ஏன்? சிலப்பதிகாரத்தைக் கொண்டாடிய சிலம்புச் செல்வர்களின் கண்களில் மணிமேகலை ஒரு பொருட்டாகாதது எப்படி?

இவர்கள் அனைவரின் அரசியற் செயற்பாடுகளின் ஊடாக இங்கு உருவான தமிழ் உணர்வெழுச்சியும் அது கட்டமைத்த தமிழ் மரபும் மிக இறுக்கமாகச் சைவ மரபுடன் பிணைக்கப்பட்டிருந்தது என்பது முதற்காரணம். சைவ மரபுக்கும் வைதிக மரபுக்கும் பெரும் வேறுபாடு இல்லை என்பதையும் நாம் இந்தத் தருணத்தில் மனம்கொள்ள வேண்டும்.

இங்கு மீண்டும் ஒரு கேள்வி எழுகிறது. வைதிக மரபுக்குள் எளிதில் அடக்க இயலாத திருக்குறள், சிலப்பதிகாரம் ஆகியவற்றை ஏற்றுக்கொண்டவர்களும், உயர்த்திப் பிடித்தவர்களுங்கூட மணிமேகலையை ஒதுக்கியதேன்?

மணிமேகலை அவர்களால் செரித்துக்கொள்ள இயலாத பல அம்சங்களைக் கொண்டிருந்ததுதான் இதன் அடிப்படை. ஒரு பெண்ணுக்கு காப்பிய மரபில் அளிக்கப்படும் பாத்திர இலக்கணங்களை முற்றிலும் மீறியவள் மணிமேகலை. காதல், பிரிவு, கணவனைத் தொழுதெழும் கற்பு, இல்வாழ்க்கை, தாய்மை என்கிற வழமையான பாத்திர மரபு மணிமேகலையில் தலைகீழாகக் கவிழ்க்கப்படுகிறது. காப்பிய நாயகியின் லட்சியம் இல்லறம் அல்ல. இங்கு காப்பியத்தின் பெயரே "மணிமேகலைத் துறவு" என்பதுதான்.

எனினும் மணிமேகலை காப்பியம் ஒரு இளம் பெண் துறவை நோக்கிப் பயணித்து அதன் இலக்கை எட்டுவதைச் சொல்வது மட்டுமல்ல. அதற்கும் மேலாக அது தன் கொள்கையை ஒவ்வொரு கணமும் பறைசாற்றிக் கொண்டுள்ளது. வாசிப்போர்களைத் தன் கொள்கையை நோக்கி ஈர்க்கிறது. அவ்வகையில் காப்பியம் என்பதற்கும் அப்பால் அது அறநூல்களைப்போல ஒரு "போதனைப் பாத்திரத்தையும்" *(didactic role)* எடுத்துக்கொள்கிறது. காப்பியத்துக்குள் பதிக்கப்பட்டுள்ள பதினாறு உட்கதைகளும் பௌத்தத்தின் அடிப்படை அறங்கள் ஒவ்வொன்றையும் விளக்கும் முகமாக அமைந்துள்ளன என்பது இத்தொடரில் முன்பே வலியுறுத்தப்பட்டது. இந்தக் கதைகள் வெறும் நீதிக் கதைகளாக முற்றுப்பெறுவதில்லை. அவை வெளிப்படையாகத் தம் நிலைப்பாட்டின் அறத்தை வலியுறுத்துகிற நேரடியான தர்க்கங்களாகவும் அமைகின்றன. இறுதியில் காப்பியம் அந்த தர்க்கங்களின் ஊடாகத் தன் கொள்கையை நிறுவி அமைகிறது.

இப்படியான ஒரு விவாத, தர்க்க மரபு என்பது பகவான் புத்தரின் காலத்திலிருந்தே தொடங்குகிறது. புத்தர் அவதரித்த அக்கால கட்டம் கங்கைச் சமவெளியில் மிகப் பெரிய விவாதங்கள் நடந்து கொண்டிருந்த ஒன்று. புத்தர் எங்கோ ஓரிடத்தில் ஆசிரமம் அமைத்து தர்க்க சாத்திரம் அல்லது தத்துவ விளக்கம் எதையும் எழுதிக்கொண்டிருக்கவில்லை. மாறாக அப்படியான ஒரு மயிர்

பிளக்கும் தத்துவ விசாரங்களுக்குள் அவர் தன்னை எந்நாளும் சிறைப்படுத்திக் கொண்டதில்லை. அவருக்கு நிரந்தரக் குடில் ஏதும் இருந்ததுமில்லை. அவர் ததாகதர். இவ்வழியே வந்தவர், இப்படியே போனவர். தன் வழிகளில் சந்தித்தவர்களிடத்தும், தானே தேடிச் சென்றும் அவர் மற்றவர்களுடன் தன் கருத்துகளை முன்னிறுத்தி வலியச் சென்று வாதிட்டார். அந்த வாதங்களின் இறுதியில் அவருடன் வாதிட்டவர்கள் அவர் வசப்பட்டனர்.

அவருடைய அந்த விவாதங்கள் அவருக்குப் பல ஆண்டுகளுக்குப் பின் அவர் வழி வந்தோரால் கூடை கூடைகளாகத் தொகுக்கப்பட்டன. இப்படியான தொகுப்புத்தான் 'திரி பிடகம்'. "மூன்று கூடைகள்" என இதை மொழியாக்கலாம். அன்று கங்கைச் சமவெளியில் இத்தகைய வாதங்களுக்கு வாய்ப்பிருந்தது. புத்தருக்குப் பிந்தைய அறுநூறு ஆண்டுகளுக்குப் பின்தான் பிக்குகளின் தலைக்கு விலை அறிவிக்கப்பட்டு அவர்கள் கொன்று குவிக்கப்பட்டனர். புத்தர் வாழ்ந்த காலத்தில் மாற்றுக் கருத்துகளுக்கு மதிப்பிருந்தது. பழங்குடி மரபுகளின் ஊடாக உருவாகிக்கொண்டிருந்த அதிகாரங்களும் அவற்றை மதித்தன.

புத்தரின் காலத்தில் முக்கிய விவாதப் பொருளாக இருந்தவை ஆன்மா, பிரும்மம், கர்மவினை, வருணம், வேள்விகள் முதலானவற்றின் இருப்பு மற்றும் நியாயப்பாடுகள்தான். புத்தர் இவை அனைத்திலும் அன்றைய வேத விற்பனர்களின் கருத்துக்களிலிருந்து முற்றிலும் வேறுபட்டு நின்றார். அவருடைய அணுகல் முறை என்பது நேரடியாகச் சென்று வாதுக்கு அழைத்து அவர்களைச் சிந்திக்க வைத்துச் சரியான திசைக்கு அவர்களை ஈர்ப்பது என்பதாக இருந்தது. எடுத்துக்காட்டாக திரிபிடகத் தொகுப்பு நூல்களில் ஒன்றான 'சுத்த நிபாதத்தில்' உள்ள 'வசல சுத்தம்', 'வாசேட்ட சுத்தம்' ஆகிய சுத்தங்களைச் சொல்லலாம். சூத்திரம் என்கிற சமஸ்கிருதச் சொல்லுக்கு இணையான பாலி மொழிச் சொல்தான் 'சுத்தம்' என்பது.

வசல சுத்தம் என்பது குறித்து முன்பே பகிர்ந்துள்ளேன். புத்தருக்கும் அக்கிக பரத்வாஜன் என்கிற ஒரு வேத விற்பனனுக்கும் நடக்கும் விவாதத்தைச் சொல்வதுதான் அது. மிகப் பெரிய வேள்வி ஒன்றுக்கு பரத்வாஜனும் அவனது சீடர்களும் தயார்நிலையில் இருப்பார்கள். புத்தர் அவனை நோக்கிச் செல்வார். திடுக்கிட்ட பரத்வாஜன்

அவரை நோக்கி. "வசலா நில்!" என்பான். 'வசலன்' எனில் 'தீண்டத் தகாதவன்' எனப் பொருள். புத்தர் நில்லாமல் அவனை நோக்கி நடப்பார். "தீண்டத் தகாதவன் எனவும் பிராமணன் எனவும் எப்படி மனிதர்களை வேறுபடுத்த இயலும்? இருவரும் ஒரே மாதிரி பிறக்கிறார்கள், சாகிறார்கள். பின் எப்படி இருவரையும் அடையாளப் படுத்துகிறாய்?" எனக் கேட்டு பிறப்பினால் யாரும் தீண்டத் தகாதவர்களாகவோ இல்லை உயர்ந்தவர்களாகவோ ஆவதில்லை என முடிப்பார். புத்தர் எழுப்பிய கேள்விகளுக்குப் பதிலளிக்க இயலாத பரத்வாஜன் தன் சீடர்களுடன் பௌத்தம் தழுவுவான். அந்த வேள்வியும் நிறுத்தப்படும். வேள்வியில் பலி ஆகவிருந்த எண்ணற்ற பசுக்கள், குதிரைகள் முதலான உயிர்களும் மரணத்திலிருந்து விடுவிக்கப்படும்.

வாசேட்ட சுத்தம் என்பது இரு பிராமணர்களுக்கிடையே ஏற்படும் விவாதத்தில் தொடங்குகிறது. பிராமணன் என்கிற தகுதி ஒருவருக்கு எவ்வாறு ஏற்படுகிறது என்பது கேள்வி. பிறப்பினால் என்கிறார் ஒருவர். இல்லை பிறப்பு எவ்வாறாயினும் செய்யும் நற் செயல்களாலேயே ஒருவன் பிராமணன் எனும் தகுதியைப் பெறுகிறான் என்கிறார் மற்றவர். சாக்கிய முனி இதுகுறித்து என்ன சொல்கிறார் என அறிய அவரிடம் இருவரும் வருவார்கள். பிறப்பால் யாரும் உயர்வோ தாழ்வோ அடைவதில்லை என்பதைப் புத்தர் அவர்களுக்குப் புரிய வைப்பார்.

பிறவியினால் வருணங்களும் தீண்டாமை முதலானவையும் தீர்மானிக்கப்படுதல், வேள்விகள் மூலம் உயிர்க் கொலைகள் புரிந்து ஒருவர் விடுதலை அடைதல் என்கிற அன்று ஓங்கியிருந்த, இரண்டு அடிப்படையான வைதிக நெறிகளையும் எதிர்த்து நின்ற வகையில் பௌத்தம், சமணம், ஆஜீவகம் முதலான அவைதிக நெறிகள் வைதிகத்திலிருந்து வேறுபட்டு நின்றன. அதை ஒட்டி பௌத்தம் ஆன்மா, கர்ம வினை முதலான அனைத்து வைதிக நம்பிக்கைகளுக்கும் முற்றிலும் எதிரான மாற்றுச் சிந்தனைகளை முன்வைத்தது. வைதிகத்தின் 'ஆத்மன்' என்கிற கருத்தாக்கத்திற்கு மாற்றாக பௌத்தம் 'ஆத்மா அல்லாதது' என்கிற பொருள்படும் 'அனாத்மன்' என்கிற கருத்தாக்கத்தை முன்வைத்தது. பிறவிப் பெருங்கடலைக் கடக்க வேள்விகள் இயற்றல், இறைவனுக்கு அடிமையாதல் (பக்தி நெறி) முதலான வைதிகம் முன்வைத்த வழிமுறைகளையும் பௌத்தம் முற்றிலுமாக நிராகரித்தது. அறவாழ்வு

ஒன்றே இறுதி விடுதலையை நோக்கி ஒருவரை நகர்த்த வல்லது என்று அது வலியுறுத்தியது. அந்த அடிப்படையிலேயே ‘பஞ்ச சீலம்’, ‘தச சீலம்’, ‘எண்வழிப் பாதை’ முதலான அறக்கோட்பாடுகள் பௌத்தத்தால் முன்வைக்கப்பட்டன. ‘ஆன்மா அழியாதது’ என்கிற வைதிகக் கருத்தை ‘அனைத்தும் மாறிக்கொண்டுள்ளது; எதுவும் நிரந்தரமில்லை’ என எதிர்கொண்டது பௌத்தம்.

அன்று கங்கைச் சமவெளியெங்கும் வேள்விகளின் ஊடாக ஏராளமான பசுக்கள், குதிரைகள், உயிரினங்கள், உணவு தானியங்கள் எல்லாம் பாழாக்கப்பட்டுக்கொண்டிருந்ததை எதிர்த்த மாபெரும் இயக்கமாக அவைதிக மதங்கள் உருப்பெற்று நின்றன. மக்களின் மிகவும் அடிப்படையான இச் செல்வங்கள் இவ்வாறு வீணடிக்கப்பட்டு, அதன் விளைவாகப் பசிப்பிணியால் மக்கள் செத்து மடிவதை பௌத்தம், சமணம் முதலான சிரமண மதங்கள் முழுமையாக எதிர்த்து நின்றன .

வேள்விகளில் உயிர்க்கொலை செய்வோர் பிராமணர்கள் இல்லை என்றால் பின் யார்தான் பிராமணர்களாக இருக்க இயலும் என்கிற கேள்வி புத்தர் முன் வைக்கப்பட்டபோது, அப்படியானவர்கள் குறித்து புத்தர் சொன்னது:

“...வேள்விச் சடங்கிலே அவர்கள் என்றும்
ஆடு மாடுகளை உயிர்ப் பலியாய்க் கொடுத்ததில்லை.
தாய், தந்தை, சகோதரர் மற்றும்
இதர எல்லா சொந்தங்களையும் போலவே
ஆடு மாடுகளும் நமது தலைசிறந்த சொந்தங்களாகும்
என்றே அவர்கள் கருதினர்.
ஏனெனில் பசிப்பிணியை நீக்கும் பல அரிய பொருள்களை
அவை நமக்கு வழங்குகின்றன.

“நல்ல வாழ்க்கையையும் உடல் வலிமையையும்
நல்ல உடல் வண்ணத்தையும், ஆரோக்கியத்தையும்
மகிழ்ச்சியையும் அவை நமக்கு வழங்குகின்றன.
இந்த உண்மைகளை உணர்ந்தவர்களாய்
அவர்கள் என்றும் ஆடு மாடுகளைக் கொன்றதில்லை.

“எது செய்யப்பட வேண்டியது
எது செய்யத் தகாதது என்று உணர்ந்தவர்களாய்

> அந்த பிராமணர்கள் தம்மம் காட்டிய வழியில் செயல்பட்டார்கள்".

(சுத்த நிபாதம், 'பிராமண தம்மிக சுத்தம்' மொழியாக்கம்: ஓ.ர.ந. கிருஷ்ணன் *etal.*).

பிறவியினால் யாரும் பிராமணரும் ஆவதில்லை: தீண்டத்தகாதவரும் ஆவதில்லை. இடைப்பட்ட நிலைகள் என்றும் ஏதுமில்லை. பிராமணர் என்பதை ஒரு உயர்நிலை எனக் கொண்டோமானால் உயிர்க் கொலை புரியாது, அற வாழ்வை மேற்கொள்கிற யாரும், ஆம் யாரும் பிராமணர் ஆகலாம். அவ்வளவுதான்.

பௌத்தத்தின் இந்த தர்க்க மரபு, அதாவது தர்க்கத்தின் ஊடாக மாற்றுக் கருத்துக்களை முறியடித்து அவற்றினிடத்தில் அறம் சார்ந்த அணுகலை முன்வைக்கும் மரபு மணிமேகலை காப்பியம் முழுமையும் விரவிக் கிடக்கிறது. எதிர்க் கருத்துக்களை வாதுக்கு அழைத்து முறியடிப்பது என்கிற அடிப்படையில் மணிமேகலை மட்டுமின்றி நீலகேசி, குண்டலகேசி முதலான அழிந்துபட்ட, அல்லது அழிக்கப்பட்ட அவைதிகக் காப்பியங்களும் இப்படிப் பிற தமிழ் இலக்கியங்களிலிருந்து வேறுபட்டு நிற்பதும் குறிப்பிடத் தக்கது. இங்கொன்றை நாம் சிந்தித்தல் தகும். நம் நெஞ்சை அள்ளும் சிலப்பதிகாரம் அப்படித் தன்னை உறுதியாக அடையாளம் காட்டி மாற்றுக் கருத்துக்களை முறியடிக்க முனைந்ததில்லை. 'முத்தமிழ்க் காப்பியம்' எனச் சொல்லி யாரும் அதனைத் தங்களின் கருத்துக்கு ஏற்றதாக முன்வைத்துவிடும் வாய்ப்பு உண்டு. ஆனால் மணிமேகலையை அப்படி யாரும் உரிமை கோரிவிட இயலாது. நமது சிலம்புச் செல்வர்களுக்கும் குறள் பித்தர்களுக்கும் மணிமேகலை பிடிக்காமற்போனது வியப்பல்ல. நீலகேசிக்கும் குண்டலகேசிக்கும் நேர்ந்த அழிவு மணிமேகலைக்கு நிகழாமற்போனதுதான் உண்மையில் வியப்பு. சாத்தனாரின் ஆழமான கூறிய அணுகல்முறை இதில் முக்கியப் பங்கு வகிக்கிறது.

சாத்தனாரின் மணிமேகலை காப்பியத்தில் விரிவாக இடம்பெறும் ஆபுத்திரன் வரலாறு பல்வேறு கோணங்களில் அவைதிக மரபில் வைத்துப் பார்க்கத்தக்கதாக உள்ளது. பிறவி அடிப்படையில் பெருமை அல்லது சிறுமை என்பதை அது தகர்த்துத் தூளாக்குகிறது. மணிமேகலை காப்பியத்தின் அடிநாதமாக அமையும் 'பசிப்பிணி அகற்றல்' என்பதை அது சாத்தியப்படுத்துகிறது, அள்ள அள்ளக்

குறையாது அமுதைப் படைக்கும் அந்த அமுதசுரபி இந்த ஆபுத்திரன் மூலமாகத்தான் மணிமேகலையை வந்தடைகிறது என்பதைக் கண்டோம். பசித்தோர் துயர் தீர்க்கும் இந்த தெய்வீகப் பாத்திரம் யார்மூலம் காப்பிய நாயகிக்குக் கிடைக்கிறதோ அந்த ஆபுத்திரன் ஒரு 'அப்பன் பெயர்' தெரியாத பிள்ளை. கடைசிவரை சாத்தனார் ஆபுத்திரனின் தாய் ஒரு கற்பு நெறி பிறழ்ந்த பார்ப்பனி என்று மட்டுமே சொல்கிறாரே ஒழிய தப்பித் தவறிக் கூட அவனது தந்தையின் பெயர் குறித்தோ இல்லை அவன் வருணத்தையோ குறிப்பிடுவதில்லை. பௌத்தத்தைப் பொறுத்தமட்டில் அது அனாவசியம்; தேவையற்ற தரவு. ஆனால் வைதீகர்களைப் பொருத்த மட்டில் அதுதான் முக்கியமாகிறது. அதைக் கொண்டே அவனை வீழ்த்த முயல்கின்றனர். ஆனால் அது அத்தனை எளிதாக இல்லை. அவர்கள் பரிதாபமாகத் தோற்கத்தான் முடிகிறது.

அவர்கள் மட்டுமா? ஆபுத்திரனைச் சரிகட்ட வந்த தேவர் கோமான் இந்திரனும் அவனிடம் தோற்றோடிப் போகிறான். ஆம். வைதிக நெறிப்படி இவ்வுலகில் மானுடர் யாரொருவராலும் அறமும் தவமும் செழிக்குமாயின் அதற்கு ஒரு முடிவு கட்டும் பொறுப்பு இந்திரனுடையது. அப்படியான நிலையில் அவனைத் தாங்கி இருக்கும் பாண்டு கம்பளம் நடுக்குறுமாம். உடனடியாக இந்திரன் இவ் உலகிற்கு வந்து அந்த அறவாணனுக்கு வேண்டியது என்ன எனக் கேட்டு அருள் புரிவான். அதன் மூலம் பயன் கருதாத சேவை என்பது பயனுக்குரிய ஒரு சேவை என்பதாக ஆக்கப்படும். அதன் மூலம் அந்த அறச் செயல் அதனுடைய அறத் தன்மையை இழக்கும்.

இறையருள் மூலம் அறச்செயல் என்பது இப்படி அற நீக்கம் செய்யப்படுவது என்பதன் பொருளென்ன? மக்களை எப்போதும் அறமற்றவர்களாக வைத்திருப்பதுதான் இறை ஆட்சிக்கான உத்தரவாதமா?

பௌத்தம் இதை எள்ளி நகையாடுகிறது.

ஆபுத்திரனுக்கு அமுதசுரபி கைவந்த வரலாற்றைச் சற்றுப் பின் காண்போம். அதற்குமுன் ஆபுத்திரனின் ஊடாக வைதிக நம்பிக்கை ஒன்று எள்ளி நகையாடப்படும் வரலாற்றைக் காண்போம்.

அள்ள அள்ளக் குறையாத அமுதசுரபி கொண்டு இப்பூவுலகில் ஒருவன் மக்கள் மத்தியில் பசித் துயர் இல்லாமல் செய்துவருவதைத் தன் பாண்டு கம்பளத்தில் ஏற்பட்ட நடுக்கத்தின் ஊடாக அறியும் இந்திரன் ஒரு முதிய பார்ப்பனனைப்போல வேடமிட்டு அவன் முன் வந்திறங்கி, "இந்திரன் வந்தேன். யாது நின் கருத்து? உன் பெரும் தானத்திற்கு உற்ற பயனைப் பெற்றுக் கொள்வாயாக" என்றவுடன் ஆபுத்திரன் சிரித்தானே ஒரு சிரிப்பு.

வெள்ளை உள்ளத்துப் பிள்ளை ஒன்றைப்போலத் தன் விலா எலும்பு வெடித்துச் சிதறுமாறு சிரித்தான் ஆபுத்திரன் என்பார் சாத்தனார்.

(அடுத்து வேள்வியில் உயிர்கள் கொல்லப்படுவது குறித்து ஆபுத்திரன் வேதியர்களுடன் மேற்கொள்ளும் விவாதம்)

9. இந்திரன் தோற்றான் புத்திரன் வென்றான்

பிராமண மதத்தைச் சிரமண மதங்கள் எதிர்கொண்ட விதம் தனித்துவமானது. ஆன்மா, இறை, வேள்வி முதலானவை குறித்த பிராமணக் கருத்தாக்கங்களைச் சிரமண மதங்கள் முற்றிலுமாக மறுத்தாலும் இந்திய மதங்களுக்கென உருவாகி இருந்த சில பொது நம்பிக்கைகள், கதைகள், கடவுளர்கள் ஆகியவற்றை அவை ஏற்றுக் கொண்டன. ஆனால் அவற்றை பிராமண மதம் எவ்வாறு முன்வைத்ததோ அப்படியாக அல்லாமல் முற்றிலும் எதிராகவும் பல நேரங்களில் தலைகீழாகவும் அவற்றை அவை ஆக்கிய விதம் நுணுக்கமானது மட்டுமல்ல சுவையானதும் கூட.

அப்படி ஏற்றுக் கொண்ட கடவுளர்களில் ஒருவந்தான் இந்திரன். இந்திரனோ தேவர் தலைவன். ஒரு எளிய, யாருமற்ற, பெற்றோர் யாரென அறியாத ஆபுத்திரனை, “மாயிரு ஞாலத்து மன்னுயிர் ஓம்பும் ஆருயிர் முதல்வன்” என இந்திரனுக்குச் சமமாக நிறுத்துகிறார் சாத்தனார். இந்த மாபெரும் உலகில் வசிக்கும் உயிர்கள் அனைத்தின் பசியையும் போக்கும் பெரும்பேறு பெற்றவன் ஆபுத்திரன். அந்தப் பெருமை தேவர் தலைவனுக்குச் சற்றும் குறைந்ததல்ல என்பது கருத்து. “பேராற்றல் மிக்க தேவர்களின் வேந்தனே! மண்ணுலகில் உள்ள எம் போன்றோரில் நல்வினை, தீவினைகளை அங்கிருந்து கொண்டு மதிப்பிடுகிறவர்கள் நீங்கள். தருமம் செய்யும் மக்கள், எளியோரைப் பாதுகாத்திருப்போர், நற்றவம் செய்வோர், பற்றறுக்க முயல்வோர் முதலானோர் வாழும்

உலகு வாய்க்கப் பெறாதவர் நீங்கள்"- எனத் தேவருலகைக் காட்டிலும் இம் மண்ணுலகம் சிறந்தது எனத் தனக்கு வரம் அளிக்க வந்த இந்திரனுக்குச் சொல்வான் அந்த எளியவன்.

"பசித் துயருடன் வந்தோரின் கொடும்பசியைத் தீர்த்து அவர்கள் முகத்தை இனிதாக்கும் பணியே தெய்வம் எனக்குக் காட்டிய வழி. இந்தப் பணிக்குரிய எனக்கு தேவர் கோமான் நீ என்ன தந்துவிட இயலும்? உண்டியா, உடுப்புக்களா, பெண்களா இல்லை என்னைப் பாதுகாக்க யாருமா?" என்றந்தப் பெற்றோர் பெயரறியா இளைஞன் எள்ளி நகையாடியபோது தேவருலகத் தலைவனுக்கு ஆத்திரம் ஏற்பட்டது.

புராண தெய்வங்களுக்கே உரித்தான குயுக்தியும் தந்திரமும் மிக்க இந்திரன் குறுக்கு வழியில் யோசித்தான். இவ்வுலகில் பசி இருந்தால்தானே அதை ஆற்றுவாய். பசியே இல்லாமல் செய்தால்? "இந்த நீணிலம் முழுமையும் நீர் பெருகி வளம் சுரக்க" என ஆணையிட்டு அகன்றான் தேவர் தலைவன். பன்னிரண்டு ஆண்டுகளாக மழையின்றிக் காய்ந்து கிடந்த பாண்டி நாட்டில் பெருமழை பெய்ய அங்கு எல்லா வளமும் சுரந்தது. பசித்தோர் இல்லாத அந்த நாட்டில் அவன் தன் தெய்வ ஆணையை எப்படி நிறைவேற்றுவான்? என்னேரமும் பசித்தோர் நிறைந்திருந்த அவனது அம்பலப் பீடிகை இப்போது சோம்பேறிகள், காமுகர்கள், தூர்த்தர்கள், வம்பு பேசுவோர், சூதாடுவோர் முதலானோரால் நிறைவதாயிற்று.

தன் அம்பலத்தை விட்டு நீங்கிப் பசித்தோரைத் தேடித் திரிந்த ஆபுத்திறன் கேலிக்குரியவன் ஆனான். தன் எல்லாச் செல்வங்களையும் கடலில் பறிகொடுத்தவன் போல அலைந்து திரிந்து கொண்டிருந்த அவனை அப்போதுதான் கப்பலிலிருந்து இறங்கிய சிலர் கண்டு சாவக நாட்டில் *(Jawa)* பெரும் பஞ்சம் நிலவி உயிர்கள் செத்தழிவதைக் கூறினர்.

சாவகம் செல்லும் அக்கப்பலில் ஏறினான் ஆபுத்திரன். வழியில் கடல் சீற்றம் காரணமாக அம்மரக்கலம் மணிபல்லவத் தீவில் நின்றது. இறங்கியவன் ஏறினான் என எண்ணி நள்ளிறவில் அம்மரக்கலம் அகன்றது.

தன்னை விட்டு விட்டு மரக்கலம் அகன்றதை அறிந்த ஆபுத்திரன் துயரம் கொண்டலைந்தான். அள்ள அள்ளக் குறையாத அந்த

அரிய பாத்திரம் பயனற்றுத் தன் கரங்களில் இருப்பதை வெறுத்தான். அங்கிருந்த கோமுகிப் பொய்கையில் அதனை விட்டு, "ஆண்டுக்கு ஒருமுறை இப்பாத்திரம் வெளிப்படட்டும். அருளரம் பூண்டு ஆருயிர் ஓம்பும் யாரும் இங்கு தோன்றும் நாளில் அவர் கைப் புகுவாய்" என அதை வேண்டி உண்ணா நோன்பிருந்து உயிர் துறந்தான்.

கீழ்த் திசையில் தோன்றி மேற்திசையில் மறையும் ஞாயிறுபோல மணிபல்லவத்தீவில் உடலைத் துறந்த ஆபுத்திரன் சாவகத்தில் வாழ்ந்திருந்த மண்முக முனிவன் வளர்த்த பசுவயிற்றில் மீண்டும் பிறப்பெடுத்தான் என்று ஆபுத்திரன் வரலாற்றையும் அதன் பின் அந்த தெய்வப் பாத்திரம் மணிமேகலையை வந்தடைந்ததையும் விளக்குவார் அறவணர். இப்போது ஆபுத்திரனை வயிற்றில் ஏந்திய பசுதான் தன் முற்பிறப்பில் அவனுக்குப் பாலூட்டிய பசுவும் கூட. பசு ஈன்ற அம்மகவைப் பிள்ளைப் பேறற்ற சாவக மன்னன் ஏந்தி வளர்த்து அரசன் ஆக்குவான். இவ்வாறு இப்பிறவியில் ஆபுத்திரன் சாவக நாட்டின் அரசனான வரலாற்ரைச் சொல்லி முடிப்பார் அறவணர்

அப்போது சோழ நாட்டில் பெரும் பஞ்சம். இந்நிலையில் அள்ள அள்ளக் குறையாத அமுதசுரபியை வீணே வைத்திருத்தல் ஆகாது என அரும்பசி ஆற்ற மணிமேகலையை ஆயத்தப்படுத்தி அகல்வார் அறவணர்.

மதுமலர்க் குழலி என இக் காவியத் தொடக்கத்தில் நமக்கு அறிமுகம் செய்யப்பட்ட அச்சிறுமி துறவு கோலத்துடனும் கையில் அமுதசுரபியுடனும் வீதியில் இறங்கினாள். அது அம்மக்களுக்குப் பேராச்சரியத்தை அளித்தது. கூடிய மக்களில் சிறியோர், அவளது அழகில் ஈர்ப்புற்றோர், காமுகர் எனப் பல திறத்தாரும் இருந்தனர் என்கிறார் சாத்தனார்.

அப்படி நின்றவருள் என்ன உண்டாலும், எத்தனை உண்டாலும் தீராப்பசி எனும் நோயுடைய காயசண்டிகையும் ஒருத்தி. வடதிசைப் பிறந்து தென் திசை அடைந்து பொதியமலையில் தவமிருந்த ஒரு முனிவனின் சாபத்தால் இந்தக் கொடிய நோயை அடைந்தவள் அவள். அப்படியான சாபம் பெற்றதற்கும் அவளது பழ வினையே காரணம்.

மணிமேகலை ஒரு பௌத்த காவியமாயினும் இந்தியத் துணைக் கண்டத்தில் புத்தர் வரலாற்றுடன் இணைந்த புனிதத் தலங்களான லும்பினி, புத்தகயா முதலானவை காப்பியத்தில் இடம் பெறுவதில்லை. முற்றிலும் இன்னொரு புதிய புத்த வெளி ஒன்று இங்கு கட்டமைக்கப்படுகிறது. தென்னிந்தியா, இலங்கை, சாவகம் முதலான தென் கிழக்காசியா என்றொரு புதிய புத்த பிரபஞ்சம் ஒன்று அறிமுகப்படுத்தப்படுகிறது. தென்கிழக்காசியா என்பது பௌத்தத்தை ஏற்றுக் கொண்ட நிலப்பகுதியாக உருப்பெற்ற காலம் அது. இன்றும் அங்கு பௌத்தம் என்பது அதற்கே உரிய வடிவில் முக்கிய மதமாக உள்ளதை அறிவோம்.

'பொதியில்' எனும் பொதியமலை அகத்தியருடன் இணைத்துப் பேசப்படும் ஒன்று. அகத்தியர் முதன் முதலில் தமிழ் இலக்கியத்தில் தோன்றுவதும் மணிமேகலையில்தான். பரிபாடலிலும் அகத்தியர் உண்டெனினும், அதுவும் சங்க இலக்கியங்களிலேயே மிகவும் பின்னுக்கு வந்த ஒன்றுதான். 'பொதியில்' எனும் சொல்லாக்கம் போதி + இல் என்பதிலிருந்து உருவாகி இருக்கலாம் எனவும் புத்தரின் அடுத்த அவதாரமாகக் கருதப்படும் அவலோகதீஸ்வரர் ஆலயம்தான் இப்போது கன்னியாகுமரி மாவட்டத்தில் உள்ள தேரூர் என்னுமிடத்தில் உள்ள சிவன் கோவில் என்றும் சொல்கிறார் பௌத்த அறிஞர் ஹிகாசோகா. தேரன் + ஊர் என்பதுதான் தேரூர் என ஆகியது என்பது அவர் கருத்து. அகத்தியருக்குச் சிலைகள் தென்கிழக்காசிய நாடுகளில் உண்டு. மணிமேகலையைப் போல இன்றும் அழியாமல் நமக்குக் கிடைத்துள்ள இன்னொரு பௌத்த நூலான வீரசோழியம் அகத்தியரை அவலோகிதீஸ்வரருடன் இணைத்துப் பேசுவதும் குறிப்பிடத் தக்கது. மணிமேகலை மற்றும் அதற்குப் பிந்திய காலத்தில் நிலைபெற்றிருந்த தெற்கத்திய பௌத்தத்தில் அகத்தியருக்கு ஒரு முக்கிய இடமிருந்தது என்பார் ஆனே மோனியஸ்.

10. அறம் சார்ந்தவற்றில் பௌத்தம் பேரங்களை அனுமதிக்கிறதா?

பௌத்தத்தில் பத்தினி வணக்கம் முதன்மைப்படுத்தப்படுவதில்லை. தன்னை ஒரு பௌத்த காவியமாக முன்னிறுத்திக்கொள்ளும் மணிமேகலை இவ்வகையில் சற்று பௌத்த மரபிலிருந்து விலகி நிற்கிறது எனலாம். தான் தேர்ந்துகொண்ட என்பதைக் காட்டிலும் தனக்குத் தேர்ந்தளிக்கப்பட்ட வாழ்வைப் பெருமிதத்துடன் ஏற்றுக்கொண்டு, தனது பேறாய்க் கிடைத்த அந்த அற்புதப் பாத்திரத்துடனும் உள்ளத்தில் சிலிர்த்த பேறுவகையுடனும் பிச்சை ஏற்க வீதியில் இறங்கிய மணிமேகலை, "பத்தினிப் பெண்டிர் பண்புடன் இடும் பிச்சையை முதலில் ஏற்றல் பெரும் பெருமைக்குரியதாய் அமையும்" என்றனள்.

இந்த இடத்தில் மணிமேகலை காப்பியத்தினுள் இரு துணைக்கதைகள் பதிக்கப்படுகின்றன. அவற்றினூடாக இன்னும் சில அடிப்படையான பௌத்த அறங்கள் முன்வைக்கப்படுகின்றன. அதுமட்டுமல்ல இந்தப் பின்னணியில் தென் ஆசியப் பௌத்தப் பிரபஞ்சம் ஒன்றும் நம் முன் விரிக்கப்படுகிறது.

இங்கு அறிமுகமாகும் காயசண்டிகை எனும் பாத்திரத்தின் துயர் நிறைந்த கதையைச் சொல்லும்முன் அவள் வாயிலாக அறிமுகமாக்கப்படும் ஆதிரை மற்றும் அவளது கணவன்

சாதுவன் ஆகியோரின் வரலாறுகள் பௌத்த அறங்களை எவ்வாறு விளக்க முற்படுகிறது எனப் பார்க்கலாம். பௌத்தம் எவ்வாறு மக்களுடன் ஒரு உரையாடலை மேற்கொண்டு, சில அம்சங்களில் தன் இறுக்கத்தைத் தளர்த்தியும், சில விட்டுக் கொடுத்தல்களுக்கு இடமளித்தும் மக்கள் மத்தியில் தனக்கொரு இடத்தை நிறுவிக்கொள்கிறது என்பதையும் காணலாம்.

“ஒரு குளத்திற்கு அதனுள் பூத்திருக்கும் தாமரை மலர்கள் அழகு சேர்ப்பன. அவறுள் ஓங்கி வளர்ந்து அழகு சேர்க்கும் ஒரு திருமலர் போன்ற கற்பின் சிறப்பைப் பெற்றவளான ஆதிரை வாழும் வீடு இதுதான்” எனக் கூறி அவளிடம் சென்று முதற்பிச்சை ஏற்றல் தகும் என காயசண்டிகை சொல்வதனூடாக ஆதிரை சாதுவன் இணையரின் வரலாறு இங்கே பதியம் கொள்கிறது.

சாதுவன் தீய ஒழுக்கங்கள் பலவற்றின் ஊடாக மனையறம் பேணற்குரிய தகவு அற்றவனாகி, மனைவியைப் பிரிந்து, கணிகை ஒருத்தியுடன் வாழ்ந்து வந்தான். வட்டாடல், சூதாடல் என எல்லாத் தீய ஒழுக்கங்களின் ஊடாகவும் தன் பொருளனைத்தையும் இழந்தான். அவனிடம் பொருள் இருந்தவரை அவனைப் பேணிக் கொண்டாடிய அக் கணிகையும் அவனை ஒன்றும் இல்லாதவன் எனப் பழித்துக் கைவிட்டாள்.

மீண்டும் செல்வந்தன் ஆகவேண்டும் என்கிற அடங்கா வேட்கையுடன் சாதுவன் மரக்கலம் ஒன்றில் ஏறி வணிகர்களுடன் பொருள் தேடிச் சென்றான். கோவலனின் கதையுடன் சில அம்சங்களில் ஒப்புமை உடைய சாதுவனின் வரலாறு பல அம்சங்களில் அதிலிருந்து வேறுபடவும் செய்கிறது. மாதவி கணிகையர் குலத்தில் பிறந்தவளாயினும் அவளை வெறும் பொறுளாசை மிக்க ‘வேசி’ என்பது போன்ற வழமையான கருத்தாக்கத்திலிருந்து வேறுபடுத்தி நிறுத்துவார் இளங்கோ அடிகள். மாதவியைப் பொறுத்தமட்டில் அதே பார்வையுடன் அவளை இன்னும் ஒரு படி உன்னதப்படுத்தி பௌத்த அறம் பேணும் துறவு நிலை ஏற்பவளாகச் சித்திரிக்கும் சாத்தனார் இங்கு சாதுவனைக் கைவிட்ட இந்தக் கணிகையை வழக்கமான பொதுப் புத்தி எப்படிப் பார்க்குமோ அப்படியே பதிவு செய்கிறார். எனினும் காப்பியத்தின் போக்கு அக் கணிகையைத் தொடர்வதில்லை. அவள் இங்கு முக்கிய பாத்திரம் இல்லை.

கணிகையின் தொடர்பால் பொருளிழந்த கோவலனைப் போலவே மீண்டும் பொருள் தேடச் செல்லும் சாதுவனின் வரலாறும் பெரிதும் அதிலிருந்து வேறுபடுகிறது. அவன் சென்ற கலம் கவிழ்கிறது. எனினும் அவன் உயிர் பிழைத்து நிர்வாணச் சாரணப் பழங்குடி மக்கள் வாழும் ஒரு மலைப் பக்கமாய்க் கரை ஒதுங்குகிறான்.

மரக்கலம் சிதைந்து, சிதைந்த மரத் துண்டுகளைப் பற்றிக்கொண்டு அவனைப் போலவே கடலில் தத்தளித்த சக வணிகர்களில் சிலர் புகாரை அடைந்து சாதுவனின் மனைவி ஆதிரையிடம் அவன் விபத்தில் மறைந்தான் என்பதாகத் தகவல் அளிக்கின்றனர். கணவன் 'இறந்ததாகச்' சேதி அறிந்த ஆதிரை, "சிறந்த என் கணவன், தன் வினைப்பயன் உற்று இறந்தனன். நானும் உயிர் நீத்து அவனைத் தொடர்வேன்" எனக் கூறி தீப்பாய்கிறாள். ஆனால் அந்தத் தீ அவளைப் பற்றவும் சுட்டெறிக்கவும் மறுக்கிறது. தீக்குழியுனுள் அவள் அமைத்துக் கொண்ட படுக்கையும், அவள் உடுத்தியிருந்த கூறையும், அவள் கூந்தலை அணிசெய்திருந்த மாலையும் தீப்பற்றாது நின்றதோடன்றி தாமரை மலரில் வீற்றிருக்கும் திருமகள்போல எந்த ஊறும் அடையாது ஒளிவீசி நின்றாள் ஆதிரை.

"தீயும் கொல்லாத் தீவினையாடி ஆயினேன்" என அவள் ஏங்கி நிற்கும் தருணம் அசரீரி இறங்கி அவள் கணவன் உயிர் பிழைத்திருக்கும் நற்செய்தியை அறிவித்தது. ஆறுதல் கொண்டு வீட்டிற்குச் சென்று கணவனின் வருகைக்குக் காத்திருந்த ஆதிரையை, தன் கற்புத் திறத்தால் மழை பொழிய வைக்கவும் வல்லவள் எனவும் பிற பத்தினிப் பெண்டிர் தொழுது போற்றும் பெருமை பெற்றவள் எனவும் கூறுவதன் ஊடாகப் பத்தினிப் பெண்டிர் பெருமையைத் தொடர்கிறார் சாத்தனார்.

இன்னொரு பக்கம் கதை சாதுவனைப் பின்தொடர்ந்து பௌத்த அறங்களை விளக்க முற்படுகிறது. பௌத்த அறங்களை மட்டுமின்றி பௌத்தம் மக்களை அணுகிய வழிமுறைகளில் உள்ள ஒரு நுணுக்கத்தையும் நாம் புரிந்துகொள்ள ஏதுவாக சாதுவன் வரலாறு பதிக்கப்படுகிறது. பிற அவைதீக அறக் கோட்பாடுகளை முன்னிறுத்திய சமணம் முதலான மதங்களைப் போலன்றி பௌத்தம் நீண்ட காலம் இந்திய மண்ணிலும் இன்னும் தென் ஆசிய நாடுகளிலும் நிலைகொண்டதற்கான காரணங்களில் ஒன்றை நாம் புரிந்துகொள்ள ஏதுவாகவும் அமைகிறது.

அங்கே கரை ஒதுங்கிய சாதுவன் ஒரு மலையடிவார மரநிழலில் மயங்கிக் கிடந்த தருணத்தில், அவ்விடத்தே வசிக்கும் நர மாமிசம் உண்ணும் வழமையுடைய நக்க சாரணர் அவனைக் கண்டனர். 'தனியனாய் வந்து துயருற்றுக் கிடக்கிறான். எனினுன் ஊனுடை இவ்வுடல் நமக்கு நல்ல உணவாகலாம்' என எண்ணி அவனை அணுகி எழுப்பினர்.

சாதுவன் வணிகன். பல நாடுகள் சென்று அம்மக்களுடன் அவரவர் மொழியில் பேசி அவர்களிடம் தன் பண்டங்களை விற்று தனக்குத் தேவையானவற்றை வாங்கி வரும் திறன் மிக்கவன். "மற்றவர் பாடை (மொழியை) மயக்கறு மரபிற் கற்றவன்" என அவனைக் குறிப்பார் சாத்தனார். யராயினும் அவரவர் பாடையில் (மொழியில்) பேசுதல் என்பது அவரோடு நட்பு பேணுதற்கும், நம் கருத்துக்களை அவரிடத்தே கொண்டு செல்லவும் நல்ல உபாயமாக இருக்கும். பிற மதங்கள் இங்கு வரும்போது அவை இங்குள்ள மொழிகளில் மக்களை அணுகியதையும், அதனூடாக இங்குள்ள மொழிகளுக்கு அவை வளம் சேர்த்தமையையும் இங்கு நினைத்துப் பார்த்தல் தகும். கிறிஸ்தவம், இஸ்லாம் எல்லாம் இங்கு தமிழுக்கு வளம் சேர்த்தமையையும், இங்கு அவை நிலை கொண்டமைக்கு இதுவும் ஒரு காரணமாக அமைந்ததையும் நாம் இந்தப் பின்னணியிலிருந்தும் அணுக வேண்டும். தம் மொழியை உன்னதப்படுத்தி தேவ பாஷையாக நிலை நிறுத்தல் என்பதற்குப் பதிலாக அவை நம் மொழியில் பேசி நம் மொழிக்கு வளம் சேர்த்து நம்மோடு நிலைகொண்டன. சாதுவன் மற்றவர் மொழியை மயக்கமறக் கற்றவன் மட்டுமல்ல. அதை அதன் மரபு அறாமலும் கற்றவன்.

தம் மொழியில் சாதுவன் பேசியதைக் கண்டு வியப்புற்ற அச்சாரணர் அவனை வணங்கி அவர்களின் குருமகனிடம் அழைத்துச் சென்றனர். கள் காய்ச்சும் பானைகள், கழிவுகளின் முடை நாற்றம், வெயிலிற் காய்ந்து கிடக்கும் வெள்ளெலும்புத் துண்டுகள் சூழ்ந்த தன் இருப்பிடத்தில் கரடியொன்று தன் துணையோடு இருந்தாற்போலக் காட்சியளித்தான் அந்தக் குரு மகன்.

உரையாடல் தொடங்கியது. மொழி அவர்களைப் பிணைத்து நெருக்கமாக்கியது என்கிறார் சாத்தனார். "பாடையிற் பிணித்து

அவன் பான்மையன் ஆகி” குளிர்ந்த மரநிழலில் அவனருகே சென்றமர்ந்த சாதுவனை, “நீ இங்கு வந்த காரணம் என்ன?” என்று கேட்க, சாதுவனும் அவன் நிலையைச் சொன்னான். மிக்க அனுதாபம் கொண்ட அந்தப் பழங்குடித் தலைவன், அருந்த ஒன்றும் இன்றி அலைகடலில் உழன்று வந்துள்ளான். இரக்கத்திற்குரியவனாக உள்ளான். வாருங்கள் மக்களே! இந்த நம்பிக்கு மிக்க இளமையுடைய ஒரு பெண், வெம்மையான கள், மாமிசம் எல்லாவற்றையும் வேண்டும் மட்டும் கொடுங்கள்” என ஆணையிட்டான்.

இந்த விருந்துபசார வார்த்தைகள் சாதுவனைத் துயருறச் செய்தன என்கிறார் சாத்தனார். இந்த இடத்தில் சாதுவனுக்கும் சாரணர் தலைவனுக்கும் இடையில் விவாதம் தொடங்குகிறது. “கொடிய சொற்களைக் கேட்டேன்! இது எதுவும் வேண்டேன்” என அவன் அவசரமாக மறுத்தது அந்தப் பழங்குடித் தலைவனுக்கு ஆத்திரத்தை அளித்தது. ஆத்திரம் மட்டுமல்ல வியப்பும் தோன்றியது.

“அழகிய பெண்கள், சுவை மிகு உணவு இவை எல்லாம் இல்லாவிட்டால் மக்கள் இந்த உலகில் வாழ்ந்தென்ன பயன்? அப்படி ஏதும் இருக்கிறதென்றால் எனக்குக் காட்டேன். நாங்களும் பார்க்கிறோம்.. சொல்!”

சாதுவன் சொல்லத் தொடங்கினான்:

“மயக்கும் கள்ளையும், உயிர்களைக் கொல்லுதலையும் சீறிய அறிவுடையோர் ஏற்பதில்லை. பிறந்தவர் சாதலும், இறந்தவர் பிறத்தலும் உறங்கலும் விழித்தலும் போன்றது. நல்லறங்களைச் செய்வோர் நல்லுலகம் அடைதலும், நல்லதல்லாதவற்றைச் செய்வோர் அருநரகடைதலும்தான் முடிவு என உணர்ந்தோர் அவற்றைக் களைந்தனர். நீயும் இதை அறிந்து கொள்”

கட கடவென நகைத்தான் அந்தத் தலைவன். “உடம்பை விட்டகலும் அவ்வுயிர் ஒரு வடிவத்தில் இன்னொரு இடம் சென்று புகும் என்றாயே அது எப்படி? எனக்குச் சொல்” என்றான்.

“கோபப்படாமல் இதைக் கேள். உடம்பில் உயிர் தரித்திருக்கும் வரை உடல் உறும் இன்ப துன்பங்களை அது உணரும். ஆனால் அந்த உயிர் உடலை விட்டு அகன்றால் எரியும் நெரிப்பில் இட்டாலும் அதை அது உணராது. எனவே இவற்றை எல்லாம்

உணர்கின்ற உயிர் ஒன்றும் உள்ளதென்பதை அறிந்து கொள்" இது சாதுவன்.

இது கேட்டதும், எரியும் விழிகளையுடைய அந்த நாகர் தலைவன் நன்கறிந்த அந்த செட்டியின் (சாதுவனின்) காலில் வீழ்ந்தான். "கள்ளையும், கறியையும் விட்டுவிட்டால் இந்த உயிரை நான் எப்படிக் காப்பேன். நான் சாகும்வரை வாழ்வதற்குரிய நல்லறங்களைச் சொல்" என வேண்டி நின்றான்.

"நல்லது. நன்னெறியில் உன் வாழ்க்கை தொடரட்டும். உனக்குத் தகுந்த (ஒல்லும்) அறம் உரைப்பேன். என்னைப்போல மரக்கலம் கவிழ்ந்து தப்பிப் பிழைத்து வந்தடைவோரைக் கொல்லுதலைக் கைவிடு. அவர்களின் அரிய உயிரைக் காப்பாற்று. மூப்படைந்து வீழ்ந்து சாகும் விலங்குகளை அல்லாமல் பிற உயிர்களைக் கொல்லும் செயலைக் கைவிடு."

சாதுவனின் இந்த அறவுரையைக் கேட்ட அந்த நாகர் தலைமகன், "இது எனக்குப் பொருந்தும். இதை ஏற்று என்னால் கடை பிடிக்க இயலும். இதோ இங்கு குவித்து வைக்கப்பட்டுள்ள அரும்பொருட்களை எல்லாம் எடுத்துக் கொள். இதுவரை மரக்கலம் கவிழ்ந்து தப்பி வரும் மக்களை எல்லாம் கொன்றோம். உண்டோம். அவர்களிடமிருந்து கைப்பற்றப்பட்டனவே இவை. எல்லாம் சந்தனம், அகில் முதலான மண மரங்கள், மெல்லிய ஆடைகள், மிக்க மதிப்புடைய பொருட் குவியல்கள். எடுத்துக் கொள்" என்றனன்.

அவற்றை ஏற்றுக்கொண்ட சாதுவன் சந்திரதத்தன் எனும் வணிகண் வந்த கப்பலொன்றில் ஏறி ஊர் திரும்பினான். அன்பு மனைவி ஆதிரையோடு இனிய அற வாழ்க்கை வாழ்ந்தான் என்பது மணிமேகலை உரைக்கும் சாதுவன் ஆதிரை வரலாறு.

மணிமேகலை காப்பியத்துல் பதித்து அழகு சேர்க்கப்பட்ட இந்தத் துணைக் கதையின் ஊடாக பௌத்தப் பரவல் குறித்துச் சிலவற்றை நம்மால் உணர முடிகிறது. பௌத்தத்திற்கு இறுக்கமான அறக் கோட்பாடுகள் இருந்த போதும் அவற்றை மக்கள் எல்லோருக்கும் பொதுவானதாக இறுக்கமாகவும் சமணத்தைப் போன்று மிக உச்சமாகவும் வற்புறுத்துத்துவதில்லை என்பதைப் புரிந்து கொள்கிறோம். மக்களின் வாழ்க்கை முறைகளுடன் இணைந்து அவை தகவமைக்கப்பட்டன. சிலவற்றை விட்டுக் கொடுக்கவும்

அது தயங்கவில்லை. உயிர்க் கொலை, மது, மாமிசம் பாலியல் பிறழ்வுகள் ஆகிய நான்கையும் கைவிடச் சொல்லித் தன் அறவுரையைத் தொடர்கிறான் சாதுவன். பெண்டிரை விடுதல் என்பது முற்றிலும் பாலியல் வேட்கையைக் கைவிடல் என்பதல்ல. இப்படியாக இளம் பெண்களைப் பரிசளித்தல், தாசிகள் என்றொரு பிரிவினை உருவாக்கல் முதலானவற்றைக் கைவிடுதலே இங்கு பெண்டிரைக் கைவிடல் என்பதன் பொருளாகிறது. முற்றான துறவு என்பதையோ, இல்லை காமம் என்கிற உணர்வையே கைவிட வேண்டும் என்றோ சாதுவன் வற்புறுத்தவில்லை என்பது கவனத்திற்குரியது

நாகர்களோ ஒரு கடலோர மலையடிவார நிலப்பகுதியில் வாழ்வோர். விவசாய வாய்ப்பு அங்கில்லை. கடலுணவு, மாமிசம் ஆகியவற்றை அவர்கள் தவிர்க்க இயலாது. எனவே இந்த அம்சத்திலும் சாதுவன் ஒரு சமரசத்திற்கு இணங்குகிறான். மாமிசத்தை முழுமையாகத் தவிர்க்க வேண்டியதில்லை. ஆனால் விருந்துகளுக்கெனவே கொல்லுதல் முதலானவற்றைத் தவிர்த்தல் தகும். இறந்த உடலங்களை உண்ணுதல் ஏற்கத்தக்கது என்று இந்த அம்சத்திலும் ஒரு முடிவு எய்தப்படுகிறது. இறுதியாக எல்லாவற்றையும் கூட்டிக் கழித்துப் பார்க்கும்போது சாதுவன் தொடக்கத்தில் வற்புறுத்திய அறங்களில் முற்றிலும் விட்டுக்கொடுக்காமல் அமைவது மயக்கும் மதுவைத் தவிர்த்தல் மட்டுமே.

ஆக ஒரு அறப்பேரம் (*negotiation*) ஒன்றுக்கு பௌத்தம் தயாராக இருந்தது.

(அடுத்து பௌத்தம் காட்டும் இறுதி உய்விற்கான ஒரே வழி)

11. பௌத்தம் காட்டும் இறுதி உய்விற்கான ஒரே வழி

இந்திய மதங்கள் மற்றும் தத்துவங்களிடையே சில பொதுத் தன்மைகள் உண்டு. மிகக் கூறிய வேறுபாடுகளும் உண்டு. கர்ம வினை, மறுபிறவி ஆகியவற்றில் சில பொதுத் தன்மைகள் இருந்தபோதிலும் இந்தப் பிறவிப் பெருங்கடலை நீந்திக் கடப்பது என்பதைப் பொறுத்தமட்டில் வைதீக மதங்களிலிருந்து பௌத்தம், சமணம் முதலான சிரமண மதங்கள் பெரிதும் வேறுபட்டன. இவை அறம் சார்ந்த வாழ்வையே இறுதி விடுதலைக்கு நிபந்தனையாக்கின.

இவற்றுள் பெருந்திரள் மக்கள் மத்தியில் பல்வேறு மொழி, பண்பாடு பாரம்பரிய நம்பிக்கைகள் ஆகியவற்றின் ஊடாக நிலைத்து நிற்பது பௌத்தம்தான். பல்வேறு பண்பாடுகளின் ஊடாக அது தன்னை நிலைநிறுத்திக்கொண்டதன் அடிப்படை அந்தந்தப் பண்பாடுகளின் தனித் தன்மைகளுக்கு அது உரிய ஏற்பை வழங்கியதுதான். அப்படியான அறபேரம் ஒன்று பௌத்தத்தை ஏற்ற சாதுவனுக்கும் அந்தப் பழங்குடித் தலைவனுக்கும் இடையில் நடந்ததைத்தான் சென்ற அத்தியாயத்தில் பார்த்தோம். வாழ்நாள் முழுவதும் நடந்து திரிந்து பல்வேறு மக்கட் சமூகங்களையும் நேர்முகம் கண்டு அறம் உரைத்து மடிந்தவர் புத்த பகவன், 'இவ்வழியே வந்தவர். இப்படியே சென்றவர்' என்பதாக அறம் உரைத்து அகலும் வாழ்வை ஏற்ற அவரின் இறுதி சுந்தன் எனும் கொல்லர் அன்புடன் அளித்த 'சூகர மத்வம்' எனும் மாமிச உணவை உண்டு ஏற்பட்ட செரிமானக் கோளாறின்

ஊடாக நிகழ்ந்தது என ஒரு வரலாறு உண்டு. இல்லை அது இளம் மூங்கில் குருத்தால் ஆன ஒருவகை உணவு என்றொரு மாற்றுக் கருத்தும் அதற்கு உண்டு. எப்படி ஆயினும் அவரவர் பண்பாட்டின் தனித் தன்மைக்கு உரிய பங்களிக்கும் மாண்பை பௌத்தம் கொண்டிருந்தது இதுபோன்ற இன்னும் பல எடுத்துக் காட்டுகளையும் புத்தரின் வாழ்விலிருந்து நாம் சொல்ல முடியும்.

எனில் பௌத்த அறத்தை எவ்வாறு நாம் விளங்கிக்கொள்வது? பௌத்தம் முன்வைக்கும் நான்கு பேருண்மைகள் என்பன மிக எளிதாக மானுடர் கடைப்பிடிக்க வேண்டிய அறத்திற்கான வழிகாட்டலைத் தருகிறது. வழிகாட்டலை மட்டுமே அது தருகிறது. அதற்கு மேல் முடிவெடுத்துக்கொள்ள வேண்டியது நாம்தான்.

உலகம் முழுவதும் துக்கத்தால் விரவியுள்ளது என்பது முதல் பேருண்மை. 'துக்கம்' என்பதை நமக்குத் தெரிந்த வழக்கமான பொருளில் சுருக்குக் கொள்ளாமல் சற்று விரித்துப் பார்க்க வேண்டும். 'துக்கம்' என்பது திருப்தி இன்மை; அது வெறும் வலியையும், வேதனையையும் குறிப்பதல்ல. அது ஏதோ குறைவொன்றை உணர்வது.

இரண்டாவது பேருண்மை அந்த நிறைவற்ற தன்மைக்கான காரணத்தைச் சொல்கிறது. அது 'த்ருஷ்ணா' அல்லது 'உபாதான' எனப்படுகிறது. ஆசை; விருப்பு எனும் பொருளுக்கு நெருக்கமான சொற்கள் அவை. பற்று அடங்காத ஆசையே திருப்தி இன்மைக்குக் கரணம். ஆசை என்பது வெறும் பொருளாசையை மட்டுமோ, இல்லை காமத்தை மட்டுமோ குறிப்பது அல்ல. புகழ், பெருமைகள் முதலான ஆசைகளும், தேசம், மொழி, இனம் முதலான எல்லாப் பற்றுகளும் அதில் அடங்கும். வாழ்விலிருந்து பிரிக்க இயலாததாக அமைகிற இந்தத் துக்கத்திலிருந்து மீள வழிசொல்வதுதான் மூன்றாவது பேருண்மை. அது வேறொன்றும் இல்லை. இந்தப் பற்றுக்களிலிருந்து *(cravings)* விடுபடுவதுதான்.

பற்றறுப்பது எப்படி என்பதை நான்காவது பேருண்மையின் மூலம் பௌத்தம் முன்வைப்பதை எந்த பௌத்த அடிப்படை நூல்களிலும் காணலாம். சுருக்கமாகச் சொல்வதானால் 'அறவாழ்வு' என்பதுதான் அது. சரியான பார்வை, சரியான பேச்சு, சரியான உறுதி, சரியான வாழ்க்கை, சரியான நடத்தை, சரியான முயற்சி சரியான ஓர்மை, சரியான மனக் குவிப்பு *(Perfect Concentration)* என்கிற "எண்வழிப் பாதை"தான் அது.

ஆக பௌத்தத்தைப் பொறுத்தமட்டில் தொழுகை, இறை அச்சம், இறை வணக்கம், புனித முழுக்கு முதலான எதுவும் விடுதலைக்கான வழி அல்ல.

எதன் மீதான தீவிரமான பற்றும் யாரொருவரின் விடுதலைக்கும் வழி வகுக்காது. விட்டொழிக்க வேண்டிய தவறான பழக்கங்கள் என்பதெல்லாமும் கூட இந்த அடிப்படைகளிலிருந்தே வரையறுக்கப் படுகின்றன. பௌத்த அறவியல் பற்றிப் பேசும் அறிஞர் டி.ஒய். லீ புகை பிடிக்கும் பழக்கம் பற்றி இப்படிச் சொல்வார்:

பௌத்த அறநூல்களில் கூறப்பட்டுள்ள அறநெறிக் கோட்பாடுகளின் அடிப்படைகளில் பார்க்கும்போது புகை பிடித்தல் தவறு அல்ல. தவிர்க்கப்பட வேண்டியதல்ல எனத் தோன்றலாம். இருந்தாலும் புகைபிடித்தலை ஏற்கனவே வழக்கமாகக் கொண்டுள்ள தீவிரமான பௌத்தப் பயிற்சியாளர்கள் இந்தப் பழக்கத்தை விட்டொழிக்க முயல்கின்றனர். ஏனெனில் புகைபிடிப்பது நம்மை அதற்கு அடிமைப்படுத்திவிடும் தீய பழக்கமாக இருக்கிறது. தீராத வேட்கையாக அது ஆகிவிடுகிறது. அதன் மீதான பற்றை நீக்க முடிவது இல்லை. தவிரவும் உடற் கேட்டிற்குக் காரணமாவதாகவும், சுற்றுச் சூழல் பாதிப்புகளின் ஊடாகப் பிறருக்கும் தீங்கிழைப்பதாகவும் அது ஆகிவிடுகிறது. பௌத்த அறிஞர் ஓ.ர.ந, கிருஷ்ணன் அவர்கள் தனது 'பௌத்த அறவியல்' நூலில் இதைச் சுட்டிக்காட்டுவார்.

அறத்திற்கு இதுவே அளவுகோல். எதுவும் பற்றாக மாறிவிடக் கூடாது. பிறருக்குத் தீங்கிழைக்கவும் கூடாது. அவ்வளவுதான்.

அறநெறியில் ஈட்டிய பொருளை அறச்செயல்களுக்காகச் செலவிடுபவரின் செல்வம் பெருகுவது போல அமுத சுரபியில் ஆதிரை இட்ட அமுது அள்ள அள்ளக் குறையாமல் பெருகியது. வாங்குவோர் கைகள்தான் வாங்கி, வாங்கி வலித்தனவே ஒழிய சுரபியில் இட்ட அமுது குறையவில்லை.

அப்போது அதற்கு முந்திய பன்னிரண்டு ஆண்டுகளாக எவ்வளவு உண்டாலும், எதை உண்டாலும் தீராத பசி எனும் 'யானைப் பசி' நோயால் துன்புற்றுக்கொண்டிருந்த காயசண்டிகை அங்கு வந்து, "அன்னையே! ஆருயிர் மருத்துவியே! பழம் வினை ஒன்றால் இப்படித் துயருற்றுள்ள எனக்கு உன் தெய்வப் பாத்திரத்திலிருந்து

அன்னமிட்டு என் பசி நோய் போக்குவாய்” எனக் கரம் நீட்டினாள். அடுத்த கணம் அவள் வயிற்றில் பன்னிரண்டு ஆண்டு காலமாகக் கொழுந்துவிட்டு எரிந்துகொண்டிருந்த பசித் தீ அணைந்தது.

காய சண்டிகையின் கதை துயர் மிக்க ஒன்று. பழ வினைப் பயன் என்பது தவிர வேறெப்படியும் விளக்க முடியாத சோக வரலாறு அது. அவளும் அவள் கணவனும் காஞ்சனபுரம் எனும் வட நகரொன்றில் வாழ்ந்திருந்தவர்கள். வித்தைகள் அறிந்த பெருமக்கள். பறந்து செல்லும் மந்திரம் அறிந்த அவர்கள் பழவினையின் விளைவாக தென் திசையில் உள்ள பொதிய மலையைத் தரிசிக்க வந்தனர். அப்போது முப்புரி நூலணிந்த விருச்சிகன் எனும் ஒரு பார்ப்பன முனிவன் பன்னிரண்டு ஆண்டுகளுக்கு ஒருமுறை பழுக்கும், ஒரு பனம்பழம் அளவிலான, கருநாவல் பழத்தை ஒரு இலையில் வைத்துவிட்டு அருகே உள்ள பொய்கையில் குழிக்கச் சென்றான். தீ வினையால் தூண்டப்பட்ட காய சண்டிகை அப் பழத்தை மிதித்துச் சிதைத்தாள்.

விரிச்சிகன் பன்னிரண்டு ஆண்டு காலம் விரதமிருந்து காத்துப் பறித்த பழம் அது. அதை உண்டால் அடுத்த பத்தாண்டு காலம் பசியின்றி இருக்கலாம். ஆத்திரம் கொண்ட அவன் அவளைச் சபித்து நீங்கினான். இனி அடுத்த பன்னிரண்டாண்டு காலம் அவள் எதை உண்டாலும், எவ்வளவு உண்டாலும் அவளின் பசி தீராது. அது மட்டுமல்ல. பறக்கும் மந்திரமும் அவளுக்கு மறந்துபோகும்.

காய சண்டிகையின் கணவன் விஞ்சையன் அவளைப் பெரிதும் நேசித்தவன். அவளருகில் வந்து ஆறுதல் சொல்லி வா போகலாம் என அழைத்தான். ஆனால் இனி அவளால் பறக்கவும் முடியாது என்பதை அறிந்தபோது அவன் துயர் கூடியது. இனிக்கும் கிழங்குகள், காய்கள் எனக் கிடைப்பன எல்லாவற்றையும் கொண்டு வந்து மனைவிக்குத் தந்தான். எதனாலும் அவள் பசி தீராததைக் கண்டு பெருந் துயர் கொண்டான். ‘சரி. இனி என்ன செய்வது. சம்புத் தீவின் கண் தமிழகத்தில் வறுமை உற்றவர்களுக்கு உதவும் பெருஞ்செல்வர் வசிக்கும் நகரொன்று உள்ளது. நீ நடந்து சென்று அக்கரை அடைவாய் என ஆறுதல் கூறிப் பறந்து செல்வதைத் தவிர அவனுக்கு வேறு ஒன்றும் தோன்றவில்லை.

எனினும் பாசமிக்க அவன் ஒவ்வொரு ஆண்டு இந்திர விழாவின் போதும் வந்து மனைவியைக் கண்டு இரங்கி இனி இன்னும்

எத்தனை ஆண்டுகள் என எண்ணிக் கலங்கி அகல்வான்,

இன்று அந்தத் துயருக்கு ஒரு முடிவு வந்தது. மணிமேகலையின் கைகளில் இருந்த அந்த அற்புதப் பாத்திரத்திலிருந்து வழங்கப்பட்ட உணவை உண்டு அவளின் இந்தத் தீராத துயரம் ஒரு முடிவுக்கு வந்தது. நன்றிப் பெருக்கெடுத்து மணிமேகலையை வாழ்த்திய காய சண்டிகை, "இன்னகரில் சக்கரவாளக் கோட்டம் என்றோர் இடமுண்டு. அங்கே உள்ள உலகவரவியின்கண் பல ஊர்களிலிருந்தும் வரும் உறுபசி உற்றவர்களுக்கு உணவிட யாரும் வராமையால் அரும்பிணி உற்றவர்கள் உணவிடுவோரை எதிர்பார்த்துக் காத்திருப்பர். வகிந்த ஊடலைக் கொண்ட அழகிய பெண்ணே அங்கு செல்" எனக் கூறி இதுகாறும் மறந்திருந்த மந்திரத்தின் பயன் மீண்டும் விளங்கத் தன் அன்புக் கணவன் இருக்குமிடம் நோக்கி வான்வழி பறந்தாள் காயசண்டிகை.

இனி காப்பியத்தின் கதை விரைந்து நகர்கிறது.

வீதியோரமாய் நடந்து சென்று உலகவரவியை அடைந்த மணிமேகலை அதை மும்முறை வலஞ்செய்து வணங்கினாள். பின் அவ்வாறே முதியோள் கோட்டமாகிய சம்பாபதி கோவிலையும் வலம் வந்து வணங்கினாள். தன்னிடம் வருவோருக்கு அவரது பிறவியின் காரணத்தைக் காட்டுபவளான கந்திற் பாவையையும் வணங்கினாள். பின் சுடும் வெயிலில் காய்ந்து கருகிக் கொண்டிருக்கும் மூங்கிற் காடொன்றில் இடிமுழக்கோடு பெரு மழை பெய்தாற்போல அந்தப் பசித்தோர் கூற்றத்திடையே தோன்றிய மணிமேகலை,

"ஆபுத்திரன் கையிலிருந்த அமுத சுரபி இது. உணவு ஏற்போர் யாவரும் வருக" எனக் கூவினாள். பசித்தோர் ஓடி வந்து உணவைப் பெற்று உண்டு களித்த ஆரவாரம் அந்த ஊரம்பலம் முழுவதும் தெரித்து ஒலித்தது. பறந்து சென்ற காய சண்டிகையின் துயரக் கதையைத் தொடரும் முன், இங்கே சடசடவென நிகழ்ந்தேறிய நிகழ்ச்சிகளைச் சுருக்கமாகக் காண்போம்.

தன் பேத்தி குலத் தொழில் மறந்து அறத் தொழில் மேற்கொண்டிருந்ததை அறிந்த சித்திராபதி ஆறாப் புண்ணில் தீக்கோல் கொண்டு சுட்டாற் போல ஆத்திரம் கொண்டாள். தம் குலக்கூத்தியல் மங்கையரை நோக்கி, "இவளது அறச் செயல் அழிப்பேன். கோவலன் மறைந்தபின் இந்த மாதவி பௌத்தப்

பள்ளியில் அடைக்கலமானதே நகைக்கத்தக்க ஒன்று. அது தகுதியானவற்றைப் பாராட்டும் யாரும் சிரிக்கத்தக்க செயலாயிற்று. யாம் ஒன்றும் காதற் கணவன் இறந்தால் ஏதோ குளிர்ந்த நீரில் குளிப்பது போல அவனது ஈமத்தீயில் வீழ்ந்து மடியும் பத்தினிப் பெண்டிர் அல்லோம்.

பலர் தம் கை உணவுண்டு வாழும் உரிமை பெற்றோர் யாம். தன்னை இசைத்த பாணன் இறந்தவுடன் தன்னை இன்னொருவர் கைக்கு இசைக்கத் தரும் யாழின் குலத்தவரும் அல்லோம் நாம். பிக்குணி கோலம் கொள்வதென்பது எத்தனை நகைப்புக்குரியது" எனப் பலவாறு சொல்லிப் புலம்பினாள்.

கணவன் இறக்கும்போது அவனோடு உடன் தீப்பாயும் மனைவி, நல்ல நேரம் அகன்றபின் ஒருவனை விட்டகலும் இலக்குமி ஆகியோரின் தொழிற் புனிதத்திற்கு ஒத்ததாகத் தன் கணிகையர் குல ஒழுக்கத்தைப் பெருமையோடு அவள் கூறுதல் கவனத்துக்குரிய ஒன்று.

"மாதவி பெற்ற மணிமேகலை எனும் இப் பூங்கொடி இதழ் விரிந்து மலரும் காலை அவளைப் பொருந்த விரும்பியவன் உதயகுமாரன். இந்த உலகத்தை ஆளும் வண்டொத்த அவனின் உறுதியான உள்ளம் அருந்தி அனுபவிக்கும் வண்ணமாய் மணிமேகலையைக் கொண்டு அவனுக்கு நான் தருவேன். அது இயலாதாயின் சுட்ட கற்களைத் தலையில் சுமந்து நாடக அரங்கைச் சுற்றி வந்து பழியோடு வாழும் குலமரபு கெட்ட கூத்தியருள் ஒருவர் ஆவேன்." - என்று வஞ்சினம் கூறி, தான் கூறிய வஞ்சினத்தை நினைவில் ஏந்தி, செறிந்த வளை அணிந்த தம் இனத்தவர் சிலர் சூழ, விரைந்து செல்லும் தேர்கள் ஓடும் அவ்வீதியில் புகைக்கும் நெஞ்சுடன் வேகமாகச் சென்று இளவரசன் இருக்குமிடம் அடைந்தாள் சித்திராபதி.

(அடுத்து காயசண்டிகை எனும் துணைப் பாத்திரத்தின் ஊடாக விரியும் காப்பிய சோகம்.)

12. குல மரபுகளை ஏற்க மறுக்கும் பௌத்தம்

தன் சந்ததி தனது குல மரபிற்கு மாறாகத் துறவறப் பாதையில் காலடி வைப்பதைச் சித்திராபதியால் பொறுத்துக்கொள்ள இயலவில்லை. அவரவர் குல மரபை அவரவர் காக்கவேண்டும். அதுவே அவர்கள் பிறவிப் பெருங்கடலைக் கடந்து உய்வதற்கான பாதை. பௌத்த அறங்களையும், கோட்பாடுகளையும் விளக்க வந்த மணிமேகலை காப்பியம் தன் ஒவ்வொரு கதையிலும் வெவ்வேறு நுட்பங்களுடன் காவிய அழகு சிதையாமல் அதைச் செய்து முடிக்கும். இங்கு குலமரபு காக்கப்பட வேண்டும் என்கிற கருத்தை முன்னெடுத்து வாதிடுபவளாக மூத்த தலைமுறையினளான சித்திராபதியையும், அதை மறுத்து முன் செல்லும் இளைய தலைமுறையாக மாதவியையும் மணிமேகலையையும் முன்னிறுத்துகிறார் பேரறிஞர் சாத்தனார்.

உதய குமாரன் இந்த உலகை ஆளும் வண்டு. அவன் அருந்திக் களிக்க விரும்பிய மணிமேகலையை அவனிடம் கொண்டு சேர்ப்பேன். ஒரு பிச்சைப் பாத்திரத்தைப் பெருமையோடு கையில் ஏந்தித் திரிகிறாளே அந்தச் சிறு பெண், அதைப் பிடுங்கி அங்கு திரியும் பிச்சைக்காரர்களின் கையில் திணிப்பேன். அவளை உதய குமாரனின் பொற்றேறில் ஏற்றிக் கொண்டு செல்வேன் எனப் பலவாறும் ஆத்திரத்தை வெளிப்படுத்தித் தேரோடும் வீதியில் அவள் விரைந்து சென்றபோது, அவளோடு வளை செறிந்த கைகளுடன் கூடிய பிற நாடக மங்கையரும் சென்றனர். என்கிறார் சாத்தனார். மக்களைப் பல்வேறு குலங்களாகப் பிரித்து

நிறுத்தி, அவை ஒவ்வொன்றுக்கும் ஒரு மரபை வரையறுப்பது மட்டுமின்றி அந்த மரபு குறித்த பெருமையை அவர்களுக்கு ஊட்டுதல் என்பதில்தான் வருண சாதி அடிப்படைகளிலான குல மரபுகள் இங்கே மக்களின் ஒப்புதலுடன் பேணப்பட்டு வருகின்றன.

பத்தினி ஒழுக்கத்தைப் பெருமையோடு முன்வைக்கும் அதே சமூகம்தான் இங்கு பலர் கைப்பட வாழும் கணிகையர் மரபையும் கொண்டாடுகிறது. பத்தினி ஒழுக்கத்தைக் கொண்டாடும் குலங்கள் மட்டுமின்றி எந்தக் குலத்திலிருந்து பத்தினி ஒழுக்கம் விலக்கி வைக்கப்படுகிறதோ அந்தக் குலம் தங்களின் அந்த ஒழுக்கமின்மையைக் கொண்டாடுகிறது. இந்தக் கதையில் வெளிப்படுவது ஒரு பாட்டி தன் பேத்தி குறித்துக் கொள்ளும் கவலை மட்டுமல்ல. அந்தச் சமூகமே அப்படி ஒரு கணவனை ஏற்று வாழும் வாழ்வை ஏற்கவில்லை என்பதுதான். அப்படியான ஒரு கருத்துருவாக்கத்தை நம் சமூகம் நம் மக்கள் மத்தியில் உருவாக்கியுள்ளதுதான் வேதனை.

மணிமேகலையை உதய குமாரனிடம் கொண்டு சேர்ப்பேன் எனச் சித்திராபதி வஞ்சினம் கூறிச் செல்லும்போது அந்தச் சமூகமே அவளுடன் செல்கிறது. இப்படியாக, மணிமேகலையைப் போல, குல வழக்கத்தை மீறியோர் அதன்பின் சக அரங்கக் கூத்தியர்களின் வீட்டிற்குள் கூட நுழைய இயலாத பழியோடுதான் வாழ இயலும் என்பதையும் சுட்டிக் காட்டி விடுகிறார் சாத்தனார்.

ஆனால் குலமரபைப் புறந்தள்ளித் துறவற வாழ்வை ஏற்கும் மணிமேகலை அந்தக் குல மரபுப் பழியோடு வாழ நேரவில்லை. அவள் ஏற்ற அந்த பௌத்தம் அவளை அந்தப் பழியிலிருந்து காப்பாற்றுகிறது. காப்பாற்றுவது மட்டுமல்ல பல்வேறு சமயக் கணக்கர்களையும் வென்று சிறக்கும் ஒரு அறிஞையாகவும், தூயோளாகவும் போற்றப்படும் நிலைக்கு அவளை உயர்த்தவும் செய்கிறது.

சக நடன மங்கையர் புடைசூழ வஞ்சினம் கூறி வெஞ்சினத்துடன் செல்லும் சித்திராபதி இளவரசன் வீற்றிருக்கும் உல்லாச மண்டபத்தை அடைகிறாள். வெண்சாமரம் வீசும் மங்கையர் மத்தியில் உல்லாசமாக அமர்ந்திருக்கும் உதய குமாரனின் காலடியில் வீழ்கிறாள்.

ஒரு பக்கம் பிச்சைப் பாத்திரம் ஏந்தித் திரியும் மக்கள் கூட்டம். இன்னொரு பக்கமோ சித்திர விதானங்களுடன் கூடிய பளிங்கு மண்டபங்களில் உல்லாசம் அனுபவிப்போர். இப்படித்தான் தமிழகம் இன்றைக்கு மட்டுமல்ல என்றைக்கும் இருந்துள்ளது என்பதையும் மனிமேகலைக் காப்பியம் ஆங்காங்கு காட்டிக் கொண்டே செல்கிறது.

“மாதவியும் மணிமேகலையும் கொண்ட பிக்குணிக் கோலங்கள் எல்லாம் சரியாகப் போய்க்கொண்டுள்ளனவா?” எனக் கேட்டு நகைக்கிறான் இளவரசன்

பலர் மத்தியில் அமர்ந்துகொண்டு இவ்வாறு நகையாடும் இளவரசனிடம். “என் பேத்தி மணிமேகலை பூப்பெய்து உன்னால் கூடுதற்குரிய பருவம் அடைந்துவிட்டாள். இப்போது இந்த மூதூரின் புறப்பகுதியில் அமைந்துள்ள அம்பலத்தில்தான் அவள் உள்ளாள். அவளைச் சென்றடைவாயாக” என்கிற செய்தியை சித்திராபதி பூடகமாகச் சொல்வதாக இப்பகுதி அமைகிறது. சாத்தனாரின் கவித்திறத்திற்குச் சான்றாக இந்த உரையாடலை உரையாசிரியர்கள் வியப்பார்கள். ‘குருகு’ எனும் சொல்லுக்கு ‘பரவையினம்’ என்றொரு பொருளுண்டு. குருகு என்பதைக் குருக்கத்தி எனக் கொண்டால் அது மாதவி எனப் பொருள் படும் ஒரு மலராகவும் கருதலாம். அதேபோல காஞ்சி எனும் சொல் காஞ்சி மரத்தையும் குறிக்கும், ‘மேகலை’ என்பதையும் குறிக்கும். குருகினங்கள் கரு உயிர்க்கும் வண்ணம் மணிக்காஞ்சி மரம் பூத்து அவிழ்ந்துள்ளது. உதய குமாரன் எனும் வண்டு அந்த அவிழ்ந்த மலரை உறிஞ்சி உண்ணுதற்குரிய நேரம் கனிந்துவிட்டது எனப் பொருள் தொனிக்கும் வண்ணம் இதை உதயகுமாரனிடம் சித்திராபதி சொல்வதாக இந்த உரையாடலைச் சாத்தனார் அமைத்துள்ளார்.

கப்பல் கவிழ்ந்து கடலில் அலைக்கழிக்கப்பட்டவன் கைப்பற்ற ஒரு புணை கிடைத்தால் எப்படி மகிழ்வானோ அப்படிக் களிப்புற்ற உதய குமாரன் தான் முன்னம் ஒருநாள் மணிமேகலையைப் பளிக்கறையில் கண்டு தவித்ததை விவரிப்பான். அப்போது தெய்வமோ. தெய்வத் தன்மை கொண்ட ஒரு திப்பியமோ தோன்றி, “தவத்திறம் கொண்டவள் அவள். அவளிடம் உன் திறத்தைக் காட்டாதே” என எச்சரித்ததையும் சொல்வான். “காமக் களியாட்ட மயக்கத்தில் செய்தவற்றை எல்லாம் மற” எனச் சொல்லிச் சிறிக்கும்

சித்திராபதி, "வாள் திறம் மிக்க அரசே! கோதம முனிவனின் மனைவிமீது கொண்ட காமத்துக்காக எத்தனை துன்பங்களை இந்திரன் ஏற்றுக்கொண்டான். கற்புக்கரசிகள் பலரைத் தன் கணவனான அக்கினி தேவன் புணர ஆசைப்பட்ட போது, அவன் மனைவி ஸ்வாகா தேவி, அந்தக் கற்புக்கரசிகள் ஒவ்வொருவரின் வடிவத்தையும் மேற்கொண்டு அவன் ஆசையைத் தணித்தாளே. இதை எல்லாம் கேட்டபின்னுமா நீ தெய்வம் உரைத்தது அது, இது என்றெல்லாம் சொல்கிறாய்?" என அவன் தயக்கத்தைப் புறந்தள்ளுவாள்.

பௌத்த அற மதிப்பீடுகள் எத்தனை மேன்மையானவை என்பதையும் அக்காலத்தே மக்கள் மத்தியில் செல்வாக்குடன் வளர்ந்துவந்த வைதீக மதிப்பீடுகளும் புராண நம்பிக்கைகளும் எத்தனை அறக்கேடானவையாக இருந்தன என்பதையும் உணர்த்தும் வண்ணம் இந்தக் காதை முழுவதும் அமைக்கப் பட்டிருத்தல் கருதத் தக்கது. தொடர்ந்து குல மரபு, குலப் பெருமை. குலநியதி ஆகியவற்றை வற்புறுத்தும் தத்துவங்களும் நம்பிக்கைகளும் எத்தனை இழிவானவை என்பதை சித்திராபதியின் வாதங்களின் ஊடாக அம்பலப்படுத்துவார் சாத்தனார்.

"குல மகளிர்தான் எல்லாப் பருவங்களிலும் காவலுக்குட்பட்டவர்கள். குழந்தைப் பருவத்தில் பெற்றோர், திருமணம் ஆனபின் கணவன், அல்லது அந்தக் கணவன் இறந்தால் பிள்ளைகள் ஆகியோரால் காவலுக்கும் கண்காணிப்பிற்கும் உள்ளாகிறவர்கள். இப்படிக் கற்பைக் காத்து பிற ஆடவரை ஏறிட்டும் பார்க்காது, கொண்டவனைத் தவிர தெய்வத்தையும் கூடப் பேணாத குலத்தில் பிறந்தவர்கள் அல்ல நாங்கள். நாட்டுமக்கள் காண ஆடல், பாடல், அழகு எல்லாவற்றையும் காட்டிக், காமத்தைத் தூண்டி, கண்களால் வலை வீசி, கண்டோர் நெஞ்சில் புகுந்து, கொஞ்சு மொழியால் பயன் பல அடைந்து, தேனுண்டபின் மலரைத் துறந்தோடும் கொண்டி மகளிரான எம்மைத் தன்வயமாக்கி அவர்தம் பொய்யுரைகளை அடக்குதல் தானே அரச நெறி!' என உதைய குமாரனின் உள்ளத்தில் இருந்த சிறு சிறு தயக்கங்களையும் பிளப்பாள் சித்திராபதி.

இவ்வாறு மகளிர் பலரையும் கவர்ந்துகொண்டு சென்று அந்தப்புரங்களை நிறைப்பதுதான் 'கோன் முறை' (அரச நெறி),

எனச் சித்திராபதி கூறுவது கவனத்துக்குரியது. பௌத்தம் உரைக்கும் அரச நெறி இதற்கு முற்றிலும் எதிரானது. பௌத்த அரச நெறிக்குள் முடிந்த அளவிற்கு ஆளவும், வாழவும் முயன்றவர் அசோகச் சக்கரவர்த்தி. அவர் தர்மச் சக்கரத்தை உருட்டியவர். சிறைக்கோட்டங்களை அறக்கோட்டங்களாக்க மனமாற முயன்றவர். பௌத்த அறத்திற்கெனப் புனைவு வெளிப்பாடுகள் எத்தனையோ பௌத்த ஜாதக் கதைகளாக இந்தத் துணைக் கண்டம் முழுவதும் பரவியுள்ளன. பிற மதப் புராணங்களிலும் ஊடுருவியுள்ளன. சிபிச் சக்கரவர்த்தியின் கதை உட்பட இப்படிப் பல எடுத்துக்காட்டுகளைச் சொல்ல முடியும். இவ்வாறு பௌத்தம் சொல்வனவற்றையும், பௌத்தத்தை மறுப்பவர்கள் முன்வைப்பனவற்றையும் ஒப்பிட்டு இவற்றுள் எவை பொய்யுறைகள் என்கிற கேள்வியை மிக நுணுக்கமாக எழுப்புகிறது மனிமேகலை காப்பியம்.

இப்படியான உரையாடல்களின் ஊடாக இளவரசனின் மனத்தைக் கரைத்து நினைத்ததைச் சாதித்து விடுகிறாள் சித்திராபதி. வெறியூட்டப்பட்ட இளவரசன் பாய்ந்தோடும் பரிகள் பூட்டப்பட்ட தேரில் ஏறி விரைகிறான். அமுத சுரபி கொண்டு தீப்பசி கொண்ட மக்களின் கடும்பசியை மணிமேகலை களைந்து கொண்டிருந்த அம்பலத்தை அடைகிறான். மக்களின் பசி ஆற்றுதல் என்பது பௌத்தம் போற்றும் உன்னத அறங்களில் ஒன்று என்பதற்கு 'கடிப்பசி', 'தீப்பசி' என்றெல்லாம் பசியைச் சாத்தனார் கடிவது ஒரு சான்று.

அடங்காத காமத்துடன் மணிமேகலை முன் செல்பவனுக்கு அவளது துறவிக் கோலத்தைக் காணத் தாளவில்லை. “நோம்பிருந்து உண்டு, உடல் இளைக்கத் தவம் ஏற்று என்ன வாழ்க்கை இது 'நல்லாய்' எதற்காக இந்த நற்றவம் புரிந்தது?” எனத் துணிந்து கேட்கிறான்.

மணிமேகலையிடம் துறவிக்குரிய ஏதுக்கள் கனியத் தொடங்கி இருந்தும் இன்னும் அது முற்றவில்லை. இராகுலன் எனும் பெயரில் முற்பிறவியில் தன்மீது அன்பு செலுத்திய கணவனாக இருந்தவன்தான் இப்பிறவி உதயகுமாரன் என்பதை அறிந்திருந்த மணிமேகலை, “இவன் அடி தொழுதலும் தகும்” எனக் கருதி அவனை வணங்கினாள். “வசமிழந்த என் நெஞ்சம் அவன்பால்

அணுகினாலும், வளையணிந்த என் முன்கையை அவன் பற்றினும் முற்பிறவிக் காதலனின் சொல்லை எதிர் மறுத்தல் நன்றி அன்று" என ஒரு கணம் நடுங்கி மயங்கினாள் அச் சிறுபெண்.

எனினும் எல்லாம் ஒரு கணம்தான். வைராக்கியம் வென்றது. மணிமேகலை தயர்ந்து நிற்கவில்லை. உதயனுக்கு உரிய பதிலுறைப்பாள்:

"நீ கேட்டதற்குப் பதிலுரைப்பேன் கேட்டு உணரும் திறம்படைத்த செவி உடையவனாக நீ இருந்தாய் எனில். சொல்கிறேன். பிறத்தலும், மூத்தலும், பிணிபட்டு இரங்கலும், இரத்தலும் உடையதுதான் இந்த உடல். இது துயரங்களின் கொல்களம். யாக்கையின் இந்த இயல்பு அறிந்தேன். எனவே இந்த உடலின்பங்களை வெறுத்து நல்லறங்களில் நாட்டமுற்றேன். போர்க் களத்தே எதிரிகளை அழைக்கும் களிறு போன்ற உனக்கு பெண்டிர் கூறத் தக்க பேரறிவும் உண்டோ? எனினும் நான் சொல்வனவற்றை கேட்பவராயின் நீயும் அறத்தை விரும்பி ஏற்றவர் ஆகுக" என்றனள் மணிமேகலை.

முன்னதாக சுதமதியும் இவ்வாறே அவனுக்கு யாக்கை நிலையாமை குறித்து அறமுறைத்தது நினைவிருக்கலாம். மணிமேகலையைத் தன் "தேரில் ஏற்றி வருவேன்" என எட்டி குமாரனிடம் சூளுரைத்து மலர் வனம் அடைந்து வெறிகொண்டு நின்றவனை நோக்கி, "இளமை நாணி. முதுமை எய்தி / உரை முடிவு காட்டிய உரவோன் மருகற்கு / அறிவும் சால்பும், அரசியல் வழக்கும் செறிவளை மகளிர் செப்பலும் உண்டோ?" *(4: 107110)* என சுதமதி அப்போது அவனுக்கு அறிவுரைப்பாள்.

இந்த இரண்டு தருணங்களிலும் "பெண்டிர் கூறும் பேரறிவும் உண்டோ" எனவும் "செறிவளை மகளிர் செப்பலும் உண்டோ" எனவும் சொல்வதை ஒட்டிப் பெண்களை ஆண்களுக்கு அறிவு கொளுத்தும் ஆற்றல் அற்றவர் எனச் சாத்தனார் கூறுவதாகக் கருத வேண்டியதில்லை. பாத்திரங்கள் தம் வாயால் அப்படிக் கூறினும் பெண்களின் வாயால் அறிவு கொளுத்தப்படும் நிலையில்தான் இளவரசர்களும் கூட உள்ளனர் என்பதே கதைப்போக்கு முன்னிறுத்தும் கருத்து. பெண்களுக்கு அத் தகுதி கிடையாது என்கிற பொதுப்புத்தியை நுணுக்கமாக விமர்சிக்கும் பாங்கே இது. ஒரு இளம் பெண்ணைக் காவிய நாயகியாக்கி, நாயகனில்லாத ஒரு காப்பியத்தை யாத்தவர் சாத்தனார் என்பதை நாம் மறந்துவிடல் ஆகாது.

இந்தச் சொற்களால் உதயன் திருந்திவிடக் கூடியவன் என்றெல்லாம் நம்பிவிடக் கூடியவள் அல்ல நம் மணிமேகலை. “ஆடவர்கள் என்ன செய்வார்கள் என்பதை யாரறிவார்” என மனதிற்குள் சொல்லிக் கொண்டு வாள்வலி மிக்க இளவரசனிட மிருந்து விலகி, அருகிலுள்ள மூத்த முதல்வி சம்பாபதியின் குறுங் கோவிலுள் நுழைந்தாள். சம்பாபதியை வணங்கி முன்னதாக மணிமேகலா தெய்வம் அவளுக்கு அருளி இருந்த வேற்றுருக் கொள்ளும் மந்திரத்தை ஓதி காயசண்டிகையின் வடிவெடுத்து உதயகுமாரன் முன் தோன்றினாள்.

எனினும் அவள் கையில் அந்தப் பிச்சைப் பாத்திரம் அள்ள அள்ளக் குறையாத அந்த அமுதசுரபி இருந்தது. எந்த ஆபத்து சூழ்ந்த போதிலும் மக்களின் கடிபசி நீக்கும் அந்த அற்புதத்தை அவள் எப்படித் தீர்ப்பாள்.

உதயகுமாரனும் அதைக் கண்டான். பெரும் பசியால் வருந்தி உழன்ற காயசண்டிகையிடம் இப்பிச்சைப் பாத்திரத்தை அளித்துவிட்டு மணிமேகலை தன் மாயத் திறத்தால் தன்னை எங்கோ ஒளித்துக் கொண்டாள். இங்கு இந்தச் சுதை மண் பாவைகள் மத்தியில் இவளை யாரெள உணர்வேன்? “அவள்தான் இவளென்று நீ அவளை அடையாளம் காட்டாவிட்டால் எத்தனை நாளானாலும் இங்கேயே கிடப்பேன்” என உருமாறிய மணிமேகலையிடம் முறையிட்டான் உதயணன்.

காம உணர்வும் காதல் உணர்வும் மிகுந்து பலவாறும் காதலுணர்வும், காம உணர்வும் மிக மணிமேகலையின் உடலழகை வியந்து பிதற்றத் தொடங்கினான் அவன். யாழினும் இனிய குரலில் அவள் அவனுக்கு அறம் உரைத்ததையும் சொல்லிப் புலம்பினான். “மதியொத்த முகத்தினள் மணிமேகலையை விட்டு நீங்கிச் செல்லேன். உன் திருவடி தொழுதேன். என் குறை தீர்” எனத் தொழுது நின்றான்.

(அடுத்து உதயகுமாரனைக் கொல்லும் விஞ்சையன்: இந்த இருவரில் யாரின் ஊடாகக் காப்பிய சோகம் விரிகிறது?)
(அறவணர் உரைக்கும் பௌத்த தருக்கம் தொடர்கிறது)

13. இந்திய மதங்கள் முன்வைக்கும் கர்மவினை என்பதன் பொருள் என்ன?

எந்தச் சம்பாபதிக் கோவிலுள் நுழைந்து மணிமேகலைத் தன் உருவை மாற்றிக் கொண்டாளோ அந்தக் கோவிலில் உறையும் தெய்வத்திடமே அவள் எப்படித் தன் சிவந்த இதழ்கள், முத்துப் பற்கள், வில்லொத்த புருவங்கள், பல்வகைக் கோணங்களுடன் செழித்த மேனி, கூர்நுனி முலை முதலான உறுப்பழகுகளால் தன்னை வசப்படுத்தி வீழ்த்தினாள் எனப் புலம்பிய இளவரசன், "மதியொத்த முகத்தாள் மணிமேகலையின்றி இவ்விடம் அகலேன்" எனச் சூளுரைத்து அத் தெய்வத்தின் காலடியில் வீழ்ந்தான். அதைக் கேட்ட சித்திரப் பாவை ஒன்று இப்படி இம் மூத்தோள் முன் அவன் ஆராயாது "நாவறுமையுற்று" வஞ்சினம் கூறியதைக் கடிந்தது.

அள்ள அள்ளக் குறையாது அமுது சுரக்கும் பாத்திரம், செங்கோல் காட்டி அறமுரைத்த தெய்வம், பேசும் சித்திரம் எனத் தன்முன் விரிந்த வியப்புகளால் சற்றே நிலைகுலைந்த இளவரசன் ஒரு நீண்ட பெருமூச்சுடன் அவ்விடம் விட்டகன்றான்.

மணிமேகலையோ இரந்துண்டு வாழ நேர்ந்த ஆற்றா மக்களுக்காகப் பிறரிடம் ஏற்றலும் பின் அதை அந்த மக்களுக்கு அளித்தலும் நம்மைப்போன்ற பிக்குணியர் கடமை என அப்படியான ஆற்றா மக்களை நாடி அலைந்தவள். குற்றமிழைத்தோரை அடைத்து வைத்திருந்த சிறைச்சாலைக்குச் சென்று ஆங்கே பசியுற்றுக்

கிடந்த மக்களின் பசியாற்றி நின்ற காட்சி சிறைக்காவலர்களுக்கு வியப்பளித்ததையும், அவர்கள் ஓடி அச் செய்தியை அரசர்க்குரைத்ததையும், அரசன் வியந்து அவளை அழைத்து உரையாடியதையும், பின் அவள் விருப்பைக் கேட்டு அதன்படி சிறைச்சாலையில் இருந்தோரை விடுதலை செய்து அச்சிறைக் கோட்டத்தை அறக்கோட்டமாக்கியதையும் அறிவோம்.

அந்தக் காதையில் பெரும்பகுதி மன்னனின் அந்த உல்லாசப் பூம்பொழிலின் அழகைச் சித்திரிப்பவையாக அமையும். ஒரு பக்கம் இப்படியான உல்லாசங்கள், செழிப்புகள் இன்னொருபக்கம் ஏழ்மை, வறுமை, பசித்துயர், சிறைச்சாலைகள், குற்றவாளிகள் என்பதாக உலகம் பிளவுபட்டுக் கிடப்பதை மணிமேகலை சொல்லிக்கொண்டே போகும்.

மன்னன் தன்னை யார் எனக் கேட்டபொது, “விஞ்சைமகள் யான்” என அறிமுகம் செய்துகொள்வாள் மணிமேகலை. இந்த விஞ்சையன், விஞ்சைமகள் முதலான சொற்கள் கல்வியிற் சிறந்த, வித்தைகள் அறிந்த ‘வித்தியாதரர்’ எனும் வடமொழிச் சொல்லுக்கு இணையாக மணிமேகலையில் பாவிக்கப்படுகிறது. கல்வியிற் சிறந்த எனும் பொருளோடு சற்றே அற்புத வித்தைகள் கைவரப் பெற்றோர் என்கிற பொருளும் இதற்குண்டு. காயசண்டிகையும், அவள் கணவனான காஞ்சனனும் அவ்வாறே விஞ்சையர்கள். கற்றறிந்தவர்கள் மட்டுமின்றி பறந்துசெல்லும் வித்தையையும் அதற்கான மந்திரத்தையும் கைவரப் பெற்றவர்கள்.

அரசன் அழைத்து மணிமேகலை வந்துசென்றது, அவள் வேண்டுகோளின்படி சிறையில் வாழ்ந்த மனிதர்கள் விடுதலை செய்யப்பட்டு அது அறவோர் தங்கும் பள்ளியாக மாற்றப்பட்டது எல்லாவற்றையும் உதயகுமாரனும் அறிந்தான். எனினும் அறிந்தோர் நகைத்தாலும், மன்னவன் காய்ந்தாலும் அவளைப் பற்றியே தீருவேன் எனத் தேரேறி அவள் இருக்கும் உலகவறவியை அவன் அடைந்த அதே நேரத்தில் அங்கு தன் மனைவி காயசண்டிகையைத் தேடிக் காஞ்சனனும் வந்திறங்கினான். அந்தப் பொதியமலை முனி தன் மனைவிக்கு இட்ட சாபம் முடியும் காலமாகிய பன்னிரண்டாண்டுகளும் ஆகிவிட்டன, ஏன் இன்னும் அவள் வரவில்லை எனத் தேடி அவன் பொது இடங்கள் பலவற்றிலும் திரிந்தான்.

சாத்தனார் படைத்துள்ள அருமையான ஒரு பாத்திரம் இந்தக் காஞ்சனன். விழுமிய அறிவுடையோன் மட்டுமின்றி மனைவி மீது நிறைந்த அன்புடையவன். அவள் தன் தீவினையின் விளைவாய், விருச்சிக முனிவனின் சாபத்தால் யானைப்பசி நோய்க்கு ஆளான கதையை அறிவோம். கனிகள், காய்கள் என காஞ்சனன் எதை எதையோ கொண்டுவந்து ஊட்டினும் அவள் பசி தீராமையைக் கண்டு துடித்துப் போகிறான். அவள் பறக்கும் மந்திரத்தையும் மறந்து போனாள் என்பதை அறிந்து அவன் கலக்கம் மிகுதியாகிறது. வேறு வழியின்றி அவளைப் புகார் நகர் வரை நடந்து சென்று அங்கு செல்வந்தர்கள்பால் உணவு பெற்று வாழுமாறு அறிவுறுத்திச் செல்வான் என்பதை எல்லாம் அறிவான். அத்துடன் ஒவ்வொரு ஆண்டும் சரியாக இந்திரவிழா அன்று பறந்து வந்து மனைவியைக் கண்டு வேதனையுடன் பிரிந்து செல்வான். பன்னிரண்டாண்டுகள் எப்போது முடியும் எனக் காத்திருந்த அவனுக்கு, அது முடிந்தும் அவள் வராததைக் கண்டு கலங்கி அவளைத் தேடி வந்து பொதுமக்கள் கூடும் இடமெல்லாம் அலைகிறான்.

அங்கே காயசண்டிகையைக் கண்டதும் அல்லாமல் அவள் தன் பசி நீங்கியதோடு உலகோர் பசிதீர்த்துக்கொண்டிருந்ததையும் கண்டு வியப்புற்றான். காயசண்டிகை வடிவில் இருப்பது மணிமேகலை என அறியாமல், "ஆனைத்தீ நோய் அரும்பசி அகற்ற வானோர் யாரும் அருளினரோ இதை?" என அவளிடம் பழைய அன்புடன் கேட்டான்.

தன்னை அவன் தன் மனைவி என நினைத்துக்கொண்டு பேசுவதைக்கண்டு சங்கடத்துக்குள்ளானாள் மணிமேகலை. ஆனால் என் செய்வது. அவளால் அக்கணம் உண்மையை உரைக்க இயலாது. அருகே ஏற்கனவே மணிமேகலையைத் தேடி உதயகுமாரன் வந்து நின்றிருந்தான். ஒரு மிக நுணுக்கமான நாடகக் காட்சியாய் இதை வடித்திருப்பார் பெருங்கவி சாத்தனார்.

தவறாகப் புரிந்துகொண்டு அணுகும் காஞ்சனனையும் சமாளிக்க வேண்டும். உதயகுமாரனையும் எச்சரித்தாக வேண்டும் என்கிற இக்கட்டான நிலையில் காஞ்சனனிடமிருந்து அகன்று உதயகுமாரன் பக்கம் சென்று அங்கே நின்றிருந்த ஒரு வயதான மூதாட்டியைக் காட்டி,

"வெண்மணல் போல் நரைத்த கூந்தல், தோல் திரைந்த நெற்றி, இறால் கருவாடுபோலச் சுருங்கிய புருவங்கள், வழுநீர் சுமந்த கண்கள், சீ வடிகிற மூக்கு, தெற்றி அழகிழந்த சுரை விதை போன்ற பற்கள், வற்றலைப்போல் தொங்கும் காதுகள் முதலான அவளது உறுப்புகளைப் பார். இறும்பூதுடன் மதர்த்து நின்ற முலைகள் இன்று வெற்றுப்பை போல் தொங்குகின்றன; வாழைத் தண்டு போல விளங்கிய தொடைகள் தாழைத் தண்டுபோல வற்றிக் கிடக்கின்றன; பூக்களாலும், வாசனைச் சாந்துகளாலும் புலால் நாற்றத்தை மறைத்துக் கட்டுப்படுத்தி, ஆடை அணிகலன்களால் அழகுபடுத்தி முன்னோர் வகுத்துவைத்த வஞ்சகம்தான் இந்த யாக்கையின் அழகு என அறிவாய் இளவரசே" என அறிவுறுத்தி நின்றாள் காயசண்டிகை எனும் காந்தர்வ உருவத்தில் நின்ற மணிமேகலை.

பின்னாளில் பெண்ணுடல் மீது வெறுப்பைக் கக்கி எழுதப்பட்ட சித்தர் பாடல்களுக்கு ஒரு முன்னோடியாய் அமைகின்றன இவ்வரிகள். எனினும் இது ஒரு நாடகக்க காட்சியாய்த்தான் விவரணம் கொள்கிறதே ஒழிய சித்தர் பாடல்களைப்போலப் பெண்வெறுப்பை முன்னிறுத்தி உரைக்கப்படவில்லை.

மணிமேகலை உதயனுக்கு அறிவுரைக்கும் இந்தக் காட்சி அங்கிருந்த இரு ஆடவர்கள் மத்தியிலும் இருவேறு எண்ணங்களுக்குக் காரணமாயிற்று.

"தன்னைப் பாராட்டும் என் சொற்களை ஏற்காதவளாகவும் உள்ளாள்; அதே நேரத்தில் பிறன் பின்னும் செல்கிறாள்; என்னைப் பிறன்போலும் பார்க்கிறாள்; மன்னன் மகனுக்கு முது மொழிகளையும் எடுத்துரைக்கிறாள்; அதே நேரத்தில் அவளது சிவந்த கண்களும் முத்துப் பற்களும் அவன்பாற் காதற் குறிப்பைக் காட்டுகின்றன..." எனக் குழம்பிய காஞ்சனன் பகை கொண்ட நெஞ்சினனாய் ஒரு பக்கமாய் மறைந்து ஒளிந்து நின்றான்.

இன்னொரு பக்கம் உதயகுமாரனோ அவளைக் காயசண்டிகை உருவில் மறைந்துள்ள மணிமேகலை எனக் கண்டு கொண்டான். எனினும் பழங்கதை பேசிய இந்தப் புதியவன் யார் எனக் குழம்பினான். இந்த இரவில் அவள் அந்தப் புதியவனுடன் ஓடிவிடுவாள் எனவும் அவனுக்குத் தோன்றவில்லை. இருக்கட்டும் நள்ளிரவில் வந்து இவள் என்ன செய்கிறாள் எனப் பார்ப்போம் என எண்ணி அகன்றான்.

ஊரே உறங்கிக் கிடந்த யாமத்தில் யானை வேட்டைக்குக் கிளம்பிய புலிபோல மணிமேகலை இருந்த அம்பலத்திற்கு வந்த உதயன் சீறிவரும் விஷ நாகம் ஒன்று புற்றுக்குள் நுழைவதுபோல உள்ளே நுழைந்தான். கர்மவினை அவனை அப்படி அங்கு இட்டுச் சென்றது.

அவனுக்கு முன்பே அங்கே அவன் வரவை எதிர்பார்த்துக் காத்திருந்த காஞ்சனன், "இவன் அவளைத் தேடி வந்தான்" எனப் பெருஞ்சினம் கொண்டெழுந்தான். விஷப் பல் வெளித் தெரியப் படமெடுத்து வரும் ஒரு பாம்பு போல் உதயனின் பின்புறமாகச் சென்று, அவன் தோளைத் தன் வாளால் துண்டித்து வீழ்த்தினான்.

காயசண்டிகையைக் கைக்கொண்டுப் பறந்து செல்வேன் என அவளுருவில் இருந்த மணிமேகலையைத் தேடி ஓடிய விஞ்சையனை அந்த அம்பலத்தின் நிலையில் தேவதச்சனான மயன் வரைந்திருந்த கந்திற்பாவை எச்சரித்தது. "அவளை அணுகாதே காஞ்சன! அவள் மணிமேகலை. உருமாறி மறைந்துள்ளாள்" என அவனுக்கு ஒரு பேரதிர்ச்சியையும் அளித்தது. அத்தோடு முடியவில்லை. அவனுக்கு இன்னொரு பேரதிர்ச்சியும் காத்திருந்தது. கர்மவினையின் பயனாய் காயசண்டிகைக்கு நேர்ந்த துயர முடிவுதான் அச்செய்தி. அமுதசுரபியில் விளைந்த அன்னத்தை உண்டு தன் கடும்பசியிலிருந்து விடுபட்ட காயசண்டிகை, பிரிந்திருந்த தன் கணவனைப் பார்க்கும் துடிப்பில், தனக்கு மீளக் கிடைத்த பறக்கும் திறனால் வானில் எழுந்து விரைந்தாள். அவள் சென்ற வழியில்தான் விந்திய மலை உள்ளது, அம்மலையைக் காக்கும் அந்தரியான விந்தா கடிகை அதன் உச்சியில் உறைகிறாள். பறக்கும் வரமுள்ளவர்கள் அம்மலையின் உச்சியின் மீது பறந்து கடப்பது வழமையல்ல. அப்படி யாரேனும் கடக்க நேர்ந்தால் பொங்கிச் சினம் கொள்ளும் விந்தாகடிகை அவர்களை ஈர்த்துத் தன் வயிற்றினுள் அடக்குவாள். பிரிந்த கணவனைச் சந்திக்கும் ஆவலில் உச்சிமீது பறந்த காயசண்டிகையும் அப்படி அவள் வயிற்றினுள் அடங்கிவிட்ட சோக வரலாறுதான் காஞ்சனனுக்குக் கிடைத்த அந்த இன்னொரு பேரதிர்ச்சி.

"காஞ்சன! கைம்மை (சிறுமை) கொள்ளாதே. ஊழ்வினை உருத்து வந்து ஊட்டும்.. அது இங்கு உதயகுமாரனின் உயிரை உண்டது. ஆனால் விஞ்சயனான காஞ்சன நீயும் ஆராயாமல்

ஒரு கொடிய தீவினையைச் செய்தாய். அவ்வினை உன்னை வந்து அகலாமல் பற்றும்" - என அத் தெய்வம் கூறியது. அது கேட்ட விஞ்சையன் துயருற்றதோடு, கடுவினை பற்றிய நெஞ்சத்தோடு. பறந்து அகன்றான்.

மணிமேகலை காப்பியத்தில் பதிக்கப்பட்ட கிளைக் கதைகளில் நம் நெஞ்சைப் பிழியும் இன்னொரு சோகக் கதை இது. அவன் விஞ்சையன். அவளும் விஞ்சையள். அறிவிற் சிறந்தவர்கள். வித்தைகள் அருளப்பெற்ற காந்தர்வர்கள். காஞ்சனனைச் சொல்லும் போதெல்லாம் வித்தியாதரன் எனப் பொருள்படும் விஞ்சையன் எனச் சாத்தனார் சொல்லத் தவறுவதில்லை. அறிஞனான அவனும் ஆராயாமல் ஆத்திரம் கொள்கிறான். கொலைப்பழிக்கு ஆளாகிறான். ஊழ்வினை உதயகுமாரனைக் கொன்றது. கொன்றவனையும் அச்செயலூடாக இன்று ஊழ்வினை பற்றுகிறது. கர்ம வினையை எவரும் அனுபவித்தே ஆக வேண்டும். கர்ம வினை என்பதை இந்திய மதங்கள் பொதுவில் ஏற்றுக் கொள்கின்றன. ஆன்மா என்பதை ஏற்பதிலும் மறுப்பதிலும்தான் வைதிகமும் பௌத்தமும் வேறுபடுகின்றன.

மணிமேகலை காப்பியம் முழுவதும் இப்படியான கர்மவினை குறித்த கரிசனம் விரவிக் கிடப்பதை நாம் காண்கிறோம். கர்ம வினையிலிருந்து யாரும் தப்ப முடியாது என்பதன் பொருளென்ன? எல்லாம் நம் திட்டப்படி நடப்பதில்லை. நம் ஆற்றலுக்கு அப்பாற்பட்ட சக்திகள் செயல்படும் உலகில் வாழும் நாம் அது குறித்த பிரக்ஞையோடிருத்தல் அவசியம். அந்தப் பிரக்ஞை நம்மை எப்போதும் எச்சரித்துக்கொண்டிருக்கவேண்டும். நமது ஒவ்வொரு செயலும் அப்படியான எச்சரிக்கையோடு செய்யப்பட வேண்டும். அந்த எச்சரிக்கை இல்லாமல் நடந்துகொண்டதன் விளைவாகவே காயசண்டிகை அந்தக் கொடுஞ் சாபத்திற்கு ஆளாக வேண்டிற்று. உதயகுமாரனின் மரணம் எப்படி நிகழ்கிறது? அவன் கர்மவினை அதற்குக் காரணமான போதிலும் இன்னொரு பக்கம் காஞ்சனன் ஆராயாமல் செய்த வெவ்வினை கர்ம விளைவுகளைச் சுமந்த ஒரு தீவினையாய் அக்கொலை மூலம் அவனைச் சூழ்கிறது.

நமக்கு அப்பாற்பட்டு இயங்கும் இச்சக்திகள் குறித்த பிரக்ஞை ஒருவரை அறவாழ்வுக்கு இட்டுச் செல்ல வேண்டும்; நம்முடைய எந்தச் செயலும் யாருடைய துயரத்திற்கும் காரணமாகிவிடக்

கூடாது என்கிற பிரக்ஞை ஒவ்வொருவருக்கும் ஒவ்வொரு கணமும் தேவை என்பதை காப்பியம் சொல்லிக்கொண்டே இருக்கிறது. மானுடத் துயர்கள் குறித்த பிரக்ஞையுடன் நம்மை வாழ அது அறிவுறுத்துகிறது.

காஞ்சனன் வித்யாதரன் மட்டுமல்ல. அவன் தன் மனைவியின்மீது தீராக் காதலுடையவன் என்பதையும் அறிவோம். சாப காலம் முடிந்தவுடன் மனைவியைச் சந்தித்து அள்ளிச் செல்ல வந்தவனுக்கு அவளை இனி சந்திக்க இயலாமலேயே போய்விடுகிறது. அதுமட்டுமல்ல அவன் மீண்டும் ஒரு கொலைப் பழிக்குக் காரணமாகிக் கருமவினைக்கு ஆளாகிறான்.

காயசண்டிகையும் நாம் இந்தக் காப்பியத்தில் சந்திக்கும் இன்னொரு சோக நாயகி. அவளும் வித்தைகள் அறிந்த வித்யாதரிதான். எனினும் அவள் செய்யும் ஒரு குறும்பு அவளை முனிவனின் கொடும் சாபத்திற்கு ஆளாக்குகிறது. சாப காலம் முடிந்து கணவனைக் காண ஆவலோடு பறந்தவளும் வினைக்கு ஆளாகிறாள்.

ஒரு நாயகியை மையமாகக் கொண்ட காப்பியம் மணிமேகலை. உதயகுமாரனைக் காப்பிய நாயகன் எனச் சொல்வதற்கில்லை. அவன் ஒரு எதிர்மறை நாயகனாகவே படைக்கப்படுகிறான். அவனது துயர மரணம் இங்கே காப்பிய சோகமாக விரியவில்லை. ஆனால் அவனைக் கொலை செய்தவனின் முடிவு இங்கு பெருஞ் சோகமாய் விரிகிறது.

14. பிறமொழிச் சொற்களைத் தமிழுக்குக் கொணர்ந்த பௌத்தம்

பிறமொழிச் சொற்களைத் தமிழுக்குக் கொணர வழிசெய்தது பௌத்தம். சம்பாபதிக் கோயிலினுள் உறங்கிக்கொண்டிருந்த மணிமேகலை உதயகுமாரன் கொல்லப்பட்டது அறிந்து எழுந்தாள், கலங்கினாள், முந்தைய பிறவியில் தாங்கள் கணவன் மனைவியாய் வாழ்ந்ததையும், விடம் தீண்டி அவன் இறந்ததையும் எண்ணிப் புலம்பினாள். தான் காய சண்டிகை உருவில் இருந்ததுதானே இத்தனைக்கும் காரணம் என அவ்வுருவைக் களைந்து உதயன் வெட்டுண்டு கிடந்த இடத்தை நோக்கி நகர்ந்தாள்.

சம்பாபதிக் கோயிலினுள் உறங்கிக்கொண்டிருந்த மணிமேகலை உதயகுமாரன் கொல்லப்பட்டது கண்டு எழுந்தாள். கலங்கினாள்..? முந்தைய பிறவியில் தாங்கள் கணவன் மனைவியாய் வாழ்ந்ததையும், விடம் தீண்டி அவன் இறந்ததையும் எண்ணிப் புலம்பினாள். தான் காயசண்டிகை உருவில் இருந்ததுதானே இத்தனைக்கும் காரணம் என அவ்வுருவைக் களைந்து உதயன் வெட்டுண்டு கிடந்த இடத்தை நோக்கி நகர்ந்த அவளைத் தடுத்து நிறுத்தியது அந்த ஆலயத் தூணில் அமைந்திருந்த கந்திற்பாவை. முற்பிறவியில் கணவன் மனைவியாய் வாழ்ந்தபோதும் இன்னும் பல பிறவிகளில் தாய் - சேய் உறவில் அவர்கள் வாழ்ந்ததையெல்லாம் நினைவூட்டி

அவளைச் சற்றே அமைதிப்படுத்தியது. இனி இப்பிறவியில் அவளின் எதிர்காலம் எப்படி அமையப்போகிறது என்பதையும் அவளுக்கு உணர்த்தியது. இளவரசனின் இறப்புக்குக் காரணமாக இருந்தாள் என அவளை மன்னவன் சிறையில் அடைக்கப்போவது, அரசி அவளைக் கொடுமைகளுக்கு ஆளாக்குவது, அவற்றிலிருந்து மீண்டு அவள் சாவகம் சென்று அங்கு இப்பிறவியில் புண்ணியராசன் எனும் பெயருடன் அரசாளும் ஆபுத்திரனைக் கண்டு, இருவரும் மணிபல்லவம் சென்று திரும்புவது, பின் அவள் வஞ்சி சென்று பல்வேறு சமயத்தினரின் கருத்துகளுக்கும் செவிமடுப்பது, பெரும் பஞ்சத்தில் துயருற்றுக் கிடக்கும் காஞ்சி மாநகர் சென்று அமுதசுரபி கொண்டு அம்மக்களின் பசியாற்றுவது, அங்கே அவள் இப்பிறவி வாழ்வை முடித்துக் கொள்வது, அடுத்துப் பல பிறவிகளில் ஆண் மகனாகப் பிறந்து, இறுதியில் மக்களுக்கு அறநெறி அருளிவரும் புத்த தேவனை அடைந்து அவன் தலை மாணவனாயிருந்து, எல்லாப் பற்றுகளையும் அறுத்து இறுதி உய்வை அடைவது என அனைத்தையும் சொல்லி முடிக்கிறது அத் தெய்வம்.

இப்பிறவியில் மணிமேகலைக்கு உய்வில்லை. அவள் இன்னும் முழுமையாய் எல்லாப் பற்றுக்களிலிருந்தும் விடுபடவில்லை. எனினும் இன்னும் பல பிறவிகளின் ஊடாக அவள் இறுதி விடுதலையைப் பெறுவாள் என்கிற உண்மையை உணர்த்தி, அவளது தற்காலிகத் துயரை நீக்கி எதிர்காலச் சவால்களுக்குத் தயார் செய்கிறது கந்திற்பாவை.

தெளிவுற்று நின்றிருந்த மணிமேகலையையும் வெட்டுண்டு கிடந்த உதயனையும் அங்கேயே மறைத்து வைத்துவிட்டு அரசனிடம் நடந்ததைச் சொல்ல விரைந்தனர் அங்கிருந்த தவசிகளும் பிறரும்.

சிறைசெய் காதை எனும் இப்பகுதியில் பதிக்கப்பட்டுள்ள கிளைக் கதை ஒன்றினூடாகச் சாத்தனார் சொல்கிற செய்திகள் மிக முக்கியமானவை.

மரபுப்படி அரசனை வாழ்த்தி அவனது மகன் இறந்த செய்தியைப் பக்குவமாக அவனுக்கு உணர்த்த மருதி, விசாகை எனும் இரு பெண்களின் வரலாற்றை அவர்கள் விரிவாகச் சொல்கின்றனர். கற்புறுதி தவறாத பெண்களைக் காமநோக்குடன் அணுகி அதனூடக உயிரை இழந்த இருவரின் வரலாற்றை அரசனும் பொறுமையுடன் கேட்கிறான்.

வடபுலத்தில் சத்திரியர்களை வேரறுத்துப் பழிதீர்த்த பரசுராமன் தன் இறுதிக் காலத்தைத் தென்னாட்டில் கழித்தான் என அகநானூறில் ஒரு குறிப்பு உண்டு. அதை ஒட்டி சாத்தனார் விரிக்கும் வரலாறு பல செய்திகளைச் சொல்கிறது. பரசுராமனின் வருகையை அறிந்த சம்பாபதித் தெய்வம் அப்போது சோழ நாட்டை ஆண்டுகொண்டிருந்த காந்தன் எனும் மன்னவனை அணுகி பொதியமலையில் சென்று ஒளிந்துகொள்ளுமாறு எச்சரிக்கிறது. பரசுராமன் கண்டால் சத்திரியனான அவன் கொல்லப்படுவான் என்பதால் அரசன் அம்முடிவை ஏற்கிறான். எனினும் அரசுப்பொறுப்பை யாரிடமாவது ஒப்படைத்துச் செல்ல வேண்டும். அவன் சத்திரியனாகவும் இருக்கக் கூடாது. கணிகை ஒருத்தியுடன் தனக்குப் பிறந்தவனும், வீரத்தில் யாருக்கும் சளைக்காதவனுமான ககந்தனிடம் அரசை அளித்துவிட்டு அவன் அகத்தியன் வாழும் பொதிகைக்கு அகல்வான்.

அப்போது ஒருநாள் காவிரியில் நீராடி வந்துகொண்டிருந்தாள் மருதி எனும் ஒரு பார்ப்பனி. அவளைக் கண்டு காமுறுகிறான் ககந்தனின் மகன் ஒருவன். அவளை அணுகி தன் ஆசையை வெளிப்படுத்துகிறான். அது கேட்ட அவள் துடித்தாள். இந்த மண்ணின் மழை வளத்திற்குக் காரணமான கற்புடைய பெண்ணாகத் தான் இருந்திருந்தால் இப்படிப் பிறர் நெஞ்சு புகுந்திருப்பேனோ. இனி நான் எவ்வாறு முப்புரி நூலணிந்த என் கணவனோடு முத்தீயைப் பேணும் தகுதியுடையவளாக இருக்க முடியும் எனப் பலவாறும் கலங்குகிறாள் அந்தப் பார்ப்பனி.

கற்பெனப்படுவது பிறர்பால் மனம் செல்லாதிருப்பது மட்டுமன்று. கற்பெனப்படுவது பிறர் நெஞ்சு புகாமையும் கூட என இங்கே சொல்லப்படுகிறது. கற்பிற் சிறந்த பெண்ணாயினும் அவளைப் பார்த்து யாருக்கும் காம உணர்வு தோன்றக் கூடாது என்பது இதன் உட்கிடை.

பூதச் சதுக்கத்தை அடைந்த மருதி அங்கிருந்த தெய்வத்திடம் தனக்கு நேர்ந்ததைச் சொல்லிப் புலம்பினாள். அங்கிருந்த தெய்வம் அவளை விளித்து, “தெய்வம் தொழாள், கொழுநன் தொழுதெழுவாள் பெய்யெனப் பெய்யும் மழை” எனும் குறளைச் சொல்கிறது. மணிமேகலை காப்பியத்தின் காலத்தை நிர்ணயிக்க ஒரு முக்கிய ஆதாரங்களில் ஒன்றாக அறிஞர்கள்

இதைக் குறிப்பர். திருக்குறளுக்குப் பிந்தியதே மணிமேகலை என்பதற்கு இதைச் சான்றாகக் காட்டுவர். மணிமேகலையை மிக விரிவாகவும் நவீனமாகவும் ஆய்வு செய்துள்ள பௌலா ரிச்மான், ஆனே மோனியஸ் முதலானோர் இதனூடாக வேறு சில சிந்தனைகளுக்கும் நம்மை இட்டுச் செல்கின்றனர்.

மணிமேகலை திருக்குறளுக்குப் பிந்தியது மட்டுமல்ல சங்க கால ஒழுங்கு, மதிப்பீடுகள், இலக்கியக் கொள்கைகள் எல்லாம் மாறி, ஒரு புதிய உலகம், புதிய நம்பிக்கைகள், புதிய ஒழுங்குகள், புதிய இலக்கியக் கொள்கைகள் உருப்பெறுவதற்கும் அது ஒரு தொடக்கப் புள்ளியாய் அமைகிறது. கண்டதும் காதல், காதலை வெளிப்படுத்துதல், பரத்தையர் ஒழுக்கம், பெண் துறவு எனப் பல சங்க கால மதிப்பீடுகளும் நம்பிக்கைகளும் மாறி எப்படி ஒரு புதிய சமூக ஒழுங்கு மேற்கிளம்புகிறது என்பதை மருதியின் கதையினூடாக நமக்குக் காட்டுகிறார் சாத்தனார். சங்க கால ஒழுங்கும் இலக்கிய மரபும் இங்கே கவிழ்க்கப்படுகின்றன என்பார் மோனியஸ். சங்கத்தின் “பாலை வெளியை வாழ்வின் நிலையாமை குறித்த ஒரு ஆழ்நிலைத் தியானமாக” மணிமேகலை மாற்றுகிறது என்பார் ரிச்மான். அதே நேரத்தில் தான் தமிழ் மண்ணையும், மரபையும் விட்டகலவில்லை என்பதையும் சாத்தனார் ஆங்காங்கே உறுதிசெய்யத் தவறுவதில்லை. அதன் விளைவே தன் கருத்திற்கு அவர் “பொய்யில் புலவனை” மேற்கோளிடுவது எனலாம். பொய்யில் புலவன் என்பது வள்ளுவரின் பல பெயர்களில் ஒன்று என்பதை அறிவோம்.

ஒரு சிறுமி, அதிலும் கணிகையர் குலத்தில் தோன்றியவள் கையில் பிச்சைப் பாத்திரத்துடன் துறவேற்பது முதல், அரசனுக்கு அறமுரைத்து சிறைக் கோட்டத்தை அறக்கோட்டமாக ஆக்குவது வரை சாத்தனார் செய்துள்ள புரட்சிகள் ஏராளம். அது மட்டுமன்று. இரட்டைக் காப்பியங்கள் என நாம் எப்போதும் மணிமேகலையைச் சிலப்பதிகாரத்துடன் இணைத்தே பேசிய போதிலும், சாத்தனார் மிகத் தாராளமாக சிலம்பின் முக்கிய பாத்திரங்களைத் தம் காவியத்தில் உலவ அனுமதித்தபோதும், இளங்கோவடிகளின் சில மதிப்பீடுகளையும் அவர் ஆங்காங்கு கலைத்துப் போடுகிறார். மணிமேகலை எனும் அச் சிறுமியை அவர் கண்ணகிக்குச் சமமான தவ ஆற்றலும், கற்பொழுக்கமும் கொண்டவளாகச் சித்திரிப்பது மட்டுமின்றி எல்லாவற்றிலும்

சிறந்தது துறவொழுக்கமும் அறச் செயல்பாடுகளும்தான் என்பதையும் அவர் வாய்ப்புக் கிடைத்த போதெல்லாமும், வாய்ப்புகளை உருவாக்கிக்கொண்டும் சொல்லத் தவறுவதில்லை.

ஊழ்வினை உருத்து வந்தூட்டும் என்பதாக முற்றிலும் ஊழுக்குப் பணிந்து போகிறவளல்ல மணிமேகலை. ஊழ்வினையால் கணிகையர் குலத்தில் பிறந்தும், அதைத் தொழிலாகவும் வாழ்வாகவும் ஏற்காமல் கையில் பிச்சைப் பாத்திரத்தை ஏந்தி அனைவருக்கும் வழிகாட்டும் வாழ்வொன்றைத் தனக்கென அமைத்துக்கொண்டவள் அவள். ஊழ்வினைக்குப் பணியாதவள் மட்டுமல்ல, ஊழ்வினை உருத்து வந்தூட்டும்போது ஆத்திரமுற்று சாபமிட்டு ஒரு பெருநகரையே தீக்கிரையாக்கி அழிப்பவளும் அல்ல. அந்தப் பைங்கொடி நங்கை ஊழ்தரு தவத்தள்; சாப சரத்தி; காமற் கடந்த வாய்மையள்.(5: 16,17). ஆம். அவள் கண்ணகி போலச் சாபத்தை ஓர் ஆயுதமாகக் கொண்டவள் ஆயினும், அவள் அதைப் பயன்படுத்தியவள் அல்ல. தன்னைத் துன்புறுத்திய அரசி திருந்தி அவள் காலடி வீழ முயலும்போது துடித்து அணைத்துப் பணிபவள் அவள். மன்னர்கள் அவள் வேண்டுவனவற்றைச் செய்து முடிக்கத் தயாராக நிற்கும்போது கண்ணகி பத்தினித் தெய்வத்திற்குக் கோயில் எழுப்பச் சொல்வாள். மாறாக மணிமேகலையோ புகாரில் தன் விருப்பை நிறைவேற்ற நின்ற சோழமன்னனிடமும், சாவகத்தை ஆண்ட புண்ணியராசனிடமும் புத்த சேதியங்களையோ, தூபிகளையோ கூட எழுப்பச் சொல்லவில்லை. பின் வேறென்ன சொல்கிறாள்? ஒருவனிடம் சிறைக் கோட்டத்தை அறக்கோட்டமாக்கச் சொல்கிறாள். இன்னொருவனிடம் "மன்னுயிர்க்கெல்லாம் உண்டியும், உறையுளும் அல்லது" வேறெதுவும் வேண்டாம் எனச் சொல்லி அகல்கிறாள்.

பௌத்தம் வடக்கிலிருந்து வந்த ஒரு மதம் ஆயினும் அதற்கு ஒரு உள்ளூர்த் தன்மையை ஏற்றும் முகமாகவே சாத்தனார் பொய்யில் புலவனை மேற்கோள் இடுகிறார் எனவும் கூறுவர்; சோழ மன்னனை ஒரு பாத்திரமாகவும், புகார், வஞ்சி, காஞ்சி ஆகியவற்றைக் கதைக் களங்களாகவும் கட்டமைப்பதையும் நாம் கவனத்தில் எடுக்க வேண்டும்.. அதே நேரத்தில் பௌத்தப் பிரபஞ்சம் இன்னும் விரிவானது என்பதைச் சொல்ல அவர் மணிபல்லவம் முதல் சாவகம் வரை செல்லுகிறார். அதே நேரத்தில் பௌத்த

புண்ணியத் தலங்களான லும்பினியோ இல்லை புத்தகயாவையோ இங்கே முதன்மைப்படுத்தப்படுவதில்லை. தென் கிழக்காசியப் பகுதிகளை இணைத்து வேறொரு பௌத்தப் பிரபஞ்சம் இங்கே முன்வைக்கப்படுகிறது. பாலி அல்லது சமஸ்கிருதம் என்பவையாக அல்லாமல் தமிழை இந்தப் புதிய பிரபஞ்சத்தின் இலக்கிய மொழியாக முன்னிறுத்தவும் செய்கிறார். இலக்கிய மொழித் தேர்வு குறித்து ஷெல்டன் பொல்லாக் சொல்வதை ஆனே மோனியஸ் இங்கு நினைவூட்டுவார். இலக்கிய மொழித் தேர்வு என்பது பழைய தொடர்புகள் சில கைவிடப்படுதலையும், புதிய தொடர்புகள் சில உருவாவதையும் புதிய அடையாளங்கள் சில உறுதியாவதையும் குறிக்கும். சமஸ்கிருதத்தின் இடத்தில் தமிழ் ஒரு விரிந்த பிரபஞ்ச மொழியாக அமையும் சாத்தியம் இங்கே முயற்சிக்கப்படுகிறது

பௌத்தம் தமிழை இப்படி ஒரு விரிந்த பகுதியின் இலக்கிய மொழியாக்க முயற்சித்தது. இன்னொரு பக்கம் பௌத்த நூலாகிய வீர சோழியம், அதற்கு முந்திய சமணப் பின்புலத்தில் உருவான இலக்கண நூல்களிலிருந்து வேறுபடும் புள்ளி ஒன்றும் இத்துடன் ஒப்பு நோக்கத் தக்கது. முந்திய இலக்கண நூல்கள் சமஸ்கிருதத்துடன் உறவாடும்போது உருவாகும் மொழிக் கலப்பைப் பற்றிப் பேசும்போது வீரசோழியம் சிங்கள மொழியுடன் கூடிய மொழிக் கலப்பைப் பற்றிப் பேசத் துணிவது இப்படித்தான் என்பார் மோனியஸ். கிறிஸ்தவம், இஸ்லாம் போல பௌத்தம் ஒரு பன்னாட்டு மதம் என்பது குறிப்பிடத்தக்கது. பாலி மொழியிலேயே பௌத்த நூல்கள் எழுதப்பட்டுக் கொண்டிருந்த நிலைமாறி சமஸ்கிருதத்தில் அவை எழுதப்படும் நிலை ஏற்பட்டுக் கொண்டிருந்த ஒரு காலத்தில் சாத்தனார் அந்த இடத்தில் தமிழை வைக்க முயற்சிக்கிறார் எனவும் இதை நாம் கொள்ளலாம்.

தமிழுக்கு அப்பாலிருந்த இலக்கிய மூலங்களைத் தமிழ்க் காப்பிய உருவாக்கத்திற்குப் பயன்படுத்தும் முகமாய்த் தோன்றிய முதல் நூல் மணிமேகலை. தொடர்ந்து குண்டலகேசி, சீவகசிந்தாமணி, பெருங்கதை, விம்பிசார கதை, ராமாயணம் எனப் பல பிற மொழி இலக்கியங்கள் தமிழுக்கு வரலாயின. இதில் பலவும் பௌத்த சமண நூல்களாகவே இருந்தன. தம்மபதம், தேரிகாதை முதலானவற்றுக்கான உரைநூல்களில் மேற்கோளாகக் காட்டப்படும் கதைகளும் இவ்வாறு தமிழில் காவியங்களாயின.

'பத்தா குண்டலகேசா' தான் குண்டலகேசி எனவும் புத்தரை ஆதரித்த மன்னன் பிம்பிசாரனின் வரலாறுதான் விம்பிசார கதையாகவும் இருக்கவேண்டும் எனக் கருதப்படுவதும் குறிப்பிடத் தக்கது. 'பத்தா குண்டலகேசா' என்பது ஒரு முன்னாள் ஜைன துறவியைக் குறிப்பது எனவும், அவர் கௌதம புத்தரின் இரண்டு முக்கிய சீடர்களில் ஒருவரான சாரிபுத்திரரால் பௌத்த மதத்திற்கு மாற்றப்பட்டார் எனவும் ஒரு கருத்தும் உண்டு..

இவ்வாறு பிறமொழி இலக்கியச் செல்வங்கள் தமிழுக்கு வரவும் சமண பௌத்த மதங்கள் முன்னோடியாக அமைந்தன.

15. சங்க மதிப்பீடுகளிலிருந்து வேறுபடும் காப்பிய மதிப்பீடுகள்

மருதியின் கதையைத் தொடர்வோம். கற்பு நெறி பிறழாத தான் எவ்வாறு பிறர் நெஞ்சு புகும் எளியவள் ஆனேன் எனப் புலம்பிய அவளிடம், "கற்பின் பெருமை போற்றும் வள்ளுவ நெறியினின்றும் விலகி, பொருளற்ற பொய்யுரைகளை எல்லாம் பிறர்வாய்க் கேட்டு நடப்பவளாகவும், திருவிழாக்களின் மேற்கொண்ட பற்றால் கணவனன்றிப் பிற கடவுளையும் பேணுகிறவள் ஆனதாலும் நீ நிலை தாழ்ந்தாய். இனி நீ பெய் என்றால் மழையும் பெய்யாது. இந்நிலையிலிருந்து நீ திருந்தினால்தான் வானத்து மழையும் உன் சொல் கேட்கும்" என்றுரைத்தது பூதச்சதுக்கம்.

முறைதவறி நடந்துகொண்ட அவனைக் காவற் தெய்வமான நீயும் கூட ஏன் இன்னும் தண்டிக்கவில்லை என்று மருதி புலம்பியதற்கு அரசன் முறை செய்வதற்கான (தண்டிப்பதற்கான) காலக்கெடு ஏழு நாட்கள் எனவும், அதற்குள் அரச தண்டனை அவனுக்குக் கிடைக்காமற்போயின் பின் அவனை நான் தண்டிப்பேன் என்றது பூதம். அதேபோல மன்னன் ககந்தன் முறைதவறி நடந்துகொண்ட அவனைத் தன் மகனென்றும் பாராமல் வெட்டி வீழ்த்தினான்.

மகன் கொல்லப்பட்ட செய்தியை மிக வினையமாக அரசனிடம் எடுத்துரைத்துக்கொண்டிருந்த மாதவ முனிவர்கள் ககந்தனின் இன்னொரு மகனும் எவ்வாறு அறம்தவறி நடக்க முயன்று

தோற்றான் என்கிற வரலாற்றை அடுத்து எடுத்துரைக்கத் தொடங்கினர், மணிமேகலை காப்பியத்தில் பதிக்கப்பட்ட இன்னொரு கிளைக் கதை இது.

தீட்டப்பட்ட ஓவிய மாந்தர்போல அழகு மிக்கவர்களாகிய தரும தத்தன் என்பானும் அவனது மாமன் மகளான விசாகை என்பாளும் தாங்கள் மண உறவு உள்ளவர்கள்தானே என யாழோர் மணவினை எனப்படும் காந்தர்வ மண முறையத் தேர்வு செய்து கொண்டனர். இந்தக் கதையின் ஊடாக மாதவ முனிவர்கள் மன்னனுக்கு ஒரு செய்தி சொல்கின்றனர் என்றால் அதனூடாகப் பெரும்புலவர் சாத்தனார் இதை வாசித்து வரும் நமக்கும் ஒரு சேதி சொல்கிறார். அது:

மறையோர் தேயத்து மன்றல் எட்டு எனும் தொல்காப்பியக் களவியல் முதலாம் சூத்திரத்திற்கு உரை எழுதும் இளம்பூரணர் வடநூல் மரபில் கூறப்படும் எண்வகத் திருமண முறைகளைக் குறிப்பிடுவார். அவை:

1. பிரமம்: கன்னியை வரதட்சணைகளுடன் பிரம்மச்சாரிக்குத் தானமளிப்பது.
2. பிரசாபத்தியம்: குலம் கோத்திரம் பார்த்துப் பெற்றோர் ஒப்புதலுடன் செய்வது,
3. ஆரிடம்: மனமகனிடம் பரிசம் பெற்று பெண்ணைத் தருவது.
4. தைவம்: வேள்வி செய்யும் பலரில் ஒருவருக்குப் பெண்ணைத் தருவது.
5. காந்தருவம்: கருத்தொருமித்த இருவர் தாமே கூடி இணைவது.
6. அகரம்: வித்தைகள் மூலம் திறமைகளை நிறுவிப் பெண்ணைப் பெறுவது.
7. இரக்கதம்: பெண்ணைக் கடத்திச் சென்று திருமணம் செய்துகொள்வது.
8. தூங்கும் அல்லது போதை வயப்பட்டுள்ள பெண்ணிடம் உறவுகொள்வது.

இதில் ஐந்தாவதாகக் கூறப்படும் 'காந்தருவம்' என்பதைக் களவு நெறி என்பதாகத் தொல்காப்பியம், இறையனார் களவியல்

ஆகியன முன்வைத்து இதைப் பழந்தமிழர் முறை என ஏற்பதை அறிவோம். இதையே யாழோர் கூட்டம் எனக் கூறி 'அன்பின் ஐந்திணைகளில்' முதலாவதாகத் தமிழ் மரபு ஏற்கும்.

ஆனால் சங்க காலத்தில் ஏற்புப் பெற்றிருந்த அதை இப்போது ஊரார் ஏற்கவில்லை என்கிறது மணிமேகலை. ஊர் முழுதும் இவர்களின் இந்த இணைவு குறித்துப் பழிச்சொற்கள் மிகுந்தன என்கிறார் சாத்தனார். அவற்றைத் தாங்க இயலாத விசாகை ஒரு புனையா ஓவியம் வீதிவழியே நடந்தாற்போலத் தன் வீட்டை விட்டகன்று உலகவறைவியை அடைந்து அங்கு தூணில் வரையப்பட்டிருந்த கந்திற் பாவையை விளித்து இவ் உலகோர் கூறும் இப்பழியை ஒழித்து என்னைக் காப்பாற்றுவாயாக எனக் கதறவும், அக்கந்திற்பாவை, "மாநகர் மக்களே! இவள் பெய்யென ஆணையிட்டால் மழை பெய்யும். அத்தகைய கற்புடையாள் இவள்" என ஊரறியக் கூவி விசாகையை ஏற்றுக்கொண்டது.

இத்தெய்வம் மட்டும் என் கற்புடைமையைக் காட்டித் தெளிவு படுத்தி இராவிட்டால் அறியாமை மயக்கத்தில் ஆழ்ந்திருந்த இவ்வூர் மக்களின் மன மாசு நீங்கி இருக்காது. என் மைத்துனனின் மனையாளாக நான் அடுத்த பிறவியிற் கூடுவேன். இப்பிறவியில் இவனோடு கூடி வழமாட்டேன் என தன்னைப் பெற்ற தாய்க்குத் தன் முடிவைக் கூறி கன்னிமடத்தை அடைந்து வாழலானாள்.

சங்க கால வாழ்வியலிலிருந்து பல்வேறு மட்டங்களில் இக்காப்பிய காலம் வேறுபட்டு நிற்பதற்கு இது இன்னொரு சான்றாக அமைகிறது. வட புலத்தாரின் காந்தர்வ மணமுறைக்கு ஒப்பான உடன்போக்கை ஏற்றுக்கொள்ளப்பட்ட நெறியாகக் கொண்டிருந்த சங்ககால ஒழுக்க மதிப்பீடுகள் இப்போது பெரிதும் மாறியுள்ளதை விசாகையின் வரலாறு நமக்குத் தெளிவுபடுத்துகிறது. இந்த இடைப்பட்ட காலத்தில் உடன்போக்கு என்பது ஊர்வம்பிற்குக் காரணமான ஒரு ஒழுக்கமாக மாறுகிறது. இதைத் தாங்க இயலாதாகக் கருதும் ஒரு பெண் தன் கற்புநெறியை ஊரார் முன் நிறுவ எஞ்சிய வாழ்நாள் முழுவதும் கன்னியாக வாழ்ந்து காட்ட உறுதி பூண வேண்டிய நிலைக்குத் தள்ளப்படுகிறாள். கன்னியர்களாகப் பெண்களில் சிலர் வாழ்நாளைக் கழிப்பது என உறுதி பூண்பதும், அவ்வாறு உறுதி பூண்டோர் வாழ்வதற்கென மாநகரங்களில் கன்னிமாடங்கள் உருவாகியுள்ளதும் விசாகையின் வரலாற்றின் ஊடாக நமக்கு அறியக் கிடைக்கிறது.

இந்தக் கால மாற்றத்தின் ஊடாக தமிழ்ச் சமூக மதிப்பீடுகள் பெரிதும் மாறி யுள்ளது நமக்குத் தெரிய வருகிறது. பௌத்தத்தில் பத்தினி வழிபாட்டிற்கு இடமில்லை என்பதை அறிவோம். அதே நேரத்தில் சமண பௌத்த மதங்கள் பெண் துறவு என்பதை ஏற்கின்றன. இது தமிழ்ச் சூழலுக்குப் புதிது. மணிமேகலை காப்பியம் பத்தினி வழிபாட்டை வற்புறுத்தாத போதும் கற்பு மற்றும் கற்புடமை ஆகியவற்றுக்கான அழுத்தத்தைக் கொடுப்பதற்குத் தவறுவதில்லை.

பௌத்த சமணச் சிரமண மதங்களின் மதிப்பீடுகள் தமிழ்ச்சூழலில் பெருந்தாக்கம் விளைவித்திருந்ததற்கும், அதே நேரத்தில் பழந் தமிழர் மரபின் கற்பு முதலான மதிப்பீடுகளை ஏற்றுத் தன்னிலும் சில மாற்றங்களை நிகழ்த்திக்கொண்டதற்கும் மணிமேகலைக் காப்பியம் ஒரு சன்றாக உள்ளது. அதேநேரத்தில் இன்னொரு பக்கம் பத்தினி வழிபாட்டை ஏற்காததன் ஊடாக அது தன்னைச் சிலம்பிலிருந்து வேறுபடுத்தியும் நிறுத்திக்கொள்கிறது. துறவு என்பது ஒரு புதிய ஒழுக்கம் மேலுக்கு வருவது மட்டுமல்ல. கன்னிமாடம் முதலன சில புதிய நிறுவனங்கள் உருப்பெறுவதற்கும் வழிவகுக்கிறது. அமைதியான முறையில் வன்முறைகள் ஏதுமின்றி ஆரோக்கியமான சமய விவாதங்கள் நிகழும் நிலையும் உருவாகியுள்ளதன் ஊடாகத் தமிழ்ச் சமூகம் பேரளவில் மாறியுள்ளமையை நாம் கணக்கிற் கொள்வது அவசியம்.

காதலி மணவாழ்வைக் கைவிட்டுக் கன்னிமாடம் அடைந்ததை மைத்துனன் முறையுள்ள அவள் காதலன் தருமதத்தன் வேறு வழியின்றி ஏற்க வேண்டியதாயிற்று. தன் பெற்றோருடன் அவன் செல்வச் செழிப்புள்ள தென் மதுரைக்குச் சென்று வாணிப மரபை ஏற்று பொருளீட்டலில் தன்னை ஈடுபடுத்திக் கொண்டு வாழலாயினன். எனினும் மாமன் மகளான விசாகையைத் தவிர வேறு பெண்ணை இப்பிறவியில் கருதேன் என விரதமேற்றுத் தன் வாழ்வை அமைத்துக்கொண்டான்.

தனக்குத் தாழ்வைத் தந்த துன்பம் தலை எடுத்ததன் காரணமாகவே இப்படி ஊர்விட்டு ஊர் சென்று அக்குடும்பம் வாழ நேர்ந்தது எனவும் தமது பெருநகரை விட்டகன்ற அக்குடும்பம் வணிகம் செழுத்திருந்த இன்னொரு பெருநகரான மதுரையை நோக்கிச் சென்றது எனவும் சொல்கிறார் சாத்தனார். ஆக உடன்போக்கு

எனும் ஒரு சங்கால ஒழுக்கம் என்பது காலப்போக்கில் இப்படி ஒரு தாழ்வையும் இழிவையும் தருவதாக மாறியுள்ளது என்பதை இப்பகுதியில் மணிமேகலை மீண்டும் மீண்டும் சுட்டிக்காட்டுகிறது.

ஒழுக்க மதிப்பீடுகள் மட்டுமல்ல, சங்க காலத்திலிருந்து பெரிதும் மாறுபட்ட ஒரு பொருளாதாரச் சூழலும் வாழ்க்கை முறையும் தமிழ்ச் சூழலில் உருப்பெற்றுள்ளதற்கும் இப்பகுதி ஒரு சான்றாக அமைகிறது, மதுரையில் தருமதத்தன் வாணிபத்தில் ஈடுபடுவது மட்டுமல்ல, இந்த வாணிக மரபின் ஊடாக அவன் பெரும் பொருள் ஈட்டுகிறான் எனவும் காப்பியம் பதிவு செய்கிறது. இப்படிப் பெருநிலச் செல்வனாக அவன் ஆனபோது பெருநிலத்தை ஆளும் (பாண்டிய) மன்னன் அவனுக்கு 'எட்டி' எனும் பட்டத்தையும், அதற்குரிய சின்னமான பொற்பூவையும் அளித்து அவனைக் கவுரவிக்கிறான்.

வாணிக மரபு எனும் ஒரு புதிய செல்வாக்கை வாணிக மரபில் வந்த அறிஞர் சாத்தனார் கையாள்வது கவனிக்கத் தக்கது. இது அன்று பெரும் செல்வத்தை ஈட்டுவதற்குரிய ஒரு மரபாக இருந்ததும் இங்கு சுட்டப்படுகிறது. நாடாளும் மன்னர்கள் இவ்வணிக மரபினரை அங்கீகரித்துப் பெருமைப்படுத்தி ஏற்க வேண்டிய நிலையும் இருந்தது. இன்றைய அரசுகள் அளித்துப் பெருமைப்படுத்தும் பத்ம விருதுகளைப் போல அப்போதும் இவை எல்லாம் உருவாகி இருந்தமையையும் அறிகிறோம். 'எட்டித்' தொலைவுகளுக்குச் சென்று பொருளீட்டி வருவது மட்டு,மல்ல எட்டிய தொலைவுகளில் மட்டுமே கிடைக்கும் பொருள்களை அங்குள்ள மக்களுக்கு எட்டும்படிச் செய்பவர்கள் என்கிற வகையில் இவர்களுக்கு இந்த "எட்டிப் பட்டங்கள்" அளிக்கப்பட்டதையும் நாம் புரிந்துகொள்கிறோம்.

> உயிர் ஈறு ஆகிய உயர்திணைப் பெயரும்
> புள்ளி இறுதி உயர்திணைப் பெயரும்
> எல்லா வழியும் இயல்பு என மொழிப. (தொகை மரபு 11).

அவற்றுள், இகர ஈற்றுப் பெயர் திரிபு இடன் உடைத்தே (தொகை மரபு 12)என்கிற தொல்காப்பியத் தொகை மரபு பற்றிய இலக்கண வரையறைகளுக்கு எடுத்துக்காட்டாக 'எட்டிப்பூ', 'எட்டிப்புறவு' முதலான சொல்லாக்கங்களைப் பிற்காலத்தில் இளம்பூரணர் குறிப்பிடுவார். 'எட்டிப்புறவு' என்பது பெருவணிகர்களுக்கு

இறையிலியாகக் கொடுக்கப்பட்ட நிலம். யாழிசைப் பாணர்கள், புலவர்கள் ஆகியோருக்குப் பரிசுகள் வழங்கிய வரலாற்றை நாம் சங்க இலக்கியங்களில் காண்கிறோம். பிந்தைய காலகட்டங்களில் பெருநிலக் சிறார்களுக்கும் இவ்வாறு 'காவிதி'. 'காவிதிப்புறவு' முதலானவை வழங்கப்பட்டதையும் காண முடிகிறது. காப்பிய காலகட்டத்தில் இவ்வரிசையில் பெரு வணிகர்கள் இடம் பெறத் தொடங்குகின்றனர்.

இங்கே மதுரையில் ஒரு வணிகன் திருடனாக இருக்கக்கூடும் என ஐயுற்று முறையான விசாரணை இன்றிக் கொல்லப்பட்ட பழங்கதை உலவிய அதே காலகட்டத்தில் பெருவணிகர்கள் பெருமைக்குரியவர்களாக ஏற்றுக்கொள்ளப்பட்ட நிலை உருவாகி வந்தமையும் அன்றைய தமிழகப் பொருளாதாரத்தில் அவர்கள் செல்வாக்குப் பெற்றவர்களாக இருந்ததும் நமக்கு இதனூடாக விளங்குகிறது. பெருவணிகர்களுக்குக் கொடுக்கப்பட்ட எட்டி எனும் இவ்விருதின் தொடர்ச்சியாகவே வணிகர்களை 'செட்டி' என அழைக்கும் வழமை உருவாகி இருக்கலாம் எனவும் கூறுவர்.

இந்தியத் துணைக்கண்டத்தில் இன்று பௌத்தம் அருகிப் போனது என்றாலும் சோழர் காலத்தில் பௌத்த வணிகர்கள் சிறப்புற்றிருந்ததை நாம் அறிகிறோம், அனுராதபுரத்தையும், பொலனறுவையையும் எரியூட்டி அழித்து ஜனநாத மங்கலம் எனத் தன்பெயரைச் சூட்டிய அதே ராஜராஜன்தான் இன்னொரு பக்கத்தில் நாகப்பட்டினத்தில் சூடாமணி விகாரைக் கட்ட நிர்ப்பந்தங்கள் அளிக்க வேண்டியவனாகவும் இருந்தான் என்பது அவனது பெருந்தன்மையைக் காட்டுவதல்ல. சீன, பௌத்த வணிகர்களை அவனால் புறக்கணிக்க இயலாத சூழல் அன்று இங்கு நிலவியதே அது காட்டுகிறது. சூடாமணி விகாரையில் புத்தருக்குப் பொற்சிலை அமைத்தது சீன பௌத்த வணிகர்கள்தான் என்பர். அந்தப் பொற்சிலையைக் களவு செய்து உருக்கித்தான் ஸ்ரீரங்கநாதருக்குத் திருமங்கை ஆழ்வார் பொற்கூரை வேய்ந்தார் எனவும் கூறுவர்.

இன்றைய சமணர்கள் *(Jains)* வணிகத்தில் சிறப்புற்றிருப்பதை அறிவோம். சங்க காலத்திற்குப் பிந்திய சூழலில் சமண வணிகர்கள் பெருஞ்செல்வம் உடையவர்களாக இருந்ததற்குச் சிலப்பதிகாரமும் நமக்குச் சான்றாக அமைகிறது.

எல்லாவற்றையும் தொகுத்து நோக்கும்போது சங்கத்திற்குப் பிந்திய காலத்தில் சமண பௌத்த மதங்களும், வணிக வர்க்கமும் மேலோங்கி இருந்தது குறித்த அறிஞர்கள் கைலாசபதி, சிவத்தம்பி ஆகியோரின் தொடக்க காலத்துக் கருத்துரைப்புகள் அத்தனை எளிதாகப் புறக்கணிக்கத் தக்கவை அல்ல என்பது உறுதிப் படுகிறது. வணிக வர்க்கம் மேலோங்கி இருந்தது என்பதன் பொருள் அன்றைய நில உடமை வர்க்கம் முதன்மை பெற்றிருக்கவில்லை என்பதும் அல்ல. இதை நாம் நுணுக்கமாகப் புரிந்துகொள்வது அவசியம்.

தருமதத்தன் விசாகை கதைக்குத் திரும்புவோம்.

மதுரையில் செல்வச் செழுமையுடன் வாழ்ந்துவந்த தருமதத்தன் அறுபது வயதை எட்டுகிறான். அப்போது ஒரு அந்தணன் அவனை அணுகி, “பெருநிதி படைத்த செல்வனே! நீ இங்கு என்ன செய்கிறாய்? பத்தினி இல்லாதவர்கள் எத்தனை அறம் செய்திடினும் புண்ணியம் கிட்டாது. அவர்கள் வானகம் புக வாய்ப்பில்லை. இனியும் காலத்தை வீணாக்காமல்; உன் ஊர் திரும்புக” என அறிவுரைக்கிறான்.

இல்லறத்தில் ஈடுபடாதவர்க்கு புத்தேள் உலகம், அதாவது இறப்பிற்குப் பிந்திய புண்ணிய வாழ்க்கை இல்லை என்பது இதனூடாக வெளிப்படும் கருத்து. இதனை ஒரு அந்தணன் வாயிலாகப் பெருங்கவி சாத்தனார் சொல்லவைப்பது கவனத்துக்குரியது. துறவுக்கு அதிக முக்கியத்துவம் அளிக்கும் சிரமண அணுகல் முறைக்கும், பத்தினியுடன் இல்லறம் பயிலாதோர்க்கு மறு உலகம் இல்லை என்கிற பிராமண மதிப்பீட்டிற்கும் உள்ள வேறுபாடு இங்கே கருதத்தக்கது.

16. எல்லாம் வினைப்பயன் என்பதன் பொருள்

எல்லாம் வினைப்பயன் என்பதன் பொருள் எல்லா உயிர்களையும் நேசிக்கவேண்டும் என்பதுதான்.

கிறிஸ்துவிற்கும், அசோகருக்கும் முந்திய நூற்றாண்டுகளில் பிராமணத்திற்கும் சிரமணத்திற்கும் இடையே கங்கைச் சமவெளியில் நடந்த கருத்து மோதல்களின் பல்வேறு அம்சங்களில் இல்லறத்தையும் துறவறத்தையும் முன்வைத்து நிகழ்ந்த மோதலும் ஒன்று. ஒரு மனிதன் எத்தனை பொருள் ஈட்டினும், அவை அனைத்தையும் அவன் அறச்செயல்களிலேயே செலவழித்த போதிலும் தனியனாக இருந்து அவன் அதைச் செய்தால் அவன் புண்ணிய உலகை அடைவது சாத்தியமில்லை என்பது பிராமணச் சிந்தனை. வணிகத்தின் ஊடாகப் பெருஞ்செல்வம் ஈட்டி, மதுரை மாநகரில் அரச விருதுகளுடன் வாழ்ந்து வந்த தருமதத்தனிடம் இல்லறத்தில் ஈடுபட்டு, பத்தினியோடு இணைந்து செய்யாத எந்த அறமும் பயனற்றது என்று அறிவுரைப்பவனாக 'அந்தணாளன்' ஒருவனை முன்னிறுத்துவதன் ஊடாக அதுதான் அவைதீகம் முன்வைக்கும் அறம் என்பதைச் சாத்தனார் இங்கே மறுக்கிறார்.

எனினும் பெரும் புலவர் சாத்தனார் அத்தோடு நிறுத்தவில்லை. வழக்கம்போல அன்று வைதீகத்திற்கு எதிர் நிலையாய் நின்ற அவைதீகம் (சிரமணம்) இது தொடர்பாக உரைக்கும் மாற்று

அறத்தை உடனடியாக அங்கே முன்வைக்கிறார். பிராமண X சிரமண அறங்களை இவ்வாறு எதிர் எதிராக (juxtapose) வைத்து சிரமணத்தை விளக்குவதும் முன்னிறுத்துவதும் சாத்தனார் கடைப்பிடிக்கும் உத்திகளில் ஒன்று என்பதைக் கவனித்து வருகிறோம். மணிமேகலை காப்பியத்தில் பதிக்கப்பட்டுள்ள கிளைக் கதைகள் பௌத்த அறங்களை விளக்கப் பயன்படும் களங்களாக அவரால் அமைக்கப்பட்டிருப்பதை நாம் தொடர்ந்து கவனித்து வருகிறோம். தருமதத்தன் விசாகை கிளைக்கதையும் இங்கு அவ்வாறே அமைக்கப்படுகிறது.

பத்தினி ஒருவளின்றிச் சேர்க்கும் செல்வமும், செய்யும் அறமும் பயனற்றது என்கிற அந்தணாளனின் கருத்தை ஏற்ற தருமதத்தன் தன் அறுபதாம் அகவையில், கன்னிமாடத்தில் வாழ்வைக் கழித்துவரும் விசாகையைப் பத்தினியாக ஏற்றுத் தான் சேர்த்த செல்வங்களை அறச் செயல்களுக்குப் பயன்படுத்தும் நோக்குடன் அவளிருக்கும் காகந்தி நகருக்குத் திரும்பிய செய்தியை விசாகை அறிகிறாள். கன்னிமாடத்தை விட்டு நீங்கி அவனைச் சந்திக்க நாணமோ, தயக்கமோ இன்றிப் பலரும் காண வீதிவழி சென்றாள். ஒரு காலத்தில் ஊர் வம்பால் பிரிய நேர்ந்தவர்கள் அவர்கள். இன்று அவ்வூரறிய அவனைப் பார்க்கச் செல்கிறாள் அவள். அவன் அவள் இருக்கும் இடம் நோக்கிச் செல்லும் முன்பாகவே, அவளே அவனிடம் நோக்கிச் செல்கிறாள். இருவரின் வயதும், வாழ்நெறிகளும் ஊரலர்களுக்கு இன்று வாய்ப்பில்லாமல் ஆக்கிவிட்டன. முப்பதாண்டுகளுக்கு முன் அவர்கள் மீது எழுந்த வீண் பழிச்சொல்லுக்கு இப்போது இடமில்லாமற்போயிற்று.

அவனை நேர்கண்ட அவள், “நாம் ஒருவரை ஒருவர் அறிந்தவர்கள் அல்லர். முன்பு நம்மைக் குறித்து எழுந்த வம்புகளுக்குக் காரணமான நம் அழகும் இளமையும் இன்று எங்கு சென்று ஒளிந்தன? நம் இளமையும், காம இச்சையும் இன்று எங்கு போய் முடங்கின? மன உறுதியற்றவனே சொல்! இப்பிறவியில் நான் உன்னடி சேரேன். அடுத்த பிறவியில் நான் உன் மனையாளாகி உன் ஏவல்களை நிறைவேற்றுவேன். இவ் உடல், இளமை, வளந்தரு செல்வம் எவையும் நிலையானவை அல்ல. புண்ணிய உலகை புதல்வர்களாலும் தந்துவிட இயலாது. என்றென்றும் உயிருக்கு உற்ற துணையாய் இருப்பது அறம் ஒன்றே. தானம் செய்!” என்றனள் விசாகை.

தருமதத்தன் அதை ஏற்றான். மாமன் மகளிடன் தன் மிக்க பெருஞ்செல்வத்தைக் காட்டி இருவரும் வானத்து விண்மீன்களைக் காட்டிலும் எண்ணிக்கையில் அதிகமான நல்லறங்களைச் செய்து வாழ்ந்தனர். கன்னியாகவே வாழ்ந்து மூத்தவள் அவள். குற்றமற்றவள் என கந்திற்பாவையால் ஊர் முன் சான்று கூறப்பட்டு வாழ்ந்து வருபவள். ஊர்ப்பழிச் சொற்கள் ஏதுமின்றி தருமதத்தனுடன் அறச் செயல்களைச் செய்து வந்தவள் ஒருநாள் வீதி வழியே வந்துகொண்டிருந்தபோது, மன்னன் ககந்தனின் மூத்த மகனும், ஏற்கனவே மருதியிடம் வம்புசெய்து தகப்பனால் கொல்லப்பட்டவனின் அண்ணனுமான ஒருவன் காமவெறியுடன், விசாகையின் கழுத்தில் தன் சுருள் மயிர்த்தலையில் சூடி இருந்த மாலையை எடுத்துச் சூட்டும் நோக்குடன், "முன்னோர் உரைத்த மணம் இதுதான்" எனக் கூறிய வண்ணம், மாலையை எடுக்கத் தன் தலைமுடிக்குள் கைவைத்தபோது, அந்தக் கையை அவன் மறுபடி அங்கிருந்து அகற்ற இயலாமற்போயிற்று.

தன் மகனின் உயர்ந்த கை மீண்டும் தாழ இயலாமற்போன அவலத்திற்கு அவன் விசாகையிடம் நடந்துகொண்ட முறை மீறிய செயலே காரணம் என்பதை அறிந்த மன்னன் ககந்தன் கடுஞ்சினம் கொண்டு, மகனை இழக்கும் துயரைப் பற்றிக் கருதாது அவனை வெட்டி வீழ்த்தினான்.

ககந்தனின் இரு மகன்களும் தந்தையின் கரங்களாலேயே வெட்டி வீழ்த்தப்பட்டதற்கான காரணம் அவர்கள் இருவரும் பெண்களின் விருப்பறியாமல் நடந்துகொண்டதே. விசாகையின் வரலாற்றினூடாக சாத்தனர் "யாழோர் மணமுறை" முதலான "தொல்லோர் கூறிய" மணமுறைகளும் காப்பிய காலத்திற்கு முந்திய சங்க மதிப்பீடுகளும் அவருடைய காலத்தில் மாறிவிட்டன என இருமுறை சுட்டுகிறார். பெண்களின் விருப்பறியாமல் மேற்கொள்ளப்படும் கட்டாய மணங்களை மரண தண்டனைக்குரிய குற்றங்களாகக் காட்டுவதன் ஊடாக பௌத்தத்தில் அவற்றுக்கு இடமில்லை என உணர்த்துகிறார். அதேபோல "பத்தினியில்லோர் பலவறம் செய்யினும் / புத்தேள் உலகம் புகார்" முதலான வைதீகக் கருத்தாக்கங்களும் பொருந்தாது எனச் சொல்வதன் ஊடாக துறவறத்தை மேன்மைப்படுத்தும் சிரமண மதிப்பீடுகள் போற்றப்படுவதும் இங்கு கவனத்துக்குரியது. 'பத்தினியோடு இணைந்து செய்யும் தருமம் ஒன்றே பலனளிக்கும்' என ஒரு

மூத்த அந்தணன் முன்வைக்கும் கருத்தையும், 'அப்படியெல்லாம் ஒன்றுமில்லை. அறச் செயலுக்கு எந்த நிபந்தனையும் இல்லை' எனத் துறவு மேற்கொண்டு கன்னிமாடம் ஒன்றில் வசித்து வரும் ஒரு பெண்ணின் கருத்தையும் எதிர் எதிராக நிறுத்தி அப்பெண்ணின் கருத்தே சரி எனக் காட்டுகிறார் சாத்தனார்.

இந்தக் கிளைக் கதைகள் எல்லாம் அரசனின் மகன் உதயகுமாரன் காஞ்சனனின் வாளால் மாண்ட செய்தியை மகனை இழந்த அந்த அரசனிடம் பக்குவமாக உணர்த்த வந்த முனிவர்கள் சொன்னவை என்பது கவனத்துக்குரியது. மையக் கதையின் ஊடாக, அதன் ஓட்டம் சிதையாமல், பௌத்த அறங்களை விளக்கும் முகமாகக் கிளைக் கதைகள் மணிமேகலையில் பதிக்கப்பட்டுள்ளதற்கு இன்னொரு எடுத்துக்காட்டு இது.

இப்படியாக அரசன் மகனாயினும் பெண்களிடம் அத்துமீறும்போது அவர்கள் தண்டிக்கப்படுவது இன்று புதிதல்ல எனும் பொருள்பட "இன்றேயல்ல" *(22:19)* என அரசனைச் சந்திக்க வந்திருந்த முனிவர்கள் கூறியதைக் கூர்மையாக அவதானித்த மன்னன், "இன்று மட்டுமல்ல எனச் சொன்னீர்களே, இன்று இப்படி ஏதும் நடந்துள்ளதா?" என வினவ, இளவரசன் கொல்லப்பட்ட செய்தியை முனிவர்கள் சொல்கின்றனர்.

அரசன் அதற்கு அமைதியாகப் பதிலளிக்கிறான்:

"நான் அளிக்க வேண்டிய தண்டனையை அதற்குத் தகுதியற்ற விஞ்சையன் அளித்துள்ளான். மன்னனின் காவல் முறையாக இல்லாதபோது முனிவர்களின் தவத்திற்கும், மாதர்களின் கற்பிற்கும் பாதுகாப்பில்லாமல் போகும். மகனாயினும் குற்றம் இழைத்ததற்காகத் தண்டித்த மன்னவன் வழி வந்த ஒருவன் மரபில் இப்படி ஒரு தீவினையாளன் தோன்றினான் எனும் செய்தி பிற மன்னவர்கள் காதில் விழுமுன் அவனது உடலை எரியூட்டுவதோடு அந்தக் கணிகையின் மகளையும் காவலில் வை."

-எனச் சோழிய ஏனாதிக்கு (படைத் தளபதி) ஆணையிட்டு அகன்றான் மன்னன்.

மன்னன் அவ்வாறு நீதிக்குத் தக நடந்துகொண்ட போதிலும் அரசி அவ்வளவு எளிதாகத் தன் மகனது மரணத்தை அறம் தவறியமைக்குக் கிடைத்த நியாயமான தணடனை என

எடுத்துக்கொள்ளத் தயாராக இல்லை. மகனின் மரணத்திற்குக் காரணமானவளாகத் தன்னால் கருதப்படும் மணிமேகலையை அவள் பழிவாங்கத் திட்டமிட்டாள்.

மன்னவனாயினும், இளவரசனாயினும், அரசியாயினும் அவர்களுக்கு மனக்குழப்பமும் துயரமும் ஏற்படும் காலத்தே தான் கற்றவற்றைத் தன் பேச்சாற்றலின் ஊடாக அவர்களுக்கு எடுத்துரைத்து ஆறுதல் அளிக்கும் அறிவும் தகுதியும் பெற்றவளான வாசந்தவை எனும் மூதாட்டி அரசியை அடைந்து அவள் துயர் நீக்க ஆறுதல் மொழி பகர்கிறாள்.

அரசியைக் குறிப்பிடும் இடத்தே "திருநிலக் கிழமைத் தேவியர்" என்பார் சாத்தனார். "நில உரிமை உடைய தேவியர்" என்பது பொருள். அரசிக்கு நிலக் கிழமை இருந்தது இதன்மூலம் சுட்டப்படுகிறது.

"தன் மண்ணைக் காக்கவோ, இல்லை பிறர் மண்ணை வெற்றி கொள்ளவோ மேற்கொள்ளும் போரில் வீரச்சாவு அடைவதைத் தவிர மன்னர்க்கு மூப்படைந்து சாவது உட்பட வேறுவகை இறப்புகள் புகழுக்குரியன அல்ல. நின் மகனின் சாவு குறித்து எந்த ஆறுதல் சொல்லவும் என் நா எழவில்லை. எனினும் அரசைக் காக்கும் மன்னனின் முன் உன் துயரை வெளிப்படுத்தாதே" என ஆறுதல் சொல்லி அகன்றாள் அந்த மூதாட்டி. ஆனால் அரசி அத்தனை எளிதாக ஆறுதல் அடையத் தயாராக இல்லை.

இதற்கிடையில் மணிமேகலை கைது செய்யப்பட்டுச் சிறையிலடைக்கப்பட்டாள். உருமாற்றிக்கொள்ளவும், பறந்து செல்லவும் வரம் பெற்றவளான மணிமேகலை அப்படியெல்லாம் செய்யவில்லை. எப்படியாயும் உயிரைக் காப்பது என்பதாக அன்றித் தன் நிலையை நிறுவுதல் என்பதற்கே அவள் முதன்மை அளித்தாள். மணிமேகலையை வஞ்சித்துத் தண்டிக்க மனம் கொண்ட அரசி, அரசனிடம் சென்று, "பிக்குணிக் கோலம் கொண்ட மணிமேகலையின் பின் சென்ற நம் மகன் அரசாளும் தகுதியற்றவன். காமனும் கண்டு மயங்கும் தன் இளமையைப் பிக்குணிக் கோலத்திற்குள் ஒடுக்கிக்கொண்டவளும், நல்லறிவு பெற்றவளுமான மணிமேகலை இருப்பதற்குச் சிறை தகுந்த இடமில்லை. சிறந்த நெறியுடையார்களையே மன்னர்கள் தன் பிள்ளைகளாகக் கருத வேண்டும். அப்படி இல்லாதோர் மறக்கப்பட

வேண்டியவர்கள். அவளை இந்தச் சிறை நோயிலிருந்து விடுவி" எனக் கூறி அவளை வஞ்சகமாகத் தன் கைக்குள் கொண்டு வந்து அகன்றாள் அரசி. சிறையை "நோய்" எனச் சாத்தனார் குறிப்பிடுவது கவனத்துக்குரியது.

என்னோடு அவள் இருந்தாலும் இருக்கலாம் அல்லது தன்னோடு ஓட்டை எடுத்துக்கொண்டு தன் பிச்சை வாழ்வைத் தொடர்ந்தாலும் சரி எனச் சொல்லி அழைத்துச் சென்ற அரசி, மணிமேகலைக்கு பித்தேற்றும் மருந்தைப் புகட்டினாள். ஆனாலும் மறுபிறப்புணர்ந்தவளான மணிமேகலை தன் அறிவுநிலையை இழந்தாள் இல்லை. அடுத்து கல்லா இளைஞன் ஒருவனை அழைத்து மணிமேகலையை வல்லாங்கு செய்து அவளது இள முலைகளில் புணர்ச்சிக் குறிகளைப் பதித்துப் பின் அவளுடன் கூடியிருந்ததாகக் கதை பரப்புமாறு கூறி அவன் கைநிறையக் காசும் கொடுத்து அனுப்பினாள் அரசி. அவனைக் கண்ட மாத்திரத்திலேயே உணர்ந்துகொண்ட மணிமேகலை மந்திரம் ஓதி ஆண் உருவம் அடைந்தாள். அதைக் கண்டு அஞ்சிய அவன் ஊரை விட்டே ஓடினான். அடுத்து அரசி, மணிமேகலைக்குத் தீரா நோய் எனவும், அவள் உணவு உண்ண இயலாதவள் ஆயினாள் எனவும் சொல்லி பட்டினி போட்டுச் சாகடிக்க முனைந்தாள். ஊணின்றி உயிர் வாழும் மந்திர சக்தி உடையவள் மணிமேகலை எனும் உண்மை அறியாத அரசி அந்த முயற்சியிலும் தோற்றாள்..

விம்மி நடுங்கிக் கலங்கிய அரசி, "என் மகனுக்கு நேர்ந்த துன்பத்தைப் பொறுக்க மாட்டாது தவநெறி மிக்க உனக்குச் சிறுமை செய்தேன். பொன்னை ஒத்தவளே பொறுத்துக்கொள்வாய்" என மணிமேகலையைத் தொழுது நின்றாள்.

மணிமேகலை பேசத் தொடங்கினாள்:

"உன் மகன் உதயகுமாரன் முன்னொரு பிறவியில் ராகுலனாகப் பிறந்து என் கணவனாக வாழ்ந்தபோது திட்டிவிடம் தீண்டி இறந்தான். அதைப் பொறாது நான் என்னுயிரையும் நெருப்பிலிட்டு அழித்துக்கொண்டேன். அன்று உன் இந்த இளவரசனுக்காக நீ எங்கே நின்று அழுதாய்? இப்போது அவன் எரிக்கப்பட்டபோது நீ அவன் உடலுக்காக அழுதாயா? உயிருக்காக அழுதாயா? உடலுக்கழுதாயானால் அந்த உடலைப் புறங்காட்டிலே எரித்தார்களே அவர்கள் யார்? உயிருக்காக அழுதாயானால்

வினைப்பயனுக்குத் தக அவ்வுயிர் மீளவும் புகும் இடத்தை அறிந்து உணர்தல் உன்னால் இயலாதது. அன்பிற்குரிய உன் மகனின் அந்த உயிர் இன்று எந்த உடலில் உள்ளது என அறியாத நீ எல்லா உயிர்களிடமுமே அன்பும் இரக்கமும் கொண்டவளாக அல்லவா இருக்க வேண்டும்?

"பெருந்தேவியே! நின் மகனை வெட்டிக் கொன்ற கள்வன் காஞ்சனன் செய்ததைக் கேள். விருந்தினர்க்குச் சோறு படைக்க வந்த சமையற்காரன் தடுக்கி வீழ்ந்து சமைத்த உணவைக் கீழே கொட்டியதைப் பொறுக்காமல் அவனை வெட்டி வீழ்த்தினான் முற்பிறவியில் உன் மகன். அந்தத் தீவினையின் பயன்தான் இப்பிறவியில் காஞ்சனனின் வாளால் இன்று அவன் வெட்டி வீழ்த்தப்பட்டது.

"உனக்கு இதெல்லாம் எப்படித் தெரியும் என நீ கேட்பாயானால் பூங்கொடியை ஒத்தவளே! அதையும் சொல்வேன்."

எனக் கூறி உவவனத்தில் தான் மலர் கொய்யப் போனது தொடங்கி, கந்திற் பாவையின் உரையைக் கேட்டுத் தன் முற்பிறவிகளை அறிந்து தான் தெளிவடைந்தது ஈறாக உற்றது அனைத்தையும் ஒன்றும் ஒழியாமல் சொன்னாள் மணிமேகலை.

அவரவர் வினைப்பயனை அவரவர் அனுபவித்தே ஆக வேண்டும். இப்பிறவியில் செய்யும் நல்வினை தீவினைகளுக்கு ஏற்ப அடுத்த பிறவி அமையும். இதை உணர்ந்து உயிர்கள் அனைத்திடமும் சமமான அன்பு செலுத்த வேண்டும். எல்லாம் வினைப்பயன் என்கிறபோது தண்டித்தல், பழிவாங்கல், எந்தக் காரணங்களுக்காகவும் உயிர்களைத் துன்புறுத்துதல் ஆகியன ஆகாது என்பது பௌத்த அறம்.

17. 'பட்டினி வழிபாடு' – மேலும் ஒரு குறிப்பு

இந்தத் தொடரில் முன்னொரு இடத்தில் சமணம் போலப் பத்தினி வழிபாட்டிற்கு பௌத்தத்தில் முக்கியத்துவம் இல்லை என்றாலும் மணிமேகலை காப்பியம் பத்தினி வழிபாட்டையும் ஏற்பது ஒரு சிறு முரண் என்பதுபோலக் குறிப்பிட்டிருப்பேன். அது குறித்த நம் சிந்தனைக்கு மேலும் சில.

கணவன் அநீதியாகக் கொல்லப்பட்டதை அறிந்த கண்ணகி ஆத்திரம் கொண்டு மதுரை மாநகரை அழித்ததை, அவள் தன் கற்பிற்கு உண்மையாக இருந்து செய்த கடன் எனக் கூறும் மணிமேகலை, கணவன் மீது கொண்ட அன்பைப் பெரிதாகக் கொண்டிருந்தால் அவர் கொல்லப்பட்ட கணமே தானும் உயிர் விட்டிருக்க வேண்டும். நற்தவ நெறியின்பால் நின்றிருந்தால் கைம்மை நோன்பு மேற்கொண்டு தன்னை வருத்திக்கொண்டோ இல்லை தன் அன்னை மாதவி போலத் துறவற வாழ்வைத் தேர்ந்தோ இருக்க வேண்டும். இரண்டும் இல்லாமல் வெஞ்சினம் கொண்டு மதுரை நகரையும், அங்கு வாழ்ந்த மக்களையும் தீக்கிரையாக்கியது என்பது எல்லாவற்றைக் காட்டிலும் தன் கற்புக் கடனை மட்டுமே கண்ணகி முன்னிறுத்தினாள் என்பதுதானே. இது ஏற்புடையதா என்பதுதான் மணிமேகலையின் கேள்வி. இது இங்கு ஒரு தெளிவு பெறும் நோக்கில் மட்டும் முன்வைக்கப்பட்ட கேள்வி அல்ல. மாறாக முன்னிரண்டு செயல்களைக் காட்டிலும்

இது ஏற்புடையது அல்ல எனக் கண்ணகிக்குச் சுட்டிக்காட்டும் முகமாக இக் கேள்வியை இங்கே முன்வைக்கிறாள் மணிமேகலை. இதன் ஊடாக கற்பின் வலிமையைக்கொண்டு கண்ணகி மதுரையை எரித்த செயல் கண்டிக்கப்படுவதும் இங்கே இங்கே கவனிக்கத்தக்கது. அதோடு அச்செயலைக் கொண்டாடும் பத்தினி வழிபாட்டிற்கும் மணிமேகலை ஒருவகையில் ஒப்புதல் அளிக்காததும் புலப்படுகிறது.

இப்படியான ஒரு கேள்வியை முன்வைத்துக் கண்ணீர் மல்கத் தன் எதிரே நிற்கும் தன் பெறா மகளைச் சமாதானம் செய்ய வேண்டிய நிலை பத்தினிக் கடவுளாய் வடிக்கப்பட்டு நிற்கும் கண்ணகிக்கு ஏற்படுகிறது.

“என் தலைவனுக்கு நேர்ந்த துன்பத்தைப் பொறாது எழுந்த வெஞ்சினத்தால் மதுரை அழல்பட்டு அழிய நேர்ந்த அந்நாளில் அந்நகரைக் காக்கும் பெருந் தெய்வமாகிய மதுராபதி என் முன் தோன்றியது. கோவலன் இவ்வாறு கொல்லப்பட்டது நீங்கள் முற்பிறவியில் செய்த (தீ)வினையின் பயனாய் விளைந்தது என அத் தெய்வம் அந்த வரலாற்றைக் கூறியது.

“அழகொளிரும் மலர்வனங்கள் நிறைந்த கலிங்க நாட்டில் சிங்கபுரத்தை மையமாகக் கொண்டு ஆண்டு வந்த வசுவும், கபிலபுரத்திலிருந்து ஆண்டுகொண்டிருந்த குமரனும் பகைகொண்டு கடும் போரிட்டுக்கொண்டிருந்த காலத்தில் இடைப்பட்ட ஆறு காத தூரத்திற்குள் யாரும் நுழைய இயலாத ஒரு நிலை இருந்தது.

“அப்போது ஏராளமான விலை உயர்ந்த ஆபரணங்களை அள்ளிக் கொண்டு யாரும் அறியாமல், ஒளிவீசும் வளையணிந்த தன் மனைவியோடு சுங்கபுரத்தை வந்தடைந்தான் சங்கமன் என்பவன். ஆபரணங்களை விற்றுப் பொருள் சேர்ப்பது அவன் நோக்கம். அந்தச் செய்தி அரசுப் பணியில் இருந்த பரதனுக்கு வந்து சேர்கிறது. அந்தத் தீயவன் வேறு யாருமல்ல. கோவலனின் முற்பிறவி அவன். ஓடிச் சென்று தன் அரசனிடம் சங்கமனைப் பற்றி அவனொரு ஒற்றன் எனச் சொல்லி அவனைக் கொலை தண்டனைக்கு ஆளாக்கினான்.

“அவன் மனைவி அழுது அரற்றிய வண்ணம் ஒரு மலைமேல் ஏறித் தன் உயிரை மாய்த்துக்கொள்ளும் நேரத்தில் இட்ட சாபத்தின் விளைவுதான் இப்பிறவியில் கோவலன் இப்படிச் சாக நேரிட்டது.

முற்பிறவி வினை வந்து உருத்தாது ஒழியாது” என மதுராபதி தெய்வம் உரைத்த வரலாற்றை விரிவாக மகளுக்கு உரைத்த கண்ணகி தொடர்ந்து,

“உன் தந்தை அநீதியாய்க் கொல்லப்பட்ட ஆத்திரத்தில் சீற்றம் கொண்டேன். செழுநகர் சிதைத்தேன். முற்காலத்தில் செய்த நல்வினையின் பயனாய் இன்று நாங்கள் வானவர் உலகத்தில் இடம் பெற்றோம். இந்த நல்வினைப் பயன் முடியும்போது எந்த வகையிலேனும் (மதுரையை எரித்த) இந்த ஆத்திரத்தால் விளைந்த பாவம் எம்மை அடையாமல் போகாது. மேலுலகில் இல்லாது போனாலும் இவ்வுலகிலேயே பல பிறவிகள் எடுத்து, எல்லாப் பிறவிகளிலும் வினைப் பயன்களை அனுபவித்து, உங்களைப் போலவே அகல்வதற்கு அரிதான இப்பிறவிப் பெருங்கடல் நீந்திப் பிறந்தும், இறந்தும் நாங்களும் உழல்வோம்”- என்கிறாள் கண்ணகி.

இக் கூற்று கூர்ந்து ஆராயத் தக்கது.

கணவனின் இறப்புக்காக மதுரை எரிக்கப்பட்டது எவ்வகையிலும் பெருமைக்குரிய ஒன்றல்ல. அது ஒரு பாவச் செயல். அதற்கான வினைப்பயனைக் கண்ணகி அனுபவித்துத்தான் ஆகவேண்டும். வினைப்பயனிலிருந்து யாரும் தப்ப இயலாது. கண்ணகிக்குக் கோவில் எடுத்துவிடுவதால் மட்டும் அவள் தெய்வமாகிவிட முடியாது எனப் பல விடயங்களை இக்காதை மூலம் ஆணி அடித்தது போலச் சொல்லிவிடுகிறார் சாத்தனார்.

அதற்காகவே இந்தக் காதை காப்பியத்தில் இடம் பிடிக்கிறது எனச் சொன்னாலும் அது தகும். ஆக பௌத்தக் காப்பியமான மணிமேகலை புத்த நெறிக்குப் பொருந்தாத பத்தினி வழிபாட்டிற்கு ஏற்பு வழங்குவதாகச் சொல்வதை நாம் அப்படியே ஏற்க இயலாது.

கண்ணகி மகளிடம் உரைப்பன இத்தோடு முடிவதில்லை. அது மேலும் தொடர்கிறது:

“மறந்தும் மழை பொய்க்காத மகத நன்னாட்டின் நெற்றித் திலகம்போல விளங்கும் அழகிய கபிலவஸ்து நகரில், (பௌத்தம் கூறுகிற) பத்து வகையான ‘பாரமிதை’ ஒழுக்கங்களையும் அளவற்றதாகத் தன்னிடத்தே நிறைத்துக்கொண்டுள்ள புத்த ஞாயிறு எழும். அது போதி மரத்தடியில் எழுந்தருளி தீதற்ற ‘நால்வகை உண்மைகளையும்’ தெளிந்து, ‘பன்னிரு சார்புகளின்’

பகுதித் தோற்றத்தையும், அவை அழிவுறும் வகையையும் எடுத்து விளக்கி, பல்வேறு குற்றங்களிலிருந்தும் நீங்கி எண்ணற்ற அரிய உலகங்கள் எல்லாவற்றிலும் அறக் கதிர்களை அந்தப் புத்த ஞாயிறு விரிக்கும்.

"அப்போது, உன் தந்தையும் நானும் புத்தபகவானின் இந்திர விகாரம் ஏழையும் வணங்கி, துன்பப் பிறவிகளிலிருந்து தப்பி, அன்புள்ளத்தோடு அவனது அறவுரைகளைக் கேட்டு, துறவு மனம் கூடி, இனிப் பிறவி எடுக்காத பேறு பெறுவோம். அவ்வாறு இறுதியில் பேறு பெறுவோம் என்றாலும் அநேக காலம் எல்லோருக்கும் 'இருத்தியும்' செய்து வருவோம்.

"மணம் கமழும் கூந்தல் உடைய நங்கையே! நீயும் இந்தப் பழம்பெரும் நகரினுள் (வஞ்சி) சென்று அவரவர் சமயக் கருத்துக்களை எல்லாம் கேட்கும்போது, அவை அனைத்தும் மெய்த்திறம் அற்றவையாய் உள்ளதை நீயே விளங்கியபின் பெரியவனின் திரிபிடக நெறியிலிருந்து பிறழாதவளாய் உருவாகுவை. இனி நிகழ்வன இவையே" என்றனள் அன்னை கண்ணகி.

தொடர்ந்து தன் பெறா மகளுக்கு எப்படிப் பிற சமயத்தவர்களை அணுகுவது என்றும் அறிவுரைத்தாள்.

"வயதிற் சிறியள். வளையணிந்த பெண் என எண்ணி யாரும் உனக்குத் தத்தம் மறைபொருளைக் கூறாமல் போவார்கள். எனவே வேற்றுருக்கொண்டு அவர்களை அணுகுவாய்" என்று முடித்தாள்.

முன்னர் தெய்வம் தனக்குச் சொல்லியிருந்த மந்திரத்தை ஓதி மணிமேகலை ஒரு பெரும் தவமுனிவரின் வடிவை அடைந்தாள். ஆலயங்கள், வேதிகைகள், பள்ளிகள், மலர்ப் பொழில்கள், பொய்கைகள் என தவமுனிவர்களும், கற்றடங்கிய சான்றோரும், நூற்பயிற்சி மிக்க அறிஞர்களும் எங்கும் காணப்படும் நகரக் கோட்டை மதிலின் புறத்தே உள்ள இருக்கையை அடைந்தாள்.

சாத்தனார் இப்பகுதியில் கண்ணகியை ஒரு பௌத்தப் பிரச்சாரகராகவே மாற்றிவிடுவதைக் காண்கிறோம். சமணம் உட்பட அனைத்து வைதீக, அவைதீக மதச் சித்தாந்தங்கள் அனைத்திலும் பௌத்தமே உயர்ந்தது என்கிற கருத்தை ஆணித்தரமாக முன்வைப்பவளாக கண்ணகியை அவர் இங்கு முன்னிறுத்துகிறார்.

இப் பகுதியில் நாம் "பத்துவிதமான பாரமிதை", "நால்வகை உண்மைகள்", "பன்னிரு சார்புகள்", "இருத்தி" முதலான கருத்தாக்கங்களைக் காண முடிகிறது. இவை மிகவும் ஆழமான பௌத்த தத்துவ அடிப்படைகள். இவற்றைக் கூடியவரை எளிமையாகப் புரிந்துகொள்ள முயற்சிப்போம். இனி உள்ள நான்கு அத்தியாயங்களும்கூட இத்தகைய பௌத்த தத்துவ நெறிகளைச் சொல்பவையாகவும், அவை எவ்வாறு பிற சமயக் கருத்துக்களிலிருந்து வேறுபட்டு உயர்ந்துள்ளன என நிறுவும் வகையாகவும் அமையும். அவற்றையும் புரிந்துகொள்ள முயற்சிப்போம்.

'பாரமிதை':- ஒரு சிறு விளக்கம்: புத்த ஞாயிறு "பத்து வகையான 'பாரமிதை' களையும் தன்னிடத்தே நிறைத்துக்கொண்டுள்ளது" எனும் கூற்றை எடுத்துக்கொள்வோம். இங்கே 'பாரமிதை' எனத் தமிழ் வழக்கு மரபில் முன்வைக்கப்படும் கருத்தாக்கம் சமஸ்கிருதத்தில் 'பாரமிதா' எனவும், பாலியில் 'பாரமி' எனவும் குறிப்பிடப்படும். 'நிறைவான', 'குறைகளற்ற' 'முழுமையான' என்றெல்லாம் பொருள்படும் *(perfection / completeness)* சொல் இது. முதன்மையான, ஆக உயர்ந்த, தலையாய என்றெல்லாம் பொருள்படும் "பரம" எனும் வேர்ச் சொல்லில் இருந்து இது உருவாகிறது.

பாலி பௌத்த நூல்கள் பத்து வகையான 'பாரமி'களை (முழுமைகளை) பட்டியலிடுகின்றன. அவை முறையே சமஸ்கிருதத்தில் "தானம், சீலம், நிஷ்காம்யம், பிரக்ஞை, வீரியம், சாந்தி, சத்யம், அதிர்ஷ்டானம், மைத்ரி, உபேட்சை' எனக் கூறுவர்.

தமிழில் இவற்றை ஈகை, ஒழுக்கம், ஈகம், மெய்யறிவு, முயற்சி, பொறை, வாய்மை, வலிமை, கருணை, சமநிலை எனலாம்.

புத்த பகவன் தனது பல்வேறு பிறப்புகளில் எவ்வாறு இந்தப் பாரமிதைகளை நிறைவேற்றினார் என்பதைச் சொல்லும் முகமாகவே புத்த ஜாதகக் கதைகள் உருவாயின என்பார்கள்.

நால்வகை வாய்மைகள்: துக்கம் (துயரம்), துக்கத்தின் தோற்றம், துக்க நீக்கம், துக்க நீக்க நெறி ஆகியன. விளக்கம்:

1. எல்லா இருப்புகளின் நிபந்தனையாகவும் துக்கமே உள்ளது.
2. துக்கம் என்பது அதிருப்தி அல்லது திருப்தி அடையாமையின்

விளைவு.

3. *ஆசை அல்லது பற்று என்கிற தன்மயமான நோக்கு முயற்சியால் நீக்கப்படக் கூடியனவே.*

4. *மனம், வாக்கு, காயம் ஆகியவற்றின் அடிப்படையிலான எண்வழிப் பாதையின் (அஷ்டாங்க மார்க்கம்) ஊடாக ஒருவர் துக்கத்திலிருந்து விடுபட முடியும்.*

இவ்வாறு இருப்பின் நிபந்தனையாகத் துக்கம் உள்ளது எனச் சொல்வதோடு நிற்காமல் அதிலிருந்து விடுபடும் வழியையும் பௌத்தம் சொல்கிறது. அந்த வழி பக்தி மார்க்கமோ அல்லது புனிதத் தலங்களுக்குச் சென்று வணங்குவதோ, நீராடுவதோ அல்ல. மாறாக மனம், வாக்கு, காயத்தின் ஊடான அற வாழ்வு மற்றும் அறச் செயல்களின் ஊடாகவே அது சாத்தியம் என்பது. ஆக பக்தியின் இடத்தில் அறத்தை நிறுத்துகிறது பௌத்தம் (விரிவுக்குப் பார்க்க : அ.மார்க்ஸ், புத்தம் சரணம், அடையாளம் வெளியீடு).

பன்னிரு சார்புகள் என்பன: பேதமை, செய்கை, உணர்வு, அருரு, வாயில், ஊரு, நுகர்வு, வேட்கை, பற்று, பவம், தோற்றம், வினைப்பயன் ஆகியன. இவற்றை 'பன்னிரு நிதானங்கள்' எனவும் கூறுவர். பௌத்தம் கடவுளை ஏற்பதில்லை. கடவுள்தான் உலகைத் தோற்றுவித்தார் என நம்புவதும் இல்லை. உலகம் இருந்தது என்பதோடு சரி. பிற மதங்களைப்போல இயற்கை அதீதக் கற்பனைகள் எதையும் அது ஏற்பதில்லை. எனவே பிற மதங்களைப் போல அது உலகின் தோற்றத்தை விளக்க இயற்கைக்கும் அறிவுக்கும் பொருந்தாக் கற்பனைக் கதைகள் எதையும் சார்ந்திருப்பதுமில்லை. விதையா இல்லை செடியா எது முந்தியது என்பது போன்ற பொருளற்ற வெட்டிக் கேள்விகளை அது ஒதுக்கும். எதையும் தன்னளவில் உண்டு அல்லது இல்லை என அது நம்புவதில்லை. மாறாக அனைத்தும் ஒன்றை ஒன்று சார்ந்தே உள்ளன. சார்பின் ஊடாகவே அவை இருக்கின்றன. இதை பௌத்தம் "பிரதித்ய சமுத்பாதம்" எனக் கூறுகிறது. *Dependant Origination* என ஆங்கிலத்திலும் "சார்புத் தோற்றக் கொள்கை" எனத் தமிழிலும் இது கூறப்படுகிறது.

ஒன்று தோன்ற இன்னொன்று காரணமாக உள்ளது என்கிறபோது அங்கு கடவுள் தேவையற்றவர் ஆகிறார். விளக்குச் சுடர் போலவும், ஓடும் நீர்போலவும் அனைத்தும் தொடர்ந்து கொண்டுள்ளன என

பௌத்தம் கூறுகிறது. ஓடும் நீரில் எந்த ஒரு கணத்திலும் உள்ள நீர் அடுத்த கணத்தில் இருப்பதில்லை. ஆனாலும் தொடர்ந்து நீரோடிக் கொண்டுள்ளது.

இந்தச் சார்புகள் அல்லது நிதானங்களில் இருந்து விடுதலை பெறுவதையே பௌத்தம் ‘நிப்பானம்’ அல்லது ‘நிர்வாணம்’ என்கிறது.

இருத்தி பாதங்கள்: சிரத்தை, வீரியம், சித்தம், மீமாம்சம் என்கிற இந்த நான்கு ஆற்றல்களையும் கைவரப் பெற்றவர்கள் விரும்பினால் உலகில் கல்ப காலம் வாழ முடியும் என்பர். இதில் சிரத்தை என்பது இலக்கை நோக்கிய தீவிர முனைப்பு; வீரியம் என்பது தொடர்ந்த இடையற்ற முயற்சி; சித்தம் என்பது தீயவைகளை நீக்கிய பரிசுத்த நினைப்பு அல்லது சிந்தை; மீமாம்சம் என்பது ஒருவர் தமது முனைப்பும் முடிவும் சரிதானா எனப் பகுத்தறிந்து ஆய்வுக்குட்படுத்துவது.

18. அணிநகர் தன்னை அலைகடல் கொள்க!

பூம்புகார் கடற்கோளில் அழிந்த வரலாற்றின் இலக்கியச் சான்று

பூம்புகார் கடற்கோளில் அழிந்த வரலாற்றின் இலக்கியச் சான்றாகவும் மணிமேகலை அமைகிறது. மாற்றுருக் கொள்ளும் திறனும் வான்வழி பறக்கும் வித்தையும் அருளப் பெற்றவளான மணிமேகலை நினைத்திருந்தால் எப்போதோ அரசியின் கொடுமைகளில் இருந்து தப்பிச் சென்றிருக்கலாம். எனினும் அவற்றை எல்லாம் அவள் சகித்துக்கொண்டிருந்தது என்பது இந்தத் துன்பங்களை எல்லாம் தனக்கு இழைத்த அரசி முற்பிறவியில் தன் காதலனாக இருந்தவனை இப்பிறவியில் வயிற்றில் சுமந்திருந்தவள் என்பதனாலும், மகனை இழந்த துயரின் விளைவாய்த்தான் அவள் இத்தனையையும் செய்கிறாள் என்பதை எண்ணியும்தான் என விளக்கிய மணிமேகலை அரசியை அமைதி அடையுமாறும் தான் உரைக்கும் அறவுரைகளைக் கேட்குமாறும் சொல்லிச் சில எடுத்துக்காட்டுகளுடன் தொடங்கினாள்.

"அறந்தவறிய ஆள்வோரின் கொடுமையால் நிலைதவறிய ஒரு நாட்டில் கணவனால் கைவிடப்பட்ட ஒரு பெண் தான் பெற்ற குழந்தையையும் பிரிந்து எங்கோ சென்று வரையறைகளை மீறிய ஒரு வாழ்க்கையை வாழ்ந்துகொண்டிருந்தாள். அவளது குழந்தையை ஒரு பார்ப்பனன் யாரும் அறியாது வளர்த்து வந்தான்.

அப்படி வளர்க்கப்பட்டவன் யாரென அறியாமல் தான் தாயையே புணர்ந்து, உண்மை அறிந்ததும் உயிரை ஈந்தான்.

“நிறை கர்ப்பமான ஒரு இளம் மானின்மீது அம்பெறிந்த ஒரு வேடன், வீழ்ந்த அந்த மானின் விழியிலிருந்து வடிந்த நீரைக் கண்டு அந்த இடத்திலேயே தானும் வீழ்ந்து மடிந்தான்.

“கள்ளுண்ட மயக்கத்தில் எதிர் நிற்பது ஒரு மதங்கொண்ட யானை என்பதை அறியாது அதன் முன் சென்று அதன் வெண்மையான தந்தத்தால் குத்துப்பட்டு வீழ்ந்தான் இன்னொருவன்.

“நெறிதவறி வாழ்வோர் அதன் துயர விளைவுகளிலிருந்து தப்ப இயலாது. களவாகிய ஏரைக்கொண்டு உழுபவன் கடுந்துயரைத்தான் விளைவித்துக்கொள்ள இயலும். கற்ற கல்வி மட்டுமே ஒருவர்க்கு மெய்யுணர்வைத் தந்துவிடாது; ஆத்திரத்தை அடக்காதோர் அறிவுணர இயலாது. அல்லலுற்ற மக்களுக்கு இல்லாததைத் தருவோர், பட்டினி கிடப்போரின் பசி நீக்குபவர், மண்ணுலக உயிர்கள் மீதெல்லாம் அன்பைப் பொழிபவர் எவரோ அவரே தாங்கள் செல்ல விரும்பும் நல்லுலகத்திற்கான வழியை அறிந்தோர்”

-என்றெல்லாம் சொல்லி மகனிறந்த துயரால் நெஞ்சம் எரிந்து கொண்டிருந்த அரசிக்கு ஆறுதல் கூறினாள் மணிமேகலை.

அறம் தவறாத வாழ்வும் மக்களின் பசித்துயர் நீக்கலும் மட்டுமே உய்வதற்கான ஒரே வழி என்பதை வாய்க்கும் இடங்களில் எல்லாம் சாத்தனார் வற்புறுத்தத் தயங்குவதில்லை என்பதைத் தொடர்ந்து கண்டு வருகிறோம்.

மனந் தெளிந்த அரசி மணிமேகலையைத் தொழுது நின்றபோது மணிமேகலை ஒருகணம் துடித்துப் போனாள். தன் முற்பிறவிக் கணவனுக்கு இப்பிறவியில் தாயாக அமைந்தவள் அவள்; அதோடு அவள் இந்த நாட்டின் அரசியும் கூட. “நீ எனைத் தொழுவது தகுதியல்ல” எனக் கூறி மணிமேகலை அரசியை வணங்கி நின்றாள்.

இதற்கிடையில் நடந்த துயரச் சம்பவங்களை எல்லாம் அறிந்த மணிமேகலையின் பாட்டியும் முதுகணிகையுமான சித்திராபதி பேத்தியைச் சிறைமீட்க ஓடி வந்து அரசியின் காலடி வீழ்ந்தாள்.

“இந்திரனுக்கு முன் நடனமாடும்போது குற்றமிழைத்தவர் ஐவர், சாபமிடப்பட்டவர் நூற்றி ஐந்து பேர், இந்திரனுக்கு அழகியர்

பெற்றுத்தந்தவர் பதினொருவர் என நூற்றி இருபத்தோறு பெண்கள் தொன்மைச் சிறப்புமிக்க இம்மாநகருக்கு வந்து ஆடல் மங்கையராகச் சிறப்புற்று வாழத் தொடங்கிய காலந்தொட்டு இன்றுவரை எம் குலமகளிர் எவரும் இன்று யான் பெற்ற துயரைப் பெற்றிருக்கமாட்டார்கள். கோவலன் மறைந்தபின் என் மகள் மாதவி துறவு மேற்கொண்டு பௌத்தப் பள்ளி ஒன்றைச் சென்றடைந்ததை ஒட்டியும், அவள் மகள் மணிமேகலை பிச்சைப் பாத்திரத்துடன் வீடு வீடாகத் திரிவதைக் கண்டும் எம் குலத்தவர் எள்ளி நகையாடுகின்றனர். நாடகக் கணிகையரின் இலக்கணங்களை மீறிய வாழ்வொன்றை இவர்கள் தேர்வு செய்ததின் விளைவாக மன்னவன் மகன் கேடுற்றது மட்டுமின்றி இந்நகருக்கும் இடுக்கண் நேரப்போகிறது…”

என்றெல்லாம் பலவாறும் பிதற்றிய சித்திராபதியின் புலம்பலின் ஊடாகச் சாத்தனார் இன்னொரு கிளைக் கதையைக் காவியத்தில் ஏற்றுகிறார்.

கடலோரமாய் உள்ள ஒரு புன்னைமரச் சோலையில் நின்றிருந்த சோழ மன்னன் நெடுமுடிக்கிள்ளியின் முன் தன்னந்தனியாய்த் தோன்றினாள் ஒருத்தி. அவளைக் கண்ட கண்ணிலும், கேட்ட செவியினும், உயிர்த்த மூக்கினும், உற்றுணர் உடம்பினும் காமவேளின் மலர்களாலான பஞ்சபாணக்களும் தாக்க நிலைகுலைந்த மன்னன், போர்க்களங்களிலே பலரைப் புறங்கண்டவனாயினும் இப்போது அவளைப் பணிந்து அவள் ஏவலை நிறைவேற்றுபவனாய் அவளோடு கூடி இருந்தான். சுமார் ஒருமாத காலம் அவள் அவனுடன் கழித்தனள். ஆயினும் இறுதிவரை அவள் யாரென அவனிடம் உரைக்கவில்லை என்பது மட்டுமல்ல திடீரென அவள் ஒரு நாள் காணாமற் போனாள்.

வேந்தர் பலரை வென்றவனான கிள்ளிவளவன் அந்த இளங்கொடி நங்கை எங்கு ஒளிந்து கொண்டாளோ எனத் தேடி அலைந்தான். அப்போது நீர், நிலம், வான்வழி என எங்கும் அலைந்து திரியும் சாரணர் ஒருவரைச் சந்தித்து அவரையும் வணங்கி அவளைக் கண்டீரோ என வினவினான். “நான் அவளைக் கண்டதில்லை ஆயினும் அவளை அறிவேன். நாக நாட்டை ஆளும் வளைவணன் என்பவனின் தேவி வாசமயிலை என்பவளின் வயிற்றில் உதித்த பீலிவளை என்பவள் அவள். அவள் பிறந்தபோது, ‘இரவி குலத்தில்

(சோழ குலம்) பிறந்த ஒருவனது தழுவலில் கரு உயிர்த்து வருவாள்' என ஒரு கணியன் உரைத்தான். அவனுக்குப் பிறக்கும் நின் மகன் உன்னிடம் வரலாமேயன்றி, அவள் இனி வாராள். நீ புலம்புதல் வேண்டாம்" என உரைத்துச் செல்லும் முன் அவர் இன்னொன்றையும் சொன்னார்.

"நீ ஆண்டுதோறும் எடுக்கும் தீவகச் சாந்தி விழாவைத் தொடர்ந்து செய்ய வேண்டும். கைவிட்டாயானால் உன் காவல் மாநகர் (பூம்புகார்) கடல்கோளால் அழியும். இது கடல் தெய்வமான மணிமேகலா தெய்வம் வாய்மொழியால் உரைத்தது என்பதை மறவாதே. அது மட்டுமல்ல. அப்படி நீ விழாவைக் கைவிடுவாயானால் இந்திர சாபமும் சேர்ந்துகொள்ளும். எனவே இந்த ஆபத்து தணிவதற்கு வாய்ப்பில்லை. எனவே உன் மாநகர் கடல் வயிறு புகாமல் காக்க வேண்டுமானால் இந்திர விழாவை எக் காரணம் கொண்டும் கைவிடாதே" என எச்சரித்துத் தன் வழிப்போக்கைத் தொடர்ந்தார் அந்தச் சாரணர்.

சித்திராபதியின் புலம்பலின் ஊடாக வெளிப்படும் இச் செய்தியுடன் இக்கிளைக் கதை பாதியில் முற்றுப்பெற்று அடுத்த அத்தியாயத்தில் மீண்டும் தொடர்கிறது.

மணிமேகலையை அரசியிடமிருந்து விடுவித்து அழைத்துச் செல்வதிலேயே கருத்தாய் இருந்த சித்திராபதி கிள்ளியின் கதையை அத்துடன் நிறுத்திக்கொண்டு தன் வேண்டுதலைத் தொடர்ந்தாள். கொலைக் குற்றம் சாட்டப்பட்டுச் சிறைபட்டது உட்பட எதிர்கொண்ட துன்பங்களின் விளைவாகத் தன் பேத்தி 'மனந்திருந்தி' தன் அறிவுரையை ஏற்று குலத் தொழிலைத் தொடர்வாள் என்கிற நம்பிக்கை வேறு அந்த மூதாட்டிக்கு இருந்தது. "நல்மனம் பிறந்துள்ள நாடகக் கணிகையை என் மனைக்கு அழைத்துச் செல்லுகிறேன்" என அரசியிடம் வேண்டியபோது உண்மையில் "நல்மனம்" பிறந்துள்ளது அரசிக்குத்தான் என அவள் அறிந்திருக்கவில்லை. "கள், பொய், காமம், கொலை, களவு செய்யும் உள்ளம் ஆகிய குற்றங்கள் அறிவுடையோரால் நீக்கப்பட்டவை. அவற்றையே தலைமையாய்க் கொண்ட உன்னுடன் வாழ்வதை அஞ்சித்தான் அவள் வெளிப்போந்தாள். இனி அவள் உன்னுடன் உன் அகம் புகாள். அவள் என்னோடிருப்பாள்" என அரசி சீறிய

தருணத்தில் மாதவ முனிவரான அறவணர், மாதவியுடனும், சுதமதியுடனும் அங்கே வந்தார்.

மணிமேகலைக்கு நேர்ந்ததை எல்லாம் அறிந்த மாதவி கவலை கொண்டு சுதமதி துணையுடன் அறவணரைச் சென்று சந்தித்தாள். பின் மூவரும் அரசியைச் சந்திக்க வருகின்றனர். நடந்தவற்றை அறிகின்றனர். பணிந்த அரசிக்கு அறமுரைக்கிறார் அடிகள். அதன்பின் தன்னுடைய எதிர்காலத் திட்டங்களை விளக்கி அங்கிருந்து அகல்கிறாள் மணிமேகலை.

இந்தப் பின்னணியில்தான் பூம்புகார் கடற்கோளால் அழிந்தது. ஆம் சாரணரின் எச்சரிக்கையை மன்னன் கிள்ளிவளவன் மறந்தான். கடற் தெய்வமான மணிமேகலா தெய்வம் சீற்றம் கொண்டு பூம்புகாரை அழித்தது. கி.மு நூற்றாண்டுகளில் ஏதன்ஸ், ரோம் முதலான நகரங்களுடன் வணிகத் தொடர்பில் இருந்த வரலாறு பூம்புகாருக்கு உண்டு. ஒரு பெரும் கடற்கோளால் பூம்புகார் பெருநகர் அழிந்ததை இன்று அறிவியலும் ஏற்றுக்கொள்கிறது. பூம்புகாரை ஒட்டிய கடற்பகுதியில் இப்போது செய்யப்பட்ட ஆய்வுகளில் இதற்குச் சான்றுகள் உள்ளதை ஆய்வாளர்களும் ஏற்கின்றனர். கடல்கோள் ஏற்பட்டு பூம்புகார் அழிந்ததற்கான முக்கிய இலக்கியச் சான்றாக மணிமேகலை அமைகிறது.

அந்த வரலாற்று நிகழ்வை மணிமேகலைத் தன் காப்பியப் போக்கில் இணைத்துக் கொள்வதைத் தொடர்வோம். இக் காதையின் முடிவில் மணிமேகலை அவர்களிடமிருந்து விடைபெற்று சாவகத் தீவை (நாகபுரம்) அடைகிறாள். அத்தீவை அப்போது ஆண்டு கொண்டிருந்த புண்ணியராசன்தான் முற்பிறவியில் ஆபுத்திரனாகப் பிறவி கண்டிருந்தவன். அவனிடம் மணிமேகலை தன்னிடமுள்ள அமுதசுரபியைக் காட்டி அவனது பழம் பிறப்பை அவன் அறிய வேண்டுமானால் மணிபல்லவத் தீவிற்குச் சென்று பீடிகையை வணங்க வேண்டும் என்கிறாள். இருவரும் கப்பலில் தீவை வந்தடைகின்றனர்.

அங்கே அத் தீவின் காவற்தெய்வமான தீவதிலகை மணிமேகலையிடம் பூம்புகார் கடற்கோளால் அழிந்த கதையைச் சொல்கிறது. அதனூடாகக் கிள்ளி பீலிவளை வரலாறும் தொடர்கிறது.

"பலர் தொழும் பாத்திரத்தைக் கையிலேந்திய நங்கையே கேள்! நாக நன்நாட்டை ஆள்பவனின் மகள்தான் பெண்களிற் சிறந்த பீலிவளை என்பாள். பனிக்குப் பகைவனான கதிரவனின் வழியில் தோன்றிய தனது இளம் குழந்தையுடன் இத் தீவிற்கு வந்த அவள் புத்த பீடிகையை வலம் வந்து வணங்கினாள். அப்போது கம்பளச்செட்டி என்பானின் கப்பல் வந்து அங்கே நின்றது. அவனிடம் சென்று உசாவிய பின் உம் மன்னனின் மகன் இவன். இவனைக் கொண்டு செல்" என அவனிடம் குழந்தையைச் சேர்ப்பித்தாள். பழுதற்ற தோற்றத்துடன் எதிர் நின்ற அந்தப் பைங்கொடி தந்த குழந்தையைப் பணிவுடன் ஏற்ற அந்த வணிகன் அக்குழந்தையுடன் அந்தத் துறைமுகத்தை விட்டகன்றான். ஆனால் அப்படிக் குழந்தையுடன் அவன் சென்ற அன்றிரவே காரிருளில் கரையருகில் அவன் கலம் உடைந்து சிதறியது. உடைந்த கலத்திலிருந்து தப்பிய மாக்கள் உடன் அரசனிடம் சென்று அவனது குழந்தை கடல் விபத்தில் காணாமற்போன அத் துயரச் செய்தியை உரைத்தனர்.

"மகனுக்கு நேர்ந்த கதியை மன்னனால் பொறுக்க இயலவில்லை. தனது நாக மணியை இழந்த அரவம் அதை எப்படி எல்லாம் தேடி அலையுமோ அப்படித் தன் குழந்தையைத் தேடி கானல், கடல், கரை என எல்லா இடங்களுக்கும் சென்று அலைந்தான். அதனால் இந்திரவிழாக் கொண்டாட்டத்தை மாநகர் இழந்தது. மணிமேகலா தெய்வம் அதைப் பொறுக்க இயலாது, 'அணிநகர் தன்னை அலைகடல் கொள்க!' எனச் சாபம் இட்டது. புகார் நகர் கடலில் பட்ட கதை இதுதான்.

"கடவுள் அனைய மாநகர் கடலால் கொள்ளப்பட்டதும் வடிவேல் ஏந்திய அகன்ற கையை உடைய வானவன் போன்ற அரசன் தன் நகர் நீங்கினான். விரிந்த அலைகள் வந்து தன் அழகிய நகரை விழுங்கத் தன்னந்தனியனாய் அவ்விடம் விட்டகன்றான் மன்னவன்.

"அருந்தவ முனிவரான அரவணருடன் நின் தயார் இருவரும் (மாதவி, சுதமதி) துன்பம் ஏதுமின்றி வஞ்சி நகர் சென்றடைந்தனர். மணிமேகலா தெய்வம் உரைத்தனவற்றைக் கேட்க விரும்பினால் கேள் !" எனக் கூறிய தீவதிலகை தொடர்ந்து சொன்னது:

“மறுபிறப்பை உணர்ந்தவளே! உன் தந்தையாகிய கோவலனின் மரபில் வந்த முன்னோன் ஒருவனை மணிமேகலா தெய்வம் முன்னொருநாள் கடல் விபத்திலிருந்து எடுத்துக் காத்ததையும், அப்படிக் காப்பாற்றப்பட்ட அவ்வணிகன் ஊர் திரும்பியதும் அறங்கள் பல செய்து ஆண்டதையும் அறிய நினைத்தால் கடற் கோளுக்குப் பின் வஞ்சி மாநகரில் உறையும் அறவணன்பாற் சென்று கேள்!” எனக் கூறி அத்தீவகத் தெய்வம் வானகத்தே எழுந்து பறந்து சென்றது.

19. அறிவு உண்டாக என ஆங்கவன் வாழ்த்தினன்

மணிமேகலையின் கதை அமைப்பு சற்றுச் சிக்கலானது. ஆங்காங்கு பௌத்த அறங்களைக் காப்பியத்தின் கதைப் போக்கில் பொருத்தமாய்ப் பதிக்க வேண்டியது இப்படிக் கதை அமைப்பு சிக்கலாவதில் ஒரு பங்கு வகிக்கிறது. சோழ அரசன் கிள்ளிவளவன் நாக நாட்டு இளவரசி பீலிவளையுடன் கொண்ட காதற் கதையை சித்திராபதி சொல்வதன் நோக்கம் மணிமேகலையைச் சிறையிலிருந்து மீட்டு அழைத்துச் செல்வதே. கடலை ஆளும் மணிமேகலா தெய்வத்தின் வலிமையைச் சொல்வதற்கு அவள் இங்கே இந்த வரலாற்றைச் சொல்கிறாள். அப்போது பூம்புகார் அழியவில்லை. ஆனால் தீவகச் சாந்தி செய்யாவிட்டால் மணிமேகலா தெய்வம் கோபம் கொள்ளும். நகரம் கடல் வயிறு புக நேரும் என்றொரு சாபம் இருக்கிறது. அதன் விளைவாக மக்கள் கவலையில் ஆழ்ந்துள்ளனர். இந்நிலையில் அத் தெய்வத்தின் பெயர் தாங்கிய தன் பேத்தியைச் சிறையில் இட்டுத் துயரில் ஆழ்த்தினால் அதை அத் தெய்வம் பொறுக்காது என வெளிப்படையாகவே சொல்லி விடுகிறாள் சித்திராபதி.

அரசி அதற்குத் தக்க பதிலைச் சொல்லிவரும் நேரத்தில்தான் அறவணரும் மாதவியும் மணிமேகலையை மீட்க அங்கு வருகின்றனர். அடிகளைக் கண்டதும் அரசியும் அவள் ஆயச் சுற்றமும், சித்திராபதி உள்ளிட்ட அனைவரும் எழுந்து நிற்கின்றனர்.

வீழ்ந்து வணங்கிய அரசியை அறவணர், "அறிவு உண்டாக" என வாழ்த்துகிறார்.

"பதினாறும் பெற்றுப் பெருவாழ்வு" வாழ்க என்றெல்லாம் அம் மாதவர் வாழ்த்தவில்லை. அறிவு உண்டாக என மட்டுமே அவர் வாழ்த்துகிறார். பௌத்தம் துறவை மட்டும் போதிக்கும் மதமல்ல. திறன் சார்ந்த வாழ்வு என்பதையும் அது தொடர்ந்து வலியுறுத்துகிறது. அறன் சார்ந்த வாழ்வே திறன் சார்ந்த வாழ்வாகவும் இருக்க முடியும் என்பதையும் அது முன்வைக்கிறது. புத்தரின் இறுதி நேரத்தில் அவரோடு இருக்க வாய்த்த அடியார்கள் அவரிடம் இறுதியாய் எங்களுக்கு நீங்கள் என்ன சொல்கிறீர்கள் என வினவும்போது அவர், "புதிதாய் என்ன சொல்லப் போகிறேன். உனக்கு நீயே விளக்கு" என்றுதான் கூறுகிறார். தனது போதனைகளே உங்கள் வழிகாட்டி எனக் கூட அவர் சொல்லவில்லை. தனது போதனைகளையும் கூட அவரைப் பின்பற்றுபவர்கள் சிந்திப்பதற்கான ஒரு கருத்து என்றே அவர் முன்வைத்தார். 'உபய கவுசல்ய' என்பது ஒரு பௌத்தக் கருத்தாக்கம். அதாவது சூழலுக்குத் தகுந்த உபாயம். அவ்வப்போது எதிர் கொள்ளும் சூழலுக்குத் தக அவர்கள் தங்கள் அறிவின் துணை கொண்டு அறத்தின் வழி நின்று உபாயங்களைத் தீர்மானித்துக் கொள்ள வேண்டும். மற்றபடி இறைவனை வேண்டியோ, புனித நீராடியோ, நல்ல நேரம் பார்த்தோ, விரதம் இருந்தோ, புனித யாத்திரை சென்றோ வாழ்வில் வெற்றி பெற இயலாது. அப்படி வாழ்வது அறம் சார்ந்த வாழ்வாகாது.

புத்தர் காட்டும் எண்வழிப் பாதை 'சம்மா திட்டி' எனத் தொடங்கும். அதாவது சரியான பார்வை. தொடர்ந்து சரியான நோக்கம், சரியான நடத்தை சரியான பேச்சு, சரியான வாழ்முறை, சரியான முனைப்பு, சரியான ஓர்மை, சரியான தியானம் என முடியும். இதிலிருந்து என்ன புரிந்துகொள்கிறோம்? எது சரியான பாதை என பௌத்தம் சொல்லவில்லை. பின் நாம் அதை எப்படித் தேர்வு செய்வது? எது குறித்தும் நமக்கு சரியான பார்வை என்பது அவ்வப்போது எதிர்கொள்ளும் சூழலுக்குத் தக அறவழியில் அறிவைப் பயன்படுத்திக் காண்பதே. இதுவே புத்தர் அருளிய வழிகாட்டல். 'சரியான' என்பதை *right* எனப் பொருள் கொள்வதைக் காட்டிலும் *correct, perfect* எனப் பொருள் கொள்ள வேண்டும். பௌத்தம் ஒரு மதமல்ல. புத்த பகவன் ஒரு

தத்துவவாதியோ, சடங்குகள் மற்றும் கோட்பாடுகளுடன் ஒரு மதத்தை உருவாக்கியவரோ இல்லை என்றெல்லாம் சொல்வதன் பொருள் இதுவே.

அப்படியாயின் 'இறுதி உண்மை' என எதுவும் இல்லையா? பௌத்தம் அதைத்தான் 'நிர்வாண நிலை' என்கிறது. இவ்வுலக வாழ்வை வெறும் மாயை என அது மறுக்கவில்லை. மாறிக்கொண்டே இருக்கும் இவ்வுலகின் விதிகளையும், அவை குறித்த உண்மைகளையும் அது ஏற்றுக் கொள்கிறது. மற்ற அனைத்து மதங்களும் விஞ்ஞான முடிவுகளை ஏற்காத நிலையில் பௌத்தம் அனைத்து அறிவியல் கண்டுபிடிப்புகளையும் ஏற்றுக் கொண்டது. கிரகங்களின் நிலையை வைத்து எதிர்காலத்தைச் சொல்ல இயலும் என்கிற கருத்தை புத்தர் அளவிற்கு வன்மையாகக் கண்டித்தவர் யாருமில்லை. இந்த *phenomenal world* ன் விதிகளாகவும் உண்மைகளாகவும் அறிவியல் கோட்பாடுகளை அவர் அங்கீகரித்தார்.

ஆனால் இவை ஒப்பீட்டளவிலானவை. நமது அறிதல், அளவுகோல்கள், கருத்துக்கள் ஆகியவற்றின் அடிப்படையிலா னவையே இந்த அறிவியல் உண்மைகள். அந்த அளவிற்கு அவை உண்மையானவை. அதே நேரத்தில் அந்த வகையில் அவை ஒப்பீட்டளவிலானவையும் கூட. பொருள்களை உங்களின் கருத்துக்கள், முன் முடிவுகளின் அடிப்படையில் அணுகி நீங்கள் அடையும் முடிவுகள் அவை. அதையும்கூட அறிவியல் பிற்காலத்தில் ஏற்றுக்கொண்டது. எல்லாம் சார்பானவையே, எதுவும் முற்றுண்மையானவை அல்ல என்பதுதானே ஐன்ஸ்டினின் கோட்பாடு.

ஆனால் எதையும் அதன் இயல்பில் அறிந்து கொள்வதற்கு (*nominal truth*) எல்லாவற்றையும் முற்றுண்மையானது என அணுகும் பார்வை தடையாகிறது. *nominal truth* ஐ அறிந்துகொள்ள வழி என்ன? எந்த முன்முடிவுகளும், நம்பிக்கைகளும், அறிதலும் அற்ற நிலை அடைவதுதான். அதைத்தான் புத்த பகவன் 'நிர்வாண நிலை' என்றார். அதுவே ஒளிபெற்ற நிலை. *intuition*, ப்ரக்ஞை, "பன்னா".

எல்லா அறிதல்களிலிருந்தும் விடுதலை என்பதன் பொருள் இதுவே. அப்படித் துறக்க வேண்டியவற்றுள் புத்தர்

தன்னுடைய சிந்தனைகளையும் கூட உள்ளடக்கினார். இப்படிக் கோட்பாடுகளையும் வழிமுறைகளையும் எப்போதும் சுமந்து திரிபவர்களை அவர் நதியைக் கடக்கத் தயாரித்த மரத் தெப்பத்தை அந்நதியைக் கடந்தபின்னும் தலையில் சுமந்து வரும் மூடத் தனத்துடன் ஒப்பிட்டார் (மஜ்ஜிம நிகாயம், அலகத்தூபம சுத்தம்). மரணப்படுக்கையிலும் கூட அவர் "உனக்கு நீயே விளக்கு" என்றுதான் சொன்னார்.

அறிவைப் போற்றிய பௌத்தம் கல்விக்கு அதிக முக்கியத்துவம் அளித்தது. இந்தியாவில் உருவான நாளந்தா, தட்சசீலம், விக்ரம சீலம், வல்லபி, புஷ்பகிரி, சோமபுரி மகாவிகாரை முதலான பல்கலைக் கழகங்கள் யாவும் பௌத்தம் உருவாக்கியவை என்பது நினைவுக்குரியது. இன்றைய 'பல்கலைக்கழகங்களுக்கு' ஒரு தொன்ம மாதிரிகளாக அவை இருந்தன. வைதீக குருகுலக் கல்வி முறையிலிருந்து அது பல வகைகளில் வேறுபட்டது. ஒற்றை ஆசிரியரிடம் அவரது இருப்பிடம் சென்று, பணிவிடைகள் மேற்கொண்டு அவர் அறிந்தவற்றை மட்டுமே கற்றுக்கொள்ளும் குருகுல முறை கடுமையான வருண நெறிகளுக்கு ஆட்பட்டிருந்ததை நாம் ஏகலைவன் வரலாற்றிலிருந்து அறிகிறோம். பௌத்த பல்கலைக் கழகங்களில் பல்வேறு பகுதிகளிலிருந்தும் பல்வேறு கலைகளில் பயிற்சி பெற்ற ஆசிரியர்கள் ஓரிடத்தில் குவிந்து, பல்வேறு பகுதிகளிலிருந்து வரும் மாணவர்களுக்குப் பலவற்றையும் கற்றுத் தரும் முறை அது. வருண வேறுபாடுகளுக்கு அங்கு இடமில்லை.

விகாரைகளில் கற்றுக் கொடுக்கப்பட்டவை என்றால் பௌத்த மதக் கல்வியாக மட்டும்தானே இருக்கமுடியும் என்கிற ஐயம் தோன்றலாம். பிக்குகளாக வருபவர்களுக்கு மட்டும்தான் மதக் கல்வி மட்டும் பயிற்றுவிக்கப்பட்டது. மற்றவர்களுக்கு மதம் சாராத *secular* கல்வி அங்கே கற்றுத்தரப்பட்டது.

பிராமணக் கல்வி முறைக்கும், சிரமணக் கல்வி முறைக்கும் இன்னொரு வேறுபாடும் உண்டு. பிராமணம் போலச் சிரமணம் புறச் சடங்குகளுக்கும், இதர புறவினைகளுக்கும் முக்கியத்துவம் அளிப்பதில்லை. அகப் பயிற்சிக்கே அது முதன்மை அளித்தது. நல்வாழ்வு, திறன் சார்ந்த வாழ்வு, அறம் சார்ந்த வாழ்வு ஆகியவற்றையே பௌத்தம் கல்வியின் நோக்கங்களாகக்

கொண்டிருந்தது. அற வாழ்வு, ஆழ்நிலை உள்நோக்குச் சிந்தனை *(contemplation)*, ஞானம் *(wisdom)* ஆகியன கல்வியின் உள்ளடக்கங்களாக இருந்தன. ஆன்மீகப் பயிற்சி என்பதாகச் சுருங்காமல் உடல், ஒழுக்கம், அறிவு, சிந்தனை ஆகிய முழுமையான ஆளுமை வளர்ச்சியை அது நோக்கமாகக் கொண்டிருந்தது. அவற்றோடு பௌத்தக் கல்வி முற்றுப் பெறுவது இல்லை. உரிய தொழிற் பயிற்சிகளுக்கும் அதில் இடமிருந்தன.

அறவணர் அரசியை 'அறிவுண்டாக' என வாழ்த்தியதன் உட்பொருள் இதுவே.

அடிகளுக்கு ஆசனம் காட்டி, திருவடி விளக்கிச் சிறப்பு செய்தபின், "என் நல்வினைப் பயனே உம்மை இங்கு அழைத்து வந்தது. உங்கள் சொல்வலிமை குன்றவில்லை என்ற போதிலும் உடல் தளர்ந்துள்ளது. மூத்த இவ்வுடல் பல்லாண்டு வாழ்க" என வாழ்த்தினாள் அரசி. "தேவி! கேட்பாயாக" -எனத் தன் அறவுரையைத் தொடங்கினார் அடிகள்.

"தவநெறி மேவிய உடல் கொண்டவனாயினும் நான் கீழிறங்கும் மாலைச் சூரியன் போன்றவனே. பிறந்தார், மூத்தார், பிணி நோயுற்றார், இறந்தார் என்பது இயல்புதானே! பேதமை தொடங்கி வினைப்பயன் ஈறாக வகுக்கப்பட்ட பன்னிரண்டு இயல்புகளையும் பிறந்தோர் அறிந்தால் பெரும் பேறு பெற்றவர்கள் ஆவர். அறியார் ஆயின் ஆழ் நரகை அடைவர்" -எனக் கூறி அவற்றை விளக்குவார்.

"பேதமை என்பது கண்ணால் கண்டு ஆராய்ந்து ஒன்றை நம்பாது சொல்லப்பட்டவற்றை அப்படியே நம்புதல்; மூவுலகங்களிலும் சேதனப் பிரபஞ்சம் எனப்படும் உயிர்களின் இவ்வுலகம் மிகப் பெரிது. ஒருவர் தான் செய்த வினைப்பயனுக்கு ஏற்ப இவ்வுயிர்களில் ஏதொன்றின் கருவில் உதித்து, அவ் வினைப்பயனுக்கு ஏற்றவாறு இன்ப துன்பங்களை அனுபவிப்பர். கொலை, களவு, காமம், தீய ஆசைகள் ஆகியன உடலால் மேற்கொள்ளப்படும் குற்றங்கள்; பொய், கோள், கடுஞ்சொல், பயனற்ற சொல் ஆகிய நான்கும் சொல்லால் இழைக்கப்படும் குற்றங்கள்; தீய விருப்பு (வெஃகல்), கோபம், மயக்கம் முதலியன உள்ளத்தால் நிகழும் குற்றங்கள்; நல்லறிவுடையோர் இக் குற்றங்களில் மனம் செலுத்த மாட்டார்கள். அப்படிச் செய்வார்கள் என்றால் அவர்கள் விலங்கு, பேய், நரகர் முதலான பிறப்புகளை எடுத்து உழல்வார்கள்.

“இப்பத்து வகைக் குற்றங்களிலிருந்தும் நீங்கி, பஞ்சசீலம் தாங்கி, தானம் செய்து வாழ்வாராயின் வானவர், மக்கள், பிரமர் என்போராய் நல்வினைப் பயனை அனுபவிப்பார்கள்.

“அரசமா தேவியே! உடனிருக்கும் மங்கையரே ! குற்றமற்ற நல் அறத்தினைப் போற்றுவீர்! மறுபிறப்புணர்ந்த மணிமேகலையே ! நீ பிற சமய அறங்களை எல்லாம் கற்று வந்த பின் உன் பால் வந்து, இவ் அறநெறிகள் எல்லாவற்றையும், அவற்றின் கூறுகளையும் முற்படக் கூறுவேன்” எனக் கூறி எழுந்தார் அறவணர்.

தொடர்ந்து மணிமேகலையும் எழுந்தாள். அறவணரின் நல்ல மொழிகளை மறவாது போற்றிச் சிறப்புறுங்கள் என வாழ்த்தினாள். பிறகு, “நான் இனி இங்கிருந்தேனாயின் இளவரசனின் மரணத்திற்குக் காரணமானவள் எனப் பழிப்பர். ஆதலால் நான் இப்போது ஆபுத்திரன் நாட்டை அடைந்து, அதன் பின் மணிபல்லவம் சென்று தொழுது, வஞ்சி மாநகருக்குச் சென்று மா பத்தினியான கண்ணகிக்காகக் குறைவற்ற நல்லறத்தினை எங்கும் செய்து கொண்டிருப்பேன். என மனதுக்கு இனியவர்களே! எனக்கு ஏதும் துன்பம் நேருமென்று யாரும் கலங்க வேண்டாம்” என்று அனைவரையும் வணங்கி நின்றாள்.

இங்கு நமக்கொரு கேள்வி எழுகிறது. கண்ணகி அன்று பத்தினித் தெய்வமாக போற்றப்பட்டவள். ஆலயம் எடுத்து வணங்கப்பட்டவள். அவளுக்காக இந்த இளம் பெண் அறம் செய்யப் போகிறேன் எனச் சொல்வதன் பொருள் என்ன? கண்ணகி தனக்கிழைக்கப்பட்ட கொடுமைக்கு வெகுண்டு மதுரை மாநகரையே எரித்து அழித்ததை மணிமேகலையின் பௌத்த மனம் ஏற்கவில்லை எனக் கொண்டு, அதற்குப் பகரமாய் தனது அறச்செயல்களின் பலன்களைக் காணிக்கை ஆக்குகிறாள் எனப் பொருள் கொள்வதற்கும் இதன் மூலம் வாய்ப்பு ஏற்படுகிறது.

மணிமேகலை அங்கிருந்து புறப்படுகிறாள். காப்பியத்தின் இறுதிக் கட்டத்திற்குள் நாமும் அடியெடுத்து வைக்கிறோம். அந்த மாலைப் பொழுதில் அவளது சம்பாபதி ஆலயம், உலகவறவி, ஒளி சிந்தும் கந்திற்பாவை எல்லாவற்றையும் வணங்கி வலம் வந்தாள். வானில் பறந்து சென்று புண்ணியராசன் ஆளும் சாவகம் அடைந்து நகர் புறத்தே உள்ள ஒரு பூஞ்சோலையுள் இறங்கினாள். இளைப்பாறலுக்குப் பின் அங்கு உறையும் மாதவனான தரும

சாவகனைச் சென்று வணங்கினாள். இந்நகரின் பெயர் யாது, ஆளும் மன்னனின் பெயர் என்ன என வினவினாள். நாகபுரம் எனப் பதில் வந்தது. பூமிசந்திரனின் மகன் புண்ணியராசன் இந்நாட்டு மன்னன். இவன் பிறந்தது தொடங்கி இங்கே மழை பொய்ப்பதில்லை; மண்ணும் மரங்களும் வளங்களை அள்ளித் தருகின்றன. எவ்வுயிர்க்கும் நோய் நொடிகள் இல்லை என அந்த மாதவன் பதிலுரைத்தான்.

புகார், மணிபல்லவம், சாவகம், வஞ்சி, காஞ்சி என மணிமேகலையின் பிரபஞ்சம் விரிவதை நாம் கவனத்தில் கொள்ள வேண்டும். தொடர்ந்து நாம் பார்த்து வருவது போல மணிமேகலை விரிக்கும் பௌத்த பிரபஞ்சம் இவ்வாறு தமிழகம், ஈழம், சாவகம் என்பதாக அமைகிறது. புத்தபிரான் அவதரித்த லும்பினி, அவர் ஒளி பெற்ற புத்தகயா ஆகியனகூட ஓரிடத்திலும் சுட்டப்படவில்லை என்பதையும் கவனத்தில் கொள்வோம். சாவகம் என்பது இன்றைய ஜாவா தீவைக் குறிக்கிறது. உலகின் மிகப் பெரிய தீவுகளில் ஒன்றான இது இன்று இந்தோனேசியாவில் அமைந்துள்ளதை அறிவோம்.. இந்தோனேசியாவின் தலைநகரான ஜாகர்த்தா இங்குதான் உள்ளது. இன்று இந்தோனேசியா ஒரு முஸ்லிம் நாடு. கி.மு 800 களில் அங்கு பௌத்த அரசு இருந்தது. முன்னதாக அங்கு இந்து மன்னர்களின் ஆட்சி நடைபெற்றது. சாவகத்தை ஆளும் புண்ணியராசன் இந்திரனின் வழி வந்தோன் என சாத்தனார் பதிவு செய்வதும் கவனிக்கத் தக்கது.

20. அறநெறி பழுதற வித்து விளைந்தது

கிறிஸ்து அப்தத்தின் தொடக்க நூற்றாண்டுகளில் வணிகத் தொடர்புகளின் ஊடாக பர்மா (Myanmar), தாய்லாந்து, கம்போடியா, லாவோஸ், வியட்நாம், மலாய் தீபகற்பம் ஆகியவற்றில் பௌத்தம் பரவியது. பொதுவில் தென்கிழக்காசிய பௌத்தத்தைத் தேரவாதம் எனச் சொல்வது வழக்கம். எனினும் பாலி மொழியில் புனித நூற்கள் எழுதப்பட்ட தென்கிழக்காசிய தேரவாதத்திற்கும் மத்திய மற்றும் கிழக்கு ஆசியாவில் பயிலப்படும் சமஸ்கிருதமயப்பட்ட வடக்கத்திய மகாயனம் மற்றும் தந்திராயனத்திற்கும் வேறுபாடுகள் உண்டு. தாய்லாந்து மற்றும் பர்மிய பௌத்தர்கள் பொதுவில் தம்முடைய பௌத்தத்தை கி.மு 3ஆம் நூற்றாண்டில் அசோகரது காலத்திய துறவிகளான சோனா மற்றும் உத்தரா ஆகியோரால் தம்முடைய தங்கத் தீபகற்பத்திற்கு (ஸ்வர்ணபூமி) கொண்டுவரப்பட்ட ஒன்றாகக் கருதுவதே வழக்கம். அந்த வகையில் தம்முடையதைத் தேரவாத மரபு சார்ந்தது எனச் சொல்வர்.

“தொலைதூர இந்தியா” *(Farther India)* என அழைக்கப்படும் இந்தப் பகுதியில் பிலிப்பைன்ஸ் தவிர்த்த தென் கிழக்காசியத் தீவான இந்தோனேசியா, மலாய் தீபகற்பம், இந்தோசீன தீபகற்பம் உள்ளிட்ட கங்கைக்கு அப்பாலான இந்தியப் பகுதிகள் ஆகியன அடங்கும். முற்றிலும் வங்க அடையாளங்களுடன் கூடிய அஸ்சாமும் இந்தியத் தாக்கத்திற்கு ஆட்படாத வடக்கு வியட்நாமும் இந்தத் ‘தொலைதூர இந்தியா’வுக்குள் வராது

(G.Coeds, Indianized States of South Asia (Ed by Wlter F Vella, Australian National University Press, Canberra, 1975). இந்திய மதங்களான இந்துமதம், பௌத்தம் ஆகிய இரண்டின் தாக்கங்களும் இந்தத் தொலைதூர இந்திய உருவாக்கத்தில் உண்டெனினும் பௌத்தத் தாக்கம் கூடுதல்.

தொடக்கத்தில் அது தங்கபூமி. பின் அது மசாலாப் பொருட்கள் *(spices)*, கற்பூரம், சந்தனம் முதலான வாசனை மரங்களுக்குப் பெயர் பெற்ற நிலப்பகுதி, பின் ரப்பர், டின், எண்ணை என வணிகத் தொடர்புகள் இன்னும் தொடர்கின்றன. வணிகத்திற்கு அப்பால் பண்பாட்டு ரீதியான தாக்கம் ஏராளம். அதன் மொழி வழக்கில் கலந்துபோன சமஸ்கிருதக் கூறுகள், எழுத்துருக்கள், இந்திய ஆட்சி மற்றும் நிர்வாகக் கூறுகளின் தாக்கம் என நிறையக் காண முடியும். இஸ்லாமாக மாறிய பகுதிகளிலும்கூட இந்தத் தொடர்ச்சியை நாம் இன்னும் காண முடிகிறது. சிற்பம், கட்டிடக் கலை ஆகியவற்றில் பௌத்தத்தாக்கம் ஏராளம். *2016* ல் தாய் இளவரசர் *Maha Vajiralongkorn* மன்னராக முடிசூட்டிக் கொண்டபோது தமிழில் பாசுரங்கள் ஓதப்பட்ட செய்தி அப்போதைய நாளிதழ் ஒன்றில் வெளிவந்தது *(Times Of India, Nov 08, 2016)*. 'மணிமேகலை' எனும் கடற் தெய்வம் தமிழகத்திற்கு மட்டுமின்றி இந்தத் தொலைதூர இந்தியாவுக்கும் பொதுவாக உள்ளது குறித்து நாம் இந்தத் தொடரில் வேறு சில சந்தர்ப்பங்களிலும் பேசியுள்ளோம். பல தமிழ்ச் சொற்களும் கிட்டத்தட்ட அதே ஒலிப்புடன் அங்கு பயிலப் படுகின்றன. எடுத்துக்காட்டாகச் சில: தங்கம் (தொங்கம்) குரு (க்ரு). அப்பா (பா), புத்ரன் (புத்ரு). மாலை (மாலெ) என்பன சில.

இதில் மிகவும் வேடிக்கை என்னவெனில் இந்தியர்களும், தமிழர்களும் கிழக்கு நாடுகளுக்குத் தாம் அளித்த இந்தக் கொடையைச் சமீப காலம் வரை மறந்திருந்ததுதான். 'ஃப்ரெஞ்ச்' மற்றும் 'டட்ச்' மொழிகளை அறிந்து பாரிஸ் மற்றும் லெய்டன் பல்கலைக் கழகங்களில் பணி செய்த சில பேராசிரியர்கள்தான் முதன் முதலில் இது குறித்த விழிப்புணர்வை ஏற்படுத்தியது *(Sylvain Levi, Pour L'Histoir du Ramayana, JA, January, February, 1918, Page 80 ff)*.

துறைமுக நகரமான நாகப்பட்டினத்தில் இருந்த பௌத்த நிறுவனங்களுக்கும் ஜாவா மற்றும் சுமத்ராவிலிருந்த சைலேந்திர

மன்னர்களுக்கும் முதலாம் ராஜராஜன் காலம் தொடங்கி நெருக்கமான தொடர்பு இருந்துள்ளதை அவனது அகன்ற லெய்டன் செப்பேடு பதிவு செய்கிறது. ஸ்ரீவிஜயத்தின் சைலேந்திர குடும்பத்தைச் சேர்ந்த மாறவிஜயோத்துங்க வர்மனால் நாகப்பட்டிணத்தில் கட்டப்பட்ட அழகிய சூடாமணி விகாரை குறித்த பதிவு அதில் உள்ளது (*K.V.Subramaniya Aiyer, The Larger Leiden Plates, Epigraphia Indica 22/6, (1934), 241, 42*). புத்தர் மற்றும் எதிர்கால மைத்ரேய புத்தர்களின் முன்னூறுக்கும் மேற்பட்ட சிற்பங்கள் நாகையில் கிடைத்துள்ளன. சைலேந்திரா என்பது "மலையின் இந்திரன்" எனப் பொருள்படும் சொல். நாகையில் சீனர்கள் கட்டிய 'பகோடா' ஒன்றும் இருநூற்றாண்டுகளுக்கு முன்புவரை இருந்துள்ளதும் நினைவுகூரத் தக்கது. ஜாவாவின் மையமாக உள்ள பாராபுதூரில் உள்ள எட்டாம் நூற்றாண்டைச் சேர்ந்த பௌத்தச் சின்னத்தில் உள்ள இந்தியத் தாக்கங்கள் குறித்து விரிவான பதிவுகள் உண்டு. இந்த வரலாற்றுப் பின்னணியில் தென்னிந்தியாவையும் (அதாவது தமிழகத்தையும்) தென் கிழக்கு ஆசியாவையும் இணைக்கும் ஒரு இலக்கிய ஊடகமாக மணிமேகலை இருந்தது என்பார் ஆனே மோனியஸ் (*Anne E Monius, Imagining a Place for Buddhism, Navayana, 2009, Page 110*). ஒரு இலக்கிய மொழியாக அமைந்து தென் இந்தியா எனும் மைய நிலத்தை (*Main Land*) சாவகம் எனுன் விளிம்புடன் (*periphery*) ஒரு ஒற்றை மத நம்பிக்கையுடன் கூடிய குமுக அலகாகவும் பௌத்த உலகாகவும் இணைக்கும் பணியைத் தமிழ் நிறைவேற்றுகிறது என்பார் மோனியஸ்.

மணிமேகலைக் காப்பியம் இவ்வாறு ஒரு ஒற்றை இலக்கிய பிரபஞ்சத்துக்குள் சாவகத்தையும் தமிழகத்தையும் இணைக்கும் பணியை ஐந்து அல்லது ஆறாம் நூற்றாண்டிலேயே ஒரு தொலைப் பார்வையுடன் செய்தபோதும், அது எதார்த்தமாக நிகழ்வதற்கு இன்னும் ஏழெட்டு நூற்றாண்டுகள் காத்திருக்க வேண்டியதாயிற்று. ஆனாலும் ஜாவாவை (சாவகத்தை) தனது முக்கிய களங்களில் ஒன்றாகச் சாத்தனார் தேர்வு செய்ய நேர்ந்தது எங்ஙனம்? தென்கிழக்காசியப் பகுதிகளிலேயே சாத்தனாரின் காலத்தில் அதிக இலக்கிய வளம் மிக்க பகுதியாக ஜாவாதான் விளங்கியது என்பதை மோனியஸ் சுட்டிக் காட்டுவார். தவிரவும் ஸ்ரீவிஜயத்தின் ஜாவா- சுமத்ரா அரசுப் பகுதிதான் சமஸ்கிருதக் கல்வியிலும்

அப்போது சிறந்து விளங்கியிருந்தது. "நாகராக்ருதாகம" எனும் ஒரு காவியத்தை 'காஞ்சிபுரி' யைச் சேர்ந்த ஸ்ரீபுத்தாதித்யா என்றொரு கவி பதினான்காம் நூற்றாண்டில் இயற்றியுள்ளது குறித்து இந்தத் தொடரில் நான் முன்னொருமுறை குறிப்பிட்டுள்ளது நினைவிருக்கலாம்.

மகாஜனக மற்றும் சங்க ஜாதகங்களில் கடற் கடவுளாக இருந்து எதிர்கால புத்தர் ஒருவரைக் காப்பாற்றிய தெய்வமாகவும், கடல் விபத்துகளில் காப்பாற்றும் தன் கடமையைச் சிலகாலம் தவறி இருந்த தெய்வமாகவும், பத்தினி (கண்ணகி) மற்றும் கோவலனுடன் நெருக்கமாக உறவு கொண்டவராகவும் ஜாதகங்களிலும் நாடுப்பாடல்களிலும் மணிமேகலை ஏராளமாக இடம் பெறுவதும் குறிப்பிடத் தக்கது.

இனி நாம் நாகபுரத்தை அடைந்த மணிமேகலையைத் தொடர்வோம்.

நாகபுரத்தின் அப்போதைய மன்னனான புண்ணியராசன்தான் முற்பிறவியில் ஆபுத்திரனாக அவதரித்திருந்தவன். தருமசாவகன் தனது மன்னனைப் புகழ்ந்து உரைத்துக் கொண்டிருந்த அதே நேரத்தில் அவன் தன் உரிமைச் சுற்றத்துடன் அங்கு வந்தான். தருமசாவகனைக் கண்டு வணங்கினான். அறம், மறம், நிலையாமை, நித்தியம், துக்கம், உடலை விட்டுப் பிரிந்த உயிரின் நிலை, பேதமை முதலான பத்துவகைச் சார்பின் தோற்றம், சார்பை அறுத்து உய்வு பெறும் வழி முதலானவற்றை அவன் அரசனுக்கு எடுத்துரைத்தான். அரசனும் அவற்றை அமைதியாய் ஏற்றுக்கொண்டான்.

பின் அருகிருந்த மணிமேகலையை நோக்கினான் மன்னன். இணையற்ற அழகுடையவளாக இருந்தும் அவளது கண்ணசைவுகள் காமனுக்குத் துணை சேர்க்காததைச் சுட்டிக்காட்டித் தன் அழகிய கைகளில் பாத்திரத்துடன் நிற்கும் இவள் யார் என வினவினான். அப்போது அரசனுடன் வந்திருந்த கஞ்சுகன், தான் கிள்ளிவளவனைச் சந்திக்க புகார் சென்றபோது அறவண அடிகளிடம் இவள் பிறப்பை அறிந்து வந்து அரசனுக்குரைத்ததை நினைவூட்டினான்.

மணிமேகலை பேசலுற்றாள். "என் கையில் இப்போதுள்ள இப்பாத்திரம் முன்னொரு பிறவியில் உன்கையில் இருந்த ஒன்றுதான். நீ இப்போது உன்னிடம் சேர்ந்துள்ள பெருஞ்செல்வத்தில் மயங்கி

நிற்கிறாய். எனவே நீ அதையெல்லாம் இப்போது அறியாய். அந்தப் பிறவியை அறியாத போதும், பசு ஒன்றின் வயிற்றில் பிறந்துள்ள இப்பிறப்பினையும் நீ அறியாமற் போனதென்ன? மணிபல்லவம் சென்று அங்கு பீடிகையை வலம்வந்து வணங்கினாலன்றி பற்றுக்களுடன் உன்னைப் பிணிக்கும் பிறவியின் தன்மையை நீ அறியாய். ஆதலின் நீ அங்கு வருவாய் அரசே!" என மணம் மிக்க மாலையை அணிந்து நின்றிருந்த அரசனிடம் கூறி அவ்விடம் விட்டகல ஆயத்தமானாள்.

வானத்தில் எழுந்த மணிமேகலை கதிரவன் மேற்திசையில் வீழும் முன் வானிலிருந்து இறங்கிப் பூக்களின் நறு மணத்துடனும், சுருண்டெழும் அலைகளுடனும் விளங்கும் மணிபல்லவத் தீவை அடைந்து வலம் வந்தாள். பிறவிப் பிணியை அறுக்கும் மாதவனது பாதபீடிகையின் தரிசனம் கண்டவுடன் அதைத் தொழுது வலம் வந்தாள். தன் பழம் பிறப்பையும் உணர்ந்தாள்.

மணிமேகலை அவ்வாறு தொழுதிருந்த அதே நேரத்தில் அம் மலர்வனத்தை விட்டகன்ற மன்னன் புண்ணியராசன் தன் நகரடைந்தான். அங்கே அவனது வளர்ப்புத்தாயான அமரசுந்தரி அவனது இப்பிறவி வரலாற்றை உணர்த்தினாள். தந்தை முனிவனாகவும் தாய் பசுவாகவும் கொண்டு பிறந்த அவனது பிறப்பும், மாமுனிவன் அருளினால், எல்லா மானுடப் பிறவியும் போலன்றி குடல் மாலையால் சூழப்படாமல் தான் ஆங்கொரு பொன் முட்டையுள் அடங்கிப் பசு வயிற்றினுள் இருந்து, மக்கட்பேறு இல்லாத மன்னன் பூமிசந்திரனால் கொண்டுவரப் பெற்றதையும் அவ்வளர்ப்புத் தாயின் வாயால் கேட்ட ஆபுத்திரன் மிகுதியான துயரடைந்தான்.

சென்ற பிறவியில் தன் தாய் செய்த செயலையும், இப்பிறவியில் தானடைந்துள்ள நிலையையும் ஒரு கணம் நினைவுகூர்ந்தான் மன்னன். ஒரு பக்கம் மன்னர்கள் அவன் செவ்விக்காகக் காத்துக் கிடக்கின்றனர். அரசானாக இருந்து மேலோர்களைப் பேணியும், நாடகம் கண்டும், பாடல்களையும் இன்னிசையையும் கேட்டுக் கொண்டும், தேவியர்தம் ஊடல்களை அனுபவித்துக் கொண்டும், தான் பணிந்து அவற்றை முடிவுக்குக் கொணர்ந்தும், அவர்தம் அழகிய மார்பகங்களில் குங்குமச் சாந்தால் எழுதியும், மலர்களை அவர்களின் சுருண்ட குழலில் சூட்டியும், நறுமுகைகளின்

உள்ளே பொதிந்து கிடக்கும் அமுது போன்றதாகிய அவர்களின் சிவந்த வாயூறலை உண்டும், அவர்தம் மதிமுகத்தில் அலையும் கருங்கண்களின் செம் முனைகள் கலங்குமாறு மன்மதன் மலரம்புகளைத் தூவ, காமக் கள்ளையுண்டு மகிழ்ந்திருக்கும் தன் போக வாழ்வை இகழ்ந்து, “பற்றறுத்துத் துறத்தலே நன்று” என வாய்விட்டு அரற்றினான்.

“தெளிந்த உணர்வுடைய நாதமுனி என் செவியிலிட்ட அறநெறி வித்து இன்று மணிமேகலையைக் காரணமாகக் கொண்டு பழுதற விளைந்தது” என்று பலவாறும் புலம்பினான் புண்ணியராாசன்.

“ஆகா, மனம் வேறாயினான் மன்னன்” என உணர்ந்த அமைச்சன் சனமித்திரன் அவனைத் தொழுது வணங்கி, “என் சொற் கேட்பீர்! நின் தந்தை உம்மை அடைவதற்கு முன்பாக உம் நாடு மழைவளமற்று, பெற்றதாய் தன் குழந்தைக்கு இரங்காமல், கிடைக்கும் உணவைத் தானே உண்ணும் நிலைக்குச் சரிந்திருந்தது. வெங் கோடை நாளொன்றில் சூல் கொண்ட கருந்திரள் மேகம் ஒன்று எழுந்ததுபோல நீ தோன்றினாய். அன்று முதல் இன்றுவரை வானம் பொய்க்கவில்லை; நிலவளம் குன்றவில்லை; ஊனுயிர்கள் உறுபசி அறியா நிலை எய்தின. இந்நிலையில் நீ எல்லாவற்றையும் விட்டகன்றால் இந்நாடு முழுதுமே

“துயர்நிலை பெற்ற இவ்வுலகை அத்துயர் நீக்கிக் காத்தலன்றி, நீ மட்டும் உயர்நிலை உலகம் ஒன்றை விரும்பிச் செல்வாயாயின் உயிர்கள் அனைத்தும் இறுதி எய்தும்; தன்னுயிரை முதன்மையாகக் கருதாத புத்ததேவன் உரைத்த நெறியும் இதுவல்லவே”- என்று அறம் உரைத்தான் அமைச்சன்.

அமைச்சன் உரைத்த அறவுரை கேட்ட மன்னன், “மணிபல்லவத்தை வலம் கொள்ள எழுந்த என் வேட்கை அத்தனை எளிதாகத் தணியாது. அதனால் அரசையும், மக்களையும் ஒருமாத காலம்வரை காத்துவருதல் நின் கடன்” எனக் கூறியவாறு எழுந்து மரக்கலம் செய்யும் கம்மியரை “வருக” என அழைத்துத் தன் மரக்கலத்தே ஏறினான். அம்மரக்கலமும் இடை நிற்காது சென்று மணிபல்லவத்தை அடைந்தது. அங்கே மணிமேகலை காத்திருந்தாள். இருவரும் தீவை வலம் வந்தனர். முற்பிறவியை உணர்விக்கும் பீடிகையை மணிமேகலை அவனுக்குக் காட்டினள். ஒரு தூய கண்ணாடிபோல அவன் முற்பிறவியை பீடிகை அவனுக்கு உணர்த்தியது.

“என் பிறப்பறிந்தேன். என் இடர் தீர்ந்தேன். தென்தமிழ் மதுரையின் அழகிய கலைப் பாவையே! இரந்துண்ணும் வாழ்க்கைக்கு விதிக்கப்பட்ட என்னிடத்தே, வந்தோர்க்கு அருந்துவதற்குரிய உணவேதும் காணாது வருந்துவோனாகிய என் கையிலே, ‘நாடே வறுமையுற்ற போதிலும் இந்த ஓடு மட்டும் வருமையுறாது. எழுந்து இதனை ஏற்றுக் கொள்!’ எனக் கூறி அமுதசுரபியைத் தந்து என் பிறவி அறுத்த பாவையே! உணர்வில் தோன்றி, மெய்ப்பொருள் உணர்த்தி அருளும் அணிதிகழ் அவிரொளி மடந்தையே! தேவராயினும், பிரமராயினும், அவர்களின் நாவால் எழும் குற்றத்தைக் கழுவித் தூய்மையாக்கும் நின் திருவடிகளைப் பிறவிகள் தோறும் போற்றுதலன்றி மறந்தும் வாழேன் இனி நான்!” எனச் சிந்தாதேவியைப் போற்றி நின்றான் முற்பிறவியில் ஆபுத்திரனாக வாழ்ந்து இப்பிறவியில் புண்ணியராசனாய்ப் பிறப்பெடுத்தவன்.

21. கண்ணகி மதுரையை எரித்தது தவறு என வாதிடும் மணிமேகலை

கலங்கி நின்ற புண்ணியராசனிடம், "கலக்கம் கொள்ளாதே! உன் நாட்டு மக்கள் உன் வருகையை எதிர்பார்த்து நிற்கின்றனர். அங்கு செல். நான் வஞ்சி செல்கிறேன்" எனக் கூறியவாறு தன் கணவன் மீது தணியாத காதல் கொண்ட கண்ணகியும் தன்னைப் பெற்றவனும் கொடைப் பண்பு மிக்கவனுமான கோவலனும் தெய்வமாக எழுதப்பட்டிருந்த படிமத்தைக் காணும் ஆர்வத்தோடு வானில் எழுந்த மணிமேகலை வஞ்சி நோக்கிப் பறந்தாள்.

சேர மன்னன் எழுப்பிய அந்தக் கோவிலில் நுழைந்து அவர்களை வணங்கி நின்றாள். அவர்களின் பெருமைக்குரிய குணங்களை எல்லாம் சொல்லிப் போற்றி அன்னையை நோக்கி, "அன்பின் அடிப்படையிலான கடமையிலும் நில்லாமல், நற்தவ நெறியையும் மேற்கொள்ளாமல். கற்புக்கடன் நின்று உம் கடமையை முடித்தீர்கள். அது ஏன் என விளக்கி அருளல் வேண்டும்" எனக்கூறிக் கண்கலங்கினாள்.

இந்தத் தொடரில் முன்னொரு இடத்தில் சமணம் போலப் பத்தினி வழிபாட்டிற்கு பௌத்தத்தில் முக்கியத்துவம் இல்லை என்றாலும் மணிமேகலைக் காப்பியம் பத்தினி வழிபாட்டையும் ஏற்பது ஒரு சிறு முரண் என்பதுபோலக் குறிப்பிட்டிருப்பேன்.

அதற்கு இந்தக் கேள்வியிலேயே விடை அமைகிறது. கணவன் அநீதியாகக் கொல்லப்பட்டதை அறிந்த கண்ணகி ஆத்திரம் கொண்டு மதுரை மாநகரை அழித்ததை, அவள் தன் கற்பிற்கு உண்மையாக இருந்து செய்த கடன் எனக் கூறும் மணிமேகலை, கணவன் மீது கொண்ட அன்பைப் பெரிதாகக் கொண்டிருந்தால் அவர் கொல்லப்பட்ட கணமே தானும் உயிர் விட்டிருக்க வேண்டும். நற் தவநெறியின்பால் நின்றிருந்தால் கைம்மை நோன்பு மேற்கொண்டு தன்னை வருத்திக் கொண்டோ இல்லை தன் அன்னை மாதவி போலத் துறவற வாழ்வைத் தேர்ந்தோ இருக்க வேண்டும். இரண்டும் இல்லாமல் வெஞ்சினம் கொண்டு மதுரை நகரையும் மக்களையும் தீக்கிறையாக்கியது, இவ்விரண்டையும் காட்டிலும் தன் கற்புக் கடனையே கண்னகி முன்னிறுத்தினாள் என்பதுதானே. இது ஏன் என்பது மணிமேகலையின் கேள்வி. இது இங்கு ஒரு தெளிவு பெறும் நோக்கில் மட்டும் முன்வைக்கப்பட்ட கேள்வி அல்ல. மாறாக முன்னிரண்டு செயல்களைக் காட்டிலும் இது ஏற்புடையது அல்ல என கண்ணகிக்குச் சுட்டிக்காட்டும் முகமாக இக் கேள்வி இங்கே முன் வைக்கப்படுகிறது. இதன் ஊடாக கற்பின் வலிமையைக் கொண்டு கண்ணகி மதுரையை எரித்த செயல் ஒரு வகையில் கண்டிக்கப் படுவது இங்கே கவனிக்கத் தக்கது. அதோடு அச்செயலைக் கொண்டாடும் பத்தினி வழிபாட்டிற்கும் மணிமேகலை ஒப்புதல் அளிக்காததும் வெளிப்படுகிறது.

இப்படியான ஒரு கேள்வியை முன்வைத்து கண்ணீர் மல்க நிற்கும் மகளைச் சமாதானம் செய்ய வேண்டிய நிலை பத்தினிக் கடவுளாய் வடிக்கப்பட்டு நிற்கும் கண்ணகிக்கு ஏற்படுகிறது.

“என் தலைவனுக்கு நேர்ந்த துன்பத்தைப் பொறாது எழுந்த வெஞ்சினத்தால் மதுரை அழல் பட்டு அழிய நேர்ந்த அந்நாளில் அந்நகரைக் காக்கும் பெருந் தெய்வமாகிய மதுராபதி என் முன் தோன்றியது. கோவலன் இவ்வாறு கொல்லப்பட்டது நீங்கள் முற்பிறவியில் செய்த (தீ)வினையின் பயனாய் விளைந்தது என அத் தெய்வம் அந்த வரலாற்றைக் கூறியது.

“அழகொளிரும் மலர்வனங்கள் நிறைந்த கலிங்க நாட்டில் சிங்கபுரத்தை மையமாகக் கொண்டு ஆண்டு வந்த வசுவும், கபிலபுரத்திலிருந்து ஆண்டுகொண்டிருந்த குமரனும் பகைகொண்டு

கடும் போரிட்டுக்கொண்டிருந்த காலத்தில் இடைப்பட்ட ஆறு காத தூரத்திற்குள் யாரும் நுழைய இயலாத ஒரு நிலை இருந்தது.

“அப்போது ஏராளமான விலை உயர்ந்த ஆபரணங்களை அள்ளிக் கொண்டு யாரும் அறியாமல், ஒளிவீசும் வளையணிந்த தன் மனைவியோடு சுங்கபுரத்தை வந்தடைந்தான் சங்கமன் என்பவன். ஆபரணங்களை விற்றுப் பொருள் சேர்ப்பது அவன் நோக்கம். அந்தச் செய்தி அரசுப் பணியில் இருந்த பரதனுக்கு வந்து சேர்கிறது. அந்தத் தீயவன் வேறு யாருமல்ல. கோவலனின் முற்பிறவி அவன். ஓடிச் சென்று தன் அரசனிடம் சங்கமனைப் பற்றி ‘அவனொரு ஒற்றன்’ எனச் சொல்லி அவனைக் கொலை தண்டனைக்கு ஆளாக்கினான்.

“அவன் மனைவி அழுது அரற்றிய வண்ணம் ஒரு மலைமேல் ஏறித் தன் உயிரை மாய்த்துக் கொள்ளும் நேரத்தில் இட்ட சாபத்தின் விளைவுதான் இப்பிறவியில் கோவலன் இப்படிச் சாக நேரிட்டது. முற்பிறவி வினை வந்து உருத்தாது ஒழியாது” - என மதுராபதித் தெய்வம் உரைத்த வரலாற்றை விரிவாக மகளுக்கு உரைத்த கண்ணகி, தொடர்ந்து,

“உன் தந்தை அநீதியாய்க் கொல்லப்பட்ட ஆத்திரத்தில் சீற்றம் கொண்டேன். செழுநகர் சிதைத்தேன். முற்காலத்தில் செய்த நல்வினையின் பயனாய் இன்று நாங்கள் வானவர் உலகத்தில் இடம் பெற்றோம். இந்த நல்வினைப் பயன் முடியும்போது எந்த வகையிலேனும் (மதுரையை எரித்த) இந்த ஆத்திரத்தால் விளைந்த பாவம் எம்மை அடையாமல் போகாது. மேலுலகில் இல்லாது போனாலும் இவ்வுலகிலேயே பல பிறவிகள் எடுத்து, எல்லாப் பிறவிகளிலும் வினைப் பயன்களை அனுபவித்து, உங்களைப் போலவே அகல்வதற்கு அரிதான இப்பிறவிப் பெருங் கடல் நீந்திப் பிறந்தும், இறந்தும் நாங்களும் உழல்வோம்.”- என்றனள் கண்ணகி. இக்கூற்று கூர்ந்து ஆராயத் தக்கது.

கணவனின் இறப்புக்காக மதுரை எரிக்கப்பட்டது எவ்வகையிலும் பெருமைக்குரிய ஒன்றல்ல. அது ஒரு பாவச் செயல். அதற்கான வினைப்பயனைக் கண்ணகி அனுபவித்துத்தான் ஆகவேண்டும். வினைப்பயனிலிருந்து யாரும் தப்ப இயலாது. கண்ணகிக்குக் கோவில் எடுத்துவிடுவதால் மட்டும் அவள் தெய்வமாகிவிட முடியாது எனப் பல விடயங்களைக் இக்காதை மூலம் ஆணி அடித்தது போலச் சொல்லிவிடுகிறார் சாத்தனார்.

அதற்காகவே இந்தக் காதை காப்பியத்தில் இடம் பிடிக்கிறது எனச் சொன்னாலும் அது தகும். ஆக பௌத்தக் காப்பியமான மணிமேகலை புத்தநெறிக்குப் பொருந்தாத பத்தினி வழிபாட்டிற்கு ஏற்பு வழங்குவதாகச் சொல்வதை நாம் அப்படியே ஏற்க இயலாது.

கண்ணகிக மகளிடம் உரைப்பன இத்தோடு முடிவதில்லை. அது மேலும் தொடர்கிறது:

“மறந்தும் மழை பொய்க்காத மகத நந்நாட்டின் நெற்றித் திலகம்போல விளங்கும் அழகிய கபிலவஸ்து நகரில், (பௌத்தம் கூறுகிற) பத்து வகையான 'பாரமிதை' ஒழுக்கங்களையும் அளவற்றதாகத் தன்னிடத்தே நிறைத்துக் கொண்டுள்ள புத்த ஞாயிறு எழும். அது போதி மரத்தடியில் எழுந்தருளி தீதற்ற 'நால்வகை உண்மைகளையும்' தெளிந்து, 'பன்னிரு சார்புகளின்' பகுதித் தோற்றத்தையும், அவை அழிவுறும் வகையையும் எடுத்து விளக்கி, பல்வேறு குற்றங்களிலிருந்தும் நீங்கி எண்ணற்ற அரிய உலகங்கள் எல்லாவற்றிலும் அறக் கதிர்களை அந்தப் புத்த ஞாயிறு விரிக்கும்.

“அப்போது, உன் தந்தையும் நானும் புத்தபகவனின் இந்திரவிகாரங்கள் ஏழையும் வணங்கி, துன்பப் பிறவிகளிலிருந்து தப்பி, அன்புள்ளத்தோடு அவனது அறவுரைகளைக் கேட்டு, துறவு மனம் கூடி, இனிப் பிறவி எடுக்காத பேறு பெறுவோம். அவ்வாறு இறுதியில் பேறு பெறுவோம் என்றாலும் அநேக காலம் எல்லோருக்கும் 'இருத்தியும்' செய்து வருவோம்.

“மணம் கமழும் கூந்தல் உடைய நங்கையே! நீயும் இந்தப் பழம்பெரும் நகரினுள் (வஞ்சி) சென்று அவரவர் சமயக் கருத்துக்களை எல்லாம் கேட்கும்போது, அவை அனைத்தும் மெய்த்திறம் அற்றவையாய் உள்ளதை நீயே விளங்கியபின் பெரியவனின் திரிபிடக நெறியிலிருந்து பிறழாதவளாய் உருவாகுவை. இனி நிகழ்வன இவையே” என்றனள் அன்னை.

தொடர்ந்து மகளுக்கு எப்படிப் பிற சமயத்தவர்களை அணுகுவது என்றும் அறுவுரைத்தாள் கண்ணகி

“வயதிற் சிறியள். வளையணிந்த பெண் என எண்ணி உனக்குத் தத்தம் மறை பொருளைக் கூறாமல் போவார்கள். எனவே வேற்றுருக்கொண்டு அவர்களை அணுகுவாய்” என்று முடித்தாள்.

முன்னர் தெய்வம் தனக்குச் சொல்லியிருந்த மந்திரத்தை ஓதி மணிமேகலை ஒரு பெரும் தவமுனிவரின் வடிவை அடைந்தாள். ஆலயங்கள், வேதிகைகள், பள்ளிகள், மலர்ப் பொழில்கள், பொய்கைகள் எனத் தவ முனிவர்களும், கற்றடங்கிய சான்றோரும், நூற்பயிற்சி மிக்க அறிஞர்களும் எங்கும் காணப்படும் நகரக் கோட்டை மதிலின் புறத்தே உள்ள இருக்கையை அடைந்தாள்.

சாத்தனார் இப்பகுதியில் கண்ணகியை ஒரு பௌத்தப் பிரச்சாரகராகவே மாற்றிவிடுவதைக் காண்கிறோம். சமணம் உட்பட அனைத்து வைதீக, அவைதீக மதச் சித்தாந்தங்கள் அனைத்திலும் பௌத்தமே உயர்ந்தது என்பதை ஆணித்தரமாக முன்வைப்பவளாக கண்ணகியை அவர் இங்கு முன்னிறுத்துகிறார்.

இப் பகுதியில் நாம் "பத்துவிதமான பாரமிதை", "நால்வகை உண்மைகள்", "பன்னிரு சார்புகள்", "இருத்தி" முதலான கருத்தாக்கங்களைக் கண்டோம். இவை மிகவும் ஆழமான பௌத்த தத்துவ அடிப்படைகள். இவற்றைக் கூடியவரை எளிமையாகப் புரிந்து கொள்ள முயற்சிப்போம். இனி உள்ள நான்கு அத்தியாயங்களும் கூட இத்தகைய பௌத்த தத்துவ நெறிகளைச் சொல்பவையாகவும், அவை எவ்வாறு பிற சமயக் கருத்துகளிலிருந்து வேறுபட்டு உயர்ந்துள்ளன எனவும் நிறுவும் வகையாகவும் அமையும். அவற்றையும் புரிந்துகொள்ள முயற்சிப்போம்.

பாரமிதை: புத்த ஞாயிறு "பத்து வகையான 'பாரமிதை' களையும் தன்னிடத்தே நிறைத்துக்கொண்டுள்ளது" எனும் கூற்றை எடுத்துக்கொள்வோம். இங்கே 'பாரமிதை' எனத் தமிழ் வழக்கு மரபில் முன்வைக்கப்படும் கருத்தாக்கம் சமஸ்கிருதத்தில் 'பாரமிதா' எனவும், பாலியில் 'பாரமி' எனவும் குறிப்பிடப்படும். 'நிறைவான', 'குறைகளற்ற' 'முழுமையான' எனப் பொருள்படும் *(perfection / completeness)* சொல் இது. முதன்மையான, ஆக உயர்ந்த, தலையாய என்றெல்லாம் பொருள்படும் "பரம" எனும் வேர்ச்சொல்லிலிருந்து இது உருவாகிறது.

பாலி பௌத்த நூல்கள் பத்து வகையான 'பாரமிகளை' (முழுமைகளை) பட்டியலிடுகின்றன. அவை முறையே சமஸ்கிருதத்தில் "தானம், சீலம், நிஷ்காம்யம், பிரக்ஞை, வீரியம், சாந்தி, சத்யம், அதிர்ஷ்டானம், மைத்ரி, உபேட்சை' எனக் கூறுவர்.

தமிழில் இவற்றை ஈகை, ஒழுக்கம், ஈகம், மெய்யறிவு, முயற்சி, பொறை, வாய்மை, வலிமை, கருணை, சமநிலை எனலாம்.

புத்த பகவன் தனது பல்வேறு பிறப்புகளில் எவ்வாறு இந்தப் பாரமிதைகளை நிறைவேற்றினார் என்பதைச் சொல்லும் முகமாகவே புத்த ஜாதகக் கதைகள் உருவாயின என்பார்கள்.

நால்வகை வாய்மைகள்: துக்கம் (துயரம்), துக்கத்தின் தோற்றம், துக்க நீக்கம், துக்க நீக்க நெறி - ஆகியன. அவை:

1. எல்லா இருப்புகளின் நிபந்தனையாகவும் துக்கமே உள்ளது.
2. துக்கம் என்பது அதிருப்தி அல்லது திருப்தி அடையாமையின் விளைவு.
3. ஆசை அல்லது பற்று என்கிற தன்மயமான நோக்கு முயற்சியால் நீக்கப்படக் கூடியனவே.
4. மனம், வாக்கு, காயம் ஆகியவற்றின் அடிப்படையிலான 'எண்வழிப் பாதை'யின் (அஷ்டாங்க மார்க்கம்) ஊடாக ஒருவர் துக்கத்திலிருந்து விடுபட முடியும்.

இவ்வாறு இருப்பின் நிபந்தனையாகத் துக்கம் உள்ளது எனச் சொல்வதோடு நிற்காமல் அதிலிருந்து விடுபடும் வழியையும் பௌத்தம் சொல்கிறது. அந்த வழி பக்தி மார்க்கமோ அல்லது புனிதத் தலங்களுக்குச் சென்று வணங்குவதோ, நீராடுவதோ அல்ல. மாறாக மனம், வாக்கு, காயத்தின் ஊடான அற வாழ்வு மற்றும் அறச் செயல்களின் ஊடாகவே அது சாத்தியம். ஆக பக்தியின் இடத்தில் அறத்தை நிறுத்துகிறது பௌத்தம் (விரிவுக்குப் பார்க்க : அ.மார்க்ஸ், புத்தம் சரணம், அடையாளம் வெளியீடு).

பன்னிரு சார்புகள்: பேதமை, செய்கை, உணர்வு, அரூரு, வாயில், ஊரு, நுகர்வு, வேட்கை, பற்று, பவம், தோற்றம், வினைப்பயன் ஆகியன. இவற்றை 'பன்னிரு நிதானங்கள்' எனவும் கூறுவர். பௌத்தம் கடவுளை ஏற்பதில்லை. கடவுள்தான் உலகைத் தோற்றுவித்தார் என நம்புவதும் இல்லை. உலகம் இருந்தது என்பதோடு சரி. பிற மதங்களைப் போல இயற்கை அதீத கற்பனைகள் எதையும் அது ஏற்பதில்லை. எனவே பிற மதங்களைப் போல அது உலகின் தோற்றத்தை விளக்க இயற்கைக்கும் அறிவுக்கும் பொருந்தாக் கற்பனைக் கதைகள் எதையும் சார்ந்திருப்பதில்லை. விதையா இல்லை செடியா எது

முந்தியது என்பது போன்ற பொருளற்ற வெட்டிக் கேள்விகளை அது ஒதுக்கும். எதையும் தன்னளவில் உண்டு அல்லது இல்லை என அது நம்புவதில்லை. மாறாக அனைத்தும் ஒன்றை ஒன்று சார்ந்தே உள்ளன. சார்பின் ஊடாகவே அவை இருக்கின்றன. இதை பௌத்தம் "பிரதித்ய சமுத்பாதம்" எனக் கூறுகிறது. *Dependant Origination* என ஆங்கிலத்திலும் "சார்புத் தோற்றக் கொள்கை" எனத் தமிழிலும் கூறப்படுகிறது.

ஒன்று தோன்ற இன்னொன்று காரணமாக உள்ளது என்கிறபோது அங்கு கடவுள் தேவையற்றவர் ஆகிறார். விளக்குச் சுடர் போலவும், ஓடும் நீர்போலவும் அனைத்தும் தொடர்ந்து கொண்டுள்ளன என பௌத்தம் கூறுகிறது. ஓடும் நீரில் எந்த ஒரு கணத்திலும் உள்ள நீர் அடுத்த கணத்தில் இருப்பதில்லை. ஆனாலும் தொடர்ந்து நீரோடிக்கொண்டுள்ளது.

இந்தச் சார்புகள் அல்லது நிதானங்களில் இருந்து விடுதலை பெறுவதையே பௌத்தம் 'நிப்பானம்' அல்லது 'நிர்வாணம்' என்கிறது.

இருத்தி பாதங்கள்: சிரத்தை, வீரியம், சித்தம், மீமாம்சம் என்கிற இந்த நான்கு ஆற்றல்களையும் கைவரப் பெற்றவர்கள் விரும்பினால் உலகில் கல்ப காலம் வாழ முடியும் என்பர். இதில் சிரத்தை என்பது இலக்கை நோக்கிய தீவிர முனைப்பு; வீரியம் என்பது தொடர்ந்த இடையற்ற முயற்சி; சித்தம் என்பது தீயவைகளை நீக்கிய பரிசுத்த நினைப்பு அல்லது சிந்தை; மீமாம்சம் என்பது ஒருவர் தமது முனைப்பும் முடிவும் சரிதானா எனப் பகுத்தறிந்து ஆய்வுக்குட்படுத்துவது.

22. பல சமயங்கள் ஒருசேரச் செழித்திருந்த தமிழ் மண்

பல்வேறு சமய, தத்துவச் சிந்தனைகள் செழித்திருந்த தமிழ் மண் வைதீகம், ஆசீவகம், பௌத்தம், சாங்கியம், பூதவாதம் எனப் பல நெறிகளும், செழித்திருந்த காலம் மட்டுமல்ல, அவற்றுக்கிடையே ஆரோக்கியமான விவாதமும் நடந்துகொண்டிருந்த காலம் அது. சேரமன்னன் செங்குட்டுவன் வடக்கே படையுடன் சென்று, கங்கையைக் கடந்து, கனக விசயர் முதலான வடபுல மன்னர்களை வென்று, அவர்தம் தலைகளில், இமய மலையிலிருந்து பெயர்த்தெடுத்த கற்களைச் சுமக்கச் செய்து கொண்டு வந்தான் எனவும், அவற்றைக்கொண்டே கண்ணகிக்குக் கோவில் கட்டினான் என்றும் நம்பிக்கைகள் உருவான காலத்தில் எழுந்த காவியம் மணிமேகலை. இக்காதையின் இறுதி வரிகள் இதற்குச் சான்றாக அமைகின்றன.

செங்குட்டுவனை, "பூக்காத வஞ்சியில் பூத்த வஞ்சி மலர்களைச் சூடிய வீரர்கள் வலம் வரும் சேர நாட்டுச் செங்கோல் வேந்தன்" எனக் கூறும் சாத்தனார், அந்த வீரர்கள் தாம் செல்லும் நாட்டை எல்லாம் சேரநாடாக ஆக்கும் வல்லமை பெற்றவர்கள் என்கிறார். திருமுடியில் வாகை சூடிய அச்சேரனின் வஞ்சியில் எடுக்கப்பட்ட கண்ணகிப் படிமத்தை வணங்கி ஆசிபெற்ற மணிமேகலை, முன் அத்தியாயத்தில் கண்ணகி அவளுக்குச் சொன்னபடியே ஆணுருவில் வஞ்சி மாநகருக்குள் நுழைகிறாள். பௌத்தம்

முன்னிறுத்தும் நான்கு பேருண்மைகளையும் புரிந்தேற்கும் வண்ணம் இத்தருணத்தில் அவளுக்குத் "திருந்திய நல் ஏதுக்கள் முதிர்ந்திருந்தன" என நிறைவுறுகிறது முந்திய காதை.

புத்தர் உரைத்துச் சென்ற நான்கு பேருண்மைகள் என்பன என்ன?

(i) வாழ்வின் அடிப்படையாக 'துக்கம்' தான் உள்ளது (ii) 'ஆசை' யும் பற்றுமே எல்லா துக்கங்களுக்கும் அடிப்படை (iii) தன்னை மையமாகக் கொண்ட நோக்கு, ஆசை அதன் விளைவான துக்கம் எல்லாம் நீக்கப்படக் கூடியவையே. (iv) மனம், வாக்கு, காயம் ஆகியவற்றின் அடிப்படியிலான எண்வழிப்பாதை (அஷ்டாங்க மார்க்கம்) மூலம் 'சரியான வாழ்வை' வாழும் யாரும் துக்கத்தை வெல்ல முடியும் என்கிற இப்பேருண்மைகளை உணர்ந்தேற்கும் நிலையை மணிமேகலை எனும் கணிகைக் குலத்தில் பிறந்த ஒரு இளம்பெண் வந்தடைதலையும், அதனூடாக அவள் பெறும் அனுபவங்களையும் சொல்வதுதான் மணிமேகலைக் காவியம் என்பதை நாமும் உணர்ந்துகொள்கிறோம்.

இனி நாம் காணப்போகும் மணிமேகலையின் இறுதி நான்கு அத்தியாயங்களும் அன்று இந்தியத் துணைக்கண்டத்திலும் தமிழகத்திலும் முகிழ்த்திருந்த பல முக்கிய சமயங்களின் கருத்தாக்கங்களையும், அவற்றில் பௌத்த சிந்தனைகள் எவ்வாறு மேம்பட்டு நிற்கின்றன என நிறுவுபவையாகவும் அமைகின்றன.

இப்போது நாம் காணப்போகும் "சமயக் கணக்கர்- தம் திறம் கேட்ட காதை' யில் மணிமேகலை ஆணுருக்கொண்டு புறச்சமயக் கணக்கர் பலரையும் கண்டு அவர்தம் மதக் கோட்பாடுகள் அனைத்தையும் பொறுமையுடன் கேட்டுக் கொள்கிறாள். யாருடனும் வாதிடுவதில்லை. இறுதியாகச் சந்திக்கும் பூதவாதிக்கு மட்டும் மறுமொழி சொல்வாள். இதனூடாக இந்தியத் துணைக்கண்டத்தில் அன்று செழித்திருந்த பல்வேறு மத நெறிகளின் அடிப்படைகளையும் நாம் அறிந்து கொள்ள முடியும்.

'சமயக் கணக்கர்' என்பதில் உள்ள 'கணக்கு' எனும் சொல் 'தத்துவம்' அல்லது 'மெய்யியல்' எனும் பொருளில் இங்கு பயன்படுத்தப் படுகிறது. கணக்கர் என்பதை 'தத்துவ விற்பன்னர்' அல்லது 'சமயவாதி' அல்லது 'சமய நெறியை ஆய்ந்துரைப்போர்' எனப் பொருள் கொள்ளலாம். 'அளவை' என்பது தர்க்கம் (*logic*).

அ. அளவை வாதி

மணிமேகலை முதலில் சந்திப்பது வைதிக நெறியைச் சேர்ந்த 'அளவை வாதி' யை. வைதிக வாதி என்பது வேதங்களை ஏற்றவர், அதனடியாக அணுகுபவர் எனப் பொருள்படும். அவனிடம் 'நின் கடைப்பிடி இயம்பு' எனக் கூறி அவன் கடைபிடிக்கும் தத்துவத்தைக் கூறுமாறு மணிமேகலை கேட்டவுடன் அவன் தொடங்குவான்.

வேத வியாசன், கிருத கோடி, சைமினி (ஜைமினி) முனிவன் ஆகியோர் முறையே பத்து, எட்டு, ஆறு என்கிற எண்ணிக்கைகளில் தமது அளவைகளை அவரவர்களுக்கு ஏற்ற வகையில் எடுத்துரைத்துள்ளனர். இவர்களில் சைமினி 'மீமாம்சை' யை எழுதியவர்.

அடுத்து பிரமாணம் என்பது எந்த அடிப்படை அல்லது ஆதாரம், அல்லது கொள்கையினடியாக ஒன்றை ஏற்றல் என்பது. அப்படியான பத்து பிரமாணங்களை அவன் பட்டியலிடுவான். அவை:

1. கண்ணால் கண்ட காட்சி,
2. கருதுதல் (சிந்தனையில் மதிப்பிடல் அல்லது அனுமானத்திலிருந்து அனுமேயத்தை உய்த்தறிதல்),
3. உவமம் (ஒப்புமையின் அடிப்படையில் முடிவுக்கு வருதல்),
4. ஆகமம் (நூற் பிரமாணம் அல்லது நூலறிவு),
5. அருத்தா பத்தி (ஆயர் குடியிருப்பு என்றால் அது கங்கையின் அருகில் இருக்கும் என ஒன்றிலிருந்து இன்னொன்றை அறிதல்),
6. இயல்பு (ஒன்றின் தன்மை அறிந்து முடிவு கோடல். யானை மேல் இருப்பவன் கீழே கிடக்கும் ஏதொன்றையும் எடுத்துத் தருமாறு கேட்கும்போது அங்குசத்தை எடுத்துத் தருதல்),
7. ஐதீகம் (உலகுரை அல்லது வழி வழி வந்த கருத்து அல்லது நம்பிக்கை,)
8. அபாவம் (இன்மை அதாவது குதிரைக்கு கொம்பு இல்லை என உணர்ந்தறிதல். ஒன்றைச் சொல்லும்போதே அது உறுதியாக அப்படியல்ல என முடிவுக்கு வருதல்),

9. மீட்சி ஒழிவறிவு- (இராமன் வென்றான் எனில் இராவணன் தோற்றான் எனப் பொருள் கோடல்),

10. எய்தியுண்டாம் நெறி (சம்பவத்தால் அறிதல், அதாவது ஒரு பொருளுக்கு அருகிலுள்ள இரும்பு சுழல்வதைக் கண்டு அதைக் காந்தம் என அறிதல்)

அத்தொடு நிறுத்தவில்லை அந்த வைதிகவாதி. அடுத்து 'பிரமாண ஆபாசங்கள்' என என எட்டு அளவைக் குற்றங்களைப் பட்டியலிடுவான். அவை:

1. சுட்டுணர்வு: ஏதொன்றின் தோற்ற உண்மையை மட்டும் கண்டு பிறவற்றை ஆராயாது ஏற்றல் (நிருவிகற்ப காட்சி).
2. திரியக்கோடல்: காணும் ஒன்றைத் திரித்துணர்தல். எதிரொளிக்கிறது என்பதாலேயே இப்பியை சிப்பி எனக் கொள்ளுதல் (விபரீதக் காட்சி)
3. ஐயம்: எதையும் உறுதிப்படுத்தாமல் ஐயமுற்று நிற்பது.
4. தேராது தெளிதல்: ஆராயமற் முடிவெடுத்தல். 'தேரான் தெளிவும், தெளிந்தார்கண் ஐயுறவும் தீரா இடும்பை தரும்' குறள்.
5. கண்டுணராமை : கண்ணால் கண்டும் உணராமை. புலியைக் கண்டும் தன்னைக் காப்பாற்றிக்கொள்ள முயலாமல் நிற்றல்.
6. இல்வழக்கு : முயற் கொம்பு என்பதுபோல இல்லாத ஒன்றை வெறும் சொற்பொருளிலிருந்து கற்பித்துக் கொள்ளல்.
7. உணர்ந்ததை உணர்தல்: குளிருக்கு நெருப்பருகே அமர்தல் ஆறுதல் அளிக்கும் என அறிந்தும் அதனை மீண்டும் சோதித்து அறிய முனைதல்.
8. நினைப்பு : ஒருவர் சொல்வதைக் காரண ஆய்வின்றி அப்படியே ஏற்றுக்கொள்ளுதல்.

ஆ. சைவவாதி

அடுத்து ஈசன் (சிவன்) ஒருவனையே இறைவன் எனக் கொள்ளும் ஒரு சைவனைச் சந்தித்து அவன் வணங்கும் தெய்வம் குறித்து உசாவுகிறாள் மணிமேகலை.

ஞாயிறு திங்கள், இயமானன் ('நான்மறையோனுமகத்து

இயமான்பட'- மாணிக்கவாசகர்) மற்றும் மண், நீர், தீ, காற்று, வான் எனும் ஐம்பூதங்கள் என எட்டினையும் தன் உடம்பாகவும் தான் உயிராகவும் கொண்டுத் தனக்கு ஒப்பாரும், மிக்காரும் இல்லாமல் யாவற்ரையும் படைத்துத் திருவிளையாடல் புரிபவனே எம் இறைவன் எனப் பதிலுறுக்கிறான் அவன்.

இ. பிரமவாதி

இந்தப் பேருலகெல்லாம் பிரமதேவன் இட்ட முட்டை என முடித்துக்கொள்கிறான் இவன். பிரமவாதம் என்பது வைதிக அறுவகை நெறிக்குள் அடங்காது. புராணங்களில் மட்டுமே காணப்படுவது. இங்கு கூறப்படும் கருத்து மனுதருமத்தில் (1-9) காணப்படுவது.

ஈ. வைணவ வாதி

நீலவண்ணக் கடவுளின் புராணத்தை ஓதும் வைணவன் 'நாராயணனே காப்பு' என முடித்துக்கொண்டான்.

உ. வேத வாதி

'கற்பமே' (வேதங்களின் ஆறங்கங்கள்). கைகள், சந்தமே (ஒலி நயம்) கால்கள், எண்களே கண்கள் (எண்ணும் எழுத்தும் கண்ணெனத் தகும்), தெளிவான விளக்கம் அளிக்கும் நிருத்தமே (பாவம் / அபிநயம்) செவியாகவும், சிக்கையே (சிட்சை) மூக்காகவும், இவற்றோடு சொல் இலக்கணமே முகமாகவும் கொண்டு எந்தச் சார்பும் இன்றித் தான்தோன்றியாக வெளிப்பட்ட வேத புருடர்க்கு ஆதியும் இல்லை அந்தமும் இல்லை. அவ்வேத வாக்குகளே எம் சமய நெறியாகும் என விளக்கினான் வேதவாதி.

'மெய்த் திறம் (மெய்யான திறன்) அல்லது உலக வழக்கு எனக் கூறப்படும் எதிலும் இவ் வைதிகர் கூறுவன பொருந்தாது என எண்ணியவாறு தம் காலத்திய இன்னொரு முக்கிய சமயப் பிரிவான மற்கலியின் ஆசீவக நெறியறிந்த ஒரு முதியோனை அணுகினாள் மணிமேகலை.

ஊ. ஆசீவக வாதி

ஆசீவகர் கொள்கையைச் சற்று விரிவாகவே பேசுகிறார் சாத்தனார். எல்லை இல்லாத பொருள்களில் எங்கும் எப்போதும் அகலாது பின்னிக் கிடந்து புலப்படுபவனும், எல்லையில்லாத அறிவினை

உடையவனுமாகிய அவனே எங்கள் இறைவன். அவன் (மற்கலி) உரைத்த நூற்பொருட்கள் ஐந்து வகையாம். அவை திடம் தரும் உயிர், மற்றும் நிலம், நீர், தீ, காற்று எனும் நால்வகை அணுவகைகள். அவ்வணுக்கள் நுண்மையானவை ஆனாலும் அவை தம்மை உற்றும், கண்டும் உணர்ந்திடுமாறு ஒன்றோடொன்று கூடுதலும் பிரிதலும் செய்யும். மலை, மரம், உடம்பு எனத் திரளவும் செய்யும். வெவ்வேறாகிப் பிரியவும் செய்யும். அவ்வாறு திரளவும், பிரியவும் செய்யும் வகையினை ஆராய்ந்தறிவதே உயிர் எனப்படும். ஆசீவகத்தின் அணுக் கொள்கையின்படி உயிரும் ஒரு அணுவே. அது உற்றும் கண்டும் உணர்ந்திடும் வகையில் கூடவும் செய்யும் பிரியவும் செய்யும். "ஒன்றாய், வேறாய், உடனாய்" எனும் ஆசீவகத்தின் ஒருமைவாதக் கோட்பாடு இங்கே குறிக்கப்படுகிறது. ஆசீவக நெறியை மறுக்கும் நீலகேசியிலும் *(659 729)* ஆசிவகத்தின் அணுக் கொள்கை இவ்வாறு விளக்கப்படுவதைக் காணலாம்.

ஆசீவகவாதி தொடர்கிறான்: நில அணுக்கள் வன்மையானதாக அமையும். நீரணுவானது வீழ்ந்தும், குளிர்ச்சியும் சுவையும் உடையதாகவும் இருக்கும்.. 'இழின்' எனும் ஒலியோடு வீழ்ந்து நிலத்தின் ஆழத்தே உறிந்துகொள்ளப்படும். தீ அணுவோ எரிவதும் மேல்நோக்கி எழுவதுமான பண்புகளைக் கொண்டிருக்கும்.. காற்றணுவோ குறுக்கிட்டு (விலங்கி) அசையும் பண்பு கொண்டிருக்கும்..

நிலம், நீர், தீ, காற்று எனும் இந்நான்கும் ஆதியில்லாத அநாதியான பரமாணுக்கள். பிரிதல், பின் கூடுதல் எம்கிற வேறு இயல்புகளை எய்தும் விகாரமுடையவை. ஆனால் இதனால் இவை கேடுற்றுச் சிதைந்தழிவதும் இல்லை. புதிதாய் ஓரணு தோன்றி இன்னொன்றுக்குள் புகுவதும் இல்லை. அநாதியான நீரணுக்கள் நிலவணுக்களாகத் திரிவதும் இல்லை. ஓரணு ஈரணுக்களாய்ப் பிரிவதும் இல்லை. தவிரவும் நெல் அவலாய் பரந்துபடுவதுபோல போல இவை விரிவதும் இல்லை. உலாவுவதும், தாழ்வதும், உயர்வதும் உண்டு. நில அணுக்களால் அமைந்த மலை, பின் சிதைந்து மணலாகிப் பிறவற்றோடு கூடலாம். பலவாகக் கூடியிருப்பன பின் பிரிந்துத் பின் பழைய அணுத்தன்மை உடையதாக மாறவும் கூடும். மரமாய்ச் செறிந்துள்ள அணுக்கள் திண்மையாய்ச் செறிந்து வேறேதேனும் ஆகலாம். மூங்கிலும் மர அணுக்கள் ஆனபோதிலும் அவை மூங்கிலாய் உருப்பெறும்போது

உள்ளே துளைகொண்ட தன்மையதாகவும் ஆகலாம். வித்தாகி மீண்டும் முளைக்கவும் ஆகலாம். தேயாத முழுநிலவைப்போல வட்டமான செழித்த நிலப்பரப்பாகவும் ஆகலாம்..

இந்த அணுக்கள் நிலம் நீர் முதலான பஞ்சபூதங்களாய் உருப்பெறும்போது இந்த நால்வகை அணுக்களும் அவையவைக்கு உரிய அளவிலேயே இருக்க வேண்டும். அவற்றில் எதுவும் குறையவோ கூடவோ கூடாது.. ஒன்று, முக்கால், அரை, கால், பங்கு என அவை வேறுபடும். எடுத்துக்காட்டாக நிலமாகிய பூதம் உருப்பெறும்போது அதில் நில அணு ஒன்று அமைந்தால் நீரணு முக்கால், நெருப்பு அரை, காற்று கால் எனும் அளவுகளில் பங்கு பெறும். இவற்றில் எது மிகுந்துள்ளதோ அதனால் அது பெயர் பெறும்.. இப்படியான வீதத்தில் அணுக்கள் செறிந்து அமையும் போதுதான் அவை நிலம் அல்லது நீர் என்பது போலப் பண்பு கொண்டிருக்கும். அதாவது நிலமாய் உறுதி பெறுதல் அல்லது நீராய் பள்ளம் நோக்கி ஓடுதல், நெருப்பாய்ச் சுடுதல், காற்றாய் வீசுதல் முதலான தொழில்களை அடைந்திடும்.

தெய்வ, ஞானக் கண்களை உடையோர் ஒவ்வோர் அணுவையும் கண்டறிவர். ஏனையோர் பூதமாய்த் திரண்டு நிற்பவற்றின் உண்மைகளை அறியார். கரும் பிறப்பு, கருநீலப் பிறப்பு, பசும் பிறப்பு, செம் பிறப்பு, பொன்பிறப்பு, வெண் பிறப்பு என மக்கள் இவ் அறுவகைப் பிறப்பிலும் பிறந்து இறுதியாக அதி வெண்மையான பிறப்பில் பிறந்து வீடுபேறடைவர். தாம் துன்பமுற்று அழிந்து படுவதை விரும்பாதோர் வீடுபேற்றிற்கு உரியதான அதிவெண்பிறப்பில் பிறப்பதற்கு உரியோர் ஆவர். இதுவே 'செம்போக்கு' எனும் நன்னெறியாகும். இந்நெறியில் தவருற்றுத் துன்புற்றால் அதுவே 'மண்டல' நெறி என அறிதல் வேண்டும்.

ஆசீவகத்தின் பார்வையில் வீடுபேற்றுக்கான வழி இப்படியாக அறுவகைப் பிறப்புகளிலும் பிறந்து படிப்படியாக உயர வேண்டும் என்றாகிறது. இவ்வாறு பல்வகைப் பிறப்புகளுக்கும் நிறங்கூறுவது என்பது சீவக சிந்தாமணி முதலான சமணக் காப்பியங்களிலும் காணப்படுவதை வேங்கடசாமி நாட்டார் சுட்டிக் காட்டுகிறார். பெரியாழ்வாரும் வீடுபேற்றுக்குரியவர்களை 'வெள்ளுயுர்' எனக் குறிப்பிடுவதையும் சுட்டிக் காட்டுகிறார்.

இறுதியாக அந்த ஆசீவகன், "நற்பேறுகளைப் பெறுதலும், பெற்றவற்றை இழத்தலும், இடையூறுகள் நேர்தலும், பொருந்தும் இடத்தை அடைதலும், இன்பத்தையும் துன்பத்தையும் அடைதலும், பொருந்திய இடத்திலிருந்து நீங்கலும், பிறத்தலும், சாதலும் கரு உயிர்த்தபோதே உயிருடன் கலந்துவிடும். இந்த இன்பமும், துன்பமும் ஆகிய இவையும் அணுவெனப்படும்.. முன்னுள்ள ஊழே பின் நல்லது கெட்டதற்குக் காரணமாகிறது. இதுதான் மற்கலி கோசகர் தன் நூலில் உரைத்துள்ளவையாம்" எனத்தன் ஆசிவக நெறியை மணிமேகலைக்கு உரைத்தான்.

கிட்டத்தட்ட இந்த அத்தியாயம் மணிமேகலை காப்பியத்தின் மொழியாக்கமாகவே அமைந்துள்ளது. சாத்தனாரின் காலத்தில் தமிழகத்தில் நடைபெற்றுக்கொண்டிருந்த வளமான தத்துவ விவாதங்கள் குறித்த சில அடிப்படைகளைப் புரிந்துகொள்ள இது உதவும். சாங்கியம், பூதவாதம் முதலான மேலும் சில முக்கிய போக்குகளையும் அவற்றின் மீதான கருத்துகளையும் தொடர்வோம்.

23. இந்தியத் துணைக் கண்டத்தின் முதல் 'சர்வ சமய சங்கீர்த்தனம்'

ஆசீவகவாதியின் கருத்துக்களைத் தொகுத்துக்கொண்டோம். இந்நெறியை முன்வைத்த மற்கலி கோசலர் ஒரு மாட்டுத் தொழுவத்தில் பிறந்தவர் என்பதால் கோசலர் எனப் பெயர் பெற்றார் என்பர். மற்கலி என்பதற்கு "இடறி விழாதே" (மா-கலி) எனப் பொருள்கொண்டு அவ்வாறு அவர்தம் சீடர்களுக்கு அறிவுரைத்ததால் அப்பெயர் பெற்றார் எனக் கூறுவதுமுண்டு. "எதுவும் செய்யாது சும்மா இரு" என்பது ஆசிவகர் கோட்பாடு. என்னும் பொருளில் "மோனாந்து இருந்தனன்" என நீலகேசி ஆசீவகர் குறித்துக் கூறுவதும் குறிப்பிடத் தக்கது.

ஆசீவகரை விட்டு அடுத்து நிகண்டவாதியை நோக்கி மணிமேகலை அகல்வதைக் குறிக்கும் இடத்தே "சொல்தடுமாற்றத் தொடர்ச்சியை விட்டு" என்பார் சாத்தனார். இதனூடாக ஆசீவகர் முன்னுக்குப் பின் முரணாகப் பேசுபவர்கள் என அவர் கருதுவதை அறிகிறோம். ஆசீவகன் தன் நெறியை விளக்கும்போது முதலில், "நிலம், நீர், தீ, காற்று என நால்வகையின், மலை, மரம், உடம்பு எனத் திரள்வதும் செய்யும்" *((27: 116-117)* எனக் கூறுவதையும் அடுத்துச் சில வரிகளில் *(27 :129)* "முது நீரணு, நில அணுவாய்த் திரியா" என அநாதியான நீரணுக்கள் நிலவணுக்களாகத் திரிவதில்லை

எனச் சொல்வதையும் ஒப்பிட்டுக் காட்டி, அந்த அடிப்படையில் ஆசீவகர்கள் முன்னுக்குப் பின் முரணாகப் பேசுகிறவர்கள் எனச் சாத்தனார் கூறுவதாக உரையாசிரியர்கள் இதற்கு விளக்கம் அளிப்பர்.

நிகண்டவாதி

மணிமேகலை அடுத்துச் சந்திக்கும் நிகண்டவாதியை 'நிக்கந்தவாதி', 'நிர்க்கிரந்தவாதி' என்றெல்லாம் குறிப்பிடுவர். 'நிக்கிரண்டம்' என்பதற்கு அம்மணம், ஆடையின்மை எனப் பொருள். எனவே இவர்களைச் சமணர்களுள் ஒரு பிரிவினரான திகம்பரர் எனக் கூறுவதுமுண்டு. "ஆசீவக வாதமும் நிகண்ட வாதமும் ஒருவகையினும் அடங்கும்" என உ.வே.சா குறிப்பிடுவார்.

நிகண்டவாதியை அணுகிய மணிமேகலை அவனது தலைவன் யார் எனவும் அவனது நூற்பொருள், அதன் வரலாறு, அது முன்வைக்கும் கட்டு (பந்தம்), அந்தக் கட்டிலிருந்து விடுதலை பெறல் ஆகியவற்றை விளக்கிக் கூறச் சொன்னவுடன் அவன் தொடங்குவான்.

"எம் இறைவன் இந்திரர்கள் அனைவராலும் வணங்கப்படுபவன். தன்மாத்திகாயம், அதன்மாத்திகாயம், காயம், காலாகாயம், தீதற்ற சீவன், பரமாணுக்கள், நல்வினை தீவினை, அவ்வினைகளால் உருவாகும் பந்தம் (கட்டு), வீடுபேறு ஆகிய பத்தும் அவன் தந்த ஆகமப் பொருள். அப்[பொருள் அதன் தன்மையிலும், அது தோன்றும்போதுள்ள சார்பின் தன்மையிலும் நிலைத்தும் நிலையற்றும் நின்று, நுனித்து அறியப்படும் பண்பினால் ஓர் கணத்திற்குள்ளேயே தோன்றுதல், நிலை பெறுதல், கெடுதல் எனப்படும் மாற்றற்கரிய மூன்று இயல்பும் உடைத்தாகும்.

வேம்பின் முளை வேம்பாக முளைப்பதே நித்தியம். அப்படி முளைத்த வேம்பில் அதன் ஆதாரமாக அமைந்திருந்த வித்து அழிவதே அநித்தியம். பயறை வேகவைத்துக் கும்மாயம் (பாயசம் போன்ற ஒரு உணவு) காய்ச்சும்போது அப்பயறு அழியும். எங்கும் அமைந்திருந்து அனைத்தையும் அவ்வவற்றின் வினைகளுக்கு ஏற்ப செயற்படுத்துவதே ஏது தர்மாத்தி காயம் ஆகும். இப்படி ஒவ்வொன்றையும் அவ்வவற்றின் இயல்பில் நிற்க வைப்பதே அதன் மாத்தி காயம் எனப்படும். 'கணிகம்' எனும் குறு நிகழ்ச்சி, 'கற்பம்'

எனும் நெடு நிகழ்ச்சி என கால அளவைகளை உண்டாக்குவதே 'காலம்' எனப்படும். எல்லாப் பொருள்களும் அமைய விரிந்து இடமளிக்கும் செயலிற்குரியதே 'ஆகாயம்'. உடம்போடு ஒத்திருந்து தூய சுவை முதலான புலன்களை உணர்வதே 'சீவன்' ஆகும்.

'புற்கலம்' என்பது 'பரமாணு' எனப்படும் ஒற்றை அணு. அதுவே பொருள்களின் புற உருவமும் ஆகும். நல்வினை, தீவினை இரண்டையும் ஆற்றும்., முன்செய்த அரிய வினைகளின் பயன்களை அனுபவித்துக் கழித்தலே வீடுபேறு ஆகும்..."

எனத் தன் சமயப் பொருளை விளக்கி முடிப்பான் நிகண்டவாதி. அதன்பின் சாங்கிய நெறியாளன் தன் சமய உண்மைகளைச் சொல்லத் துவங்குகிறான்.

சாங்கிய நெறி

பகுத்தறிதல் எனப் பொருள்படும் "சங்க்யா' எனும் வேர்ச்சொல்லின் அடியாக உருவானதே 'சாங்க்யம்' எனும்சொல். 'பிரகிருதி' எனும் ஒரே மூலத்திலிருந்து உலகம் தானாகவே பரிணாமம் அடைந்தது எனக் கூறுவதே சாங்கியம். எனவேதான் அதனை 'பரிணாமவாதம்' எனவும் 'சுபாவவாதம்' எனவும் கூட அழைப்பதுண்டு. இயல்பாய்த் தோன்றியதே உலகு என்கிற வகையில் இங்கே கடவுள் தேவையற்றவர் ஆகிறார். இனி மணிமேகலையில் சாங்கியவாதி கூறுபவற்றைக் கேட்போம்.

"இதுதான் சாங்கிய மதம்" எனச் சொல்லி வருபவன் 'மூலப்பகுதி' எனச் சாத்தனாரால் குறிப்பிடப்படும் பிரகிருதியை விளக்கியவாறு தொடங்குவான்.

"தன்னை இத்தன்மையானது என அறிதற்கு அரியதாகவும், தானே மூவகைக் குணங்களாகவும், அது குறித்த மன நினைவுகளும் இல்லாததாய், மாண்புமிக்க பொது நிலையாய் இருந்து எல்லாப் பொருளும் தோன்றுதற்கிடமானது எதுவோ அதுவே மூலப் பகுதி ஆகும்.

சித்தம் எனும் இம்மூலப் பகுதியிலிருந்து 'மான்' எனக் கூறப்பட்ட புத்திதத்துவம் வெளிப்படும்; அதிலிருந்து ஆகாயமும், ஆகாயத்திலிருந்து வாயுவும், அதிலிருந்து நெருப்பும், அதிலிருந்து நீரும் வெளிப்படும். நீரிலிருந்து நிலம் வெளிப்பட்டுப் பின் அக் கூட்டத்திலிருந்து 'மனம்' வெளிப்படும்.

ஆரவாரம் நிறைந்த. அம்மனத்திலிருந்து எழும் ஆங்கார விகாரம், ஆகாயத்தினாலே செவிக்கு அமையும் ஒலி விகாரம், வாயுவினாலே தோன்றும் ஊறு எனும் விகாரம், நெருப்பினாலே கண்ணுக்குத் தோன்றும் ஒளி விகாரம், நீரினால் நிகழும் வாய்ச் சுவை எனும் விகாரம், நிலத்தினால் மூக்குக்குப் புலனாகும் நாற்றமாகிய விகாரம், என்றெல்லாம் சொல்லப்படும் இவற்றுள் மெய்யின் விகாரமாய் வாய், கால், கை, பாயுரு (ஆசனவாய்) உபத்தம் (பிறப்புறுப்பு) என உண்டாகிய இந்த ஐந்தும் வெளிப்படும். இங்கு கூறப்பட்ட பூத விகாரத்தால் மலை, மரம் முதலியனவாகச் சொல்லப்பட்ட எல்லாமே வெளிப்பட்டு, உலகம் நிகழும். பின் அவையும் தாம் வந்தவழியே சென்று அடங்கி, முடிவற்ற பிரளயமாய் ஒடுங்கும் காலை, ஒன்றாகி எங்கும் பரந்து நித்தியமாகும்.

அறிந்து கொள்ள எளிதாய், சாத்விகம், இராட்சதம், தாமசம் எனப்படும் முக்குணங்களும் இல்லாததாய், ஐம்புலன்களும் உணர்விக்கும் பொதுத் தன்மையும் இல்லாது, எப்பொருளும் தோன்றுதற்கு இடமில்லாததாகவும் ஆகி, அப்பொருள்களை எல்லாம் அறிவதற்கான உணர்வாகி, ஏகமாய் எங்கும் பரந்து என்றென்றுமாக நின்று உள்ள உணர்வாக நிலவுவதே புருட தத்துவம்.

இந்தப் புருட தத்துவத்தாலே அறிய[ப்படும் பொருள்கள் இருபத்தைந்து. அவை: நிலம், நீர், தீ, வளி எனப்படும் பூதங்கள் ஐந்து; மெய், வாய், கண், மூக்கு, செவி எனும் புலன்கள் ஐந்து; சுவை, ஒளி, ஊறு, ஓசை, நாற்றம் எனும் உணர்வுகள் ஐந்து, வாக்கு, கை, கால், பாயுரு' உபத்தம் எனும் ஐந்தும், மனம், புத்தி, ஆங்காரம், சித்தம் எனும் நான்கும், இவற்றுடன் உயிர் என ஒன்றும் சேர்ந்து ஆக அவை இருபத்தைந்து பொருள்களாம்."

எனச் சாங்கியவாதி சொன்னவற்றைக் கேட்டுக்கொண்ட மணிமேகலை அடுத்து வைசேடிக வாதியை அணுகினாள்.

வைசேடிக வாதி

"நின் வழக்கு உரை" என மணிமேகலை கேட்டதும் வைசேடிகவாதி தொடங்கினான்.

"பொய்மையற்ற பொருள் (கெடாத பொருள்), குணம், கருமம் (செயல்), சாமானியம் (பொதுவானவை), விசேடம் (சிறப்பானவை),

கூட்டம், (சமவாயம்) எனப் பொருள்கள் ஆறு வகைப்படும்.

இவற்றுள் முதலாவதாக அமையும் .பொருள் என்பது குணமும் தொழிலும் உடையதாகவும், அதன் தொகுதியில் உள்ள பொருள்கள் வகைகள் எல்லாவற்றிற்கும் மூல காரணமாயும் அமையும். அப் பொருள்கள் ஒன்பது வகைப்படும். அவை: ஞாலம் (நிலம்), நீர், தீ, வளி, ஆகாயம், திசை, காலம், ஆன்மா, மனம் என்பன. இவற்றுள் ஞாலம் என்பது, ஒலி, ஊறு (ஸ்பரிசம்), நிறம், சுவை, நாற்றம் என்கிற ஐந்து குணங்களும் கூடியது. ஏனைய நீர், தீ, காற்று, விண் என்கிற நான்கும் ஒவ்வொரு குணம் குறைவுடையன.

ஓசை, தொடு உணர்வு (ஸ்பரிசம்), நிறம், நாற்றம், சுவை என்பனவும் குற்றமற்ற பெருமை, சிறுமை, வன்மை, மென்மை, சீர்மை, நொய்ம்மை, வடிவம் எனப்படும் பண்புகளும், இடம், வலம் எனும் பக்கம், மேன்மை, கீழ்மை, முன்மை, பின்னம் முதலான அனேகமும் கூறப்பட்ட பொருள்களின் குணங்களாகும்.

பொருள், குணம் எனும் இரண்டும் கருமம் (செயல் அல்லது தொழில்) மேற்கொள்வதற்கு உரியன. பொருள்களின் உண்மைத் தன்மையை உணர்த்துவனதான் முதன்மையான பொதுவாகும். போவதும் நிற்பதும் எல்லாப் பொருள்களுக்கும் பொதுக்குணம். அதுபோல சாதலும், நிகழ்தலும் (இருத்தலும்) அவ்வப் பொருளின் (முதன்மையற்ற) பொதுத்தன்மை. இது சாமானியம். சிறப்பு (விசேடம்) என்பது பொதுவானதாக அன்றி ஒன்றுக்கே உரிய சிறப்புத் தன்மைதான்.

கூட்டம் (சமவாயம் / ஒற்றுமை) ஆவது குணமும் குணியும்தான்" - என வைசேடிகவாதி தன் நெறியை விளக்கி முடித்தான்.. அப்போது அங்கு வந்த பூதவாதியை நோக்கி, "நீ சொல்" என்றாள் மணிமேகலை...

பூதவாதி

பூதவாதி தன் நெறியுரைக்கலானான். "ஆத்திப்பூ, வெல்லம் ஆகியவற்றை இன்னும் பல பொருட்களுடன் கலந்து களியூட்டும் மது பிறந்ததுபோல பொருத்தமான பூதங்களின் கூட்டத்தால் உணர்வு பிறக்கும். எனினும் அப்பூதங்களின் கூட்டம் கலையும்போது பறை ஓசை ஒன்று செல்லச் செல்லத் தேய்ந்து மறைந்தாற்போல அதுவும் தேய்ந்து மறைந்து தன் முதலோடு இணைந்துவிடும்.

உயிர்த் தோற்றத்திற்கு ஏதுவாக அதனோடு கூட்டப்பட்ட உணர்வுடைய பூதமும், உயிரற்ற உணர்வற்ற பூதமும் அந்தந்தப் பூதங்களின் வழியாகவே அவை அவை பிறக்கும். உண்மை இதுவே. இவற்றின் வேறாகக் கூறப்படும் பொருளும் தத்துவங்களும் உலோகாதயர்களின் உணர்வுதான். காட்சி அளவை அல்லாது வேறு கருத்துக்கள் நிலை பெறாது அழியும் என்பதால் நாங்கள் ஏற்பதில்லை. இவ்வாழ்வும், இவாழ்வின் பயன்களும் இப்பிறப்போடு கழியும். மறு பிறவி உண்டென்றும், இப்பிறவியின் வினைப்பயன்களை அப்பிறவியில் நுகர வேண்டும் என்பதும் பொய்”

– என்று முடித்துக்கொண்டான் பூதவாதி.

எல்லா மார்க்கங்களையும் அவரவர்தம் வாயாற் கேட்ட மணிமேகலை, “இவை நன்றல்ல என்றபோதும் நான் இவற்றை மறுத்தொன்றும் கூறேன். தான் பிறந்த முற்பிறவியை அறிந்தார் உண்டோ என்ற பூதவாதியின் கருத்தைக் கேட்ட மணிமேகலை அவ்வாறு தன் முற்பிறப்பை அறிந்திருந்த தன்னிடமே அவன் இப்படிக் கூற நேர்ந்ததை எண்ணி நகைத்ததோடு, அவனிடம் அதைச் சுட்டிக் காட்டவும் செய்தாள்.

“தெய்வ மயக்கத்தாலும், கனவு காணும் திறத்தாலும் மையலுறுவோரின் உரைவகை உன்னுடையது. இது ஐயத்திற்கு இடமாகிறதே ஒழிய உண்மை ஆகாது” என அவன் பதிலுறைத்தான்.

அதற்கு, “உன் தந்தை தாயரை அனுமானத்தில் அல்லாது நீ வேறெப்படி அறிவாய்? மெய்யுணர்வுக்கு ஏதுவான அனுமானம் முதலான அளவைகளால் (தர்க்கங்களால்) அன்றி மெய்ப்பொருள்கள் பலவற்றையும் எவ்வாறு அறிவாய்? ஐயம் என்று உரைப்பதன்றி, இதன் உண்மையை நீ அறியப் பெறாதவன் ஆகிறாய்”- எனத் தன்னை மறைத்திருந்த ஆண் கோலத்திலேயே நின்று தன் கருத்தைச் சொல்லிய மணிமேகலை ஐவகைச் சமயமும் அறிந்தவள் ஆயினள்.

சமயக் கணக்கர் தம் திறம் கேட்ட காதை இத்துடன் நிறைவுறுகிறது.

பெரும் புலவராக மட்டுமின்றிப் பேரறிஞராகவும் தமிழ்ப் பாரம்பரியத்தில் வெளிப்படும் சாத்தனார் இவ்வாறு தமிழ் மண்ணில் அக்காலத்தே சமயக் களத்தில் நடைபெற்றுக்

கொண்டிருந்த உரையாடல்களைத் தொகுத்து அளிக்கிறார். இந்தியத் தத்துவங்களை ஒரே தொகுப்பில் அளிக்கும் ஒப்பற்ற ஆக்கம் என மாதவாச்சார்யரின் 'சர்வ தர்சன சங்கிரகம்' எனும் நூலைச் சொல்வார்கள். 14ஆம் நூற்றாண்டில் இந்திய மண்ணில் செழித்திருந்த பதினாறு இந்தியத் தத்துவங்களை அது ஒரே நூலில் அருகருகே நிறுத்தும். பொர்எனினும் அதற்குச் சுமார் எட்டு நூற்றாண்டுகள் முன்பே தமிழில் இவ்வாறு சாத்தனார் தம் பெரும் காப்பியத்தின் ஓரங்கமாய் அன்று ஓங்கியிருந்த அளவைவாதம், சைவவாதம், பிரமவாதம், வைணவவாதம், வேதவாதம், நிகண்டவாதம், சாங்கியவாதம், ஆசீவகவாதம், பூதவாதம் எனப் பத்துவகை நெறிகளையும் நுணுக்கமாய்த் தொகுத்து அளித்திருப்பது வியப்புக்குரியது. அது மட்டுமல்ல கி.பி ஆறாம் நூற்றாண்டு வாக்கில் இப்படிப் பல்வேறு சித்தாந்தங்களுக்கும் இடையே ஆரோக்கியமான விவாதங்கள் நடந்த மண்ணாகத் தமிழகம் விளங்கியதும் வரலாற்றில் நாம் சந்திக்கும் ஒரு பெருமைக்குரிய வியப்பு.

> பாங்குறும் உலோகாயதமே பௌத்தம்
> சாங்கியம் நையாயிகம் வைசேடிகம்
> மீமாம்சகமாம் சமய ஆசிரியர்
> தாம் பிருகற்பதி சினனே கபிலன்
> அக்கபாதன் கணாதன் சைமினி
> மெய்ப்பிரத்தியம் அனுமானம் சத்தம்
> உவமானம் அருத்தாபத்தி அபாவம்
> இவையே இப்போதியன்றுள அளவைகள் *(27: 78 85)*

என இவ்வாறு இந்தியத் துணைக்கண்டத்தின் முதல் பற்சமயவாதத் தொகுப்பை ஆக்கியவர் என்கிற பெருமைக்குரியவர் ஆகிறார் சாத்தனார். எனினும் இந்தியத் தத்துவங்களாக இன்று முன்வைக்கப்படும் தொகுப்புகளில் காட்டப்படும் வேறு சில தரிசனங்கள் இங்கு விடுபட்டுப் போயுள்ளனவே எனத் தோன்றலாம். சாத்தனாரின் காலத்தில் (6ம் நூ) நையாயிகம், சாங்கியம், வைசேடிகம், மீமாம்சம் ஆகிய இந்த நான்கு 'ஷட்தரிசனங்கள்' தான் மேலோங்கி இருந்தன. சாத்தனாரின் சம காலத்தவரான தின்னாகரும் அரிபத்திரரும் கூட இந்த நான்கைத்தான் குறிப்பிடுகின்றனர் என்பது கருதத்தக்கது.

தம் தொகுப்பில் பத்து சமயக் கணக்குகளைத் தொகுத்தளிக்கும் சாத்தனார் இறுதியாக, "ஐவகைச் சமயமும் அறிந்தனள் ஆங்கு என்" என அவற்றை ஐந்தாகச் சுருக்கி முடிப்பதும் இங்கே கவனத்துக்குரியது. இந்தியச் சமயங்கள் குறித்துப் பொதுவாக 'அறுவகைச் சமயம்' எனச் சொல்வதே வழக்கம். சாத்தனார் இங்கு பத்து சமயங்களை விளக்கிய போதும் தொகுப்பாக 'ஐவகைச் சமயம்' என அவற்றைச் சுருக்குவதைக் காணும்போது இங்கு பயிலப்பட்ட மொத்தத் தத்துவங்களையும் சுருக்கித் தொகுக்கும் இடத்தே ஒவ்வொரு கால கட்டத்திலும் ஒவ்வோரு வகையில் அவற்றில் சில மேலுக்கு வந்துள்ளன என்பதும் தேர்வுகளுக்கு இடையே அமையும் வேறுபாடுகளும் நம் கவனத்திற்கு வருகின்றன.

24. மணிமேகலையின் ஊடாகப் பண்டைய தமிழ் நகரங்கள் குறித்து ஒரு குறிப்பு

அளவை வாதம் (பிரமாணங்கள்) தொடங்கி, சைவம், பிரமவாதம், வைணவம், வைதீகம், ஆசீவகம், நிகண்டவாதம், சாங்கியவாதம், வைசேடிகம், பூதவாதம் என அன்று தமிழ் மக்கள் மத்தியில் பேசப்பட்ட இந்தப் பத்து மதங்கள் குறித்தும் அடுத்தடுத்து உரையாடல்கள் மூலமாக மணிமேகலை அறிந்துகொண்டாள் ஆயினும் இறுதியில் "ஐவகைச் சமயமும் அறிந்தனள்" எனச் சாத்தனார் அவற்றை ஐந்து மதங்களாகச் சுருக்கி முடிப்பதற்கு வேறு சில விளக்கங்களையும் உரை ஆசிரியர்கள் கூறுகின்றனர்.

அளவைவாதம், சைவம், பிரமவாதம், வைணவம், வைதிகம் ஆகியவற்றை ஒன்றாகவும், ஆசீவகத்தையும் நிகண்டவாதத்தையும் ஒன்றாகவும், ஏனைய சாங்கியம், வைசேடிகம், பூதவாதம் ஆகிய மூன்றையும் தனித்தனியாகவும் கொண்டு ஐவகைச் சமயங்கள் எனச் சாத்தானார் கூறியிருக்கலாம் என்பது ஒரு கருத்து. உலகாயதம், பௌத்தம், சாங்கியம், நையாயிகம், வைசேடிகம், மீமாம்சம் ஆகியவற்றை அறுவகைச் சமயங்கள் எனப் பொதுவில் குறிக்கப்படுவதை அறிவோம். இதில் பௌத்தம் தவிர்த்த மற்றவற்றை ஐவகைச் சமயங்கள் என சாத்தனார் குறித்தார் எனச் சொல்வதும் உண்டு. அப்படியாயின் இங்கு

உரையாடல்களுக்கு உள்ளாகும் இந்தப் பத்தையும் எவ்வாறு ஐந்தாக வகைப்படுத்துவது? அளவை வாதம், சைவம், வைணவம் ஆகியன நையாயிகத்திற்குள்ளும், பிரமவாதம், வேதவாதாம் ஆகிய இரண்டையும் மீமாம்சகத்திற்குள்ளும், பூதவாதத்தை உலகாயதமாகவும் அடக்கி ஐவகைச் சமயம் என அன்றைய வழக்கு கருதி சாத்தனார் கூறினார் எனக் கொள்ளல் வேண்டும் என்பார்கள் இந்த விளக்கத்தை அளிப்பவர்கள். ஆனால்ஆசீவகமும், நிகண்ட வாதமும் இவ் விளக்கத்தில் அடங்காது.

“ஆற்றுளிக் கிளந்த அறுவகைச் சமயமும்” என்று பெருங்கதை ஆசிரியர் கொங்குவேளிர் குறிப்பிடுவதும் (பெருங்கதை 1.36-242) இங்கே கருதத்தக்கது. எல்லாவற்றையும் இணைத்துப் பார்க்கும்போது இக் காப்பிய காலகட்டத்தில் இருந்த இந்த அறுவகைச் சமயங்கள் என்பனவற்றில் முந்தைய பாசுர காலச் சமயங்களிற் சிலவான பாசுபதம், கபாலிகம் முதாலானவை அருகிவிட்டன என்பது விளங்குகிறது. வைதிகம் என்பது சைவமாகவும், வைணவமாகவும் பிரிந்து நிற்பதும் புரிகிறது. அளவைவாதமும் பின் முற்றாக மறைந்துவிடுகிறது. மணிமேகலையில் காணப்படும் இந்தச் சமயங்களுள் பௌத்தம் இங்கு இன்று சொல்லத்தக்க அளவில் இல்லையென்ற போதிலும் சீனம், ஜப்பான், இலங்கை, தெற்காசிய நாடுகள் ஆகியவற்றில் அது செழித்துள்ளது. இந்தியத் துணைக் கண்டத்தில் சமணம் (நிகண்ட வாதம்) ஒரு சிறிதளவு தன் இருப்பைத் தக்கவைத்துள்ளது. தமிழகத்தில் ஏராளமான சமணக் கோவில்கள் இன்றும் உள்ளன. வந்தவாசி பகுதி இதில் குறிப்பிடத் தக்கது. சுமார் நாற்பதாயிரம் சமணர்கள் தமிழகத்தில் தற்போது உள்ளனர். வந்தவாசிக்கு அருகில் உள்ள பொன்னூர் மலையில் திருவள்ளுவரின் பாத கமலங்கள் வடிக்கப்பட்டு வணங்கப்படுகின்றன. வள்ளுவரை அவர்கள் ஆசார்யஸ்ரீ குந்தகுந்தர் என அழைக்கின்றனர்.

இனி மணிமேகலையைத் தொடர்வோம்.

சமயக்கணக்கர்களின் திறன்கேட்டறிந்த மணிமேகலைக்குத் “தாயரோடு அறவணர்” நினைவு வருகிறது. தாயர் எனப் பன்மையாய்க் குறிப்பிடுவதிலிருந்து அவள் சுதமதியையும் ஒரு தாயாகவே மதிப்பதை விளங்கிக் கொள்கிறோம். வஞ்சி மாநகரின் அரணைச் சுற்றியமைந்த ஆரவாரம் மிக்க புறஞ்சேரியை

மணிமேகலை கடந்து சென்ற காட்சியைச் சாத்தனார் விரிவாகச் சொல்கிறார். காப்பியத்திற்குரிய மிகைக் கூறுகளுடன் கூடியதாயினும் அக்கால நகர்ப்புற வாழ்வைப் புரிந்துகொள்ள இப்பகுதி நமக்குப் பயன்படும்.

அரணைச் சுற்றியுள்ள அகழியில் விடப்பட்டுள்ள மீன்கள், முதலைகள் முதலான நீர் வாழ் இனங்கள் அவற்றுக்குரிய புலால் நாற்றமின்றி நறுமணத்துடன் திகழ்ந்தாகச் சாத்தானார் குறிப்பிடுவார். நகர்ப்புறத்திலுள்ள வீடுகள் மற்றும் தொழுகைத் தலங்களிலிருந்து நீர்த்தூம்புகளின் வழியே ஓடிவரும் வாசனைத் திரவியங்கள் செறிந்த நீரே அதற்குக் காரணம் என்பார் புலவர். நீர் தேங்காமல் ஓடுமாறு எந்திரங்கள் பொருத்தப்பட்ட நீர்வாவிகள், பகைவர் மீது ஆயுதங்களை எறியும் பொறிகள் அமைக்கப்பட்ட கோட்டைக் கதவுகள், அழகிய மலர்கள் பூத்துக் கிடக்கும் அகழி நீர் எனக் கவித்துவ விவரணங்களுடன் கூடிய பகுதி இது. மன்னவனின் பிறந்தநாள் கொண்டாட்டங்கள், ஆங்காங்கு நீர்ப்பந்தல்கள், பூசிக் குளித்த வாசனைத் திரவியங்கள் வழிந்தோடி வரும் வளம்மிக்க இல்லங்களும், கைகளிலிருந்து மணம் மிக்க நீர் சொட்டும் பௌத்த உபாசகர்களும் நிறைந்த அந்த நகர்ப்புறத்திலிருந்து ஓடிவரும் அந்த நீரெல்லாம் வடியும் அகழி சூழ்ந்த பிரும்மாண்டமான கோட்டைக் கதவின் வழியே நகரினுள் புகும் மணிமேகலை காணும் நகரக் காட்சி இங்கே குறிப்பிடத் தக்க ஒன்று. காவற்காடுகளைத் தாண்டித்தான் அந்தக் கோட்டையை அணுக முடியும்.

நகருக்குள் நுழைந்தவுடன் காணப்படுவது காவலர்களின் இருப்பிடங்கள் அமைந்த அகன்ற வீதி. தொடர்ந்து மீன் மற்றும் உப்பு வணிகர்கள், கள் விற்கும் பெண்கள்,, பிட்டு, அப்பம் முதலான உணவுப் பொருட்களை விற்போர், இறைச்சி, வெற்றிலை, வாசனைப் பொருட்கள் விற்போர் ஆகியோரது வீதிகள் அமைந்துள்ளன. இப்படியான காட்சி மதுரைக் காஞ்சி முதலான சங்க நூல்களிலும், சிலப்பதிகாரத்திலும் உண்டு. அடுத்து சாத்தனார் பல்வேறு தொழிலாளிகளின் வீதிகள் அமைந்துள்ளதைப் பதிகிறார். இருங்கோவேள்கள் எனப்பட்ட மண்கலங்கள் ஆக்கும் குயவர்கள், செப்புப் பாத்திரங்கள் செய்வோர், வெண்கலக் கன்னார்கள் (கஞ்சகாரர்), பொன்செய் கொல்லர் ஆகியோரது வீதிகள் உள்ளன. மரத் தச்சர், சுண்ணாம்பு (சுதை) முதலான மண் கொண்டு உருவங்கள் சமைப்போர், வரந்தரு கடவுள் உருவம்

வடிக்கும் சித்திரக்காரர், தோலைப் பதனிட்டுப் பொருட்கள் செய்வோர், தையற் கலைஞர்கள், மாலை தொடுப்போர், காலத்தைக் கணித்துச் சோதிடம் சொல்வோர், பண்ணும் இசையும் அறிந்த பாணர்கள்- என இப்படி அடுத்தடுத்து அமைந்த பலரது வீதிகளையும் பட்டியலிடுவார் புலவர்.

அடுத்து அரம் கொண்டு சங்கை அறுத்து அணிகலன் செய்வோரும் முத்துக்களைக் கோர்த்து ஆபரணங்கள் வடிப்போரும் சேர்ந்து வாழும் தெரு குறிப்பிடப்படுவதைக் காணும்போது., இதுகாறும் சொல்லப்பட்ட பல்வேறு தொழிலாளி மற்றும் வியாபாரிகளின் வீதிகள் தனித்தனியே இருந்தன என்பது உறுதியாகிறது.. அரம் கொண்டு அறுத்து வளையல்கள் செய்யும் வேதம் ஓதாத பார்ப்பனர்கள் குறித்து சங்கப்பாடலொன்றில் உள்ள பதிவு ஒன்று இங்கு ஒப்பு நோக்கத் தக்கது (“வேளாப் பார்ப்பான் வாள் அரந் துமித்த வளை”- அகம். 24).

அடுத்து உயர்ந்தோர்க்கு ஆடும் கூத்து (வேத்தியல்), மற்றும் ஏனைய சாதாரண மக்களுக்கு ஆடும் கூத்து (பொதுவியல்) ஆகிய இரண்டின் தன்மையும் அறிந்த நாட்டிய மகளிர் மறுகும் வீதி குறிப்பிடப்படுகிறது. இப்படி கூத்து உயர்ந்தோர்க்கானது, சாதாரண மக்களுக்கானது என இரண்டாகப் பிரிக்கப்பட்டுள்ள நிலை அப்போது இருந்ததை மணிமேகலை பிறிதோரிடத்திலும் குறிப்பிடுகிறது (2.18).

எண்வகைத் தானியங்களும் தனித்தனியே குவிக்கப்பட்டுள்ள கூலக் கடைத்தெரு, சூதர் மற்றும் மாதகர் வசிக்கும் தெரு ஆகியன அடுத்து காணப்படுகின்றன. சூதர் எனப்படுவோர் ‘நின்றேத்துபவர்’ எனவும் அழைக்கப்படுவர். இவர்கள் அவ்வப்போது அரசனின் பெருமைக்குரிய செயல்களைப் புகழ்ந்து பாடுபவர்கள். அரசன் துயிலெழும்போது இசைப்போரும் இவர்களே. மாதகர் என்போர் ‘இருந்தேத்துபவர்’. இவர்கள் அரசனின் வீரச் செயல்களைப் புகழ்ந்து பாடுவோர். அடுத்து கூறப்படுவது போகத்தை வாரி வழங்கும் பொதுமகளிர் வசிக்கும் தெரு. நாட்டிய மகளிரையும் பொது மகளிரையும் இவ்வாறு தனித்தனியே பிரித்துரைப்பதும், அவர்கள் தனித்தனி வீதிகளில் வசிப்பதும் கவனிக்கத் தக்கன.

நூலால் நெய்யப்பட்டவை எனக் கண் பார்வையில் கண்டறிய இயலாத அளவிற்கு நுண்மையான வண்ண ஆடைகளை

நெய்வோர், பொன்னை உறைத்து அது மாத்துக் குறையாததா எனக் காணும் பொற்திறன் காண்போரின் மனைகள் இருக்கும் வீதிகள், பல்வகை மணிகளை விற்போரின் வீதிகள் சொல்லப்படுகின்றன.

அடுத்து மறையவர்களின் அருந்தொழில் குறையாது விளங்கும் தெரு, அரசாளுகை மற்றும் அமைச்சியல் ஆகிய பெருந்தொழில் செய்வோர்களின் வீதிகள் உள்ளன. வேதம் ஓதுதல் அருந்தொழிலாகவும், அரசாளுகைப் பெருந்தொழிலாகவும் போற்றப்பட்டு அவர்கள் வாழும் வீதிகள் அடுத்தடுத்து அமைந்துள்ளதையும் காண்கிறோம். தொடர்ந்து நகர்மன்றங்கள், அம்பலங்கள், சந்திகள், சதுக்கங்கள் ஆகியவை அமைந்துள்ளன.

இறுதியாகப் புதிதாகக் கொணரப்பட்ட யானைகளையும், பொன்மணிகள் சூடிய குதிரைகளையும் பயிற்றுவிக்கும் பயிற்சியாளர்களின் அழகிய வீதி ஆகியவற்றையும் கண்டவாறே சென்றாள் மணிமேகலை.

மிக்க உயரத்திலிருந்து அருவி ஒன்று தாழ வீழுமாறு வடிக்கப்பட்ட ஒரு செய்குன்று, மிக்க ஆர்வத்தை ஊட்டும் நறுமணச் சோலை, தேவர்களும் கூடத் தம் வானுலகை மறந்து வந்தடைய நினைக்கும் நன்னீர் இடங்கள், சாலை, கூடம், பொன்னம்பலம், கொள்கைகளை விளக்கி வரையப்பட்ட காட்சிகள் என எல்லாவற்றையும் கண்டு மகிழ்ந்தாள் மணிமேகலை என்று வஞ்சி நகர அமைப்பை விளக்கி முடிக்கிறார் சாத்தனார்.

ஐந்து அல்லது ஆறாம் நூற்றாண்டு வாக்கில் தமிழ்நாட்டில் ஒரு நகரம் எவ்வாறு அமைந்திருந்தது என்பதை அறிய நமக்கு இக்காட்சிகள் பெரிதும் உதவுகின்றன. சிலப்பதிகாரத்தின் ‘இந்திரவிழவூரெடுத்த காதை’ இத்துடன் ஒப்பு நோக்கத் தக்கது. அது புகார் நகர அமைப்பை விரிவாகச் சொல்கிறது. மணிமேகலையின் இக்காதையில் விளக்கப்படும் வஞ்சிமாநகருக்கும், சிலப்பதிகாரத்தின் இந்திரவிழவூரெடுத்த காதையில் விளக்கப்படும் நகர அமைப்பிற்கும் ஒற்றுமைகளும் உண்டு, வேறுபாடுகளும் உண்டு. அது இயற்கையே. ஒரு நகரைப் போலவே மற்றோர் நகரம் அமைய இயலாது. அதே நேரத்தில் ஒரு காலகட்டத்தில் அருகருகே உள்ள இரு நகரங்களுக்கும் இடையே பல பொதுமைகளும் இருக்கத்தான் செய்யும்.

சேர மன்னர்களின் தலைநகரமான வஞ்சி நகர் எங்கிருந்தது என்பது

இன்னும் உறுதியாகசக் கண்டறியப்படவில்லை.. கொங்குநாட்டுக் கரூர், கொடுங்காளூர் முதலியனதான் வஞ்சியாக இருந்திருக்கலாம எனக் கூறப்படுகிறது. இன்றைய திருவனந்தபுரம் அருகில்தான் வஞ்சி இருந்ததெனச் சொல்வாரும் உண்டு. இளங்கோவடிகளின் காவிரிப்பூம்பட்டினத்தையும் (புகார்), சாத்தனாரின் வஞ்சியையும் ஒப்பிட்டுப் பார்க்கும்போது இரு நகரங்களிலும் செழித்திருந்த பல்வேறு தொழில்கள் குறித்துப் பல ஒற்றுமைகளைக் காண முடிகிறது. சில அதே சொற்களாலேயே குறிப்பிடப்படுகின்றன. பல்வேறு தொழில் செய்பவர்களும் அங்கிருந்தனர் என்றாலும் தொழில் ரீதியாக அவர்கள் ஒரே இடத்தில் குவிந்திருந்தனர் என்பது விளங்குகிறது. ஒரே தொழில் செய்தோர் ஒரே இடத்தில் குவிந்திருந்த நிலை என்பதும் தொழில் ரீதியாக மக்கள் குறிப்பான பெயர்களில் அடையாளம் காணப்பட்டதும் செய்தொழில் அடிப்படையில் சாதிகள் கட்டமைக்கப்பட்டதை உறுதி செய்கின்றன.

இரு காப்பியங்களிலும் காணக் கிடைக்கும் இரு நகரங்களையும் ஒப்பிடும்போது தெரியும் ஒரு வேறுபாடு இங்கே கருதத்தக்கது. இளங்கோவடிகளின் புகார் நகரில் வெளிநாட்டார் குடியிருப்பு, குறிப்பாக யவனக் குடியிருப்பு சுட்டப்படுகிறது. பல்வேறு தொழில் செய்வோர்கள் குறித்து நாம் இவ்விரண்டு நூல்களிலும் காணும் ஒற்றுமையை வெளிநாட்டார் குடியிருப்பில் காண இயலவில்லை. அப்படியான குடியிருப்புகள் எதுவும் சாத்தனாரின் வஞ்சியில் சுட்டப்படவில்லை. இதனூடாக சேரநாட்டின் தலைநகராகக் கருதப்படும் வஞ்சிமாநகர் ஒரு கடற்கரை நகரமல்ல எனும் முடிவுக்கு நாம் வர ஏது உண்டு.

இரண்டு காப்பியங்களிலும் காணப்படும் இந்த வேறுபாடு போல இன்னொரு ஒற்றுமையும் இங்கே குறிப்பிடத் தக்கது. இரண்டிலும் புத்த சேதியங்கள் இருந்தன என்பதுது பதிவு செய்யப்பட்டுள்ளது. புகாரில் பௌத்த வணக்கத் தலங்களோடு சமண ஆலயங்களும் இருந்ததை இளங்கோவடிகள் குறிப்பிடுகிறார். சங்க காலத்திற்குப் பிந்திய தமிழகத்தில் பௌத்த, சமண அவைதீக மதங்களின் இருப்பிற்கும், அவை பெரிய அளவில் மக்கள் ஆதரவு பெற்றிருந்தமைக்கும் இன்னொரு சான்றாக இது அமைகிறது.

சங்க காலத்திற்குப் பிந்திய அப்படியான மாற்றங்களில் ஒன்றுதான்

புதிதாகக் காஞ்சிமாநகரம் மேலெழுவது. இது குறித்துச் சற்று விரிவாகப் பார்க்கும் முன்பாக வஞ்சியில் நின்று கொண்டுள்ள மணிமேகலையைத் தொடர்வோம்.

தான் கொண்டிருந்த தவமுனி வேடத்துடனேயே வான்வழி பறக்கும் அந்தரசாரிகள் விரும்பிச் சென்று இனிது உறையும் இந்திர விகாரம் போன்ற எழிலுடன் விளங்கும் பௌத்த பள்ளி ஒன்றுக்குச் சென்றாள் மணிமேகலை. குற்றங்களை அறுத்த புத்தனின் நன்னெறிகளை விளக்கி உரைப்போர் உறையும் அறச்சாலை அது.

அங்கே அவள் இப்போது தவநெறி ஏற்று வாழும் தன் தாத்தாவும், கோவலனைப் பெற்றவனுமான மாசாத்துவானைக் கண்டாள். அந்த மாதவனின் பாதம் பணிந்து தான் பாத்திரம் கொண்டு உலகோர் பசியறுத்து வருதலையும், அப்பணியைத் தன் முற்பிறவியிற் செய்த ஆபுத்திரன் இன்று உலகாளும் நிலை பெற்றிருப்பதையும், அவனைச் சந்தித்துத் தான் மணிபல்லவத் தீவிற்கு அழைத்துச் சென்று அவன் முற்பிறப்பு உணர்த்தியது, காவிரிப்பூம்பட்டினம் அழிந்ததை ஒட்டி அறவணர், மாதவி, சுதமதி ஆகியோர் வஞ்சிக்கு வந்துள்ளதைத் தான் அறிந்தது, வஞ்சியில் தான் சமயக் கணக்கர் திறம் கேட்டறிந்தது, எனினும் அவற்றில் தான் நம்பிக்கை கொள்ளாதது, இனி தான் புத்த நெறியை அறிந்துய்ய அறவண அடிகளைத் தேடி அங்கு வந்தது எல்லாவற்றையும் விளக்கினாள்.

25. வினைப்பயனை அனுபவித்தே ஆகவேண்டும் எனும் மணிமேகலை

தனது பௌத்த அடையாளத்தை ஒவ்வொரு கணமும் வெளிப்படுத்திக் கொண்டவாறே நடைபோடும் மணிமேகலைக் காவியம் அவ்வப்போதுதான் எவ்வாறு இளங்கோ அடிகளின் சமணப் பின்புலத்தில் ஆக்கப்பட்ட சிலம்பிலிருந்து வேறுபட்டுள்ளது என்பதைச் சுட்டிக் காட்டாமல் இருப்பதில்லை என்பதைக் கண்டு வருகிறோம். கண்ணகி மதுரையை எரித்ததைக் கற்புக் கனலின் பெருமைக்குரிய ஒரு அடையாளமாகவோ, இல்லை அரச அநீதிக்கு எதிரான ஒரு வீரச் செயலாகவோ சாத்தனார் ஏற்றுக்கொள்ளத் தயாராக இல்லை.

பேத்தியை இவ்வாறு சந்திக்க நேர்ந்ததைத் தன் நல்வினைப் பயனாகச் சொல்லி மகிழும் மாசாத்துவன் அக்கணமே மதுரை மாநகர் எரித்தழிக்கப் பட்டதை கண்ணகியும் கோவலனும் செய்த தீவினையின் விளைவுதானே ஒழிய அதொன்றும் பெருமைக்குரிய ஒன்றல்ல என்பதைச் சுட்டிக் காட்டுகிறான். அதுமட்டுமல்ல அதற்கோர் பிராயச்சித்தம் என்பதே போல புத்த தேவனின் அன்பு கொள்ளும் அறத்திற்கு அருகதை உடையவனானேன் எனத் தான் துறவு மேற்கொண்டு பௌத்தம் தழுவியதைச் சொன்னான். வணிகத்தின் ஊடாக வாழ்நாளெல்லாம் பொருளீட்டி வாழ்ந்த

அவன், அப்படி ஈட்டிய பொருளும், அந்த வாழ்வும் வெறும் மாயமே என்பதை உணர்ந்து பௌத்த அறத்தை ஏற்று தவ வாழ்வைத் தொடங்கியதையும் சுட்டிக் காட்டினான். தொடர்ந்து அவன் இன்னொரு வரலாற்றையும் சொல்லலானான். அது:

முன்னாளில் மலை உச்சியில் உள்ள சரிவில் தன் வில் இலச்சினைப் பொறித்த குடக்கோச் சேரலாதன் எனும் குட்டுவ வம்சத்தில் பிறந்த மன்னன் ஒருவன் இருந்தான். மலை உச்சியில் உள்ள சரிவில் இவ்வாறு தம் வெற்றிச் சின்னத்தைப் பொறிப்பது என்பது அக்கால வழமைகளில் ஒன்று. பல்லவ மன்னர்கள் நவிரமலைச் சரிவில் தம் வெற்றிச்சின்னத்தை இவ்வாறு பொறித்ததை பல்லவர்களின் திருவண்ணாமலைக் கல்வெட்டு குறிப்பதை உரையாசிரியர்கள் சுட்டிக் காட்டுகின்றனர்.

அவ்வாறு இலச்சினைப் பொறித்த குடக்கோச் சேரலாதன் ஒருநாள் தனது உரிமைச் சுற்றத்துடன் வந்து இந்தச் சோலையில் இன்பமாய் இருந்த வேளையில் இலங்கைத் தீவில் உள்ள "சமனொளி" மலையை வலஞ்செய்து வணங்கி வந்த தரும சாரணர்களும் மேக மண்டலத்திடையே பறந்து திரியும் வல்லமை பெற்றோருமாகிய சிலர் அவ் அரசனுக்கு நல்வினைக்குரிய "ஏது" நிகழ்வதை அறிந்து அவ்விடத்தே வந்திறங்கினர்.

மாமன்னர் அசோகர் பௌத்த தர்மத்தைப் பரப்புதற்பொருட்டு அனுப்பி வைத்த அறவோரைத் தரும சாரணர் என்பர். அவ்வாறான தரும சாரணர்கள் தங்குவதற்கு ஆங்காங்கு கல்லாலாகிய இருப்பிடங்கள் அமைப்பதும் அன்று வழக்கமாக இருந்தது. அப்படியான ஒரு கற்றலத்தில் அவர்கள் தங்கினர்.

இங்கு குறிப்பிடப்படும் குடக்கோச் சேரலாதன் செங்குட்டுவனின் தந்தையான இமயவரம்பன் நெடுஞ்சேரலாதன் அல்ல என்பது குறிப்பிடத் தக்கது. இவன் வெற்றிச் சின்னம் பொறித்ததும் இமயத்தில் அல்ல. இவன் பல தலைமுறைகளுக்கு முந்திய ஒரு சேர மன்னன். இது குறித்து "உனது புகழ்பெற்ற தந்தைக்கு ஒன்பது தலைமுறைக்கு முன்னோன் ஆகிய ஒரு கோவலன் என்பான் அப்போதைய சேரமன்னனை எந்நேரமும் விட்டுப் பிரியாத காதற்பாங்கனாக இருந்தான்" என மாசாத்துவன் கூறுவதை அடுத்துக் குறிப்பார் சாத்தனார்.

இலங்கைத் தீவிலுள்ள இந்தச் சமனொளி மலை என்பது ரத்தினபுரி

மற்றும் நுவரேலியா மாவட்டங்களில் உள்ள ஒரு மலை உச்சி. ஒரே நேரத்தில் சிங்கள பௌத்தர்கள், தமிழ் இந்துக்கள், ஆதாம் ஏவாளை இறைவனால் படைக்கப்பட்ட முதல் மானுடர்களாக ஏற்கும் கிறிஸ்தவ இஸ்லாமிய செமிடிக் மதத்தினர் என அனைத்து மதத்தினராலும் புனிதமாகக் கருதப்படும் ஒரு புண்ணிய மலைத்தலம் அது. கால் தட வடிவில் அமைந்த இம்மலை உச்சி பௌத்தர்களால் புத்தரின் "ஸ்ரீ பாதம்" எனவும், இந்துக்களால் "சிவனொளி பாதம்" (சிவ பாத மலை) எனவும், கிறிஸ்தவ முஸ்லிம் மக்களால் இறைவனால் படைக்கப்பட்ட முதல் மானுடனான ஆதமின் பாதமாகவும் (Adam's Peak) ஏற்று வணங்கப்படும் ஒரு புனிதத் தலம். சுற்றிலும் மலைவனம் சூழ்ந்த ஒரு அழகிய சுற்றுலாத்தலமும் கூட.

பௌத்தர்களின் பாலி நூலாகிய தீபவம்சத்தில் (4ம் நூ) 'சமந்த கூடம்' (சமணகூட பர்வதம்) என இது குறிப்பிடப்படுகிறது. சிங்கள பௌத்தின் இன்னொரு புனித நூலான மகாவம்சத்தில் (5ம் நூ) புத்தர் இங்கு வந்து சென்றதாகக் கூறப்படுகிறது. கி.பி 411 -12 காலத்தில் இலங்கையில் தங்கியிருந்த சீனப் பயணி ஃபாகியானும் ஸ்ரீபாத மலை குறித்துப் பதிவு செய்துள்ளார். இத்தாலிய வணிகனான மார்கோபோலோவும் (1298) இதை ஒரு முக்கிய புனிதத் தலமாகக் குறிப்பிடுகிறார். எனினும் அங்கே புத்தரின் திருப்பாதங்கள் இருந்ததாக அவர் குறிப்பிடவில்லை. 1344ல் இம் மலையில் ஏறிய அரேபியப் பயணியான இப்ன் பதூதா இதனை "சரண் தீபம்" (Sarandeep) எனக் குறிப்பிடுவதோடு உச்சியில் ஏறுவதற்கு இரு புறங்களிலும் இரும்புச் சங்கிலி பொருத்தப்பட மலைப்பதை ஒன்று இருந்ததாகவும் குறிப்பிடுகிறார்.

பௌத்தர்கள் இப்புனித மலை உச்சியை புத்தரின் இடதுகால் பதிவு எனவும், சிங்கள பௌத்தர்களால் வணங்கப்படும் "சமன்" எனும் பௌத்தக் கடவுளின் அழைப்பிற்கிணங்க அங்கே சென்ற புத்த பகவன் நினைவாக இட்டுச் சென்ற பதிவு அது எனவும் நம்புகின்றனர். இதன்பொருட்டே இம்மலை உச்சிக்குச் 'சமனொளி' எனும் பெயரும் ஏற்பட்டது.

இராவணனின் தலைநகராகிய திரிகூடம் இதுவே என இந்துக்கள் மத்தியில் ஒரு நம்பிக்கை உண்டு. ஈழத்துச் சைவ நூல்களான 'தட்சிண கைலாச மான்மியம்' மற்றும் "திருக்கரைசைப் புராணம்'

ஆகியன இச்சமனொளி மலையை சைவ அடையாளங்களுடன் குறிப்பிடுகின்றன.

விஜயபாகு மன்னன் *(1065 -1119)* சமந்தகூட மலையின் வழிபாட்டிற்காக 'கிளிமலை' எனும் கிராமத்தை ஒதுக்கியதற்கான கல்வெட்டுச் சான்றும் உண்டு.

இப்படி இலங்கையில் உள்ள மூன்று முக்கிய மதத்தினராலும் புனிதமாகக் கருதப்படுவது இந்தச் சமனொளி மலை... தற்போதுள்ள இன முரண்பாட்டின் பின்னணியில் பௌத்த அடையாளமான ஸ்ரீபாதம் என்பதற்கு அதிக முக்கியத்துவம் அளிக்கும் போக்கு இன்று உருவாகியுள்ளது.

முன்னதாக பாத்திரம் பெற்ற காதையில் மணிபல்லவத் தீவில் உள்ள மாணிக்கப் பீடிகையைக் காவல் காக்கும் தெய்வமாகிய தீவதிலகை, "இந்த மணிபல்லவத் தீவிற்கு அப்பால் இரத்தினத் தீவகம் உள்ளது. அங்கு ஓங்கி உயர்ந்த சமந்த மலையின் உச்சியில் அறத்தின் அடையாளமான புத்ததேவனின் பாதபீடிகை உள்ளது. அது தன்னை அடைந்தாரைப் பிறவிக் கடலிலிருந்து கரை சேர்க்கும் மரக்கலத்தைப் போன்றது" *(11: 21-25)* எனக் கூறுவதும் இங்கு நினைவுகூரத் தக்கது.

ஒன்பது தலைமுறைக்கு முந்திய இச் சேரமன்னன் சமனொளி மலையை வலஞ்செய்து வணங்கி வந்த அச் சாரணர்களைத் தொழுத்து போற்றினான். முன் செய்த தவம் அவனுக்கு அந்தப் பணிவையும் பண்பையும் அளித்தது. அவர்களின் தாமரைப் பாதங்களை நீரினாற் கழுவி, அறுசுவை உணவையும் அளித்துத் தன் அவையோருடன் கூடி அவர்களைப் போற்றிச் சிறப்புகள் செய்து வணங்கினான். அச் சாரணர்களும் பிறப்பினால் வரும் துன்பம், பிறவாமையினால் வரும் இன்பம், அறமுதல்வனாகிய புத்தன் அருளிய வாய்மை ஆகிய அரிய இன்பம் பயக்கும் அமிழ்தம் ஒத்த அறவுரைகளை, அரசனது பிறவித் துயர் நீங்குமாறு அவன் செவியிற் சொரிந்தனர்.

தொடர்ந்து பேத்தியிடம் மாசாத்துவன் கூறியது: "உன் தந்தை கோவலனுக்கு ஒன்பது தலைமுறைக்கு முன்னோனாகிய ஒரு கோவலன் இருந்தான். மன்னவன் குடக்கோச் சேரலாதனை விட்டு என்றும் பிரியாத அன்புடை நண்பனாக அவன் இருந்து வந்தான். மன்னனுக்கு தருமசாரணர் கூறிய நல்லுரைகளை

எல்லாம் தானும் கேட்டு, தன் முன்னோர் முறையாக ஈட்டி வைத்தப் பெருஞ் செல்வத்தோடு தான் முயன்று சேர்த்த செல்வத்தையும் ஏழே நாட்களில் இரவலர்க்கு உவந்து அளித்தான். அதன்பின் வணக்கத்திற்குரிய தவ வாழ்வினை அவன் தேர்ந்து கொண்டான். அவன் புத்ததேவருக்கு எழுப்பிய வானளாவ ஓங்கிய வெண்ணொளியுடன் திகழ்ந்த சைத்தியம் இவ்வுலகில் உள்ளோருக்கெல்லாம் துன்பம் நீக்குவதாக அமைந்தது. அதனைக் கண்டு, தொழுது ஏத்தும் தீராக் காதலுடன் இங்கு வந்தேன். இந்நகரத்தே உள்ள நல்லறிவினரான தவத்தோர்கள் காவிரிப்பூம்பட்டினத்தைக் கடல் கொள்ளும் எனக்கூறியதைக் கேட்டு அங்கு போக வேண்டாம் எனக் கருதி இன்கேயே இருக்கிறேன்." எனத் தான் கச்சிமாநகரில் தங்கி இருப்பதற்கான பின்னணியைக் கூறினான்.

தொடர்ந்து அவன், "நன்னெறியில் சென்றுகொண்டுள்ள மணிமேகலையே இன்னும் நான் சொல்வதைக் கேள்! தீவினையின் விளைவாய் கொலையுண்டு இறந்த உன் தந்தை, அவன் முன் செய்த தவப்பயனால் தேவருலக வாழ்வைப் பெறுவான். ஆங்கவன் வினைப்பயனை இன்னும் அனுபவித்துக் கழிந்தபின், புத்தர் போதிமரத்தடியில் அருளறத்தைப் போதிக்கும் நாளிலே தவம் பூண்டு மனைவி கண்ணகியோடு தானும் கயிலையம்பதியில் புத்தனின் அருளுரை கேட்டு நிர்வாணம் அடைவான் எனப் பின் நிகழ உள்ள அற்புதங்களை அறிந்தோர் கூற நானும் உணர்ந்தேன். மயிலே! அந்நாளில் நானும் சென்றிருந்து புத்ததேவனின் அவ் அறவுரையைக் கேட்பேன்"- என்றான் மாசாத்துவன்.

இப்புவியில் பிறந்தோர் யாவரும் அவர்களின் வினைப்பயனைத் துய்த்து முடித்தல் வேண்டும். முன்வினைப் பயனால் அவர்கள் இடையில் இறக்க நேரிடினும் அவர்கள் தீர்க்காது விட்ட எஞ்சிய தீவினைப் பயன்களை அடுத்த பிறவிகளில் அனுபவித்தே ஆக வேண்டும். முந்திய பிறவியில் செய்த நல்வினைப் பயன்களைத் தொடர்ந்து அப்பிறவியில் கழிக்காமல் விட்ட தீவினைப் பயன்களையும் அனுபவித்தே ஆகவேண்டும். வினைப் பயனால் கொலையுண்ட கோவலன் அப்பிறவியிற் செய்த நல்லறங்களின் விளைவாய் தேவரிற் தோன்றிய போதும் அங்கும் வினைப்பயனை அனுபவித்தே ஆகவேண்டும் என்பது கருத்து. கோவலனாய்ப் பிறந்து வெட்டுண்டு மாண்ட இப்பிறவியில் அவன் நல்வினையே செய்தான்

எனக் கொள்வதற்கு சிலப்பதிகாரத்திலிருந்து உரையாசிரியர்கள், "இம்மைச் செய்தன யானறி நல்வினை" *(சிலம்பு 15:61)* என்கிற கூற்றை மேற்கோள் காட்டுவர். இப்பிறவியில் நானறிந்தவரை நல்வினைகளையே ஆற்றியுள்ளேன் என்பது பொருள். "மேற்செய் நல்வினையின் விண்ணவர்ச் சென்றேம். அவ்வினை இறுதியின் அடுசினப் பாவம் எவ்வகையாயினும் எய்துதல் ஒழியாது" *(சிலம்பு 26 35-37)* என்கிற சிலப்பதிகார மேற்கோளும் மணிமேகலையின் இக்கருத்துடன் உடன்படுதலைக் காண முடிகிறது. பௌத்தமும் சமணமும் ஒன்றுபடும் புள்ளிகளில் ஒன்றாக இவற்றைக் கருதலாம்.

தொடர்ந்து, "அதற்குப் பின் நடக்க இருப்பதை எல்லாம் தூணிலே அமைந்திருக்கும் துவதிகன் எனும் அக் கந்திற்பாவையின் சொற்களால் நீ முன்னமே அறிந்தவைதானே. தவநெறியினரான அறவணர் மூலம் நானும் அதை அறிந்தேன். நின் அறத்திற்குரிய ஏது நிகழ்ச்சிகள் வாய்க்கப்பெறும் இடம் காஞ்சிமாநகர் என்பதால் அந்த மாதவரும் அங்கே சென்றுள்ளார். உன் அன்னையரும் அவருடன் அக் கச்சிமாநகருக்கே சென்றுள்ளனர். இது மட்டுமன்று. இன்னொன்றையும் கேள். பொன்வண்ணக் கோட்டையை உடைய காஞ்சி நாடு இன்று தன் அழகனைத்தையும் இழந்து நிற்கிறது. உயிர்கள் செத்தழிகின்றன. மழைவளம் பொய்த்துள்ளது. தவசிகளுக்கு உணவளிப்போர் இன்மையால் அவர்கள் இந்த நகரை வந்தடைந்துள்ளதை நீயும் காண்கிறாய். அரிய உயிரைக் காக்கும் மருந்து போன்றவளே! இப்போது உன் கடமை அந்நகரத்தின் கண் மழை தரும் முகிலெனத் தோன்றி உயிர்களைக் காப்பாற்றுவதே"- என முடித்துக்கொண்டான் அருந்தவம் ஏற்ற மாசாத்துவன்.

26. தமிழ் இலக்கியப் பதிவுகளில் முதன் முதலாக காஞ்சி மாநகர்!

பாட்டனை வணங்கி ஆசிபெற்று உலகோர் பசி நீக்கும் அந்தத் தெய்வப் பாத்திரத்தைக் கையிலேந்திய வண்ணம் கொடிகள் பறக்கும் மதில்களையுடைய வஞ்சி மாநகரின் மேற்திசையிலிருந்து விண் மேலெழுந்து வடதிசை நோக்கி வானத்தில் பறந்து காஞ்சி மாநகர் அடைந்தாள் மணிமேகலை. தமிழிலக்கியத்தில் முதன் முதலாக காஞ்சி மாநகரைக் காண்கிறோம். தேவர் கோமான் இந்திரனால் காக்கப்படும் விண்ணக நகரே போன்ற வளம்மிக்க அக்காஞ்சி அப்போது வறுமையுற்று வளமெல்லாம் இழந்து புல்லெனக் கிடந்தது. அது கண்டு மனம் கசிந்த மணிமேகலை கொடிகள் பறக்கும் கோட்டை மதிலால் சூழப்பட்ட அப்பழம்பெரும் நகரை வலம் வந்து நகர் நடுவில் ஓரிடத்தே இறங்கினாள்.

அங்கே சோழ மன்னன் தொடுகழற் கிள்ளிவளவனின் இளையோனும் காஞ்சி மன்னனுமான இளங்கிள்ளியால் போதிமரத்தடியில் அமர்ந்த புத்த பகவனுக்குக் கட்டப்பட்ட சேதியத்தைத் தொழுதபின் தென்மேற்குத் திசையில் சென்று அங்கமைந்திருந்த பூம்பொழில் ஒன்றில் அமர்ந்தாள் மணிமேகலை.

காஞ்சி முதன் முதலாக தமிழிலக்கியத்தில் ஒரு முக்கிய நகராக இடம்பெற்று தமிழக வரலாற்றில் ஒரு முக்கிய திருப்பமாக

அமைவது குறித்து இத்தொடரில் முன்பே கண்டோம். அது ஒரு வகையில் சோழ அரசுக்குக் கட்டுப்பட்டு சோழ மன்னனின் சகோதரனின் அதிகாரத்தின் கீழ் இருந்ததும் இதனூடாகப் புலப்படுகிறது. சோழ மன்னன் கிள்ளியைச் சொல்லும்போது, தொடுகழற் கிள்ளி" என்கிறார் புலவர். பாதங்களைத் தொட்டுக் கொண்டுள்ள காலணிகளை அணிந்தவன் எனப் பொருள்படும் இச்சொல்லாக்கம் பின்னாளில், "தோள் கண்டார் தோளே கண்டார் தொடு கழற் கமலமன்ன தாள்கண்டார் தாளே கண்டார்" (கம்ப இராமாயணம், பாடல் 1081) எனவும் தொடுகழல் செம்பொன் மோலி சென்னியில் சூட்டிக் கொண்டான்" (பாடல் 6508) எனவும் இராமனின் அழகை வியக்கும் கம்பனின் பாடல் வரிகளை நினைவு படுத்துகிறது அழகிய கைகளில் அமுதகரபியுடன் மணிமேகலை பூஞ்சோலையில் அமர்ந்துள்ள செய்தி மெய்க் காப்பாளன் மூலமாக அரசனுக்குச் செல்கிறது. கோவலன் மகள். தவ வாழ்வை ஏற்றோள். நமது தருமத வனத்தின்கண் மாமழை போல் வந்திறங்கியுள்ளாள்" எனும் செய்தி அறிந்த மன்னன் தனது அமைச்சர் முதலான மந்திரச் சுற்றத்தோடு அங்கு சென்று, நல்லற நங்கையே! என் செங்கோல் தாழ்ந்ததாலோ. துறவோர் தவநெறி பிறழ்ந்ததாலோ, எம் பெண்களின் கற்புக் குறைபட்டோ ஏது காரணத்தாலோ எம் நாடு வறுமையில் உழல்கிறது. செய்வதறியாது கலங்கியிருந்த என்முன் ஒரு பெருந்தெய்வம் தோன்றியது கவலை மற. உன் தவப்பேறாக ஒரு காரிகை இங்கு தோன்றுவாள் அவள் கையில் உள்ள பெருமை மிக்க பாத்திரத்தில் அள்ள அள்ளச் சுரக்கும் ஆருயிர் மருந்தால் இந்நாடு காப்பாற்றப்படும். அவள் அருளால் இந்திரன் தாங்காத அளவிற்கு மழையும் பொழியச் செய்வான். அவள் இந்த நகரில் தோன்றியபின் நிகழ இருக்கும் பேரறங்கள் பலப் பல மேகம் வரண்ட போதும் நீர்வளம் குறையாது முன்னோரால் அமைக்கப்பட்ட கோமுகிப் பொய்கையுடன் மாபெரும் மணிபல்லவமே இங்கே வந்துள்ளது எனக் கூறும் வகையில் பொய்கையும் பொழிலுமாய் இங்கு அமைத்துக் கொடு' எனச் சொல்லி அத்தெய்வம்: அகன்றது எனக் கூறி அதன் படிச் செய்து அமைத்ததே இவ்விடம் என அதையும் மணிமேகலைக்குக் காட்டினான்.

தன் முற்பிறப்புகள் உணர்த்திய அம் மணிபல்லவத் தீவகம் போன்றே விளங்கிய அச்சோலையைக் கண்டு மனம் மகிழ்ந்த

மணிமேகலை அங்கு அத்தீவில் இருந்ததைப் போலவே அறவோனின் பாதபங்கயப் பீடிகை ஒன்றையும் முறைப் படி அமைத்தாள் தீவுத் தெய்வமான தீவதிலகையையும். கடற் தெய்வமான மணிமேகலா தெய்வத்தையும் அவற்றுக்கு உரிய வகையில் கோவில் அமைத்து இருத்தி, காஞ்சி மன்னனைக் கொண்டு அவற்றுக்கு உரிய வகையில் விழாவும். சிறப்பும் செய்து வணங்கி நின்றாள்.

வணங்கி முடித்த கையோடு பசிப்பிணி நீக்கும் மருந்தாய் அமைந்த அமுத சுரபியைத் தன் அழகிய கைகளில் ஏந்திய மணிமேகலை. எல்லா உயிரும் வருக" என அழைத் தாள்.

தமிழிலக்கிய வரலாற்றில், ஏன் காப்பிய வரலாறுகளிலேயே. அதற்கு முன்னும் பின்னும் இல்லாத ஒரு அருங்காட்சி இப் போது அரங்கேறுகிறது. மணிமேகலையின் அழைப்பைக் கேட்டு பசியால் துயருற்றிருந்த கண்ணற்றோர், செவிப்புலன் செயல்படாதோர். முடமானோர், தவநோன்பினர். உடுக்க உடையும் அற்றோர் பன்னூறாயிரம் விலங்கினங்கள். இதா உயிரினம் எல்லாமும் திரண்டு நின்று வணக்கத்திற்குரிய அன்னை மணிமேகலையின் கரங்களில் விளங்கிய அமுதசுரபியால் தம் பசிப் பிணி தீர்த்து அவரை வாழ்த்திச் சென்றனர். காப்பியம் என்றால் போரும் காதலும் என்பதாகவே அமையும் என்கிற வரலாற்றை மாற்றி துறவையும். பசியாற்றலையும் வைத்து எழுதப்பட்ட மகா காவியம் மணிமேகலை. வஞ்சகம் கொடுமை, அழித்தொழிப்பு என்பதாகவே காவியங்கள் அமையும் என்கிற இலக்கணம் தகர்க்கப்படும் வியப்பில் நாம் ஆழ்கிறோம். பக்தி, பணிவு என்பவற்றின் இடத்தில் இந்த பௌத்த காவியத்தில் அன்பும் அருளும் முதன்மை பெறுகின்றன. மாயம். மந்திரம் ஆகியவற்றின் மூலம் எதிரிகளை அழிப்பது என்கிற இடத்தில் இங்கே விண்ணில் பறக்கும் மந்திரம், உருமாறும் தந்திரம் எல்லாம் அறச் செயல்களுக்காக மட்டுமே அமைவதையும் காண்கிறோம்.

‘தீத்தொழில்’ என உலகோர் பழிக்கும் குலம் ஒன்றில் பிறந்து தந்தையைப் பறிகொடுத்து நிற்கும் ஒன்றும் அறியாத அந்தச் சின்னஞ் சிறிய பெண் இன்று மாமன்னர்கள் தேடிவந்து வணங்கிச் செல்லும் நிலைபெறுவதையும் பார்க்கிறோம். பௌத்தம் அவளுக்கு அந்த விடுதலையையும் மேன்மையையும் அளித்தது. மரண தண்டனை விதிக்கப்பட்டோரையும், சிறைக் கைதிகளையும்

கருணை அடிப்படையில் மன்னிப் பதற்கென அரசு அதிகாரி களை நியமித்த மன்னனை யும்கூட உலக வரலாற்றில் நாம் பௌத்தத்தில்தானே கண்டோம்.

பசிப்பிணி களைந்து மக்கள் சென்றுகொண்டிருந்த தருணத்தில் மணிமேகலையின் அன்னையரான மாதவியும், சுதமதியும் தீயவற்றை நீக்கிய அரவண அடிகளும் நம் மன்னுயிர் முதல்வி பசிதீர்த்துக்கொண்டிருந்த அவ்விடம் வந்தனர். உயிர்களில் முதன்மையானவள் என இங்கே மணிமேகலையைப் போற்றுகிறார் சாத்தனார்.

அவர்களை அடைந்து அவர்தம் திருவடி வணங்கிப் பாதங்களைக் கழுவி, ஆசனத்தில் அமர்த்தினாள் மணிமேகலை. உண்ணும் நேரம் வத்தவுடன் அறுசுவை கூடிய நால்வகை உணவுகளையும் அளித்தாள். உண்டபின் பசிய வெற்றிலையும் கற்பூரமும் கொண்டு தந்தாள் என் மனத்தினுள் விருப்பாக நிறைந்துள்ள அறநெறிப் பேறு இன்று எனக்குக் கிட்டுவதாக" எனக் கூறி உலக மயக்கத்தை நீக்கியவளாக அறவணனரத் தொழுதாள் மணிமேகலை.

வணங்கிய அவளை வாழ்த்தினார் அறம் திகழும் நாவினை உடைய அறவண அடிகளார். தன் காதலியான நாகநாட்டு இளவரசியைப் பிரிந்து, மகனையும் இழந்து நின்ற சோழமன்னன் நெடுமுடிக்கிள்ளி மகனைத் தேடி அலைந்த நிலையில் புகாரில் ஆண்டுதோறும் நடக்கவிருந்த இந்திரவிழாவையும் எடுக்காது விட்டதையும். அதன் விளைவாய் மணிமேகலா தெய்வமும். இந்திரனும் இட்ட சாபத்தால் புகார் அழிந்ததையும், அதை ஒட்டி மணிமேகலையைக் காண அவர்கள் இங்கு வந்துள்ளதையும் விளக்கினார் அறவணர்.

தீவதிலகை மூலம் தான் அதை முன்பே அறிந்துள்ளதையும், வஞ்சி சென்று ஆணுருக்கொண்டு வெவ்வேறு சமயங்களின் உள்ளுறைகளையும் தான் அறிந்த வரலாற்றையும் அவர்களுக்குச் சொன்னாள் மணிமேகலை. தான் கொண்டிருந்த போலியான தவமுனிவன் வேடத்தைப் போலவே அவ் ஐவகைச் சமயங்களும் போலியானதாகவும். செம்மை அற்றதாகவும் இருந்ததால் தான் அவற்றைச் சிந்தையில் வைக்கவில்லை எனவும் கூறிய மணிமேகலை," அடிகள்! எனக்கு மெய்ப்பொருள் அருள்வீர்" என மீண்டும் வேண்டினாள்.

காப்பியம் தன் இறுதியை எட்டுகிறது. அரவணர் அறம் உரைக்கலானார். முதலில் பிற மதங்களை விளக்கி அவை எவ்வாறு பொருந்தாது என்பதைச் சொல்கிறார். அடுத்து தன் மதம் விளக்குகிறார். நிகழும் நல்லேது, நல்ல திட்டாந்தம். பக்கப் போலிவகை. ஒன்பது போலிகள். ஏதுப்போலி. நான்கு வகை விருத்தங்கள். இரண்டு திட்டாந்தங்கள் எனப் படிப்படியாக உண்மை காணும் வகையைச் சொல்லி முடிக்கிறார்.

பௌத்த அறமாக மணிமேகலை உருவான காலகட்டத்தில் வெளிப் போந்திருந்த இந்தத் தத்துவ விளக்கங்கள் பௌத்தத்தில் எந்தத் தத்துவப் பள்ளி சார்ந்தவை என்பதில் அறிஞர்களிடையே சர்ச்சைகள் உண்டு. ஆழமான இந்தியத் தத்துவப் பயிற்சி பின்புலத்துடன் புரிந்து கொள்ள வேண்டிய செறிவு மிக்க இப்பகுதியை மிகவும் சுருக்கிக் கூடியவரை எளிமையாக விளங்கிக் கொள்ள முயற்சிப்போம்.

புத்தர் நுணுக்கமான தத்துவ விசாரங்களைச் செய்தவர் அல்ல. அவர் காலத்தில் கங்கைச் சமவெளியில் நடைபெற்ற தீவிரமான விவாதங்களில் ஆர்வம் காட்டியவரும் அல்ல. மாலுங்ய புத்தன் எனும் சீடர் ஒருவர் தன் தத்துவக் கேள்வி ஒன்றுக்கு அவர் பதிலளிக்காவிட்டால் தான் சங்கத்திலிருந்து விலகிவிடுவதாகச் சொன்னபோது மறுமொழியாகப் புத்தர் சொன்னது இதுதான்:

“ஒருவனது உடம்பில் விஷ அம்பு தாக்கிவிட்டது. இந்த அம்பு எங்கிருந்து வந்தது, எந்தப் பழங்குடியினர் அதை எய்தார்கள். இது எதனால் செய்யப்பட்டது. என்கிற கேள்விகளுக்குப் பதில் கிடைக்காதவரை அந்த அம்பை உடலிலிருந்து உருவமாட்டேன். வைத்தியனிடம் போகமாட்டேன் என ஒருவன் சொல்வது போலவும், தீப்பிடித்த வீட்டினுள் அகப்பட்டுக் கொண்ட ஒருவன் இந்தத் தீ எப்படிப் பிடித்தது என அறியாதவரை வீட்டை விட்டு வெளியேற மாட்டேன் எனச் சொல்வது போலவும்தான் இருக்கிறது நீ சொல்வது. மாலுங்கிய புத்தா! இந்த உலகம் நிரந்தரமானதாக இருந்தாலும் இல்லாவிட்டாலும் கூட இன்று இங்கு பிறப்பு, மூப்பு, சாவு, துக்கம் எல்லாம் இருக்கின்றன. மனித இருப்பின் இத்துயரங்களுக்கு இப் பிறவியிலேயே மாற்று கண்டுபிடிப்பதுதான் என் பணி.”

என அப்படியான வீண் விவாதங்களைத் தவிர்த்தவர் அவர்.

எல்லா இருப்புகளின் நிபந்தனையாகவும் 'துக்கம்' உள்ளது. பற்று, ஆசை. தன்னை மையமாகக் கொண்ட அணுகல்முறை ஆகியவற்றின் விளைவே துக்கம் எனும் அதிருப்தி நிலை. தன்மைய நோக்கு, பற்று, ஆசை எல்லாம் நீக்கக் கூடியவையே. மனம், வாக்கு காயம் ஆகியவற்றின் அடிப்படையிலான எண் வழிப் பாதையின் மூலம் (அஷ்டாங்க மார்க்கம்) இவற்றை வேரறுத்து அழிக்க முடியும். பௌத்த மரபில் இது நான்கு பேருண்மைகள் என அழைக்கப்படும். துக்க நீக்கம் என்பதே புத்த உரைகளின் அடிப்படையாக உள்ளன.

துக்கம் எனும் இந்த மருள் நிலையை *(state of delusion)* வெல்ல புத்தர் ஒரு எண்வழிப் பாதையைக் காட்டினார். அவை: 1. சரி யான புரிதல் அல்லது பார்வை 2.சரியான குறிக்கோள் அல்லது நோக்கம் 3. சரியான பேச்சு, 4. சரியான நடத்தை 5.சரியான வாழ்முறை, 6. சரியான முனைவு, 7. சரியான ஓர்மை *(mind-ful-ness)* 8. சரியான தியானம் அல்லதுமனக்குவிப்பு என்பதே அவர் காட்டிய எண்வழிப் பாதை. சரியான' என்பதற்கு *right* எனப் பொருள் கொள்ளாமல் *correct* அல்லது *perfect* எனும் பொருள் கொள்ள வேண்டும்.

இதை ஜெரால்ட் ஹேர்ட் எனும் இன்றைய ஐரிஷ் தத்துவவியலாளர் இப்படி விளக்குவார்:

1.எது தறு என்பதை நீ தெளிவாகப் பார்க்க வேண்டும் 2. நீ சுகமாக்கப் UL வேண்டியவன் என்பதை ஏற்க வேண்டும். 3. சுகமாக்கப்படுவதை அதாவது துயர் நீக்கப்படுவதை நோக்கிச் செயல்பட வேண்டும். 4. சுகமாக்கப்படுவதை நோக்கிப் பேச வேண்டும் 5. உன் வாழ்முறை இந்தத் துயர் நீக்க நடவடிக்கைகளுடன் முரண் படக்கூடாது. 6. சரியான வேகத்துடன் இது செயல் படுத்தப்பட வேண்டும் 7. இடைவெளியின்றி தொடர்ந்து நீ இது குறித்துச் சிந்திக்க வேண்டும் 8. ஆழ்மனத்தைச் செயல் படுத்த நீ அறிய வேண்டும்.

இப்படித்தான் எளிய சொற்களில் உய்தலுக்கான தன் வழிமுறையைப் புத்தர் முன்வைத்தார்.

அன்றைய கங்கைச் சமவெளியில் ஓங்கியிருந்த உபநிடதக் கோட் பாடுகளையும் அவர் இப்படி மிக எளிமையாகவே எதிர்கொண்டார்.

ப்ருஹதாரண்ய உபநிடதம் முன்வைத்த ஆன்மிகத்தை இப்படிச் சுருக்கலாம் :

1. மனிதன் தன் கர்மங்களுக்கு ஏற்ப மறுபிறவி எடுக்கிறான் 2. இப்பிறவிச் சுழலிலிருந்து நிரந்தரமாகத் தப்புவதற்கு ஒரே வழி ப்ரம்மத்தை அறிவதே. 3.வேதத்தில் மறைந்துள்ள மெய்ப் பொருளே ப்ரம்மம். 4.சாரமாக ஆத்மா இருப்பதால் அது மாறுவது இல்லை. அது சக்தி. அதாவது 'இருப்பது' (exists). உருப்பெற்றுக் கொண்டிருப்பது அல்ல (opposed to becoming). இருப்பு துக்கமற்றது. (existence). ஏதேனும் ஒன்று குறைபடும்போதே 'துக்கம்' நிகழ்வதால் 'இருப்பு' துக்கமற்றது.

ஆனால், புத்தர் முன்வைக்கும் முதல் பேருண்மயே துக்கம்தான். துக்கம் என்பது திருப்தி இன்மை. வாழ்வின் இறுதியில் எஞ்சு வது அதுவே அதனால் துக்கத்தை வெல்ல வாழ்வனுபவங்களுக்கு அப்பாற் செல்ல வேண்டும் என்கிறது பௌத்தம். வாழ்வின் பண்புகளாக புத்தர் சொன்னவை:

1. அநிச்ச: அநித்தியம் வாழ்வு நித்தியமற்றது.

2. துக்க: திருப்தியின்மை வாழ்வு திருப்தியற்றது.

3. அனத்த: அனாத்மம் வாழ்வு ஆன்மா அற்றது.

உபநிடதங்கள் 'ஆத்மன்" என்பது மாறாதது (சாரம்) என்னும். புத்தருக்கோ வாழ்வு அநித்திய மானது; மாறுவது. எனவே அது ஆத்மன் அல்லாதது. அது அனாத்மன் என்றார் புத்தர் அதாவது உபநிடதங்கள் 'ஆத்மன் என்பதை வைத்த இடத்தில் புத்தர் 'அனாத்மன்' என்பதை வைத்தார்.

உயிர் = பிரபஞ்சம் = சாரம் (1=1=1) இது உபநிடதம்

உயிர் = பிரபஞ்சம் = சாரமின்மை (0=0=0) இது பௌத்தம்

இவ்வாறு சாரம் இல்லை என்பதால் சுயதருமம் இல்லை. வருணப் பண்பு, வருணக் கடமை, சாதிப் புத்தி என்பதெல்லாம் இல்லை என்றாகியது.

இதுதான் புத்தர் முன்வைத்த ஆத்ம வாதம். மணிமேகலையில் நாம் இனி பேசப்போவது புத்த தத்துவமல்ல. அதனடியாக உருவான தர்க்க முறை குறித்துதான் இறுதிக் சுட்டமாக நாம் பேசப்போகிறோம். மணிமேகலையின் காலம் கி.பி ஐந்து அல்லது

ஆறாம் நூற்றாண்டு எனலாம். புத்தரின் காலம் கி.மு.6 ஆம் நூ. இடையில் ஆயிரத்துக்கும் மேற்பட்ட வருடங்கள் ஓடியிருந்தன. கங்கைச் சமவெளியிலிருந்து பௌத்தம் தென் இந்தியா கிழக்கு ஆசியா, சீனம் வரை பரவிருந்தது. பல்வேறு தர்க்க முறைகள் அப்போது செழித்து வளர்ந்திருந்தன. பௌத்தத்திற்குள்ளும் பல போக்குகள் உருவாகி இருந்தன இவற்றுள் மணிமேகலை கூறும் பௌத்த தர்க்கத்தை எங்கு வைப்பது என்பது குறித்து இங்கு பல்வேறு கருத்துகள் நிலவுகின்றன. இவற்றைச் சுருக்கமாகப் பார்க்கலாம்.

27. ஐரோப்பிய தர்க்க முறையை விஞ்சிய பௌத்த தர்க்கவியல்

உலகப் பெருமதங்கள் எல்லாவற்றிற்குள்ளும் உட்பிரிவுகள் இல்லாமல் இல்லை. எனினும் பௌத்தத்திற்குள் உட்பிரிவுகள் அதிகம். பௌத்தம் எங்கு பரவினாலும் அங்குள்ள தனித்தன்மைகளை உள்வாங்கிக் கொள்வதில் மிகத் தாராளமாக இருப்பது இதற்கு ஒரு காரணம். பௌத்தத்தில் இறுக்கமான ஒற்றை வேதம் என எதுவும் இல்லாமையும் ஒரு காரணம். என்னதான் நாம் பௌத்தத்தில் கடவுள் கோட்பாடு பெரிதாக இல்லை எனச் சொன்னபோதிலும் மனிதமனம் அப்படியான ஒரு அதீத சக்தியிடம் தன்னை ஒப்படைத்துக் கொள்ளும் பலவீனம் உடையதாகவே உள்ளது. பௌத்தம் பரவியபோது இவ்வாறு அவ்வப் பகுதிகளில் உள்ள பல வழிபாடுகள் மற்றும் நம்பிக்கைகள் அதனுடன் கலந்துவிடுவதற்குக் காரணமாகிறது. பிற மதங்கள் எனும் வேறுபாடின்றி பௌத்தம் எங்குதான் வேறிட்டுள்ளதோ அங்குள்ள மக்கள் கொண்டாடும் தெய்வங்களை மனப்பூர்வமாக ஏற்றுக் கொள்வதன் பின்னணி இதுதான். உலகளவிலான பிற மதங்களில் நாம் இதைக் காண இயலாது.

பௌத்தத்தின் இன்னொரு சிறப்பாகவும் தனித்துவமாகவும் விளங்குவது அதன் தருக்க முறை (*logic*). அதிலும் பல பிரிவுகள் உண்டு. நியாயவாதம் (நையாயியம்), சௌளந்த்ராந்திகம், யோகசாரம்

என அதற்குள் பல அளவை முறைகளும் செழித்திருந்தன. மணிமேகலை உருவான காலகட்டத்தில் காஞ்சியில் உருவாகியிருந்த பௌத்தச் சிந்தனைமுறை அறிவுத் தோற்றவியலில் ஒரு முக்கிய பங்கு வகித்தது. இவை ஒவ்வொன்றுக்கும் இடையேயான நுண்ணிய வேறுபாடுகள் முதலியன விரிவாக ஆராயப்பட்டுள்ளன. மணிமேகலையின் இந்த இறுதி இரு அத்தியாயங்களில் மிக விரிவாக அறவண அடிகளால் மணிமேகலைக்கு விளக்கி அருளப்படும் பௌத்த தர்க்கம் எவ்வகைச் சிந்தனைமுறை என்பது குறித்து இங்கு பல்வேறு விவாதங்களும் அறிஞர்களுக்கிடையே கருத்து வேறுபாடுகளும் உண்டு.

ஒப்பீட்டளவில் மிக்க நடுநிலையான தமிழறிஞரான தெ.பொ. மீனாட்சிசுந்தரனார் மணிமேகலையில் வெளிப்படும் தர்க்கம் தேரவாதம் என்பார். கிருஷ்ணசாமி அய்யங்கார் இதனை சௌந்திராந்திக மரபுடன் இணைப்பார். நா.வானமாமலை அவர்கள் தின்னாகர், தர்மகீர்த்தி ஆகியோரின் யோகசார விஞ்ஞானவாதத்தின் வெளிப்பாடுதான் மணிமேகலை முன்வைக்கும் தர்க்கம் என்பார். இளம் ஆய்வாளர் காமராசன் கிருஷ்ணசாமியின் கருத்தை வழிமொழிவார்.

புத்த தர்க்கம் பற்றிய மிக விரிவான ஆய்வைச் செய்திருப்பவர் ருஷ்ய அறிஞரான ஷெர்பாட்ஸ்கி *(Th. Scherbatsky)* அது பற்றிக் கூறும்போது, "பௌத்த அறிவியலின் இரு பெரும் அறிஞர்களான தின்னாகரும் தர்மகீர்த்தியும் கி.பி ஆறு - ஏழாம் நூற்றாண்டுகளில் இந்தியாவில் உருவாகிய அறிவுத்தோற்றவியல் *(epistemology)* மற்றும் தர்க்க முறையை 'பௌத்த தர்க்கம்' *(Buddhist Logic)* என நாம் புரிந்துகொள்கிறோம்" என அவரது புகழ்பெற்ற பௌத்த தர்க்கம் பற்றிய நூலின் முன்னுரையில் பதிவு செய்வார். எனினும் யோகசார மரபில் நின்ற தின்னாகருக்குச் சுமார் மூன்று நூற்றாண்டுகள் முன்பிருந்தே பௌத்த தர்க்க முறைகள் குறித்த முக்கிய நூல்கள் நாகார்ஜுனர் (கி.பி 150 250), வசுபந்து (கி.பி 5 ஆம் நூ) முதலானோரால் இந்தியாவில் உருவாகி இருந்தது. இந்துமரபில் வந்த கோதமரின் நியாய சூத்திரம் (கி.பி 1-2 ஆம் நூ), மகாயன பௌத்தரான அசாங்கரின் 'அபிதம்ம சமுச்சயம்' முதலியன இன்னும் பழமையானவை. இந்த அளவிற்குப் புகழ் பெறாத வேறுபல தர்க்க நூல்கள் இருந்தமையையும் ஷெர்பாட்ஸ்கி பதிவு செய்கிறார்.

இத்துறைகளில் தம்மால் உருவாக்கப்பட்ட தர்க்க அறிவியல் நூல்களை "விவாத-விதிகள் மற்றும் தர்க்கம் தொடர்பான கலை நூல் (ஏது வித்யா)" மற்றும் "சரியான அறிவுத் தோற்றத்திற்கான கலை நூல் (ப்ரமாண வித்யா)" என்கிற பெயர்களில் அழைத்துக் கொண்டனர்.

பௌத்த தர்க்க முறைகள் பௌத்தவியலில் மட்டுமின்றி, இந்திய தர்க்கம் மற்றும் தத்துவ வரலாற்றிலேயே முக்கிய பங்கு வகிக்கின்றன. பௌத்தம் கி.மு 5 ஆம் நூற்றாண்டில் உருவாகி விரைவாகப் பரவி, உச்சத்தை எட்டி "அந்திய தர்ம சக்கரப் பிரவர்த்தனம்" என்று குறிக்கப்படும் உச்ச நிலையை அடைந்து கி.பி 10ஆம் நூற்றாண்டுவரை இந்தியாவில் தடம் பதித்திருந்தது. இடைப்பட்ட சுமார் 1500 ஆண்டுகள் இந்திய மண்ணில் செழித்திருந்த பௌத்தத்தின் வரலாற்றை ஒவ்வொன்றும் சுமார் 500 ஆண்டுகள் என மூன்று காலகட்டங்களாகப் பிரிப்பது வழக்கம். இவற்றை அவர்கள் தருமச் சக்கரத்தின் மூன்று வீச்சுக்கள் (திரிசக்கரா) என்பர்.

இதில் முதல் ஐந்து நூற்றாண்டுகளில் (கி.மு 5 ஆம் நூ கி.பி 1 ஆம் நூ) தொடக்கத்தில் புத்தரும், பின் அவரது வழிவந்த சீடர்களும் பௌத்த சிந்தனைகளைப் பரப்புவதில் முக்கிய பங்காற்றினர். இக்காலகட்டத்தில் அறம் சார்ந்த வாழ்வின் ஊடாக தனிமனிதர்களின் மீட்சி (salvation) என்பது பௌத்தத்தின் முக்கிய நோக்கமாக இருந்தது.

இரண்டாம் ஐந்தாண்டுகளில் (கி.பி 1ஆம் நூ 5ஆம் நூ) அறம் சார்ந்த வாழ்வின் ஊடாகத் தனி மனித மீட்சி என்பது அனைத்துயிர்களின் மீட்சி என்பதாக விரிந்தது. இந்தியா முழுவதும் வேத மதங்களின் இடத்தில் சிவன், விஷ்ணு முதலான கடவுளருடன் வைதீக மதங்கள் மேலுக்கு வந்த காலம் இது. பௌத்த தத்துவவியலில் சௌந்திராந்திக பௌத்த மரபு ஓங்கியிருந்தது. நாகார்ஜுனர் போன்ற அறிஞர்கள் புதிய தத்துவப் போக்குகளுக்குக் காரணமாயினர்.

மூன்றாம் ஐந்தாண்டுகளில் (கி.பி 5ஆம் நூ 1ஆம் நூ) குப்தர்களின் "பொற்கால" ஆட்சி நடந்ததாகக் குறிப்பது வழக்கம். இந்தப் பின்னணியில் இந்தியா முழுவதிலும் தத்துவச் சிந்தனைகளில் ஒரு பெரும் விகசிப்பு நிகழ்ந்தது. அறிவியல் மற்றும் கலைகள்

செழிப்புற்ற காலம் இது. பௌத்தம் இந்த எழுச்சியில் ஒரு முக்கிய பங்கு வகித்தது. பௌத்தத் தர்க்கச் சிந்தனைகள் இக்காலகட்டத்தில் பெரும் வளர்ச்சியை எட்டின. தின்னாகர். தர்மகீர்த்தி முதலான தத்துவ அறிஞர்கள் இந்த பௌத்த மறுமலர்ச்சியின் அடையாளங்களாக வெளிப்போந்தனர்.

முந்தைய காலங்களைக் காட்டிலும் இப்போது எண்ணங்கள், சிந்தனைகள், எதிர்பார்ப்புகள் ஆகியவற்றில் கொஞ்சம் நம்பிக்கைகளும் துளிர்த்தன. சிந்தனைகள் எல்லாமே வெறும் கற்பிதம் (பரிகல்பிதா) என்பதாகக் கருதப்படாமல் ஒப்பீட்டளவில் சாத்தியமானவை (பரதந்த்ரா) எனவும், முற்றிலும் சாத்தியமானவை (பரிநிஸ்பன்னா) எனவும் எதிர்பார்ப்புகள் துளிர்த்தன. முந்திய காலங்களில் எதுவுமே சாத்தியமில்லை (சூன்ய) என்றிருந்த நம்பிக்கையீனம் இப்போது தகர்ந்தது.

பௌத்த தத்துவத்தின் இந்த இறுதி ஐந்தாண்டுகள் ஒரு இலட்சியவாதத்துடன் கூடிய வெளிப்பாட்டைக் கொண்டதாக *(system of idealism)* இருந்தது என்பார் ஷெர்பாட்ஸ்கி.

இதே காலகட்டத்தில்தான் இலங்கை உள்ளிட்ட தென் கிழக்காசிய நாடுகள் மற்றும் தமிழகம், அமராவதி (ஆந்திரம்) முதலான பகுதிகளில் பௌத்தம் பெரிய அளவில் பரவியது. கைகளில் அள்ள அள்ளக் குறையாத அட்சய பாத்திரத்துடன் உலகோர் பசிநீக்க வந்த ஒரு இளம் பெண்ணைக் காப்பிய நாயகியாகக் கொண்டு மதுரை கூலவணிகன் சாத்தனார் எனும் பெரும்புலவர் “மணிமேகலை” எனும் காப்பியத்தை வடித்து நமக்கு அளித்தார் என்பதை நாம் கவனம் கொள்ள வேண்டும். இன்று தமிழில் கிடைக்கும் இரு முக்கியமான பௌத்த நூல்களான மணிமேகலையும் வீர சோழியமும் இந்தக் காலகட்டத்திலும், இதை ஒட்டியும் வெளிவந்தவைதான்.

ஐரோப்பிய தர்க்கவியலுக்கும் பௌத்த தர்க்கவியலுக்கும் உள்ள ஒரு முக்கிய வேறுபாட்டைச் சொல்லி மணிமேகலையின் இறுதி அத்தியாயங்களுக்குள் நுழைவோம்.

அறிவுருவாக்கம் குறித்த ஆய்வு தத்துவத்தின் ஒரு முக்கிய கேள்வியாகிறது. பொதுவில் ‘அனுமானம்’ *(inference)*, ‘பிரமாணம்’ *(pramana)*, ‘தர்க்கம்’ *(logic)* முதலான தத்துவக் கருத்தாக்கங்கள் குறித்த அணுகல்முறையில் மேலைத் தத்துவத்திற்கும் பௌத்த

அணுகல்முறைக்கும் மிக முக்கியமான ஒரு வேறுபாடு உண்டு. எது குறித்தும் "அறிவு' உருவாக்கம் எவ்வாறு நிகழ்கிறது? இதற்கு பதிலாக முன்வைக்கப்படும் ஒரு கதையாடல் இப்படிச் செல்கிறது: ஒரு மலை உச்சியிலிருந்து புகை வருகிறது. எனவே அங்கே நெருப்பு உள்ளது என நாம் அனுமானிக்கிறோம். நெருப்பு அங்கு உள்ளதாக ஒரு அறிவுருவாக்கம் இவ்வாறு நிகழ்கிறது. "அனுமானம்" என்பது இப்படி அறிவுருவாக்கத்தின் ஒரு கருவியாக (பிரமாணம்) ஆகிறது. புகையிருந்தால் அங்கு நெருப்பிருக்கும் எனும் "தர்க்க" அடிப்படையில் இந்த அறிவுருவாக்கம் நிகழ்கிறது.

மேலைத் தத்துவத்தில் இப்படித் 'தர்க்கம்' என்பது அதனுடைய "நேரடிக் கருத்தில்" *(formal study)* பொருள் கொள்ளப்படுகிறது. ஆனால் பௌத்தம் தர்க்கம் என்பதை இவ்வாறு அதன் நேரடிப் பொருளில் சுருக்கி ஏற்பதில்லை. அப்படி ஏற்றுக் கொண்டால் அறிவுருவாக்கத்தில் 'தர்க்கம்' என்பதற்கு இடமும் பொருளும் இல்லாமல் போய்விடும். எனவே தின்னாகரும் தருமகீர்த்தியும் அவர்களுக்கே உரித்தான் வழிகளில் 'தர்க்கம்' என்பதை அதன் நேரடிப் பொருளிலிருந்து மீட்டு அறிவுத்தோற்றவியலில் அதற்கு உரிய பங்கை அளிக்கின்றனர். அனுமானம் என்பதையும் இவ்வாறு எந்திரகதியில் ஏற்காமல் மாறிக்கொண்டுள்ள எதார்த்தத்தில் வைத்துப் பார்க்க வேண்டும்.

ஆம். பௌத்தத்தின் அடிப்படைக் கருத்தோட்டங்களில் ஒன்றான எல்லாம் மாறிக் கொண்டே இருக்கிறது, ஆற்றோட்டத்தில் இந்தக் கணம் பார்க்கும் நீர்த்துளி அடுத்த கணத்தில் இருப்பதில்லை என்கிற கருத்தாக்கம் இங்கே பிரதானமாக அமைகிறது. எல்லாம் மாறிக்கொண்டே இருக்கிறது என்கிறபோது 'தர்க்கத்திற்கு' ஒரு மாறாத நேரடிப் பொருளை அளிக்கும் பங்கைக் *(formal role)* கொடுத்துவிட முடியாது. எல்லாம் மாறிக் கொண்டுள்ளது எனும் அடிப்படையிலேயே ஒவ்வொன்றும் கணிக்கப்பட வேண்டும். ஒவ்வொரு பிரமாணமும் உருவாக்கப்பட வேண்டும்.

என்ன நாம் அறிந்தோம் என்பது அதை "எப்படி" அறிந்தோம் என்பதைப் பொருத்துள்ளது. ஒன்றின் இருப்பை முடிவு செய்யும் பிரமாண உருவாக்கத்தில் நமக்கு இந்தப் பிரக்ஞையை உருவாக்கும் மூலாதாரங்களை நாம் முதலில் ஆராய வேண்டும். 'பிரத்தியக்கம்' (பிரத்தியட்ஷம்) எனப்படும் காட்சி என்பதை எந்த முன் தீர்மானமும் இன்றி அம்மணமாகப் பார்க்க வேண்டும். அதற்கான

வழிமுறைகள் என்ன? நான்கு உண்மைகள், எண்வழிப் பாதை என்றெல்லாம் புத்தரும் அவரது சீடர்களும், இதற்குச் சுமார் ஆயிரம் ஆண்டுகளுக்கு முன்பாக, முன்வைத்த பௌத்த மூலங்களே நமக்கு இதற்குக் கருவியாகின்றன. இவ்வாறு ஐந்து, ஆறாம் நூற்றாண்டுகளில் தின்னாகர் (பிரமாண சமுச்சயம்), தருமகீர்த்தி (பிரமாண வினிச்சயம்) ஆகியோர் முன்வைத்த தத்துவக் கோட்பாடு அடிப்படை பௌத்த பிடக நெறிகளுடன் இணைகிறது. எதையும் அறிந்தேற்பதற்கு எந்த ஒரு கருத்தோட்டத்தின் இடைத்தரகும் நமக்குத் தேவையில்லை. நேரடித் தொடர்பும், சிந்தனையுமே பிரதானம் என்றாகிறது.

தின்னாகருக்கும் (கி.பி 480 -540) தருமகீர்த்திக்கும் (கி.பி 600-660) சில நூற்றாண்டுகள் முற்பட்ட இன்னொரு முக்கிய பௌத்தத் தத்துவப் போக்கிற்கு (மாத்யமிகா / மகாயன பௌத்த மரபு) காரணமான நாகார்ஜுனரின் (கி.பி150 - 250) "நான்கு மூலைகள்" (சதுஷ்கோடி) எனும் கருத்தாக்கமும் இங்கே கருதத்தக்கது. "உண்மை", "பொய்" என்கிற இரண்டிற்கும் அப்பால் "உண்மையாகவும் பொய்யாகவும்" ஒன்றே இருக்க முடியும் என்பது மட்டுமல்ல "உண்மையாகவும் இல்லாமல், பொய்யாகவும் இல்லாமலும்" கூட ஒன்று இருக்க முடியும் என்றார் அவர். இந்த நான்கு சாத்தியங்களுக்கும் நாகார்ஜுனரின் தத்துவம் இடமளிக்கிறது. மேலைத் தத்துவங்களில் காண இயலாத தனித்துவங்கள் இவை.

மீண்டும் மணிமேகலைக் காப்பியத்திற்குத் திரும்புவோம். இதனைக் குறிப்புகளுடன் சிறப்புறப் பதிப்பித்து வெளியிட்ட அறிஞர் உ.வே. சா அவர்கள் பௌத்தத் தத்துவங்களை ஆழமாக விளக்கும் காப்பியத்தின் இறுதிப் பகுதியை (30:60) அணுகும்போது இப் பகுதிக்குத் தன்னால் குறிப்பு எழுத இயலவில்லை எனக் கூறி அரும்பொருள் விளக்கங்கள் இன்றி பதிப்பித்துள்ளது குறிப்பிடத் தக்கது. பௌத்தத்தின் இந்த ஆழமான தத்துவக் கோட்பாடுகளை அவரால் பொருள் புரிந்து கொள்ள இயலவில்லை என்பதையும், அவருக்கு இந்த வகையில் உதவுவார் யாரும் அன்று தமிழகத்தில் இல்லை என்பதையும் அதுகுறித்த உ.வே.சா அவர்களின் வாக்குமூலத்திலிருந்து புரிந்துகொள்கிறோம். அது:

> "இவ்வடி முதலியவற்றால் இக்காதையில் கூறப்பட்டுள்ள பிரத்தியஷம், அனுமானம் எனும் இரண்டு அளவை

இலக்கணங்களும் அவற்றின் பாகுபாடுகளும், இன்ன நூலின் கருத்தைத் தழுவி வந்தனவென்று, தமிழிலுள்ள 'தருக்க சங்கிரகம்' 'அன்னம்பட்டீயம்' முதலியவற்றிலும் சிவஞானசித்தியார் அளவை இலக்கணத்திற்குப் பலர் எழுதிய உரைகளிலும் வந்துள்ள குறியீடு முதலியன வேறுவகையாக இருத்தலாலும், இன்றளவு விசாரித்தும் இந்த முறையுள்ள பழைய நூல்கள் இக்காலத்தில் வழங்கவில்லை என்று, வடமொழி தர்க்கநூல்கள் பலவற்றிலும் மிக்க பாண்டித்திய முள்ளவரும் இப்போது கும்பகோணத்தில் வசிப்பவருமாகிய குறிச்சி ஸ்ரீமான் உ.வே. ரங்கச்சாரியரவர்கள் முதலிய மகாவித்வான்கள் பலரும் சொல்லிவிட்டமையாலும் இதைப்பற்றி இலங்கையிலுள்ள வித்யோதய பாடசாலைத் தலைவரும் பௌத்த மதாச்சாரியருமாகிய ஸ்ரீசுமங்களரை விசாரிக்கும்படி செய்ததற்கு அவர் ப்ரத்யக்ஷம், அனுமேயம், யூத்தேயமென பிரமாணம் மூன்று வகைப்படும் எனவும் அவற்றுள் பிரக்தியக்ஷத்திலக்கணம் அங்கோத்தர நிகாயமென்று நூலிலுள்ள காலம சூத்திரத்திலும் மத்யமநிகாயமென்று நூலிலுள்ள மஹா ஹிஹ்மதாத சூத்திரத்திலும் கூறப்பட்டுள்ளன வென்று மட்டும் தெரிவித்தமையால் அந்நூல்களும் அவற்றைப் புலப்படுத்துவோரும் இங்கே இல்லாமையாலும், அவைகள் கிடைக்குமாயின் பின்பு பார்த்துக் கொள்ளலாமென்று நிச்சயித்துக் கொண்டமையால் இந்தப் பாகத்திற்குக் குறிப்புரை எழுதப்படவில்லை; ஆனால் மேற்கூறிய வித்வான்களுடைய முன்னிலையிற் பலமுறை ஆராய்ச்சி செய்து ஏட்டில் இருந்தவாரே மூலமாத்திரம் பதிப்பிக்கப்பட்டது."

என உ.வே.சா அவர்கள் விளக்கமளித்து அப்பகுதியை விளக்கமின்றி அச்சிட்டுள்ளது குறிப்பிடத் தக்கது.

காப்பியம் ஒன்றில் இத்தனை விரிவாகத் தத்துவ விளக்கம் இணைக்கப்படுவது இந்திய மரபில் இது புதிதல்ல. மகாபாரதத்திலும் இப்படி ஒரு மிகப் பெரிய தத்துவ இணைப்பாக பகவத் கீதை இணைக்கப் பட்டுள்ளதை அறிவோம். எனினும் பாரதத்தில் அது ஒரு உக்கிரமான போரையும், அழிவுகளையும் சொந்தபந்தங்களின்

அழித்தொழிப்புகளையும் தத்துவார்த்த அடிப்படையில் நியாயப்படுத்துவதற்காக இணைக்கப் படுகிறது. இங்கு கணிகைக் குலத்தில் பிறந்த ஒரு இளம்பெண் உலக மக்கள் பசி நீக்கும் உன்னத இலட்சியத்துடன் துறவை மேற்கொள்ளும் முகமாக இந்தத் தத்துவப் பின்புலம் மணிமேகலையில் இணைக்கப்படுகிறது என்பதையும் நாம் கவனம் கொள்ளவேண்டும்..

28. மணிமேகலையின் தர்க்கம் பௌத்தத்தில் எந்தப் பிரிவு

பௌத்தத்தில் உருவான பல போக்குகளில் மணிமேகலையின் தர்க்கம் எவ்வகையானது?

இங்கு நாம் புத்தருக்குப் பிந்திய ஆயிரம் ஆண்டுகளில் பௌத்தத்திற்குள் உருவான பல போக்குகளின் பின்னணி குறித்துச் சிறிது அறிந்து கொள்ளுதல் நலம். கி.மு ஆறாம் நூற்றாண்டில் கங்கைச் சமவெளியில் வைதிக இறையியலுக்கு மாற்றாக உருவான அவைதிக மரபுகளில் இன்றளவும் உலகின் மூன்றாவது பெரிய மதமாகவும் கிறிஸ்தவ, இஸ்லாமிய, யூத செமிடிக் மதங்களிலிருந்து வேறுபட்ட தனித்துவமிக்க ஒரு கீழைத் தேய மதமாகவும் விளங்குவது பௌத்தம். மணிமேகலைப் பெருங்காப்பியம் புத்தருக்கு ஆயிரம் ஆண்டுகளுக்குப் பின் உருவானது என்பதையும் அப்போது காஞ்சியை மையமாகக் கொண்டு பௌத்த தத்துவ விவாதங்களும் தத்துவ நூலுருவாக்கங்களும் நிகழத் தொடங்கி இருந்த பின்னணியில் உருவானது என்பதையும் நினைவிற் கொள்வோம்.

இன்றளவும் மணிமேகலையின் இறுதி அத்தியாயங்களில் முன்வைக்கப்படும் தர்க்கம் அப்போது இந்திய அளவில் பௌத்தத்திற்குள் உருவாகி இருந்த பல்வேறு போக்குகளில்

எந்தப் போக்கைப் பின்பற்றி உள்ளது என்பது குறித்த மாறுபட்ட கருத்துக்கள் நிலவுவதை முந்தைய அத்தியாயங்களில் கண்டோம். இப்படியான பல போக்குகள் பௌத்தத்திற்குள் உருவாக நேர்ந்த சமூகப் பொருளாதாரப் பின்னணியாக மார்க்சிய நோக்கில் இந்தியத் தத்துவங்களை ஆய்வு செய்த அறிஞர் தேவி பிரசாத் சட்டோபாத்யாயா கூறுவதில் சில அம்சங்களை முதலில் தொகுத்துக் கொள்வோம். கடவுள், சடங்குகள், ஆன்மா ஆகியவற்றை மறுத்தெழுந்த பௌத்தத்தில் புத்தரே கடவுளாக்கப்பட்ட வரலாற்றை மிக நுணுக்கமாக அவர் தொகுத்துரைப்பார் (*Indian Philosophy A Popular Introduction*). வருண வேறுபாடுகள், சமூக ஏற்றத்தாழ்வுகள் மட்டுமின்றி வேள்விகள் எனும் பெயரில் மிகப் பெரிய பொருள் அழிப்புகள் நடந்து கொண்டிருந்த அன்றைய கங்கைச் சமவெளியில் பக்தி, நம்பிக்கை ஆகியவற்றின் இடத்தில் அறம் சார்ந்த வாழ்வை முன்வைத்து உருவான பௌத்தம் புத்தரது காலத்திலேயே அவர் சார்ந்த பழங்குடி மக்களிடம் மட்டுமின்றி புதிதாக மேலுக்கு வந்துகொண்டிருந்த அரசுருவாக்கங்கள் மற்றும் வணிக வர்க்கங்களின் ஆதரவையும் பெற்று வேகமாக வளர்ந்தது. குடும்பத்தை மட்டுமின்றி தான் சார்ந்த பழங்குடிச் சமூகத்தையும் துறந்து வந்த புத்தர் உரைத்த மாற்று நெறியால் ஈர்க்கப்பட்ட அரசர்களும் வணிகர்களும் பெரிய அளவில் அவருக்கும் சங்கத்திற்கும் பொருள் உதவிகளைச் செய்யத் தயாரக இருந்தனர். சிராவஸ்தி நகரில் வாழ்ந்த அப்படியான ஒரு பெருவணிகனான அனாதபிண்டிகனின் அழைப்பை ஏற்று ஒரு முறை புத்தபகவன் தனது சீடர்களுடன் அவனது ஊருக்கு வந்தார், அனாதைகளுக்கு உதவும் தாராள மனத்தினனாகப் பெயர் பெற்றிருந்த அவன் புத்தரும் இதர பிக்குகளும் தங்குவதற்கு இளவரசன் ஜேதகுமாரனுக்குச் சொந்தமான ஒரு பூங்காவைக் கேட்டபோது அந்தப் பூங்கா முழுவதையும் மூடும் அளவிற்கு அவன் பணம் கேட்டதாகவும், அதைத் தந்து புத்தரும் சீடர்களும் தங்குவதற்கான எல்லா வசதிகளும் பொருந்திய மாளிகை ஒன்று அங்கு கட்டப்பட்டதாகவும் ஒரு வரலாறு உண்டு (*Sudatta Sutta / Cullavaggaa-VI*).

இது ஒரு மிகைப்படுத்தப்பட்ட கதை என்பதை நாம் புரிந்துகொள்கிறோம். எனினும் இதை முற்றாக ஒதுக்கிவிடவும் முடியாது. பெருவணிகர்கள் மட்டுமின்றி பிம்பிசாரன், பசனேதி

போன்ற மன்னர்களும் புத்தரிடம் பேரன்பு செலுத்தினர். மக்கள் மத்தியில் தம் கருத்துக்களைப் பரப்புவதற்கு முதன்மை அளித்த புத்தரும் அதை ஒட்டிச் சில சமரசங்களைச் செய்து கொள்ள வேண்டியதாயிற்று (அ.மார்க்ஸ், 'புத்தம் சரணம்', அடையாளம் பதிப்பகம், பக்.72 76). புத்தருக்குப் பிந்திய அடுத்த சில நூறாண்டுகளில் மாமன்னர் அசோகரின் காலத்தில் பௌத்தம் ஒரு அரச மதமாகவும் மாறியது. இத்தகைய அளவு மாற்றங்கள் புத்த சங்கத்தில் சில பண்பு மாற்றங்களையும் ஏற்படுத்தின. சிந்தனை, தர்க்கம் ஆகியவற்றுக்குக் கொடுத்த கூடுதல் அழுத்தங்கள் பௌத்தத்திலும் கருத்து முதற் சிந்தனைகள் உருவாவதற்குக் காரணமாயின என்பார் சட்டோபாத்யாயா.

சீன யாத்ரீகர்களான இட்ஷிங்கும், யுவான் சுவாங்கும் கி.பி 7 ஆம் நூற்றாண்டில் நாளந்தாவில் இருந்த பௌத்தப் பல்கலைக்கழகத்தில் பௌத்த தத்துவம் பயின்றார்கள். 10,000 மாணவர்களும் 1500 ஆசிரியர்களும் அங்கு தங்கியிருந்தனர் எனக் கூறும் அவர்கள் 500 வணிகர்கள் 100 கோடிப் பொற்காசுகள் கொடுத்து அந்த இடத்தை வாங்கித் தந்தனர் எனவும் ஐந்து அரசர்கள் அதில் ஏராளமான அறைகளைக் கொண்ட கட்டிடங்களைக் கட்டித் தந்தார்கள் எனவும் பதிவு செய்கின்றனர். கற்பது, விவாதிப்பது ஆகியவற்றிற்கே அவர்களுக்கு நேரம் போதவில்லை எனவும் குறிப்பிடுகின்றனர். அரசர்கள் பலர் கிராமங்களிலிருந்து வரும் வரிப்பணத்தை அந்தப் பல்கலைக் கழகத்திற்கு அளித்திருந்தனர் எனவும் அந்த பிக்குகளுக்கான செலவு அதிலிருந்தே ஈடுகட்டப்பட்டன எனவும் இட்ஷிங் குறிப்பிடுவதையும் சட்டோபாத்யாயா சுட்டிக் காட்டுகிறார்.

புத்தர் பரிநிப்பானம் அடைந்தவுடன் ராஜகிருகத்தில் பிக்குகளின் முதல் மகாசங்கம் கூட்டப்பட்டது. தம்மம், வினயம் ஆகிய பிக்குகளின் ஒழுக்கங்கள் குறித்த விதிமுறைகளை ஒழுங்குபடுத்துவதாகவே அச்சங்கமம் அமைந்தது எனவும் அப்பாலைக் கோட்பாடுகளுடன் (*metaphysics*) கூடிய அபிதம்மம் அப்போது விவாதிக்கப்படவில்லை எனவும் குறிப்பிடும் சட்டோபாத்யாயா இந்த முதற்சங்கத்தைப் பொருத்தமட்டில், அதில் புத்தர் காட்டிய வழியிலேயே மேற்செல்வது என்பதற்கு முக்கியத்துவம் அளிக்கப்பட்டது என்பார்.

எனினும் விரைவில் பிக்குகளுக்கு விதிக்கப்பட்ட இறுக்கமான ஒழுக்கக் கட்டுப்பாடுகளுக்கு எதிர்ப்புகள் தோன்றியதால் இரண்டாவது சங்கம் கூட்டப்பட்டது. அங்கு இந்தக் கருத்துடையவர்கள் வெளியேற்றப்பட்டனர். அவ்வாறு வெளியேறிய ஆயிரத்துக்கும் மேற்பட்டோர் கூட்டிய மகாசங்கத்தில் கலந்து கொண்டோர் “மகாசங்கிகர்கள்” எனவும் இறுக்கமான பழைய கொள்கைகளை வற்புறுத்தியவர்கள் “தேரவாதிகள்” அல்லது “ஸ்தவிரவாதிகள்” எனவும் அழைக்கப்பட்டனர். பௌத்தத்தில் முதல் பிளவு இப்படி ஏற்பட்டது.

வெளியேறியவர்கள் பிக்குகளின் ஒழுக்கநெறியை மட்டுமல்லாமல் பௌத்த பிடகங்களிலும் மாற்றங்கள் செய்தனர். எளியவர்களிலும் எளியவராக இருந்து அறம் உரைத்து வாழ்ந்த புத்தர் அவாறு செய்யப்பட்ட மாற்றங்களின் ஊடாக மானுட சக்தியைத் தாண்டிய இயற்கை அதீதக் கடவுளின் நிலைக்கு உயர்த்தப்பட்டார். விரிவான சடங்குகளுடன் கூடிய மகாயன பௌத்தம் இப்படித்தான் உருவாகியது. பௌத்ததில் கருத்துமுதல் சிந்தனைகள் ஊடுருவியதும் இப்படித்தான்.

அடுத்து கி.மு 3 ஆம் நூற்றாண்டில் அசோகரால் கூட்டப்பட்ட மூன்றாவது சங்கத்திலும் பிளவு ஏற்பட்டது. சுமார் பதினோரு சிந்தனைக் குழுவினர் இப்போது தேரவாதிகளால் வெளியேற்றப்பட்டனர். இவர்கள் நாளந்தாவில் இருந்த பௌத்த மையத்தில் அடைக்கலமாயினர். இவர்களே சர்வாஸ்திவாதிகள் எனப்பட்டனர். காஷ்மீர், காந்தாரம் ஆகிய பகுதிகளுக்கு அவர்கள் இடம் பெயர்ந்தனர். கி.பி 100 வாக்கில் கனிஷ்கரின் ஆதரவுடன் நான்காவது மகாசங்கம் கூட்டப்பட்டது. அதை ஒட்டி 500 பிக்குகள்வரை தங்குவதற்கு வசதியான பௌத்தமடம் ஒன்றும் கனிஷ்கரால் கட்டப்பட்டது. பிடக நூல்களுக்கு விரிவான உரைகள் (விபாஷங்கள்) எழுதப்பட்டன. இவ்வாறு உருவாக்கப்பட்ட விபாஷங்கள் பூர்வ பிடகங்களின் அடிப்படையில் ஆக்கப்பட்டவையாகக் கருத முடியாது எனவும் அவர்களிடம் உருவான புதிய சிந்தனைக்கேற்ப உருவாக்கப்பட்டது எனவும் சட்டோபாத்யாயா கருதுகிறார். இவ்வாறு உருவாக்கப்பட்டு சர்வாஸ்திவாதிகளால் பெரிதும் போற்றப்பட்ட ‘அபிதர்ம விபாஷகம்’ உண்மையில் ‘அபிதர்ம பிடகத்திற்கு’ எழுதப்பட்ட உரையல்ல, அது காத்யாயினி புத்ரி என்பவரால் எழுதப்பட்ட

'ஞானபிரஸ்தானம்' எனும் சர்வாஸ்திவாதிகளின் நூலொன்றுக்கு எழுதப்பட்ட வைபாஷம் என்றும் சட்டோபாத்யாயா கருதுகிறார். இவற்றைப் பின்பற்றுவோர் "வைபாஷிகர்கள்" என அழைக்கப்பட்டனர்.

மனம் சார்ந்தவை உட்பட எல்லாவற்றின் (சர்வ) இருப்பையும் (அஸ்தி) ஏற்றுக்கொண்டவர்கள் என்பதாலேயே இவர்கள் "சர்வாஸ்திவாதிகள்" என அழைக்கப்பட்டனர்.

இறந்தகாலம், நிகழ்காலம், எதிர்காலம் (சர்வ கலே அஸ்தி) என முக்காலத்திலும் இருப்பவையாக 'வஸ்து'க்களை ஏற்றுக்கொள்வதுதான் சர்வாஸ்திவாதம் என்பதாக அபிதம்ம கோஷம் விளக்கம் அளித்தது. இதன்மூலம் பௌத்தத்தின் மிக அடிப்படையான கொள்கையாக ஏற்றுக் கொள்ளப்பட்ட "எல்லாமே நிலையற்றவை ஆற்று நீரோட்டத்தில் இக்கணத்தில் பார்க்கும் துளி அடுத்த கணத்தில் இருப்பதில்லை" என்கிற "நிலையாமை' கொள்கைக்கே அவர்கள் எதிராக இருந்தனர். இப்படி அவர்களின் சர்வாஸ்திவாதம் பொருள்முதல்வாதத்திலிருந்து அகன்று கிட்டத்தட்ட ஒரு கருத்துமுதல்வாத நிலையை எட்டியது. இந்நிலையில் சர்வாஸ்திவாதத்திலிருந்து பிரிந்த "சௌந்த்ராந்திகம்" என்னும் பிரிவினர் புத்தரின் அடிப்படைக் கோட்பாடான "நிலையாமை" மற்றும் "அனைத்தும் மாறிக்கொண்டே இருக்கிறது" எனும் கோட்பாட்டை மீண்டும் வலியுறுத்தி சர்வாஸ்திவாதிகளை எதிர்த்துப் போராடினர்.

மகாயன பௌத்தத்திலிருந்து உருவான "மாத்யமிகம்" யோகாச்சாரம் ஆகிய இரு பிரிவுகளும் கருத்துமுதல்வாத நோக்கை வெளிப்படையாக ஆதரித்தன. 'மகாயனம்' என்பதன் நேரடிப் பொருள் "உயர்ந்த பாதை" என்பது. மற்ற பௌத்தர்களை அவர்கள் "ஹீனயானிகள்" என்றனர். அதாவது "தாழ்ந்த பாதை" என்பது அதன் பொருள். ஹீனயானிகள் தனிமனித நிர்வாணத்தை மட்டுமே பேசுவதாகவும், தாங்கள் மனிதகுலம் முழுமைக்கான விடுதலையைப் பேசுவதாகவும் மகாயனர்கள் விளக்கம் அளித்தனர். ஆனால் மகாயனம் என்பது பௌத்தத்தின் அடிப்படைப் பாதையிலிருந்தே எவ்வாறு விலகியுள்ளது என்பதை ஷெர்பாட்ஸ்கி துல்லியமாக விளக்குவது குறிப்பிடத்தக்கது,

இப்படியான பல போக்குகள் பௌத்தத்திற்குள் உருவான

பின்னணியில்தான் மணிமேகலை இயற்றப்படுகிறது. இந்தப் பொக்குகளில் மணிமேகலை முன்வைக்கும் பௌத்தம் எதைச் சார்ந்தது என்பதை ஆய்வாளர்கள் ஆராயும்போது காப்பியத்தின் கடைசிப் பகுதியில் முன்வைக்கப்படும் இந்தத் தத்துவ விசாரங்களின் அடிப்படையிலிருந்தே விவாதிக்கப்படுகின்றன. அப்படி இந்தத் தத்துவ விவாதங்களை மட்டும் பார்க்காமல் மணிமேகலைக் காப்பியத்தின் மொத்த அமைப்பின் பின்புலத்திலிருந்தும் நாம் அதன் கோட்பாடுகளைப் பார்ப்பது அவசியம். அப்படிப் பார்க்கும்போது மணிமேகலையின் தர்க்கம் என இப்போது அறிஞர்கள் வந்திருக்கும் முடிவுகளை மறு பரிசீலனை செய்யவும் நேரும்.

தேவிபிரசாத் சட்டோபாத்யாயா மார்க்சிய நெறிகளில் நின்று புத்தருக்குப் பின் பௌத்தத்தில் தோன்றிய மாற்றங்களைக் கிட்டத்தட்ட நிராகரிக்கிறார். நாகார்ஜுனர் தொடங்கி மேலுக்கு வரும் பௌத்த தர்க்க *(logic)* முறைகளையும் கூடப் புறந்தள்ளும் நிலைக்கு அவரது அணுகல்முறை செல்கிறது. இப்படியான "சீரழிவுகள்" அனைத்திற்கும் புத்தருக்குப் பின் அரச மதமாக பௌத்தம் மாறியதும், பிக்குகளுக்கு உடல் உழைப்பில்லாத சொகுசான வாழ்க்கை முறை ஒன்று சாத்தியமானதும்தான் காரணம் என்கிறார் சட்டோபாத்யாயா. இதில் பேரளவு உண்மை உண்டென்ற போதிலும் இதுவே முழு உண்மை ஆகாது. பௌத்தத்தின் அடிநாதமாக உள்ள பண்புகள் நாம் விவாதிக்கக் கூடிய இந்தக் காலகட்டத்திலும் கூட பல்வேறு பௌத்தப் போக்குகளில் தாக்கம் செலுத்தத்தான் செய்தன.

இன்று இலங்கை முதலான நாடுகளில் உள்ள மக்கள் கூடும் பௌத்த ஆலயங்களில் இப்படிப் பிள்ளையார், இலக்குமி உட்பட்ட இந்துக் கடவுளரும் இடம் பெறுவதைக் காண்கிறோம். இலங்கை 'ஜனாதிபதிகள்' இந்தியா வந்தால் அவர்கள் திருப்பதிக்குப் போகாமல் திரும்புவதில்லை என்பதையும் பார்க்கிறோம். இது இலங்கையில் மட்டுமல்ல. சீன பௌத்தம் 'டிராகன்' முதலான தொன்மங்களை ஏற்றுக்கொண்டுள்ளதை அறிவோம்.

இங்குதான் நாம் "மதம்" என்பதன் சில அடிப்படையான பண்புகளைப் புரிந்துகொள்ள வேண்டி இருக்கிறது. மதம் சமூக வாழ்க்கையில் ஒரு அங்கம் வகிக்கிறது. ஒரு திருமணத்தை ஆசீர்வதிப்பது *(solemnize)* அல்லது பிறந்த குழந்தை ஒன்றிற்குப்

பெயர்வைப்பது முதலான சடங்குகளின் ஊடாக அக் குழந்தையைச் அச்சமூகத்தின் உறுப்பினராக ஏற்பது முதலான அம்சங்களில் மதம் ஒரு முக்கிய பங்கு வகிக்கிறது. மரணத்திற்குப் பிந்திய நிலை *(soteriology)* என்பதோடு மனித வாழ்வில் மதத்தின் பங்கு முடிந்து விடுவது இல்லை. எனவே ஒரு மதம், "மதம்" ஆகவும் இருக்க வேண்டியும் உள்ளது. முற்றிலும் சமூக வாழ்விலிருந்து ஒதுங்கிய ஒரு இயக்க அமைப்பு போல ஒரு மதம் இருந்துவிட இயலாது.

ரொமிலா தாபர் சொல்வதுபோல அசோகரின் அகிம்சை அன்றைய சூழலில் அவரது தேச எல்லை விரிவாக்கத்திற்குத் துணைபுரிந்தது என்பது உண்மைதான். ஆனால் உலக வரலாற்றில் சிறைக் கைதிகளை முன்கூட்டி விடுவிக்கவும், மரண தண்டனைக் கைதிகளுக்கு அவர்களது வீட்டாரைச் சந்தித்து இரக்கத்தின் அடிப்படையில் விடுதலை கோரச் சொல்லி அதனூடாக அவர்களுக்கு விடுதலை அளிப்பதற்கும் என்றே சிறப்பு அரசு அதிகாரிகளை நியமிப்பது என்பதெல்லாம் வேறெங்கும் நடந்ததில்லையே. பௌத்தம் அன்றைய நிலையில் அசோகரின் பேரரசு விரிவாக்கத்திற்கு உதவி இருந்தபோதிலும் அதே நேரத்தில் அரச வரலாறுகள் எதிலும் காணப்படாத இத்தகைய அவரது அறம் சார்ந்த செயற்பாடுகளுக்கும் இந்த பௌத்தமே அடிப்படையாக இருந்தது என்பதையும் நாம் மறந்துவிடக் கூடாது.

நாளந்தா பல்கலைக் கழகத்தில் எவ்வாறு பிக்குகள் உடலுழைப்பை விட்டு தத்துவார்த்த விசாரங்களில் மட்டுமே ஈடுபட்டனர் என சட்டோபாத்யாயா விவரிக்கிறார். அது உண்மைதான். ஆனால் அன்றைய இந்தியாவின் பாரம்பரியக் குருகுலக் கல்வி முறையிலிருந்து பௌத்தக் கல்விமுறை எவ்வாறு வேறுபட்டத்து என்பதையும் காணவேண்டி உள்ளதே. ஒரே ஒரு துறையில் வல்லுனராக இருந்த ஒரு குருவிடம் அவரது வீட்டிற்குச் சென்று கல்வி கற்பது என்பதுதான் குருகுல வாசம். கடுமையான வருணாசிரம முறை அங்கு எவ்வாறு கடைப்பிடிக்கப்பட்டது என்பதற்கு சம்புகன், ஏகலைவன் ஆகியோரது வரலாறுகளே சாட்சி... ஆனால் பௌத்த பல்கலைக்கழகங்கள் என்பன பல்வேறு நாடுகளிலிருந்தும் வந்திருந்த பல்வேறு துறை வல்லுனர்களும், யுவான் சுவாங், இட்ஷிங் உட்படப் பல்வேறு நாடுகளிலிருந்து வந்திருந்த மாணவர்களும் ஓரிடத்தில் கூடி கல்வி பயின்ற இடமல்லவா...

மூன்றாவதாக பௌத்தத்தின் வளர்ச்சிப்போக்கு குறித்து சட்டோபாத்யாயா வைக்கும் விமர்சனம் பௌத்த தர்க்கமும் கூட எவ்வாறு போகப் போக பழுதுபட்டது என்பது குறித்து. இன்றளவுக்கும் உண்மை குறித்த 'சரி' / 'தவறு' எனும் இரண்டே சாத்தியங்களை முன்வைக்கும் மேலைத் தத்துவத்தைக் காட்டிலும் "நான்கு மூலைகள்" எனும் நான்கு சாத்தியங்கள் குறித்த பௌத்த தர்க்கம் மேலான சாத்தியங்களுக்குத் திறப்பு அளிப்பதாகத்தானே உள்ளது. சற்று விளக்கமாகப் பார்ப்போம்.

29. சிலப்பதிகாரம் மணிமேகலை எனும் இரட்டைக் காப்பியங்கள்

புத்தர் மிகப்பெரிய தத்துவ விசாரங்களில் தன்னை ஈடுபடுத்திக் கொண்டதில்லை. அன்று கங்கைச் சமவெளியில் நடந்துகொண்டிருந்த பல்வேறு தத்துவப் போக்குகள் மற்றும் அவற்றின் மூலம் எழுப்பப்படும் கேள்விகள் ஆகியவற்றிற்கு புத்தர் உரிய முக்கியத்துவம் அளித்து அவற்றை எதிர்கொள்ளவில்லை என்கிற விமர்சனத்தை அவர் மீது அவரது சீடர்கள் வைத்ததையும் இத் தொடரில் முன்பொருமுறை கண்டோம். மார்க்சியமும் பௌத்தமும்:

எனினும் புத்தருக்குப் பிந்திய ஆறேழு நூற்றாண்டுகளில் பௌத்த தர்க்கம் அதற்கே உரிய தனித்துவத்துடன் பிற இந்தியத் தத்துவங்களை எதிர்கொண்டது. அதில் காஞ்சி நகரை மையமாகக் கொண்டு இயங்கிய தமிழ் பௌத்த அறிஞர்களின் பங்கு மிக முக்கியமானது என்பது மட்டுமல்ல அவை பிற இந்தியப் போக்குகளிலிருந்து மட்டுமல்லாது அரிஸ்டாட்லியப் பாரம்பரியத்தில் வந்த மேலைத் தத்துவ மரபிலிருந்தும் வேறுபட்டுத் தனித்துவத்துடன் விளங்கிய ஒன்று அது குறித்துச் சற்றுச் சுருக்கமாகப் பார்க்கலாம்,

இன்று பௌத்த தத்துவம் அதற்குறிய தனித்துவத்துடன் உலகின் முக்கிய தத்துவப் போக்குகளில் ஒன்றாக விளங்குகிறது, அதன் தனித்துவத்தை நவீன சிந்தனையாளர்களான லெவி ஸ்ட்ராஸ்

வரை அங்கீகரிக்கின்றனர். மேலைத் தத்துவங்கள் அனைத்தும் அரிஸ்டாட்டலியப் பாரம்பரியத்தில் வந்தவை. அதில் ஒரு முக்கிய இடையீடாக உருப்பெற்றது மார்க்சியம்தான். இதைச் சற்று விளக்கமாகப் பார்க்கலாம்.

அரிஸ்டாட்டலியப் பாரம்பரியத்தில் அமைப்பியல் தொடங்கி பின் நவீனம் வரை இன்று ஏற்படுத்தியுள்ள மிகப் பெரிய அதிரடி மாற்றங்களைச் சற்றே ஒதுக்கிவைத்துப் பார்த்தால் இதுவரை மேலைத் தத்துவமாக அறியப்பட்டவை "முரண்பாடு" *(contradiction)* என்பதை ஒரு தத்துவார்த்தக் கருத்தாக்கமாக ஏற்றதில்லை. சரியாகச் சொல்வதானால் முரண்பாடுகளின் இருப்பை அரிஸ்டாட்டில் தொடங்கி மேலைத் தர்க்கப் *(logic)* பாரம்பரியம் அங்கீகரிப்பதில்லை. எந்த ஒரு கூற்றும் *(statement)* "உண்டு" அல்லது "இல்லை" என்கிற இருமை எதிர்வுக்குள் *(binary opposition)* அடங்க வேண்டும். எந்தக் கூற்றும் ஒன்று "சரி" யாக இருக்க வேண்டும் அல்லது "தவறு" ஆக இருக்க வேண்டும். ஏதொன்றும் இந்த இரண்டுக்கும் இடையில் ஒரே நேரத்தில் சரியானதாகவும் தவறானதாகவும்- இருக்கும் வாய்ப்பை எதிரொலிப்பதாக அமையக் கூடாது. முரண்பாடுகளுக்கு இடமற்றதாகவே எந்த ஒரு கூற்றும் அமைய வேண்டும். முரண்பாடுகளுக்கு இடையில் மூன்றாவதாக ஏதொன்றும் இருக்க முடியாது என்பதை "இடைப்பட்ட ஒன்றை ஏற்க மறுக்கும் கோட்பாடு" *(Principle of Excluded Middle)* என மேலைத் தத்துவத்தில் குறிப்பர். மூன்றாவதற்கு இடமில்லை *(tertium non datur)* என இடைப்பட்ட இருப்பு புறந்தள்ளப்படும். அதோ அந்த மலையிலிருந்து புகை வருகிறது என்றால் மேலைத் தத்துவ அடிப்படைகளின்படி அங்கே நெருப்பு இருக்க வேண்டும் என்பதே சரியான கூற்று. வேறு சாத்தியம் ஏற்கப்படுவதில்லை. பௌத்தம் இதை ஏற்பதில்லை. இதைச் சற்று விரிவாகப் பார்க்கலாம்.

பௌத்தத் தத்துவப் போக்குகளில் ஒன்றான நாகார்ஜுனரின் (கி. பி150 250) "மாத்யமிகா" அணுகல் முறையில் (மகாயன பௌத்த மரபு) முன்வைக்கப்படும் "நான்கு மூலைகள்" (சதுஷ்கோடி) எனும் கருத்தாக்கம் இங்கே கருதத்தக்கது. "உண்மை", "பொய்" என்கிற இரண்டிற்கும் அப்பால் ஏதேனும் ஒன்று ஒரே நேரத்தில் "உண்மையாகவும் பொய்யாகவும்" இருக்க முடியும் என்பது மட்டுமல்ல "உண்மையாகவும் இல்லாமல், பொய்யாகவும் இல்லாமலும்" கூட ஒன்று இருக்க முடியும் என்றார் அவர்.

இந்த நான்கு சாத்தியங்களுக்கும் நாகார்ஜுனரின் தத்துவம் இடமளிக்கிறது. மேலைத் தத்துவங்களில் காண இயலாத தனித்துவம் இது..

எடுத்துக்காட்டாக "அதோ அந்த மலையிலிருந்து புகை வருகிறது" எனும் கூற்றைச் சொல்வார்கள். புகை இருந்தால் நெருப்பிருக்கும் என்பதாக மட்டுமே கொண்டு ஏதேனும் ஒரு முடிவுக்கு வந்துவிடக் கூடாது. வேறு சாத்தியங்களும் உண்டு.

எல்லாவற்றையும் ஆம் / இல்லை என்கிற இரட்டை எதிர்விற்குள் *(binary oppositions)* அடக்கிவிட முடியாது. இரண்டிற்கும் இடைப்பட்ட சாத்தியங்கள் உண்டு என்பதை நவீன இயற்பியலும் *(physics)* ஏற்கிறது, ஐன்ஸ்டினில் சார்பியல் கோட்பாடு *(Relativity Theory)*, டீ ப்ராக்லியின் பொருட்களின் இரட்டைப் பண்பு குறித்த கோட்பாடு *(Dual Nature of Matter)*, ஹெய்சன்பர்கின் உறுதியின்மைக் கோட்பாடு *(Uncertainty Principle)* முதலியன இத்தகைய ஆம் / இல்லை எனும் இரட்டை எதிர்வுகளைச் சென்ற நூற்றாண்டில் நொறுக்கித் துவம்சமாக்கியதை நான் எனது பின்நவீனத்துவம் குறித்த கட்டுரைகளில் விரிவாக விளக்கியுள்ளேன்,

மீண்டும் தொடங்கிய இடத்திற்கு வருவோம். இந்த வகையில் பௌத்தம் மேலைத் தத்துவங்களைப் போல அல்லாமல் முரண்பாடுகளைத் தீண்டத் தகாதவையாகப் புறம்தள்ளுவதில்லை. முரண்பாடுகளை அது ஏற்கிறது.

இங்கேதான் மார்க்சியம் முரண்பாடுகளுக்குக் கொடுத்த முக்கியத்துவம் நம் நெஞ்சில் உறைக்கிறது. எல்லாவற்றுக்குள்ளும் முரண்பாடுகள் இருக்கும். முரண்பாடுகளுக்குள் மோதல் இருக்கும். மோதல்களின் ஊடாகவே சமூக இயக்கம் சாத்தியமாகும் என்பதுதான் மார்க்சீய இயங்கியலின் அடிப்படை.

மேலைச் சிந்தனையில் பெரும்புரட்சியை ஏற்படுத்திய 'பின் அமைப்பியல்' மற்றும் 'பின் நவீனத்துவ' கருத்துக்களை விளக்க முயலுவோர் க்ளாட் லெவி ஸ்ட்ராசிலிருந்துதான் தொடங்குவர். அவர், "மார்க்சியமும் புத்திசமும் ஒரே காரியத்தைத்தான் செய்கின்றன. ஆனால் வெவ்வேறு மட்டங்களில் *(Marxism and Buddhism are doing the same thing, but at different levels)* எனக் கூறியது *(1955)* குறிப்பிடத்தக்கது.

பௌத்தத் தரப்பிலிருந்தும் இது ஏற்றுக்கொள்ளப்பட்டுள்ளது. திபெத்தின் 14வது தலாய்லாமா வணக்கத்துக்குரிய டென்சின் கியாஸ்டோ,

"நவீன பொருளாதாரக் கோட்பாடுகள் எல்லாவற்றிலும் மார்க்சியம் மட்டுமே அற அடிப்படையில் அமைந்த ஒன்று. முதலாளியத்தைப் பொருத்தமட்டில் லாபம் மற்றும் லாபத்தை ஈட்டும் வழிகள் மட்டுமே முக்கியம்... சோவியத் யூனியனின் வீழ்ச்சி என்பது என்னைப் பொருத்தமட்டில் அது மார்க்சியத்திற்கு ஏற்பட்ட தோல்வி அல்ல. அது எதேசாதிகாரத்தின் *(totalitarianism)* தோல்வி மட்டுமே. இந்தக் காரணத்தால்தான் நான் இன்னும் என்னை ஒரு அரை மார்க்சிஸ்ட் அரை புத்திஸ்ட் எனச் சொல்லிக் கொள்கிறேன்"

என சோவியத் வீழ்ச்சியை மார்க்சியத்தில் தோல்வியாக முன்வைத்து பேசப்பட்ட சொல்லாடல்களின்போது *(1993)* கூறியது குறிப்பிட்டத்தக்கது.

வணக்கத்துக்குரிய டென்சின் கியாஸ்டோ அவர்கள் அத்தோடு நிறுத்தவில்லை. தொடர்ந்து அவர், "பௌத்தம் எதை மனிதர்களுக்கான பேரின்பத்தின் உச்சம் எனச் சொல்கிறதோ அந்தச் சூன்ய நிலையில் *(state of nothingness)* மனதை வைத்துக்கொண்டு மேலும் கீழுமாக நடந்து கொண்டுள்ள ஒரு 'வாக்கிங் ஸ்டிக்' போல நான் ஆகிவிட்டேன்" என கார்ல் மார்க்ஸ் ஒருமுறை கூறியுள்ளதையும் மேற்கோள்காட்டினார்.

மார்க்சியம் தோழிலாளி வர்க்கம் X முதலாளிவர்க்கம் என்கிற முரண்பாடுகளை முன் வைப்பதோடு நிறுத்திவிடுவது இல்லை. இரண்டுக்கும் இடையிலான முரண்பாடுகளின் இருப்பை அது ஏற்றுக் கொள்கிறது. சொல்லப்போனால் அதற்கு அது அதிக முக்கியத்துவம் அளிக்கிறது. அதோடு நிறுத்திவிடாமல் அந்த முரண்பாடுகளை எவ்வாறு கையாள வேண்டும் என்பதை அது அதிகம் பேசுகிறது.

நல்லது X கெட்டது, சரி X தவறு, எதிரி X நண்பன், ஆண் X பெண், இந்து X முஸ்லிம் முதலான இரட்டை எதிர்வுகள் *(binary oppositions)* மூலமாகவே உலகைப் பார்ப்பது வன்முறை மட்டுமல்ல. அது உலகைப் புரிந்து கொள்வதற்கான வழிமுறை அல்ல என்பது ஆக முக்கியம்.

மார்க்ஸ் மேலைத் தத்துவ மரபுகளில் ஒன்றான ஹெகலிய மரபில் வந்தவர்தான் என்ற போதிலும் அவர் "ஹெகலைத் தலைகீழாகக் கவிழ்த்தவர்" என அறிஞர்களால் வகைப்படுத்தப்பட்டவர். அந்த வகையில் அவரது சிந்தனைகள் அவருக்குப் பின் வந்த இன்றைய நவீன சிந்தனைகளுக்கு மிக நெருக்கமானவை.

புத்தருக்கும் நாகார்ஜுனருக்கும் இடையில் சுமார் 750 ஆண்டு கால இடைவெளி உள்ளது. புத்தருக்கும் தின்னாகர், தருமகீர்த்தி ஆகியோருக்கும் இடையில் ஓராயிரம் ஆண்டு காலம் ஓடிவிடுகிறது. இடையில் பௌத்தத்தில் பெரிய மாற்றங்கள் நிகழ்ந்து விடுகின்றன. கடவுளின் இருப்பை மறுத்தவர் புத்தர். பின்னவர்கள் புத்தரே கடவுளாக்கப்பட்ட காலத்தில் வாழ்ந்தவர்கள். இந்த வேறுபாடுகள் இருந்தபோதும் பின்னாளில் வளர்ந்தெழுந்த பௌத்த தர்க்கம் புத்தரின் அடிப்படைக் கோட்பாடுகளை விட்டுவிடவில்லை. வைதீகத் தத்துவங்களிலிருந்து அது முரண்பட்டே வந்தது. எல்லாம் இயக்கத்தில் உள்ளது என்கிற பௌத்த அடிப்படையை அது துறக்கவில்லை. இங்கு பேசப்படும் இருமை எதிர்வு என்பதும் கூட புத்தர் உரைத்த 'ஓடிக் கொண்டிருக்கும் நீரில் இந்தக் கணத்தில் இருக்கும் நீர்த்துளி அடுத்த கணத்தில் இருப்பதில்லை' எனும் கருத்தாக்கத்தின் அடிப்படையில் உருவானதுதான்.

இந்தப் பின்னணியோடு நாம் மணிமேகலைக்குத் திரும்புவோம். ஒரு முக்கிய தத்துவ விசாரங்களின் மையமாக காஞ்சி உருப்பெற்றுக் கொண்டிருந்த தொடக்கத்தில் இயற்றப்பட்டது மனிமேகலை. பௌத்த தர்க்கப் போக்கை உருவாக்கியவர்களில் ஒருவரான தின்னாகர்தான் சாத்தனாரின் கைவண்ணத்தில் அறவண அடிகளாக இடம்பெறுகிறார் என்றொரு கருத்தும் உண்டு.

நூல் குறித்த ஒரு முன்னுரைப்பாக அமைகிறது மணிமேகலையின் பதிகம். இதனைக் "கதை பொதி பாட்டு" எனக் கூறுவதும் உண்டு. அதாவது நூலின் அமைவு, கதைப்போக்கு ஆகியவற்றைச் சுருக்கமாக அறிமுகம் செய்யும் பகுதி இது. அன்று விளங்கிய பல தத்துவப் போக்குகளையும் ஒரு ஆணைப் போல பொய் உருக் கொண்டு கேட்டறிந்த மணிமேகலை அப்பொய்யுருவைக் களைந்து ஒரு தவமுனியாய் வடிவு கொண்டு அறவணரின் பாதத்தை வணங்கி தரும நெறிகளைக் கேட்கலானாள் என காவியத்தின் இறுதிப் பகுதி குறித்துக் கூறுகிறது இப்பதிகம்.

"மணிமேகலைத் துறவு" எனும் இக்காவியம் முப்பது பாட்டுக்களாக அமைக்கப்பெற்றது எனவும், பெரும் வண்மை மிக்க தமிழ்த்திறம் கொண்டதாக இதனை ஆக்கியவர் வளம்மிக்க தானிய வணிகரான சாத்தனார் எனவும், அவர் கூற இளங்கோ அடிகள் அருள்கூர்ந்து அதனைக் கேட்டதாகவும் கூறும்.

இவ்வாறு நூற்பாயிரம் மணிமேகலை காவியத்தை "மணிமேகலை துறவு" எனக் கூறுவது கவனத்துக்குரியது. நீலகேசி உரையிலும் இக்காவியம் பற்றி இவ்வாறே ஒரு குறிப்பு உண்டு. காவியம் என்பதற்கான பொருள் *(subject matter)* குறித்து விளக்கும்போது அறம், பொருள், இன்பம், வீடு எனும் நான்கு நிலைகளையும் அது தன்னகத்தே கொண்டிருக்க வேண்டும் என இந்தியக் காவிய மரபு வகுப்பதை அறிவோம். பல்வேறு வகைகளில் தனித்துவம் மிக்கதாக விளங்கும் இன்னொரு முக்கிய தமிழ்க் காப்பியமான சிலப்பதிகாரம், காப்பியம் உரைக்க வேண்டிய இறுதி நிலையாகிய "துறவு" என்பதில் முடிவதில்லை. மணிமேகலையோ ஒரு வகையில் மாதவியின் துறவோடு தொடங்குகிறது. மணிமேகலை எனும் சிறுபெண், பல்வேறு இடர்ப்பாடுகளை எல்லாம் தாண்டி, துறவுக்குரிய ஏதுக்களை எல்லாம் அடைந்து முற்றிக் கனிந்து துறவு நிலை அடையும் வரலாற்றைச் சொல்வது. அந்த வகையில் இந்த இரு காப்பியங்களையும் ஒரு சேரக் கொண்டு அறம், பொருள், இன்பம், வீடு எனும் நான்கு நிலைகளையும் அகத்தே கொண்ட இரட்டைக் காப்பியங்களாகக் குறிப்பதுண்டு.

சிலப்பதிகாரத்தின் அடைக்கலக் காதையில் கோவலன் மாடலனிடம் தான் கண்ட தீய கனவொன்றைச் சொல்வான். "பெருநகர் ஒன்றில் கீழ்மகன் ஒருவனால் கண்ணகி நடுங்கித் துயருறும் நிலை ஏற்படுகிறது. நான் ஆடையின்றி எருமை ஒன்றின் மீது ஊர்ந்து செல்கிறேன். அதன் பின் என் அழகிய மனைவியோடு பிறப்பறுத்தார் பெறும் பேறை அடைகிறேன். பின்னர் காமக் கடவுள் வெறுத்துப் போய்த் தன் மலரம்புகளை எறிந்துவிட்டு கையறுநிலை அடைந்து ஏங்கும் வண்ணம் அணிதிகழும் போதி அறவோனிடம் மாதவி மணிமேகலையை அடைக்கலமாக்குகிறாள்..." (சிலம்பு 15: 95 -105) எனக் கண்ட கனவின் ஊடாக மணிமேகலை பௌத்த துறவி ஆவாள் என்பதைச் சொல்வான். இதன் ஊடாக இளங்கோ அடிகள் இரு காப்பியங்களையும் இணைத்து அறம்,பொருள், இன்பம், வீடு எனும் நான்கு புருடார்த்தங்களும் தோன்றப்

பெறும் இரட்டைக் காப்பியங்களாக முன்னிறுத்துவதாகவும், இரண்டு காப்பியங்களையும் இப்படி ஒன்றாக இணைத்துப் பார்க்க வேண்டும் என்கிற எண்ணம் இளங்கோ அடிகளுக்கே இருந்தது எனவும் இதற்கு விளக்கமளிப்பதுண்டு *(Dr,S.Krishnaswami Iyangar,. Manimekalai in its Historical Settings).*

30. பிற மத தர்க்க முறைகள் எவ்வாறு பிழை என விளக்கும் அறவணர்

ஆறுருவில் பல்சநயக் கணக்கர்களையும் கண்டு அவரவர் நூல்கள் உறைக்கும் சநய நுண்பொருள்களை அறிந்துவந்த மணிமேகலை, இறுதியில் அவை எதுவும் செம்மையானவை அல்ல என உணர்ந்ததால் அவற்றைத் தான் சிந்தையில் கொள்ளவில்லை எனக் கூறி அறவண அடிகளைப் பணிந்து, அடிகள் மெய்ப்பொருள் அருள்வீர் என்றனள்.

சொல்வேன்! நுணுக்கமாகக் கேள், நீ பழுதற்ற ‘பிரத்தியம்’ (பிரத்தியட்சம்) மற்றும் பழுதற்ற ‘கருத்து’ எனும் இரண்டே அளவைகளைத்தான் ஆதி புத்தன் நமக்கு அருளிச் சென்றான் என அறவணர் பௌத்த அறம் உரைக்கத் தொடங்கினார்.

குற்றமற்ற காட்சி மற்றும் குற்றமற்ற கருத்து ஆகியனவே கோதம புத்தர் அருளியுள்ள தர்க்க அடிப்படைகள் என அறவணர் கூறுவதிலிருந்து காட்சியும் சரியானதாக இருக்க வேண்டும், அதனூடாக நாம் கொள்ளும் கருத்தும் சரியாக இருக்க வேண்டும் என்பதே தர்க்கத்தின் அடிப்படை என்றாகிறது. புத்தரின் காலத்திலிருந்து அன்று ஆயிரத்து இருநூறு ஆண்டுகள் ஓடிவிட்ட நிலையில் இடைக்காலத்தில் பௌத்த ‘தர்க்கம் எத்தனையோ வளர்ச்சிகளைக் காணத் தொடங்கி இருந்த போதிலும் எல்லாவற்றிற்கும் சாக்கிய புத்தர் சொல்லிப் போனவையே

அடிப்படை என அறவணர் இதன் மூலம் உணர்த்துகிறார். தொடர்ந்து அவர் கூறுவன:

ஒன்றின் பொருண்மையை உணர்த்தும் சுட்டுணர்வை மட்டுமே பிரத்தியட்சம்

அல்லது காட்சி என்று சொல்பவர்கள், பொரு ளின் நாமம் பெயர், சாதி (வகைப்பாடு), குணம் (பண்பு), தொழில் (செயல்) முதலிய வற்றை கருத்தளவிலான அனுமானங்கள் என ஒதுக்குவர். இதன் பொருள் நாம் எதிர்கொள்பவற்றை அதற்கு இடப்பட்டுள்ள பெயர், சாதி முதலானவற்றின் ஊடாக மதிப்பிடுவதைக் காட்டிலும் அவற்றின் பொருண்மை கொண்டே மதிப்பிட வேண்டும் என்றாகிறது.

காரணம், காரியம், சாமானியம் ஆகிய வற்றின் ஊடாக மேற்கொள்ளப்படும். அனுமானங்களை *(Inferences)* பொதுவாகப் பார்த்தால் அவற்றில் பிழை ஏற்பட வாய்ப்புண்டு.என அறியலாம். இவற்றுள் பிழைபடாதது எது எனச் சொல்வோமானால் நெருப்பில் புகை என்பதுபோன்ற காரிய அனுமானமே. ஏனைய அளவைகள் எல்லாம் கருத்தின் அடிப்படையிலேயே உருவாகிறவை.

பிழைக்கு வாய்ப்புள்ளவை.

மேற்கோள் (பக்கம்). எது. எடுத்துக்காட்டு (உபமானம்), தருவித்தல் (உபநயம்) முடிவு (நிகமனம்) என்பன ஐந்து அனுமான உறுப்புகளாம். இம்மலையில் நெருப்பு உண்டு என்பது 'பக்கம்' அதாவது ஒரு மேற்கோள் இதை நிறுவுவதற்கு இது புகை உடையதால் அங்கு நெருப்பு உண்டு என்பது பொருந்தும் 'ஏது பொருத்தமாக அமைந்த ஒரு அடுக்களை போல என உவமிப்பது 'திட்டாந்தம்' இம்மலையும் புகை உடையதாக உள்ளது என்பது 'உபநயம்' புகை உடையது எதுவோ அது நெருப்புடையது என்பது நிகமனம்

நெருப்பு இல்லாத எதுவும் தண்ணீரைப் போல அது புகையும் இல்லாததாகும் என்பது வைதன்மிய திட்டாந்தம் முன்னர் கூறிய புகை இருந்தால் அடுக்களைபோல அங்கு நெருப்பிருக்கும் என்பது சாதன்மிய திட்டாந்தம்.

காரியம், காரணம், பொது என ஏது வகைகள் மூன்று என்பதை அறிவோம். இம்மூன்றில் பிழையாததும் தூய்மையானதும் ஆன காரிய ஏது இயல்பாக (சுபாவமாக) அமையுமாயின் அது பக்க

தன்ம வசனம் எனப்படும். "சத்தம் நிரந்தரமானதல்ல" என்றால் அது பக்கம். ஏனெனில் அது இயற்கை அல்ல. எழுப்பப்படுவது. இப்படித் தொழிலைச் சுட்டிச் சொல்லுதலால் இது பக்க தன்ம வசனம்' ஆகிறது.

பண்ணப்படுகிற எதுவும் நிரந்தர மானதல்ல பானையைப் போல" என்பது சபக்கத் தொடர்ச்சி பண்ணப்படாத எதுவும் நிரந்தரமானது ஆகாயத்தைப் போல" என்பது விபக்கத் தொடர்ச்சி அது "மீட்சி மொழி" என அறியப்படும். விபக்கம் என்பது எதிர் கொள்கை. 'சபக்கம் என்பதன் எதிர்மறை தின்னாகர் இதை 'வெதிரேக வசனம்' என்பார்.

இனி அநன்னுவ அநுமானத்தால் பொருளை அறியும் முறையைக் காண்போம். 'அந்னுவம்' என்பது காரண காரியத் தொடர்ச்சியைக் குறிப்பது. அநன்னுவம்" என்பது அந்னுவம் என்பதன் எதிர்மறை. அதாவது காரண காரியத் தொடர்ச்சி இல்லாதது. இவ்வெற்றிடத்திலே குடம் இல்லை எனும் கூற்று ஒரு செம்மையான பக்க மொழி அது அங்கு தோன்றாமையால் அது அங்கு இல்லை என்றாகிறது. இது பக்கதன்ம வசனம் ஆகும். "முயலுக்குக் கொம்பில்லாததால் அதை நாங்கள் பார்க்கவில்லை" எனும் கூற்று இவ்வகையில் பெறப்படும் சபக்கத் தொடர்ச்சி 'யாதொன்று உள்ளதோ அது கையில் உள்ள நெல்லிக் கனி போலக் காணப்படுவதாம்" எனும் கூற்று இவ்வகையில் பெறப்படும் விபக்கத் தொடர்ச்சி மொழியாகும்.

இப்படியாக ஏதுக்கள் பொருளைச் சாதிக்கின்றன புகை என்ன காரியத்தைச் செய்தது என்றால் புகையுள்ள இடத்தில் நெருப்பு உண்டு' எனும் உண்மையைச் சாதித்தது. 'காரியமாகிய புகை காரணமாகிய நெருப்பைச் சாதித்தது எனலாம்.

புகையுள்ள இடத்தில் நெருப்பு உண்டு என்பது அந்னுவயம் உடன்பாட்டு உடனிகழ்ச்சி) "நெருப்பில்லாத இடத்தில் புகையில்லை" என்பது 'வெதிரேகம் எதிர்மறை உடனிகழ்ச்சி'...

இப்படி எது ஒரு சாதனமாக அமைந்து நெருப்பு எனும் உண்மையைச் சாதித்தது. என்றால் நெருப்பின் விளைவாக உருவான புகையின் மேல் நோக்கிய பயணம் மற்றும் வளைந்து படர்ந்த பயணம் இரண்டும் அவற்றுக்குக் காரணமாய் அமைந்த நெருப்பி லிருந்து தோன்றிய காரியங்கள் ஆகும். இப்படி மேல்

நோக்கியும் பக்கமாகவும் சென்ற புகை இரண்டும் தாம் தோன்றிய இடத்தே நெருப்புள்ளது என்பதை எப்படிச் சாதிக்கும்?

உடன்பாட்டு உடன் நிகழ்ச்சியால்(அந்நுவயம் இப்பொருள் உண்மை சாதிக்கப் படும் எனக் கொண்டால் என்ன நேரும்? முன்னொரு காலத்தே ஓரிடத்தில் ஒரு கழுதையும் கணிகையும் இருப்பதை ஒருவன் கண்டான். பிற்காலத்தே அவன் கழுதையைக் கண்டவுடன் அவ்விடத்தே கணிகையும் இருப் பாள் என அவன் அனுமானித்தால் அது சரியா? ஆக இங்கு அந்நுவயம் பிழைபடுகிறது.

இனி எதிர்மறை உன் நிகழ்ச்சியும் வெதிரேகம்! எவ்வாறு பிழைபடுகிறது எனக் காண்போம். நெருப்பில்லாத இடத்திலே புகையும் இல்லை எனத் துணிவது எதிர்மறை உடனிகழ்ச்சி (வெதிரேகம்) ஒரு எடுத்துக்காட்டு நாய் வால் இல்லாதிருக்கும் ஒரு கழுதையின் பிடரியிலே நரி வாலும் இல்லை என ஒருவன் காண்கிறான். இவன் சிறிதோரிடத்தில் ஒரு கழுதையின் பிடரியில் நரிவாலைக் காணாதபோது தனது வெதிரேகப் பார்வையின் ஊடாக அங்கு நாய் வால் இருப்பதாக அனுமானித்தால் அது சரியா? ஆக அந்நுவயம். வெதிரேகம் எனும் இரு அனுமானங்களுமே உண்மையை அறிதற்குப் பொருத்தமற்றவை என்றாகிறது

பக்கம் முதலியவற்றோடு கூறப்பட்ட ஐந்து உறுப்புகளில் மீதமுள்ள உபநயம். நிகமனம் எனும் இரண்டும் மூன்றாவதாகிய திட்டாந்தத்தில் அடங்கிவிடும் எனவே அவையும் பொருத்தமற்றவை என்றாகிறது.

ஆக பிறமத தர்க்கங்கள் எவ்வாறு உண் மையை அடைய இயலாதவையாக உள்ளன என்பதை விளக்கிய அறவணர் அடுத்து தம் மதமான பௌத்த தர்க்கம் குறித்து மணிமேகலைக்கு உரைக்கத் தொடங்கினார்.

31. அறவணர் கூறும் அநுமான விளக்கங்கள்

இந்திய தத்துவ மரபில் 'அநுமானம் என்பதற்கு மூன்று 'பக்கங்கள்' உண்டு என்பர். ஏதேனும் ஒரு துணிபொருளை வைத்தே நாம் ஏதொன்றையும் அநுமானிக் கிறோம். அந்தத் துணி பொருளுக்கு இடமாக இருப்பது பக்கம் அதற்கு எடுத்துக்காட்டாக இருப்பது 'சுபக்கம்'. பொருள் இல்லாத இடம் 'விபக்கம். அந்த வகையில் விபக்கம் என்பது எதிர்மறை.

பக்கம். ஏது. திட்டாந்தம் இந்த ஒவ்வொன்றிலும் நல்லவையும் உண்டு, தீயவையும் உண்டு எனத் தன் மதமான பௌத்தம் உரைக்கத் தொடங்குவார் அறவணர். நல்லவை என்பவை குற்றமற்றவை. தீயவை என்பவை குற்றமுடையவை. அதாவது போலியானவை. பக்கம். எது திட்டாந்தம் என்கிற மூன்றும் நல்லனவாயின் அனுமான மும் நல்லதாக அதாவது சரியான தாசு அமையும் அப்போது அவை ஒவ்வொன்றும் 'நன்பக்கம்". 'நல்லேது,'ஏதமில் கிட்டாத்தம் என அழைக்கப்படும்.

நன்பக்கம் என்பது வெளிப் படையாக விளங்கத் தோன்றி நிற்கும் தன்மையதாகவும். (தன்மி) அவ்வாறு வெளிப்பாடு கொள்ளும் சாத்தியக்கூறுகள் கொண்டதாகவும் (தன்மம்) விளங்கும். பிறிதொன்றி லிருந்து வேறுபட்டிருக்கும். கூறுகளையும் கொண்டிருக்கும். சத்தம் அநித்தம்' என்றும். 'சத்தம் நித்தம்' என்னும் வரும் இரண்டினுள் ஒன்றை மேற்கொண்டு எது மற்றும்

திட்டாந்தங்களால் உறுதி செய்யப்படும். தன்மியாவது சத்தம் அதனைச் சாதித்ததற்குப் பொருந்தும் தன்மமாவது நித்தமும் அநித்தமும் நித்தம் என்பது நிலைத்திருப்பது. அநித்தம் என்பது நிலையின்மை.

நிகழும் நல்லேது என்பது மூன்று வகையாக வெளிப்படும். அது சொல்லப்பட்ட பக்கப் பொருளில் ஊன்றி நிலைபெற்று இருக்கும். சபக்கப் பொருளிலும் உளதாகும். விபக்கத்தில் அறவே இருக்காது.

நல்லேது என்பது சபக்கத்தின் கண் நின்று சாதிக்கும் எனும்போது எடுத்துக்காட்டும் பொருளின் பொதுத் தன்மத்தோடு அதன்மீது சாத்திய தன்மம் ஒத்திருக்க வேண்டும். சத்த அநித்தம் சாதிப்பது என்பது அநித்த தன்மத்துக்குரியதான 'செய்யப்பட்ட குடம் போல' என்பதாக இங்கு விளக்கப்படுகிறது. அநித்தம் அல்லாததற்கு 'செய்யப்படாத ஆகாயம் எடுத்துக்காட்டப்படுகிறது. அது பண்ணப்படாதது. பண்ணப்படுவது மற்றும் செயலினூடாகத் தோன்றுவது என்பன பக்கம்'. 'சபக்கம்' இரண்டிலும் உள்ளன. 'விபக்கத்தில்' அது கிடையாது. ஆக விபக்கம் என்பது அநித்தம் என்பதற்கு மிகவும் பொருத்தமான ஏதுவாய் அமையும்.

குற்றமற்ற நல்ல திட்டாந்தம் என்பது 'சாதன்மியம்', 'வைதன்மியம்' என இருவகைப் படும் சாதன்மியம் என்பது உடன்பாட்டு நெறி (அன்னுவயம்). பண்ணப்பட்ட குடம் என்பதுபோல அநித்தமானதைக் குறிக்கும். வைதன்மிய திட்டாந்தம் என்பது சாத்திய தன்மம் இல் லாத இடத்தில் பக்கு தன்மமாகிய ஏதுவும் இருக்காது. இவ்வாறு வகைப்படுத்துவதே குற்றமில்லாமல் சாதிப்பதற்கான வழி யாகும். 7

இங்கொரு இடையீடு: 'அநித்தம்' என்பதற் குச் 'செய்யப்பட்ட குடம்' என்கிற இந்த எடுத்துக்காட்டு ஐந்தாம் நூற்றாண்டு தின்னாகரின் நியாயப் பிரவேச'த்திலும் உள்ளது. அதை அடிப்படையாகக் கொண்டு மணிமேகலையின் காலம் நியாயப் பிரவேசத்திற்கும் பின் எனும் கருத்தை சோ.ந.கந்தசாமி முதலானோர் முன்வைப் பர். பவுலா ரிச்மானும் மணிமேகலையின் காலத்தை ஆறாம் நூற்றாண்டுவரை கொண்டு செல்வார். ஆனால் மணிமேகலை குறித்து விரிவாக ஆய்வு செய்துள்ள கிருஷ்ணசாமி அய்யங்கார் அது நியாயப்பிரவேசத்திற்கு முற்பட்டது என்கிறார்.

அறவணரின் அற உரையைத் தொடர்வோம்:

தீய பக்கம், தீய ஏது, தீய எடுத்துக்காட்டு ஆகியன முறையே பக்கப் போலி. ஏதுப்போலி, திட்டாந்தப் போலி ஆகும். இதில் பக்கப் போலி ஒன்பது வகைப்படும். அவை :

1. பிரத்தியக்க விருத்தம்: 'சத்தம் என்பது செவிக்குப் புலனாகாது" என்பது போல கண்ணால் கண்ட காட்சிக்கு மாறாக உரைப்பது போன்ற குற்றம்.

2. அநுமான விருத்தம்: அநித்தியமானதான (மண்) குடத்தை நித்தியம் எனக் கூறுவதைப் போல கருதல் அளவையால் கொள்ளப்பட்ட ஒன்றை மாறுபடக் கூறும் குற்றம்.

3. சுவசன விருத்தம்: தான் சொல்லும் சொற்களிலேயே ஒன்றுக்கொன்று முரணாகச்சொல்வது. 'என் தாய் மலடி எனக் கூறுவது ஒரு எடுத்துக்காட்டு.

4. உலக விருத்தம்: உலகத்தாரின் பொதுக் கருத்துக்கு மாறாகக் கூறல் எ.கா: நிலவைக் காட்டி, "இது சந்திரன் அல்ல" எனக் கூறல்.

5. ஆகம விருத்தம்: தான் ஏற்றுக்கொண்ட நூலுக்கு மாறாகக் கூறல் (எ.கா): அநித்தியவாதியாக உள்ள ஒரு வைசேடிகன், அநித்தியமான ஒரு பொருளை "நித்தியம்" எனக் கூறல்.

6. அப்பிரசித்த விசேடணம்: தத்தமக்கு எதிரியாக நிற்பவருக்கு தாம் சாதிக்கும் பொருள் உண்மை தெரியாமை. (எ.கா): தன் கருத்துக்கு மாறுபட்டவனாக எதிர் நிற்கும் ஒரு சாங்கிய மதவாதியை நோக்கி : ஒரு பௌத்தன். 'சத்தம் அநித்தம்' என்பது. சாங்கியன் நித்தம்' எனும் கொள்கை உடையவன் ஆதலால் அது 'அப்பிரசித்தம்' எனும் குற்றமாகும். வாதி, பிரதிவாதி இருவருக்கும் இடையே துணிபொருள் பிரசித்தமாக இருக்க வேண்டும். இல்லாவிட்டால் அது குற்றம் என்பதே இதன் பொருள். பால் வெண்மையானது என ஒரு பார்வையற்ற மாற்றுத் திறனாளியிடம் சொல்வதை அப்பிரசித்த விசேடணம் என்பதற்கு எடுத்துக்காட்டாகக் கூறுவர்.

7. அப்பிரசித்த விசேடியம்: எதிரிக்குத் தன் கருத்து பிரசித்தமாகாதிருத்தல் எனும் குற்றம். சாங்கியன் பிரதிவாதியாக நின்ற பௌத்தனை நோக்கி, "ஆன்மா சித்துப் பொருள்" எனச் சொல்வானானால் அது குற்றம் ஏனெனில் பௌத்தன்

அநான்மவாதி ஆன்மாவை ஏற்காதவன். ஒரு பார்வையற்ற மாற்றுத் திறனாளியிடம் பால்போல வெண்மையானது எனக் கூறுவதை எடுத்துக்காட்டாக அநுமான விளக்க ஆசிரியர் குறிப்பிடுவார்.

8. அப்பிரசித்த உபயம்: வாதிகூறும் பொருளின் சாத்தியம் அறியாதவராக எதிர்வாதி இருத்தல் : ஒரு வைசேடிகள், பௌத்தனை நோக்கி, சுகம் முதலான தொகைப் பொருள்களுக்குக் காரணம் ஆன்மாதான் எனக் கூறுவது. ஏனெனில் ஆன்மா, சுகம் இரண்டையுமே பௌத்தர் ஏற்பதில்லை.

9. அப்பிரசித்த சம்பந்தம்: எதிர் வாதி ஏற்றுக் கொள்ளும் ஒரு பொருளினைச் சொல்லித் தானே எதிரிக்குச் சாதித்துத் தருதல் (எ.கா: ஒரு பௌத்தனிடம் அவனது எதிர்வாதி. சத்தம் அநித்தம் எனச் சொல்வானானால் அதுவே அவன் கொள்கையும் கூட

10. ஏது போலி: இது மூன்று வகையானது. அவை: அசித்தம், அனைகாந்திகம் விருத்தம் இவை ஒவ்வொன்றும் தமக்குள் பலவாகப் பிரியும்.

அடுத்து அறவணர் இந்த மூன்று ஏதுப் போலிகளையும் விரிவாக விளக்கத் தொடங்குவார். பௌத்த தர்க்கம் இந்த 'எது' (ஹேது) எனும் தத்துவக் கருத்தாக்கத்திற்கு அளிக்கும் முக்கியத்துவத்தைத் தொடர்ந்து பார்த்து வருகிறோம். துறவை நோக்கிய மணிமேகலையின் நகர்வில் இந்த நல்ஏது முகிழ்ப்புகள் தொடர்ந்து அடையாளம் காட்டப்படுவதைக் காண்கிறோம் நல் ஏதுக்களைப் போலிகளிலிருந்து வேறுபடுத்தி நுனித்தறிவது அவசியம் என்பதால் அது இங்கு விரிவாக விளக்கப்படுகிறது. அவற்றைச் சுருக்கமாகப் பார்க்கலாம்.

(அ) முதலில் நான்கு அசித்தங்களை அறவணர் சுட்டிக்காட்டுவார். அவை:

1. அசித்தம்: ஏது என்பது ஒருவர் சாதிக்க விரும்புவதற்குச் சாதனமாக அமைவது. அவ்வாறின்றி அது இருவருக்குமே சாதகமாக அமையாதபோது அதை உபய அசித்தம் என்கிறோம். சத்தம் கண்ணாற் காணப்படுவதால் அது அநித்தமானது. அது

இருவருக்கும் பொருந்தாது. ஏனெனில் சத்தம் கட்புலத்திற்கு உரியதல்ல

2. *அந்நியதரா அசித்தம்;* பிரதிவாதிக்கு வாதி முன்வைக்கும் எது ஒரு சாதனமாக அமையாது போகும் நிலையை இது குறிக்கிறது. 'அதித்தம்' என்பதை ஒரு சாங்கியனுக்கு விளக்க ஒருவன் அது செயலினூடாகத் தோற்றம் கொள்வதால் அது அதித்தமாகும் என்றால் அது அந்தச் சாங்கியனுக்குச் சித்த வெளிப்பாடாக அமையாமல் செயல் மூலமான வெளிப் பாடாக முன்வைக்கப்படுவதால் அது பயனற்ற ஏதுவாகும். அதாவது 'அறித்தம் என்பதை சாங்கியனாகிய பிரதிவாதிக்கு விளக்க வாதிக்கு உதவாது.

3. *சித்தா அசித்தம்:* வாதி தன் வாதத் கிற்குச் சாதகமாக முன்வைக்கும் ஏதுவே ஐயத்திற்கு இடமாளதாக அமைதல் மூட்டமாகத் தோன்றுவது பனியோ இல்லை புகையோ என்பதே உறுதிச் செய்யப்படாத நிலையில் அதைத் தூய புகை எனக் கொண்டு அங்கே நெருப்பு உள்ளதெனத் துணிதலைப் போன்றது இது.

4. *ஆசிரயா அசித்தம்:* மாற்றுக் கருத்துடைய பிரதிவாதி ஏற்றுக் கொள்ளப்படும் தன்மி அல்லாத ஒன்றை முன்வைத்து வாதி தன் கருத்தைச் சாதிக்க முனைதலால் ஏற்படும் பிழை சத்தமாகிய குணம் உடையதால் ஆகாசம் ஒரு பொருளாகும் என அவன் கூறுவானே ஆகில், ஆகாசம் என்பதைப் பொருள் எனக் கொள்ளாத பிரதிவாதிக்கு அந்த ஆகாச மாகிய அந்தத் தன்மியே சித்தம் ஆகாது.

ஆ. அநைகாந்திகம் ஆறு:

இனி ஆறு அனைகாந்திக ஏது போலிகளாக அறவணர் கூறுவதைப் புரிந்து கொள்ள முயல்வோம் வாதி, பிரதிவாதி இருவரும் சாதகமாக முடிவுகோடத்தக்கதாக அமையும் நிலை என இதைப் பொருள் கொள்ளலாம்.

1. சாதாரணம்: சபக்கம், விபக்கம் எனப்படும் இரண்டுக்குமே பொதுவாக இருத்தல் சாதாரணம் ஆகும். சத்தம் அறியப்படக் கூடியதாக இருப்பதால் அது அநித்தமானது எனக் கூறினால் அது நித்தம். அநித்தம் என இரண்டுக்குமே பொருந்தும் குடம்போல

அநித்தத் தன்மையுடையது என இதைப் புரிந்துகொள்வதா இல்லை ஆகாசம் போல நித்தத் தன்மை உடையது என ஏற்பதா எனப் பிரதிவாதி கேட்பதற்கு இது பதிலாகாது என்பதால் இங்கே சாதிக்கப்பட்டது போலியாயிற்று.

2. அசாதாரணம்: தன் கருத்தைச் சாதிப்பதற் காகச் சொல்லப்பட்ட பக்க வசனத்திற்குப் பொருந்திய ஏதுவானது சபக்கம், விபக்கம் இரண்டுக்குமே பொருத்தமில்லாமல் போவதை இது குறிக்கிறது சத்தம் நித்திய மானது. ஏனெனில் அது கேட்கப்படுகிறது. என்றால் 'கேட்சுப்படுதல்' எனும் ஏது பக்கப் பொருளாகிய சத்தத்திற்கு உரிய தாகவே உள்ளது. சபக்க, விபக்கப் பொருளில் பொருந்தவில்லை. எனவே இது ஐயத்துற்குரியதாகி அநைகாந்திகம் எனும் குற்றத்திற்குள்ளாகிறது. சபக்கம் என்பது பக்கத்திற்குச் சார்பான மேற்கோள் விபக்கம் என்பது எதிரானது.

3. சபக்க ஏகதேச விருத்தி விபக்க வியாபி: இந்த ஏதுப்போலி சபக்கப் பொருள்களில் ஏதேனும் ஒன்றில் பொருந்தியும் விபபம் பொருள்கள் எல்லாவற்றிலும் பொருந்தியும் இருப்பதாகும். சித்த செயலிடத்தே தோன்றுவது அல் எனப் பக்கப் பொருள் கூறி ஏனெனில் அது அடுத்தமாதவால் என அதற்கொரு எதுவும் கூறினால் அதை ஏற்க இயலாது ஏனெனில் 'அறித்தம்' என்ற எது செயலிடைத் தோன்றாமைக்குச் சுபக்கமாக அமையும் மின் மற்றும் ஆகாசம் ஆகிய இவற்றுள் 'மின் விடத்தே பொருந்தியும் ஆகாசத்திடையே பொருத் தாமையும் உடையதாக அமையும்: அதாவது விபக்கம் என்பது மின் குடம் முதலான அறித்தப் பொருள்களோடு பொருந்துவதாகிறது எனவே மின்போலவும் குடம் போலவும் அழிந்து செயலிடத்தே தோன்றாது போகுமோ எனும் ஐயத்திற்கு இடமாகும்.

4விபக்க ஏகதேச விருத்தி சபக்க வியாபி: எது விபக்கத்தில் ஓரிடத்தில் மட்டும் பொருத்தி சபக்கத்தில் எல்லாவற்றிலும் சமமாகப் பொருந்தி அமையும் எதுப்போளியை இது குறிக்கிறது. சத்தம் அதித்தமாதலால் அது செயலிடைத் தோன்றும் என்றால் அதன் பொருள் என்னர் அறித்தமான எது செயலிடைப் பொருந்துவதற்கு விபக்கமாக விளங்கும் ஆகாயம் மின் என்னும் இரண்ட லுள் மின்னுக்குப் பொருந்துவதாகவும் ஆகாசத்திற்கும் பொருந்தாமலும் அமையும். முதலியவற்றுள் எங்கும் முற்றும்

பொருந்து வதாகி அரைகாத்திகம் எனும் குற்ற முடையதாக அமையும். எனவே மின்போல அநித்தமாய்ச் செயலிடைத் தோன் றாதோ? இல்லை குடம்போல் நித்தமாய்ச் செயலிடைத் தோன்றுவதோ என ஐயத்திற்கு இடமாகிப் போலியாகும். இது சபக்கப் பொருள்களான குடம்

5. உபையக தேச விருத்தி: இந்த அனை காத்திக எதுப்போலி சபக்கம் விபக்கம் இரண்டிற்கும் உரியதாக ஒவ்வொன்றிலும் ஓரோரிடத்தில் பொருந்துவதாக அமைவது 'சத்தம் நித்தம் எனும் பக்க வசனமும் அது அமூர்த்தம் (உருவமற்றது) தால் என அதற்கொரு எதுவும் கூறிவால் அதன் பொருள் என்ன? அமூர்த்தம் எனும் ஏது நித்தமான சபக்கத்தில் அடங்கு கிற ஆகாசம், பரமாணுக்கள் எனும் இவற்றுள் ஆகாசத்துள் நிகழ்ந்து. பரமாணுக்களின் கண் நிகழாதுள்ளது. எனப் பொருளாகும். இது பொருந்தாது. விபக்கத்தில் அடங்குபவையான குடம் 'இன்பம்' என்பவற்றுள் இன்பத்திற்குப் பொருத்தமாகவும். குடத்துக்குப் பொருத்த மின்றி ஒழிவதாலும் சபக்கம் விபக்கம் எனும் இரண்டிலும் ஒரே நேரத்தில் (ஏக தேசத்தில்) பொருந்துவதாகும். இது அமூர்த்தம் ஆகாசம்போல நித்தமா இல்லை இன்பம் போல அநித்தமா என்கிற ஐயத்திற்கிடமாகும்.

6. விருத்த வியபிசாரி: திருந்தாது அமையும் அநைகாந்திக ஏதுப்போலி இவ்வாறு குறிப்பிடப்படும் விருத்த ஏதுவாகிய திருந்தாத ஏதுப் போலிக்கும் அது இடம் கொடுத்து அதனோடு உறையும் செயலிடைத் தோன்றுவதால் சத்தம் அநித்தமானது என்னும் இது ஏதுவுக்குரிய இலக்கணங்களுக்குப் பொருந்தியது என்றும் கூறுவதாகக் கொள்வோம். அப்போது அச்செயலிடைத் தோன்றுவதற்குச் சபக்கமாகக் குடம் முதலியனவே அமையும். அவை பொருந்தாது என்பதை முன்னரே பார்த்தோம். மாறாகக் கேட்கப்படுவதால் சத்தம் நித்தமானது சத்தத்துவம்போல என வாதி சாதிப்பது இரு பக்கத்து எதுக்களிலும் ஐயம் ஏற்படுவதாக அமையும். ஏகாந்தமாக அமையாமல் அநைகாந்தியமாக முடியும்.

32. இந்திய மதங்களும் மேற்குலக மதங்களும்

(11) விருத்தம் நான்கு: ஏதுப் போலிகளுக்கு அடுத்ததாக நான்கு விருத்தப் போலிகளையும் அறவணர் விளக்கத் தொடங்குவார். அவை:

11 (அ), தன்மச் சொரூப விபரீத சாதனம்: வாதி ஒருவன் சத்தம் நித்தியமானது என வாதிப்பதாகக் கொள்வோம். தனது வாதத்திற்கு ஆதாரமான ஏதுவாக அவன் பண்ணப்படுவதால் அது நித்தியம் எனக் கூறுகிறான் என்போம். இவ்வாறு. பண்ணப்படுவது ஒரு நிபந்தனை ஆக்கப்படுவதால் சத்தம் அநித்தம் (அநித்தியம்) ஆகிறது. அதாவது சத்தம் நித்தமல்ல. பண்ணப்படும்போது மட்டுமே அது சாத்தியம். இவ்வாறு முன்வைக்கப்படும் எது சாதிக்கவேண்டிய தன்மத்தைச் சாதிக்கவில்லை. எனவே இங்கு அது விபரீத சாதனமாகிறது.

11 (ஆ). தன்ம விசேட விபரீத சாதனம்: வாதியால் கூறப்படும் ஏது என்பதுஅது சாதிக்கக்கூடிய தன்மத்தின் விசேடமாக விளங்கும் ஒன்று கெடுமாறு அதைச் சாதிப்பதாம். அதாவது நிறுவப்படும் பொருளின் சிறப்புத் தன்மை கெடுமாறு நிறுவுவது. பொருளை அறிதற்குரிய கண் முதலான இந்திரியங்கள் (புலன்கள்) என்பதை ஆராயுமிடத்து அது உடலினின்றும் வேறாக உள்ள ஆன்மாவுக்குப் பயன்படுவனவாம். இது விளக்கமாகச் சொல்லப்படாவிட்டாலும் தொக்கி நிற்கும் பொருளால் அறியப்படும் என தொக்கு நிற்பது

என்பதை ஒரு ஏதுவாக முன்வைக்கும்போது அது, படுக்கையும் இருக்கையும் எவ்வாறு பிறர்க்கும் பயன்படுமோ அதுபோல கண்முதலான இந்திரியங்களும் ஆன்மாவுக்கும் பயன்படும் எனப் பொருளாகிறது. இவ்வாறு கண் முதலான பொறிகள் சயன ஆசனத்திற்கும் ஆன்மா சயன ஆசனத்தைப் பயன்படுத்தும் ஒரு மானுடர்க்கும் உவமை ஆகிறது. இவ்வாறு அவயவங்கள் இல்லாத ஆன்மா அவயவமுள்ள மானுடனுக்கு உவமை ஆக்கப்படுதல் அதன் தனிச் சிறப்புத் தன்மை கெடும் விபரிதமாகிவிடுகிறது. இவ்வகையில் இதுவும் ஒரு எதுப்போலியாகிறது.

11 (இ). தன்மிச் சொரூப விபரீத சாதனம் :

ஒரு பொருளைச் சாதிக்க வருகிற ஏதுவே அந்தப் பொருளின் இயல்பை வேறுபடுத்திக் காட்டுவதே இந்த தன்மிச் சொரூப விபரீத சாதனம் எனப்படும் விருத்தவேதுப் போலியாகும்.

11 (ஈ). தன்மி விசேட விபரீத சாதனம் :

தன்மியின் சிறப்பையே (விசேடம்) விபரீதமாகத் துணிதற்கு இட்டுச் செல்லுமாறு ஏது கூறுதல். வாதியால் கூறப்படும் தன்மியின் சிறப்பை அவன் கூறும் ஏதுவே விபரீதப்படுத்தும்.

12. திட்டாந்தம் இரண்டு : தவறான எடுத்துக்காட்டுகளே திட்டாந்த ஆபாசங்கள் எனப்படும், திட்டாந்தம் சாதன்மியம், வைதன்மியம் என இருவகைப்படும் என்பதை அறிவோம்.

12. (அ). சாதன்மிய திட்டாந்த ஆபாசங்கள்:

சாதன்யத் திட்டாந்தப் போலிகள் 'சாதனதன்ம விகலம்', 'சாத்தியதன்ம விகலம்', 'உபயதன்ம விகலம்', 'அநன்னுவயம்', 'விபரீதான்னுவயம்' என ஐந்து வகைப்படும்.

இதில் 'சாதனதன்ம விலகம்' என்பது வாதி முன்வைக்கும் திட்டாந்தத்தில் ஏதுவாகிய சாதனம் குறைவது. 'சாத்தியதன்ம விகலம்' என்பது சொல்லப்படும் திட்டாந்தத்தில் சாத்தியதன்மம் குறைவுபடல். 'உபயதன்ம விகலம்' என்பது கட்டப்படும் திட்டாந்தத்தில் சாத்தியம், சாதனம் இரண்டுமே குறைவு படல்.

அதோடு 'உபயதன்ம விகலம்' என்பதும், (வீ) 'சன்னு உபயதன்ம விகலம்' எனவும்,*(ii)* 'அசன்னு உபயதன்ம விகலம்' எனவும் இரு வகைப்படும். சன்னு உபயதன்ம விகலம் என்பது எடுத்துக்

காட்டப்படும் பொருளில் சாத்தியம், சாதனம் எனும் இரண்டுமே இல்லாததாகும். 'சத்தம் நித்தியமானது, ஏனெனில் அது குடத்தைப்போல உருவமற்று இருப்பதால் என ஒருவன் கூறுவதாகக் கொள்வோம். அக்கூற்றில் சத்தம் நித்தியமானதும் இல்லை. குடம் உருவமற்றதும் இல்லை. ஆக இரண்டுமே இல்லாததாகும்.

வேறொருவன், 'சத்தம் அறித்தமானது. ஏனெனில் அது மூர்த்தம் (உருவம்) ஆதலால். யாதொன்று மூர்த்தமாக உள்ளதோ அது அறித்தமும் ஆகும் ஆகாயத்தைப் போலி எனக் கூறுவான் என்போம். இக்கூற்றில் சாத்திய தன்மமாக உள்ளது அநித்தம் சாதன தன்மமாக உள்ளது மூர்த்தம். ஆகாயம் என்ற ஒன்றே இல்லை என்பவனுக்கு இது பொருளாகாது. ஆகாயம் உண்டு என்பவன் அதை நித்தியமானது எனவும் உருவமற்றது எனவும் கொன்கிறார். இந்த இரண்டு பார்வைகளுமே குறைபாடுடையதால் இது 'அசன்னு உபயதன்ம விகலம்' எனப்படும்.

'சாதன்மிய திட்டாந்த ஆபாசங்களில் நான்காவதாக வருவது 'அநன்னுவயம்" எனும் போலி. இதில் சாதனம், சாத்தியம் ஆகியவற்றை மட்டுமே சொல்லிக் காட்டாமல் இரண்டின் உண்மைகளையும் காட்டுதல் ஆகும். எதெல்லாம் பண்ணப்படுவதோ அதெல்லாம் அநித்தமானது என்றெல்லாம் காரண காரியத் தொடர்பை (அன்னுவயம்) சொல்லாமல், 'சத்தம் அநித்தமானது. ஏனெனில் அது குடத்தைப் போலப் பண்ணப்படுவதால்' என்று மட்டும் சொல்லி நிறுத்துவது இவ்வகைப்பட்டது. எனவே இது 'அநன்னுவயம்' ஆகும்.

இவ்வரிசையில் இறுதியாக வருவது 'விபரீதான்னுவயம்". எங்கும் வியாபித்துள்ள அன்னுவயத்தாலே உள்ளடங்கி நிற்கும் சாதனத்தைக் கருதுவது விபரீதான்னுவயம். 'பண்ணப்படுவதால் சத்தம் அநித்தியம்' எனச் சொல்லும்போது 'யாதொன்று பண்ணப் படுகிறதோ அது அநித்தியம் என்கிற "வியாப்பியத்தால்" (basis of an inference) வியாபகத்தை" கருதாமல் நேரடியாக 'அநித்தியமான ஒன்றைப் பண்ணப்படுவது" என வியாபகத்தால்" "வியாப்பியத்தை" கருதுவது "விபரீதான்னுவயம்". அதாவது வியாப்பியம் இன்றியும் வியாபகம் நிகழும்.

12.(ஆ). வைதன்மிய திட்டாந்த ஆபாசங்கள்: இதுவும் சாத்தியா வியாவிருத்தி, சாதனா வியாவிருத்தி, உபயா வியாவிருத்தி, அவ்

வெதிரேகம், விபரீத வெதிரேகம் என ஐவகைப்படும்.

வைதன்மிய திட்டாந்தப் 'போலி'களில் (ஆபாசங்கள்) முதலாவதாக 'சாத்தியா வியாவிருத்தி' என்பதைக் காண்போம். இந்தத் திட்டாந்தப் போலி, சாதனம், சாத்தியம் என்கிற இரண்டில் சாதன தன்மம் மீண்டு நிற்க சாத்திய தன்மம் மீளாது போதலைக் குறிக்கும். "சத்தம் நித்தியமானது. அது உருவமற்றது" எனும் கூற்றை முன்வைத்து 'யாதொன்று நித்தியமானதோ அது உருவமும் அற்றது. பரமாணுவைப்போல" எனப் பரமாணுவைத் திட்டாந்தமாகக் காட்டுவதாகக் கொள்வோம்... ஆனால் இப்படித் திட்டாந்தமாகக் காட்டப்பட்ட பரமாணு நித்தத்துவமும், உருவமும் உடையது. எனவே சாதன தன்மமான "உருவமின்மை" என்பதற்கு இதனூடாக சாதன தன்மத்திற்கு உருவம் வாய்க்கிறது. இன்னொரு பக்கம் பரமாணு அநித்தியம் ஆகிறது. இவ்வாறு சாத்தியா வியாவிருத்தி போலியாகிறது.

அடுத்து சாதனா வியாவிருத்தி: இது முன்னதற்கு நேர் மாறானது. இங்கே சாத்திய தன்மம் மீண்டு, சாதனா தன்மம் மீளாது ஒழிகிறது. 'சத்தம் நித்தியம். அமூர்த்தம்' என்பதைக் கொண்டு "யாதொன்று நித்தமற்றதோ அது மூர்த்தமும் அற்றது (அதாவது உருவம் அற்றது) கர்மவினை போல" எனத் திட்டாந்தம் காட்டினால் இங்கே வைதன்மிய திட்டாந்தமாக முன்வைக்கப்படும் 'கன்மம்' உருவமற்றது. அநித்தத்துவம் உடையது. ஆக சாத்திய நித்தியம் மீள்கிறது. சாதன அமூர்த்தம் மீளாதொழிகிறது.

அடுத்ததாக உபயா வியாவிருத்தி எனும் போலியைக் காண்போம் :

காட்டப்படும் சாதன் சாத்தியங்கள் இரண்டும் மீளாது போதலை இது குறிக்கிறது. இது 'உண்மையின் உட்கா வியாவிருந்தி" 'இன்மையின் உய வியாவிருத்தி" என இரு வகைப்படும்.

'உண்மையின் உபயா வியாவிருத்தி' எனும் திட்டாந்தப் போலி குபித்து முதலில் காணலாம். உள்ள ஒரு பொருளின் மீது சாத்தப்பட்ட தன்மம் மீட்சி அடையாதபடி அதாவது எதிர்மறைத் தன்மைகள் பொருந்தாதபடி லுதன்மிய திட்டாந்தத்தைக் காட்டுவதே இ'சத்தம் (ஒலி) உருவயற்றது (அமூர்த்தம்) ஆதலால் அது நித்தியமானது' என்று ஒருவர் வாதிடுவதாகக் கொள்வோம். அவருக்கு துவெல்லாம் நித்தியம் அல்லாததோ அதுவெல்லாம் உருவமற்றதும் அல்லஆகாயம் போல" என வைதன்மிய

இட்டாந்தம் காட்டுவதாகக் கொள்வோம். இப்படி வைதன்மிய நெறியால் திட்டாந்தமாகக் காட்டப்பட்ட ஆகாயத்தை 'ஒரு உள்ள பொருள்" எனக்கொள்ளும் அவ்வாதிக்கு ஆகாயம் நித்தமானதும், உருவமற்றதும் என்பதால் இங்கு சாத்திய தன்மமாக உள்ள நித்தியம் மற்றும் அதை நிறுவும் சாதனமாக உள்ள உருவமின்மை என இரண்டுமே பொருந்துவதில்லை (மீள்வதில்லை). எனவே இது குற்றமாகிறது.

அடுத்து உபபா வியாவிருத்தி எனும் திட்டாந்தப்போலி குறித்துக் காணலாம். இதுவும் எதிர்மறைத் தன்மை பொருந்தாதபடி திட்டாந்தம் கூறுவதை விளக்குவதுதான். சத்தம் அநித்தியமானது. ஏனெ எனில் அது உருவமுடையது என்று கூறும்போது யாதொன்று நிலையானதோ (நித்தியம்) அது உருவமும் அன்று ஆகாயம்போல என ஒருவர் வைதன்மிய திட்டாந்தம் காட்டுவதாகக் கொள்வோம். இதற்கு ஆகாயம் ஒரு பொருளே அல்ல என மாற்றுக் கருத்து உரைக்கும் வாதிக்கு ஆகாயம் என்பது உண்மை அல்ல என்பதால் இங்கு சாத்திய தன்மையாகிய 'அநித்தம்' (நிலையற்ற தன்மை). அதனைச் சாதிக்கும் தன்மமாக முன்வைக்கப்படும் 'உருவம்' என எதிர்மறை. நேர்ப்பொருள் இரண்டிலும் பிழையாகிறது. எனவே இது இன்மையின் உபயா வியாவிருத்தி எனப்படுகிறது.

வைதன்மிய திட்டாந்த ஆபாசங்களில் நாம் அடுத்ததாகக் காண இருப்பது அவ்வெதிரேகம்' இது சாத்தியம் இல்லாத இடத்தில் சாதனமும் இருக்காது என்பதைச் சொல்லாமல் விடுப்பது எனும் போலி வெதிரேகம் என்றால் எதிர்மறை எனப் பொருள். என முன்பே கண்டோம். அதாவது சாத்தியத் தன்மம் இல்லாதவிடத்தே சாதனத் தன்மமும் இருக்காது என்பதைச் சுட்டிக்காட்டுவது. சத்தம் நித்தியமானது. ஏனெனில் அது பண்ணப்படாதது என்கிற கருத்தை வெளிப்படையாகச் சொல்லாமல், குடம் என்பதில் 'பண்ணப்படுவது', 'நிலையாமை' (அநித்தம்) இரண்டும் உள்ளதைக் காண்கிறோம் என்று மட்டும் வாதி திட்டாந்தம் உரைப்பதாகக் கொள்வோம். இங்கே குடத்திடம் சாத்தியத் தன்மையாகிய நிலைத்தன்மை இல்லை எனத் தெளிவாகக் கூறப்படாமையினால் இது அவ்வெதிரேகம் எனும் திட்டாந்தப் போலியாகிறது.

அடுத்து 'விபரீத வெதிரேகம்' :

இது எதிர்மறைக் கருத்தைச் (விபக்கம்) சொல்லி வாதம் செய்யும்

கூற்றைத் தலைதடு மாற்ச் செய்தல், சத்தம் உருவமுள்ளதால் நித்திய மானது எனத் தனது சாத்தியக் கூற்றை மட்டும் வாதி முன்வைத்து அத்தோடு நிறுத்திக் கொள்கிறார் என்போம். "எங்கே நிலைத்தன்மை (நித்தியம்) இல்லையோ அங்கே உருவமும் இல்லை" எனக் கூறாமல், எங்கே உருவம் இல்லையோ அங்கே நிலையாமையும் (நித்தம்) இல்லை என்று சொன்னால் வெதிரேகம் மாறுபட்டு விபரீதம் ஆகும் எனக் கொள்க.

இப்படியாகத் தீய சாதனங்களின் (அனுமான ஆபாசங்கள்) ஊடாகக் காட்டப் படும் போலிக் கருத்துக்களின் உண்மைத் தன்மையையும் பொய்மைத் தன்மையையும் இங்கு கூறப்பட்ட திறம்மிக்க விதியால் ஐயமின்றி ஆய்ந்து அறிந்துகொள்" என்பதாக அறவணர் மணிமேகலைக்கு அறம் உரைத்தார். இது அவர் மணிமேகலைக்கு எடுத்துக் கூறிய அறவுரையின் முதற் பகுதி. இங்கு அவர் அன்று தமிழ்ச் சூழலில் பரவியிருந்த சமயக் கருத்துக்களில் வெளிப்படும் தர்க்கப் பிழைகளை அடையாளம் காணும் முறைமைகளை பௌத்தத் துறவியாக உள்ள அந்த இளம் பெண்ணுக்கு உரைப்பதற்கு அவர் முன்னுரிமை அளித்துள்ளதைப் பார்க்கிறோம். ஒன்பது பக்கப்போலி,கள், பதினான்கு ஏதுப் போலிகள், பத்து திட்டாந்தப் போலிகள் என்று முப்பத்து மூன்று போலிகளையும் எடுத்துரைப்பதை நாம் கவனத்தில் கொள்ள வேண்டும்.

தனது மதக் கோட்பாடுகளுக்கு முன்னதாக அவர் இந்தத் தர்க்க நெறிகளுக்குக் கூடுதல் முக்கியத்துவம் அளிப்பதிலிருந்து அன்று இரண்டு உண்மைகளை அறிந்துகொள்ள முடிகிறது. தமிழ்ச்சூழலில் அன்று பல்வேறு மதங்களும் சமமாகவும், தமக்குள் கருத்து மாறுபாடுகள் மிகவும் கூர்மைப்பட்டு இருந்த போதும் மிகவும் ஆரோக்கியமாகப் பல கொள்கைகள் உடை யோரும் சந்தித்துக் கருக் துப் பரிமாற்றம் செய்து கொள்ளும் சமயப் பொறை விளங்கியதை நாம் அறிந்து கொள்ள முடிகிறது. இப்படியான ஒரு நிலை குறைந்தபட்சம் திருஞானசம்பந்தருக்கு முற்பட்ட காலம்வரை இருந்தது எனக் கொள்ள லாம்.

மற்றது இந்தியச் சமயங்களில் தத்துவமும் சமயமும் பிரிக்க இயலாத நிலையில் இருந்தன எனும் கூற்றையும் நாம் இதனூடாகத் தெளிவாக விளங்கிக் கொள்கிறோம். ஐரோப்பாவில் அப்படி.

இருந்ததில்லை. இக்கால கட்டத்தில் அங்கு தத்துவம் என்பது மதத்தின் எடுபிடியாகவே இருந்தது *(Philosophy is the hand-maid of the Religion)* என்பர். அறிவொளிக்காலம், மறுமலர்ச்சி என்றெல்லாம் சொல்லப்படும் காலகட்டத்தில்தான் அங்கு தத்துவம் மதத்திலிருந்து பிரிந்து சுதந்திரமானது.

தமிழ்ச் சூழலில் இந்த நிலை இப்படி சம்பந்தருக்கு முற்பட்ட காலம்வரை இருந்த போதிலும் இந்தியாவில் வடக்கிற்கும் தெற்கிற்கும் சில வேறுபாடுகளும் இருந்தன. புத்தர் காலத்திலும் அசோகர் காலத்திலும் இருந்த சமயப் பொறை முதலியன கி.பி ஆண்டுகளில் குறையத் தொடங்கியது. தெற்கிலும் சம்பந்தர் காலத்திற்குப் பின் சமயச் சண்டைகள், மாற்றுக் கருத்துடையோர் கழுவேற்றப்படுதல் முதலியன நிகழத் தொடங்கியபின் இங்கும் தத்துவம் என்பது சமயத்திற்குள் முடங்க நேர்ந்தது. அதன்பின் இன்றுவரை ஒரு தத்துவ மறுமலர்ச்சி *(Renaissance)* என்பது இன்றுவரை உருவாகவில்லை.

(அடுத்து அறவணர் பௌத்த தர்க்க அடிப்படைகளை மணிமேகலைக்கு அறியத் தருவதைச் சுருக்கமாகக் காணலாம்).

33. மணிமேகலை தவத்திறம் பூண்டு தருமம் கேட்ட வரலாறு!

மணிமேகலைக் காவியத்தின் இறுதி அத்தியாயம் மெய்ப் பொருளை உணர்வதற்கான தர்க்க நெறிகளை (அளவைகள்) அறவண அடிகள் மணிமேகலைக்கு அருள்வதாக அமைகிறது.

எதிர்கொள்வனவற்றுள் தீயவற்றை நீக்கி, பொருட்களின் உண்மைகளை ஐயத்திற்கிடமின்றி அறிவதற்கான நெறிமுறைகளைக் கூறும் அடிகள் அவற்றோடு தேவையான அறங்களைக் கூறவும் செய்தார். புத்தருக்கும் மணிமேகலைக்கும் ஆயிரம் ஆண்டுகளுக்கு மேல் இடைவெளி இருந்ததை நாம் மறந்துவிடக் கூடாது. புத்தர் இறக்கும் தருவாயில் அருகில் இருந்த சீடர்கள் எங்களுக்கு நீங்கள் என்ன சொல்லிச் செல்லுகிறீர்கள் எனக் கலங்கிக் கேட்ட தருணத்திலும் கூட, உனக்கு நீயே விளக்கு என்று மட்டுமே சொல்லிப் போனதை அறிவோம். இடைப்பட்ட இந்த ஆயிரம் ஆண்டுகளில் பௌத்த தர்க்கம் பெரிய அளவில் வளர்ந்தும் வளர்ச்சி அடைந்து கொண்டும் இருந்தது. பல்வேறு தத்துவங்கள் மோதுகின்ற களமாகவும் அப்போது தென்னிந்திய மண் இருந்து வந்தது. இந்நிலையில் இவைதான் உண்மைகள் எனச் சொல்வதென்பதைக் காட்டிலும் எது உண்மை என அறியும் திறனுக்கே பௌத்தம் அதிக முக்கியத்துவம் தந்தது. அன்றைய ஒட்டுமொத்த அறிவுச் சூழலும் அதை நோக்கித்தான் இருந்தது.

அடித்தளச் சமூகம் ஒன்றில் பிறந்து, விவரம் அறியாத பருவத்தில் தந்தையை இழந்து நின்ற இந்த இளம் பெண். தன்

ஊழ்வினைப் பயனாகப் பெற்ற அதிர்ச்சிக்கும். வியப்புக்கும் உரிய அனுபவங்களின் ஊடாக அவள் ஒரு பௌத்த துறவி ஆவதற்கான அனைத்து அனுபவங்களையும் பெற்ற வரலாற்றை முதல் இருபத்தாறு காதைகளில் கண்டோம். காப்பியத்தின் அடுத்த மூன்று அத்தியாயங்களில் அவள் அன்று இங்கு விளங்கிய பல்வேறு தர்க்க நெறிகளையும் க்ருத்தூன்றிக் கற்றறிந்தாள். இவ்வாறு அவள் சரணாகதி அடையும் தகுதி அடை கிறாள்.

அவள் இப்போது அமுதசுரபியைத் தாங்கி தானங்களிற் சிறந்தவளாக நிற்கிறாள். சிறந்த சிலங்கள் மிக்கவளாகவும் பக்குவம் அடைந்துள்ளாள். அது மட்டுமல்ல முற்பிறப்பையும் அறிந்தவளாகியுள்ளாள். புத்தம் தன்மம், சங்கம் எனும் முத்திற மணிகளையும் மனம், மொழி. மெய் எனும் மூன்றாலும் வணங்கிச் சரண் அடைந்து நிற்கிறாள்.

புத்தம். தம்மம், சங்கம் என்பன பௌத்தத்தின் மூன்று சொத்துக்கள் *(Three Jew- els)* எனப்படும். மஞ்சள், நீலம். சிவப்பு எனும் வண்ணங்களால் இவை குறிக்கப்படும். 'சரணாகதி என்பது இறுதிப் புகல் 'புத்தம் சரணம் என்பது புத்தனிடம் இறுதிப் புகல் அடைதல் அவனையே இறுதி ஆசிரியனாக ஏற்றுக் கொள்ளல். நீங்களும் புத்த நிலையை அடைவதற்கு உங்களைத் தகுதிப்படுத்திக் கொள்ளல் எல்லா உயிர்களுக்கும் அறிவொளியைத் தாக் கூடியவராக நீங்களும் மாறுதல். பௌத்தத்தில் 'புத்தம்' என்பது கௌதம புத்தர் என்கிற வரலாற்று புத்தரை மட்டுமல்ல 'புத்த நிலை எனும் கருத்தாக்கத்தையும் அது குறிக்கும். உரிய பக்குவம் பெற்ற யாரும் அந்த நிலையை அடையலாம் என்பது கருத்து

பௌத்தம் கூறும் ஒளிபெறுதல் *(Enlightenment)* அது முன்வைக்கும் நிர்வாணம் எனும் கருத்துடன் மிகவும் நெருக்கமானது. எதிர்கொள்ளும் எதையும் எவ்வித முன் ஊகங்கள் மற்றும் உங்களிடம் பதிக்கப்பட்ட முன் கருத்துக்கள் யாதும் இன்றிப் பார்க்கும் நிலைதான் ஒளிபெறுதல் எதிர்கொள்பவற்றின் எதார்த்த நிலையை, அவற்றின்மீது பதிக்கப்பட்ட பல்வேறு கருத்துக்களின் ஊடாகவும் பார்க்காமல் அவற்றை நிர்வாணமாக்கிப் பார்க்க வேண்டும். அதற்கு நீங்கள் உங்களிடம் படிந்துள்ள. பதிக்கப்பட்டுள்ள முன் கருத்துக்களில் இருந்து விடுதலை பெற வேண்டும், அதாவது உங்களை நீங்கள் நிர்வாணம் ணம் ஆக்கிக்

கொள்ள வேண்டும். இந்த நிலையை அடைவதற்கு ஒருவர் சங்கத்தில் ஐக்கியமாகி பௌத்த 'தம்மங் களை' (தர்மங்களை) ஏற்று அனுசரித்தாக வேண்டும்.

புத்தம். தன்மம், சங்கம் என பௌத்தம் சொல்வதுபோல உலகின் பல்வேறு மதங்களிலும் இறைமையை இவ்வாறு மும்மையாகப் பிரித்து அணுகும் வழக்கமுள்ளது இந்துமதம் 'பிரம்மன்' 'விஷ்ணு, 'சிவன்' எனவும் கிறிஸ்தவம் "பிதா (தந்தை), 'சுதன்" (மகன்). 'பரிசுத்த ஆவி *(Holy Sprit)* எனவும் பிரித்தணுகுவதைக் காண்கிறோம். எனினும் பௌத்தம் முன்வைக்கும் இந்த மும்மணிகள் எனும் கருத்தாக்கம் முற்றிலும் வேறுபட்ட ஒன்று. இந்து மதத்தில் அது 'ஆக்கல்', 'காத்தல்', 'அழித்தல்' எனும் இறைமையின் மூன்று தொழில்களைக் குறிக்கிறது. பௌத்தத்தின் 'இறைமை'க் கோட்பாட்டில் கடவுளுக்கே இடமில்லை. ஒவ்வொருவரும் அவர்களின் வினைகளின் ஊடாகவே தங்களை ஆக்கிக் கொள்கின்றனர். மறுபிறவி என்பதை அது ஏற்றுக்கொண்டாலும் நல்லொழுக்கங்கள், நற்செயல்கள் ஆகியவற்றின் ஊடாகவே அந்த மறுபிறவி நிர்ணயிக் கப்படுகிறது. ஒருவர் ஒளிபெற்றவர் ஆகும்போது அந்தப் பிறவிப் பிணியும் அனுகிறது கிறிஸ்தவத்தில் இந்த மும்மைக் கோட் பாட்டில் பரிசுத்த ஆவி எனும் கருத்தாக்கம் மிகவும் சிக்கலானது.

இந்திய மதங்களில் ஒன்றான சமணமும்' (ஆருகதம் *Jainism)* பௌத்தத்தைப் போலவே இந்து மதத்திலிருந்து இறைமைக் கோட் பாட்டில் வேறுபடுகிறது. சமணத்தின் மும்மைக் கோட்பாடு பௌத்தத்துக்கு நெருக்கமானது. இங்கு இம் மும்மணிக் கோட்பாடு 'ரத்னத்திரயம்' எனப்படும். அது முன்வைக்கும் மூன்று. 'ரத்தினங்கள் ஆவன: 'சம்யக் தர்ஷனா' (சரியான பார்வை - *Right Perception*). 'ஞானா' (சரியான அறிவு *Right Knowledge*), 'சம்யக் சரித்ரா' (சரியான *Right Conduct*). ஆக இதிலும் கடவுளுக்கு இடமில்லை. எதையும் முன்னுரகங்களுக்கும் (மூட) நம்பிக்கைகளுக்கும் இடங்கொடாமல், அதைச் சரியாகப் பார்த்துச் அரியாக அதை விளங்கிக் கொண்டு சரியாக ந என்கிற வகையில் சமணம் பௌத்தத்திற்கு நெருக்கமாவதைக் காண்கிறோம்.

அந்தவகையிலேயே பௌத்தம் மணம் முதலியன பிராமண மதத்திலிருந்து *(Brahmanisam)* வேறுபடுத்தப்பட்டு சிரமண மதங்கள் என அழைக்கப்படுகின்றன

அறவணர் மணிமேகலைக்கு முன்பின் முரணற்ற அற மூர்த்தியான புத்களை விளக்கித் தொடங்குவதாக சாத்தனார் இந்த இறுதிப் பகுதியை முன்வைப்பதை நாம் இந்த பின்னணியிலிருந்து புரிந்து கொள்வது அவசியம். உயிர்கள் அறிவு வறுமையுற்று இருந்த ஒரு காலகட்டத்தில் முடிசூடிய தேவர்கள் எல்லாம் ஆறு தெய்வ உலகங்களில் ஒன்றான 'துடிதலோகத்தில் இருந்த புத்தரை அணுகி நிலவுலகில் பிறந்து அங்கு அறம் உரைத்து நெறிப்படுத்த வேண்டும் வேண்டிக் கொண்டதால் கோதம புத்தர் மண்ணுலகில் தோன்றினார் எனயுத்தரின் வரவாற்றைச் சொல்லத் தொடங்குகிறார் அறவணர் புத்தகலையில் உள்ள போதி மரத்தடியில் தோன்றி புத்தர் தவம் புரிந்த காலத்தில் அவரது மனக்குவிப்பைக் கலைக்க முயன்றான் உயிர்களைத் தீய நெறிகளில் செலுத்துபவனாகிய மாரன். அந்த மாரனை வென்ற வீரரான புத்தர் காமம், வெகுளி, மயக்கம் எனும் மூன்று குற்றங்களையும் முற்றவும் அறுத்து நின்றவர். நெதிகளிசடார் வழி நடத்துபவர். உண்மையும் உயிர்கட்கு இன்மையுமாய் அமைந்த அந்த புத்த *Jandi manka Mohamma* சொல்கிறேன் அவற்றோடு கோதமருக்கு முந்தியும் இருந்த எண்ணற்ற இறந்தகாலப் புத்தர்கள் உயிர்களின்பால் அன்பு கொண்டு ககூறிய அருள் மொழிகளையும் கணக்குச் சொல்வேன் எனத் தொடர்ந்தார்.

'இறந்தகாலத்து எண்ணில் புத்தர்' எனும் கருத்தாக்கம் குறித்து இத்தொடரில் முன்பே விளக்கப்பட்டுள்ளதால் மேலே

மேற்சொல்ல இப்புத்தர்கள் சொன்ன அ*D* உரைகள் பேதமை செய்கை, உணர்வு, அருரு வாயில் ஊறு. நுகர்வு வேட்கை, பற்று. பவம். தோற்றம், வினைப்பயன் என பன்னிரண்டு பொருள்களாகக் கூறப்படும். இப்பன்னிரண்டும் ஒன்றை ஒன்று காரணம் காரியம் எனும் முறையில் சார்ந்திருக்கும். பேதமையிலிருந்து செய்கை, செய்கையிலிருந்து உணர்வு என்பதாக ஒரு வட்டச் சுழலில் அமையும்.

பேதமை முதலானவற்றிலிருந்து மீட்சி அடைய ஒரே வழி இப்படி எதிர் தோன்றுவதற்கு ஏதுவாக அமையும் காரணத்தை நீக்குவதுதான். ஆனால் இந்திர அது சாத்தியமில்லை ஏனெனில் அப்படி நீக்கப்படும் காரணம் தக்க சார்பில் தோன்றியதாகக் காரண காரிய முறையில் அமைந்துள்ளது.

மேற்கூறிய பேதமை முதலாய பன்னிரண்டும் நான்கு கண்டங்களாக அமையும் அவை: 1 பேதமை செய்கை என இரண்டு 2 உணர்வு அருவுரு வாயில், ஊறு. நுகர்வு என ஐந்து. 3. வேட்கை, பற்று பவம் என மூன்று, 4தோற்றம். வினைப்பயன் என இரண்டு.

சந்திவகை மூன்று என்பன செய்கையும் உணர்வும் கூடுதல் முதற் சந்தி. நுகர்வும். வேட்கையும் கூடுதல் இரண்டாம் சந்தி.

பவமும் தோற்றமும் சேர்தல் மூன்றாம்

தோற்றம் (பிறப்பு) என்பது அருவம்: உருவம். காமம் என மூன்று வகைப்படும். தோற்றத்துக்கு ஏற்ற காலம் இறந்த காலம், நிகழ்காலம், எதிர் காலம் என மூன்றாகும்.

வேட்கை, பற்று, பேதமை என்கிற முக்குற்றங்கள், பவம், செய்கை எனும் இரு வினைகள், பிற ஏழு பயன்கள் ஏற்படுகிற காரணத்தால் இவை நிலையற்றவை. பயனற்றவை. துன்பம் தருபவை. எனவே இவற்றை நீக்கினால்தான் வீடுபேற்றிற்கு உறுதியாகும்.

துக்கம், துக்க நீக்கம், துக்கத் தோற்றம், துக்க நீக்க நெறி ஆகிய நான்கு வாய்மைக்கும் சார்பிடம் ஆகவும், உருவம், வேதனை, குறிப்பு, பாவனை, விஞ்ஞானம் எனும் ஐவகைக் கந்தங்களுக்கும் அமைவு உடையதாகி, உண்மை வழக்கு. இன்மை வழக்கு, உள்ளது சார்ந்த உண்மை வழக்கு உள்ளது சார்ந்த இன்மை வழக்கு இல்லது சார்ந்த உண்மை வழக்கு, இல்லது சார்ந்த இன்மை வழக்கு என ஆறுவகைப்பட்ட மெய்யுணர்வுக்குரிய வழக்குகளை உடையதாகவும் இது அமையும்.

(பௌத்த அறங்களை அறவணர் தொடர்கிறார்)

34. எண்ணில் புத்தர்கள் வழி வழி வந்த அறங்கள்

மெய்ப்பொருளைத் தேர்ந்து அறிவதற்குரிய அளவை முறைகளை நுணுக்கமாகக் கற்பித்து முடித்த அறவண அடிகள், மும்மணி களைச் சரண் அடைந்து நிற்கும் மணிமேகலைக்கு அவள் அறிந்து கொள்ள வேண்டிய, எண்ணில் புத்தர்கள் வழி வழியாக வந்த, அறங்களை இப்போது உரைத்துக் கொண்டுள்ளார்.

நான்கு வாய்மைகள், ஐவகைக் கந்தங்கள், ஆறு வழக்குகள் முதலானவற்றைச் சொல்லி முடித்த அடிகள் இப்போது நால்வகை நயங்கள் எனப்படும் ஒற்றுமை வேற்றுமை, புரிவின்மை, இயல்பு என்பவற்றை விளக்கத் தொடங்குகிறார். பயன்கள் எய்தும் வகையில் நால்வகை வினா விடை உள்ளதாய் இந்த நிதானம் அமையும். இந்த நான்கு வினாக்களையும் விடைகளையும் அடிகள் தனக்கு அருளியதாக மாதவி வயந்தமாலையிடம் கூறியதை நாம் ஏற்கனவே ஊரலர் உறைத்த காதையில் (26467) கண்டது நினைவிருக்கலாம். அவை: 1. பிறந்தவர்கள் அடைவது பெருகிய துன்பம். 2. பிறவார் (பிறவியை நீத்தவர்) அடைவது பெரும் பேரின்பம். 3. முன்னது பற்றின் விளைவாய் வருவது. 4. மற்றது பற்றை அறுத்தோர் அடைவது.

உண்டாக்குதலும் இல்லாமல், முடிந்து அழிதலும் இல்லாமல், காற்று, விளக்குச் சுடர், நீர்வீழ்ச்சி, ஊரும் எறும்பு வரிசை என்பவை

போல ஒன்றன் வழியில் தொடர்வதும் இல்லாமல், முழுமையாய்க் கெடுவதும் இல்லாமல், பண்ணுகிறவர்களும் இல்லாமல், செய்யப்படுவதும் இல்லாமல், தானே செயற்படுவதும் இல்லாமல், யான் எனது என்னும் பற்றுக்கோடும் இல்லாமல், போனதும் இல்லாமல், வந்ததும் இல்லாமல், பிறரால் முடிக்கப்படுவதும் இல்லாமல், தானே முடிவதும் இல்லாமல் வினையாகவும். வினையின் பயனாகவும், பிறப்பு மற்றும் வீடுபேற்றுக்குக் காரணமாகவும் இவை போன்ற எல்லாவற்றுக்கும் தாமே முதலாகியும் விளங்குவன இந்த நிதானங்கள்தான். நாகார்ஜுனர் அழிவும் இல்லை, உற்பத்தியும் இல்லை, தொடர்ச்சியின்மையும் இல்லை, நிரந்தரமும் இல்லை, ஒருமையும் இல்லை, பன்மையும் இல்லை, வருதலும் (தோற்றம்) இல்லை, போதலும் (மறைதல்) இல்லை என எட்டு இன்மைகளாகத் தன் 'மூலமகாத்மிய கார்த்திகையில்' கூறுவது இத்துடன் ஒத்து நோக்கத் தக்கது.

அடுத்து அறவணர் இந்த நிதானங்கள் என்பவற்றை விளக்கத் தொடங்குவார். பேதமை, செய்கை, உணர்வு, அருவுரு, வாயில், ஊறு, நுகர்வு, வேட்கை, பற்று, பவம், தோற்றம் வினைப்பயன் என நிதானங்கள் பன்னிரு வகைப்படும். நிதானங்களின் இந்தப் பன்னிரண்டு இயல்பு களையும் இவ்வுலகில் பிறந்தோர் ஆராய்ந்து அறிவாராயின் பெரும் பேறை அடைவார்கள். பெரும் பேறென்பது, இங்கு வீடு பேற்றைக் குறிக்கிறது. இந்தப் பன்னிரண்டு இயல்புகளையும் அறியாதோர் கரை ஏறவியலாத ஆழ்ந்த நரகத்தையே அடைவர்.

இடையீடாக இங்கொன்றைச் சொல்வது நம் புரிதலுக்கு உதவும். நிதானங்கள் என பௌத்தம் சொல்வதை பிறர் 'சார்புகள்' என்பார்கள். பௌத்தக் கோட்பாட்டின்படி எதையும் படைக்கும் கடவுள் என ஏதும் இல்லை. எப்பொருளும் தோன்ற 'நிதானங்கள்' அல்லது 'சார்புகள்' காரணமாக உள்ளன. ஒவ்வொரு பொருளும் சார்பினால் தோன்றி மறைந்து கொண்டிருக்கும். நிலையான தன்மை என்பது எதற்கும் இல்லை. சார்பில் தோன்றி மறைவதை ஆற்றில் ஓடும் நீர் அல்லது எரிந்து கொண்டிருக்கும் விளக்குச் சுடர் என்பதாக விளங்கிக்கொள்ள வேண்டும். தோன்று வதற்கும் மறைவதற்கும் இடையில் 'நிறுத்தம்' ஏதுமில்லை; இயக்கமே உண்டு. ஒன்று தோன்ற ஒன்று சார்பாக உள்ளது என்பதே பௌத்தத்தின் சார்புத் தோற்றக் கொள்கை. இது, 'பிரதித்ய சமுத்பாதம்' என

வடமொழி யிலும் *Dependant Origination* என ஆங்கிலத்திலும் கூறப்படும்.

மேலே தொடர்வோம். பேதமை என்றால் என்ன? இதுவரை கூறியவற்றை உணர்ந்து அதன்வழி ஆராய்ந்து அறியாமல் மயக்கங் கொண்டு, இயல்பாகப் பொறிகளுக்குத் தோன்றியதையே மெய்ப்பொருளாய்க் கொண்டு முயற் கொம்பு உண்டெனப் பிறர் கூறின் அதை அப்படியே ஏற்பதாகும்.

> பேதைமை என்பதொன்று யாதெனின் ஏதங்கொண்டு
> ஊதியம் போக விடல். (குறள் 831)
>
> எப்பொருள் எத்தன்மைத் தாயினும் அப்பொருள்
> மெய்ப்பொருள் காண்பது அறிவு. (குறள் 355)

உள்ளிட்ட வேறு சில குறள்களும் இத்துடன் பொருத்திப் பார்க்கத் தக்கன.

புத்த பிடகங்களில் ஒன்றான 'சுத்த பிடகத்தில்' உள்ள 'திக்க நிகாயத்தில்' காணப்படும் 'மகா நிகாய சுத்தம்' நிதானங்கள் பற்றிக் கூறுகிறது. ஆனால் அதில் 'பேதமை' ன்பதை நிதானங்களில் ஒன்றாக அது குறிப்பிடுவதில்லை. எனினும் திபெத்திலுள்ள பௌத்த ஆலயங்களில் இந்தப் பேதமை என்னும் நிதானம், குருடராக உருவு கொடுத்து எழுதப்பட்டுள்ளது என்பர்.

தொடர்ந்து அறவணர் கூறுவது:

மேல், கீழ், நடு என்பதான மூன்று உலகங்களிலும் வாழும் உயிர்களின் உலகம், அளவற்ற ஒன்று. அவற்றில் உள்ள பல்லுயிர்களும். மக்கள், தேவர், பிரம்மர் நரகர், விலங்குத் தொகுதிகள், பேய் என அறுவகைப் பட்டதாகும். முப்பத்தோரு உலகங்கள் பண்டு எனச் சொல்லும் மரபு ஒன்னும் இங்குண்டு என்ற பாதிலும் நல்மினைப் பயனுக்கு மேலுலகம், தீவினைக்குக் கீழ் உலகும் இந்த விவை ள்ளச் செய்தற்குரிய நாம் வாழும் வது, சுடு உலகம் எனவும் உலகை மூன்றாகக் கொள்ளும் இன்னொரு மரபும் இங்குண்டு பௌத்த சபில் வரும் இலக் சோழியத்தில் காணப் படும் மேற்கோள் ஒன்று. உலகும் இருணிங்க எவ்வுலகும் தொழுது எத்த எழுந்த செழுஞ் சுடர் எனக் கூறுவது இங்கு ஒப்பு நோக்கத் தக்கது.

அடுத்து 'செய்கை எனும் நிதானத்தை அறவணர் விளக்குவார். செய்கை என்பது வினை நல்வினை, தீவினை என இரு வகை வினைகளின் பயனாய் உயிர்கள் சுரு உயிர்த்து அதற்குத் தகப் பிறவிகளை எடுக்கும் பின் அவர்களின் வினைப் பயனை அவர்கள் துய்க்க நேரும் காலத்து அவரவர் வினைக்குத் தக மனதில் பெருங்கவலையையோ பேரின்பத்தையோ அவை விளைவிக்கும்.

தீவினை என்பதென்ன? கொலை, களவு, தீய காம விழைவு என்பன உடலால் செய்யப்படும் மூன்று தீவினைகள்; பொய், புறங்கூறல், கடுஞ்சொல், பயனில்லாத சொற்கள் என்பவை சொற்களால் தோன்றும் நான்கு தீவினைகள், பிறர் பொருளைக் கவரக் கருதுதல், வெகுளல் (கோபங் கொள்ளுதல்), குற்ற நினைப்புகள் முதலியன உள்ளத்தால் மேற்கொள்ளப்படும் தீவினைகள் என இது பத்து வகைப்படும். வருடலா மனம் வாய், மெய்யிற் கொலை முதல் வினை பத்தாமே' என்கிற கூற்று நீலகேசி மேற்கோள்) இத்துடன் ஒப்பு நோக்கத்தக்கது.

எனில் நல்வினை என்ப நென்னர் முன் சொல்ல பத்து திவினைத் தொகுதி சிவத்தை மேற்கொண்டு இருந்ததொள்மனவை ஆரரோ வருக்க வீரமர் எனும் பிறப்பை அடைந்து செய்யும் நல்வினைப் பயன் களால் வருகின்ற மகிழ்ச்சிலை அனுபவி வன் மேலோர் க முன்னதாக ஆர் பிரவிகள் கூறப்பட்டன மூன்றும் உயர் பிறவிகள். நாகர், விலங்கினத் தொகுதி பேல் எனும் பின் மூன்றும் பிறவிகளில் கீழ்நிலையில் உள்ளவை என்றாகிறது,

மனிதர்களைப் பிறப்பின் அடிப்படையில் தாழ்வு கற்பிக்கும் முறை இதில் இல்லை என்பது கருதத்தக்கது

உணர்வு எனப்படும் நிதானம் தூங்குபவர் அனின் உணர்ச்சி யைபோவச் செயலேதுமின்றி உள்ளதோ இல்லையோ எனப் புரியாத நிலை அருவகு எனும் நிதானம் அருவமான உயிரும் உருவமான உடலும் ஆகும். இவை தவிர ஆன்மரி அல்லது ஆன்ம எனும் வருத்தாக்கத்தை பௌத்தம் ஏற்பதில்லை பெனத்தத்தின் மறுபிறவிக் கோட்பாடும் வைதிகம் கூறுகிற ஆன்மா அழிவதில்லை. அது மின் பிறவி காண்கிறது என்கிற கோட்பாடும் அணுக்கமாக இப்படி வேறுபடுகின்றன

ஆராய்ந்து பார்த்தால் மெய் வாய் கண் மூக்கு செலி மனம் எனும் ஆறு வாயில்களும் உள்ளத்தில் பொருளுணர்ச்சி தோன்றி

அவை பொருந்துகிற இடங்கள் ஆகும். பொயில் ஐந்தவித்தான் பொய்தீர் ஒழுக்க நெறி நின்றார் நீடு வாழ்வார் என்பது குறன். இவற்றோடு மனத்தையும் சேர்த்து ஆறு வாயில்கள் என்கிறார் அறவனர்' எனப்படும் நிதானம். வட நூல் மரபில் 'ஸ்பரிசம்' (தொடு உணர்வு' எனப்படுவது இது மனம் உள்ளிட்ட ஆறு வாயில்களும் தனக்கு வெளியே வேறாக உள்ள பொருள் களைப் பொருந்துதல் என்பர். அடுத்து நுகர்வு எனப்படும் நிதானம். இது புலன்களை உணர்ந்து அவற்றின் பயன்களை அடைதல் அப்படிப் பயனை நுகரும்போது (அனுபவிக் கும்போது), ஆசை அடங்காமல் மென்மேலும் வளர்வது வேட்கை' எனப்படும். இவ்வாறு அடங்காத ஆசையின் வினைவாய் ஒன்றை விடாது கொள்வது 'பற்று' எனப்படும்.

அடுத்து வருவது 'பவம்' எனும் நிதானம் கருமங்களைச்ஈட்டிக் கொள்வது, அதாவது கருமங்களை நாமே நம் செயல்களால் சம்பாதித்துக் கொள்வது அதன் வழியாக வரும் துன்பங்களையும் அதுவே இயல்பென ஏற்றும் கொள்வது.

'பிறப்பு' என்பதும் ஒரு நிதானம் ஆகும். செய்த கரும வினைகளுக்கு ஏற்ப மற்றவற் றோடு சார்ந்துள்ள உள்ளம். உரிய சார்புகளோடு காரண காரியங்களுடன் பொருந்து கிற உடல்களை அடைவதே 'பிறப்பு' ஆகும். அடுத்து வருபவை பிணி, மூப்பு, சாக்காடு என்பன. 'பிணி' (நோய்) எனப்படு வது 'பேதமை முதலாக இதுவரை கூறப் பட்டவற்றிலிருந்து வேறுபட்ட சார்பைக் கொண்டு தன் இயல்பிலிருந்து திரிந்து உடம்புக்குத் துன்பத்தை ஏற்படுத்துதல் 'மூப்பு' எனப்படுவது மரணிக்கும் இறுதிவரையிலும் வந்து தாக்குகிற நிலையாமையால் உடல் தளர்தல். 'சாக்காடு' என்பது அரு உருவான இந்த உடல், மாலையில் மறைகிற கதிரவனைப் போல வீழ்ந்து மறைதல்.

35. பௌத்தத்தில் 'ஆன்மா' என்பதற்கு இடமில்லை

பௌத்தம் கடவுள் எனும் பேராற்றலை ஏற்பதில்லை என்பதைத் தொடர்ந்து கண்டு வருகிறோம். எனில் உலகின் தோற்றத்தை பௌத்தம் எவ்வாறு விளக்குகிறது? பொருள்களின் தோற்றம், மறைவு ஆகியன குறித்து பௌத்தக் கொள்கை 'பிரதித்ய சமுத்பாதம்' *(Dependant Origination)* என்பதை கவனத்தில் கொள்வோம். 'சார்பியல் தோற்றக் கொள்கை' என இது தமிழில் குறிப்பிடப்படுகிறது. 'நிதானங்கள்' எனப்படும் 'சார்புகளே' பொருள்களின் தோற்றத்திற்குக் காரணமாகின்றன என்பது இதன் அடிப்படை. பொருள்கள் தோன்றி மறைந்து கொண்டுள்ளன. எக்கணமும் நாம் காணும் தோற்றம் எதுவும் முற்கணத்தில் இருந்ததில்லை. ஓடும் நீர், எரியும் விளக்குச் சுடர் முதலியன இதற்கு எடுத்துக்காட்டுகள். தோற்றம், மறைவு ஆகியன ஓர் இடையறாத நிகழ்வு. எனவே 'உண்டு'. 'இல்லை' எனும் எதிர்வுகள் இங்கு பொருளற்றுப் போகின்றன. ஒன்று தோன்ற ஒன்று காரணம் எனும்போது கடவுள் இங்கே தேவையற்றவராக நிராகரிக்கப் படுகிறார். கடவுள் எனும் இயற்கை அதீத சக்தி பௌத்தத்தில் மறுக்கப்படுவது இவ்வாறே.

எனில் தோற்றம், மறைவு என்பதாக நாம் உணர்வது என்ன? அறவணர் மணி மேகலைக்கு விளக்கத் தொடங்குகிறார். பேதமையைச் சார்பாகக் கொண்டு 'செய்கை' தோன்றுகிறது.

செய்கையைச் சார்பாகக் கொண்டு 'உணர்ச்சி' தோன்றுகிறது. உணர்ச்சியைச் சார்பாக் கொண்டு 'அரு உரு' தோன்றுகிறது. இப்படி அருவுரு > வாயில் > ஊறு (ஸ்பரிசம்) > நுகர்வு > வேட்கை > பற்று > கர்மத் தொகுதி > வினைத் தொகுதி > பருவமும் தோற்றமும் முறையாகத் தோன்றும். மூப்பு, பிணி, சாக்காடு, அவலம், அரற்றல் (அழுகை), கவலை, கையறுநிலை எனத் தீராத துன்பங்கள் தொடரும் என்பர். இப்படிப் பேதமை தொடங்கி ஒன்றன் சார்பாக மற்றொன்று எனத் தொடரும் இந்த நுகர்வுகள் யாவும் முடிவற்ற வட்டம் வட்டமாகச் சுழன்று பிறவிகளைத் தொடரும். இப்படி ஒன்றின் சுழர்ச்சியாய் இன்னொன்று என இச் சுழற்சி அமைகிறது.

இவற்றுள் 'அருஉரு' என்பது வட மொழியில் காம ரூபம் எனப் படுகிறது. 'அருவம்' மற்றும் 'உருவம்' எனப் பொருள் பெறுவது. இப்படி உயிரும் உடலும் சேர்ந்து ஒருவரின் ஆளுமையைத் தீர்மானிக்கின்றன.

பேதமை என்பதற்கு வள்ளுவர்,

> பேதமை என்பது யாதெனின் ஏதங் கொண்டு
> ஊதியம் போக விடல்

எனக் கூறுவதை மனம்கொள்ளவேண்டும். தீமையைக் கைக்கொண்டு நல்லதை நழுவவிடுவதே பேதமை (மடமை) என்பது இதன் எளிய பொருள். எனில் பிறந்தோர் உருவது பெருகிய துன்பம் என்பதே விதியா? இல்லை. மாறாக இதுவே துன்பத் தோற்றம் குறித்த பௌத்த விளக்கம். துன்பத்திலிருந்து மீட்சிக்கான வழியை அறவணர் தொடர்ந்து உரைக்கிறார். ஊறு நீங்க நுகர்வு, துன்பம், துன்பத்தின் தோற்றம் என இரு வாய்மைகள் இவ்வாறு விளக்கப்படுகின்றன.

என்னேரமும் விழிப்புணர்வு, அறம் சார்ந்த செயல்பாடுகள் என்பனவே நாம் இத் துயர்ச் சூழலிலிருந்தௌ தப்புவதற்கு உள்ள ஒரே வழி என ஆகிறது.

எனில் மீட்சிக்கு என்ன வழி?

பேதமை நீங்கினால் அதைச் சார்பாகக்கொண்டு தொடர்கின்ற 'செய்கை' யும் நீங்கும். இப்படிச் செய்கை நீங்கும்போது அதைச் சார்பாகக்கொண்டு தோன்றும் உணர்ச்சி நீங்கும். இப்படி உணர்ச்சி

நீங்க அருவுரு, அருவுரு நீங்க வாயில், வாயில் நீங்க ஊறு, ஊறு நீங்க நுகர்வு, நுகர்வு நீங்க வேட்கை, வேட்கை நீங்க பற்று, பற்று நீங்க கருமத் தொகுதி, கருமத் தொகுதி நீங்க ‘தோற்றம்’ தோற்றம் நீங்க பிறப்பு, பிறப்பு நீங்க பிணி, மூப்பு, சாக்காடு, அவலம், அரற்றல், கவலை, கையறுநிலை என்கிற இத்தகைய எல்லையற்ற துன்பங்கள் எல்லாம் நீங்கும்.

மீட்சி அடைவது இப்படித்தான்.

துன்ப நீக்கம் என்கிற மூன்றாம் வாய்மையை இவ்வாறு விளக்கி முடித்த பின் அடிகள் நான்கு கண்டங்கள் என்பவற்றை விளக்க முற்படுகிறார். ‘கண்டம்’ என்பது இங்கே பகுதியைக் குறிக்கிறது.

’பேதமை’, ‘செய்கை’ இவை இரண்டும் அனைத்திற்கும் மூல காரணங்களாக அமைவதால் அவை ‘ஆதிக் கண்டம்’ எனப்படும். உணர்ச்சி, அருஉரு, வாயில், ஊரு, நுகர்ச்சி எனும் ஐந்து நிதானங்களும் முதற்கண்டத்தின் இயல்பினால் வருவன என்பதால் இவை இரண்டாம் கண்டம் எனப்படும். வேட்கை, பற்று, கரும ஈட்டம் எனும் மூன்றும் நுகர்ச்சியின் ஊடாகத் தோன்றும் குற்றமும், வினையும் ஆவதால் இவை மூன்றாம் கண்டம் எனப்படும். பிறப்பு, பிணி, முப்பு, சாக்காடு, எனும் இவை பிறப்பினூடாக வரும் விளைவு (பயன்} என்பதால் இவை நான்காம் கண்டம் எனப்படும். ‘நுகர்ச்சி’ என்பது வட மொழியில் ‘வேதனா’ எனப்படும் இன்பமும், துன்பமும் கலந்த ஒரு நிலை.

இனி இந்த நான்கு கண்டங்களும் தமக்குள் கூடும் (சந்தி) இடங்கள் கூறப்படுகின்றன.

பிறப்புக்குக் காரணம் செய்கையும் உணர்ச்சியும் கூடுவது. இது முதற் சந்தி. நுகர்ச்சியும் ஒழுக்கமும் கூடுவது. இரண்டாம் சந்தி. கன்மத் தொகுதியுடன் பிறப்பு இணைவது மூன்றாம் சந்தி.

இனி மூன்று வகை பிறப்புகள் குறித்து: அமைதி மிக்க துன்ப நீக்க வழியையே சிறந்து எனவும், அதுவே வீடு பேருக்கான வழி எனவும் ஏற்று ஒழுகுவது ஒன்று. உணர்வை அப்படியே வெளிப்படுத்தாமல் அவ் ஊறுணர்வை உள்ளடக்கி உருவாய் நிற்பது மற்றது, உணர்வையும் உருவையும் ஒன்றான உடன் நிகழ்வாய் வெளிப்படுத்தி நிற்பது மூன்றாவது. இம்மூன்று பிறப்புகளையும் முறையே ‘அரூப தாது’ ‘ரூபதாது,’ ‘காமதாது’ என்றும் கூறுவது

உண்டு. முதலாவதை 'விசுத்தி' மார்க்கம்' எனவும் குறிப்பதுண்டு.

அடுத்து மூன்று காலங்கள் என்பன:

மறத்தலைச் செய்யும் பேதமை, செய்கை ஆகியன இறந்த காலம். உணர்வு, அறிவுறு, வாயில், ஊறு, நுகர்வு, வேட்கை பற்று, பவம், தோற்றம் ஆகியன கூறப் படும்போது அது நிகழ்காலம். பிறப்பு, பிணி, மூப்பு, சாக்காடு அவலம், அரற்றுதல், கவலை, கையறு முதலியன சொல்லும்போது அது எதிர்காலம் ஆகும். 'கையறு' என்பதற்கு 'செயலற்றுப் போதல்' எனும் பொருள் பொருத்தமாக அமையும்.

அவா (ஆசை), பற்று, பேதமை எனும் மூன்று நிதானங்களும், குற்றம் எனவும் புனைகிற பவமும், தொடர்ந்து வரும் அடைவும் (வினை), 'செய்கை' (செயல்கள்) எனவும் ஆகும். இந்தக் குற்றம் மற்றும் வினை ஆகியவற்றின் பயன்களாக உணர்ச்சி, அறிவுறு, வாயில், ஊறு, நுகர்ச்சி, பிறப்பு, மூப்பு, பிணி, சாக்காடு ஆகியன அமையும் 'பவம்' என்பது உலகியல், 'உலக வாழ்க்கை', 'உலகப் பற்று' எனப் பொருள்படுவன.

கிற்றம், வினை அவற்றின் பயன், என இவை யாவும் துன்பம் அளிப்பன. இவற்றின் விளைவாகப் பெற்ற பயன்கள் எதுவும் நினைப்பதும் இல்லை. எப்பொருளுக்கும் ஆன்மா இல்லை என உணர்வதே வீடுபேற்றிற்கு உரிய வழியாகும் என்பார் அறவணர்.

பௌத்தம் வேதநெறியிலிருந்து வேறுபடும் மிக முக்கியமான புள்ளி இது. வைதீக நெறி முன்வைத்த 'ஆன்மன்' எனும் கருத்தாக்கத்தின் இடத்தில் 'ஆன்மா அல்லாத' எனும் பொருள் கொண்ட 'அனாத்மன்' எனும் கருத்தாக்கத்தை புத்தர் முன்வைத்தது குறிப்பிடத் தக்கது என்பதை நான் என் எழுத்துகளில் விரிவாக விளைக்கியுள்ளேன்.

வைதீக அணுகல் முறைகளைப் பொறுத்தமட்டில் ஆன்மா என்பது ஒரு 'நித்திய வஸ்த்து'. ஒவ்வொருவருக்குள்ளும் அடங்கியுள்ள இது அவர்கள் அழியும்போது, அதாவது அவர்கள் இறக்கும் போது அழியாது. தீ உடலைத்தான் எரித்துச் சாக்கலாக்குமே ஒழிய ஆன்மாவைத் தீண்டாது. தீண்ட முடியாது. அது மீண்டும் மீண்டும் பிறக்கும் தன்மையது. ஒரு பிறவியில் அவரவர் செய்த நன்மை தீமைகளுக்கு ஏற்ப அவர்களின் ஆன்மா அடுத்த பிறவியை

எடுக்கும் என்பது வைதீகத்தின் அடிப்படை. அது மாறுவதில்லை. அது சாமாக அமைவது. அது 'சத்'. நிலைபெற்று இருப்பது (exists). அது உருப்பெற்றுக் கொண்டிருப்பதும் அல்ல (opposed to becoming), அது நிறைவானது. குறைவற்றது. ஏதேனும் ஒன்று குறையும்போதே 'துக்கம்' ஏற்படுவதால் இருப்பு துக்கமற்றது.

ஆனால் புத்தர் முன்வைக்கும் முதல் பேருண்மையே 'துக்கம்' என்பதுதான். அதாவது திருப்தி இன்மை. துக்கத்தை வெல்ல வேண்டும் எனில் வாழ்வனுபவங்களுக்கு அப்பாற்செல்ல வேண்டும்.

வாழ்வின் பண்புகள் என புத்தர் சொல்வனவற்றைக் காண்போம்.

1. 'அநிச்ச'. அதாவது அனித்தியம். வாழ்வு நித்தியம் அற்றது தற்காலிகமானது.

2. 'துக்க'. திருப்தி இன்மை. வாழ்வு திருப்தி அற்றது (குறைகள் உடையது).

3. 'அனத்த'. அனாத்மம். வாழ்வு ஆன்மா அற்றது.

புத்தர் 'ஆத்மன்' எனும் உபனிடதக் கோட்பாட்டை இப்படி மிக நுணுக்கமாக மறுத்தார். அவர் 'ஆத்மன்' எனும் இடத்தில் 'அநாத்மன்', அதாவது ஆன்மா இல்லாது எனும் கருத்தாக்கத்தை இப்படி முன்வைத்தார்,

உபநிடதங்களின்படி ஆத்மன் மாறாதது (சாரம்). புத்தருக்கோ வாழ்வு அநித்தியமானது. மாறுவது. எனவே அது ஆத்மன் அல்லாதது. இவ்வாறு உபநிடதங்கள் ஆத்மனை வைக்கும் இடத்தில் புத்தர் அநாத்மனை முன்வைத்தார் என்பதன் பொருள் இதுவே.

உபநிடதங்கள்: உயிர் = பிரபஞ்சம். = சாரம் (1 =1 =1)

புத்தர்: உயிர் = பிரபஞ்சம் + சாரமின்மை (0=0=0)

புற உலகின் மெய்மையை பொதுப்புத்தி எதிர்க்கிறது. புத்தர் அது குறித்துப் பேசுவதில்லை. புற உலகின் மெய்மையை அவர் ஏற்பதும் இல்லை. மறுப்பதும் இல்லை. 'ப்ரம்மம்' என்பதை அவர் மறுத்தார். நீங்கள் அங்கே போவதும் இல்லை. ப்ரும்மத்தைப் பார்த்ததும் இல்லை. பார்வையற்றவர்கள் பார்வையற்றவர்களுக்கு வழிகாட்டுவது போலத்தான் இது என்றார்.

சிலப்பதிகாரம் போலன்றித் தன் மதக் கொள்கையை வெளிப்படுத்துவதில் எந்தத் தருணத்திலும் மணிமேகலை விட்டுக் கொடுப்பதில்லை என்பதற்கு இது மேலும் ஓர் எடுத்துக்காட்டு. இனி மணிமேகலையைத் தொடர்வோம்.

பௌத்தத்தின் இன்னொரு முக்கிய கோட்பாடாகிய நான்கு 'வாய்மைகள்' என்பதை விளக்கத் தொடங்குகிறார் அறவணர்.

உணர்வு, அறிவுறு, வாயில் ஊறு, நுகர்வு, பிறப்பு, பிணி, மூப்பு சாக்காடு, அவலம் அரற்று, கவலை, கையறு எனக் கூறப்படும் எல்லாம் நோய்தான். இது முதலாம் வாய்மை.

இந்த நோய்க்குக் காரணமாக பேதமை, செய்கை, அவா, பற்று, கரும ஈட்டம் ஆகியனவே காரணமாகும். இது இரண்டாம் வாய்மை.

துன்பத்திற்கும், தோற்றத்திற்கும் பற்றே காரணம். இது மூன்றாம் வாய்மை.

இன்பத்திற்கும் வீடு பேற்றிற்கும் காரணமாவது பற்றின்மையே. இது நான்காவது வாய்மை.

அடுத்து ஐந்து கந்தங்களை மணிமேகலைக்குச் சுட்டிக் காட்டுவார் அறவணர். அவை: உருவு, நுகர்ச்சி, குறிப்பு, பாவனை, உள்ள அறிவு ஆகியன. 'கந்தம்' என்பது வட மொழியில் 'ஸ்கந்தம்' எனப்படுவது. 'பஞ்ச ஸ்கந்தம்' என்பது இங்கு ஐந்து கந்தங்கள் என்பதாக முன்வைக்கப் படுகிறது. 'ஸ்கந்தம்' என்பதற்கு இங்கு பல பொருள்கள் இருந்தபோதும் இங்கு இருப்பின் ஐந்து மூலங்கள் *(five constituent elements of being)* எனப் படும் பொருள் கொள்வது பொருத்தமாக இருக்கும். உருவம் என்பது உடல் நுகர்ச்சி என்பதற்கு 'வேதனை' என்கிற சொல் வடமொழியில் ப்யன்படுத்தப் பட்டாலும் 'இன்பமும் துன்பமும்' எனப் பொருள் கொள்வதே பொருத்தமாக இருக்கும். 'குறிப்பு' என்பது ஐம்பொறியும் மனமும். 'பாவனை' என்பது மெய், வாய், மனம் எனும் மூன்றாலும் மேற் கொள்ளப்படும் அறமும் பாவமும்.

36. அறவணர் ஞான தீபம் காட்டி அருளல்

நான்கு வாய்மைகள், ஐந்து கந்தங்கள் ஆகியவற்றை விளக்கிய கையோடு அறுவகை வழக்குகளை விளக்குவார் அறவணர். வழங்கிவருவதை 'வழக்கு' என்கிறோம். ஆனால் ஏது குறித்தும் வழங்கிவருதல் என்பது எல்லோர்க்கும் ஒன்றேபோல் இருக்காது. காலம் தோறும் வழக்குகள் வேறுபடும் என்பது மட்டுமல்ல, சமகாலத்திலும் கூட வழக்குகள், வழக்கங்கள் என்பன பல தரப்பினரிடமும் பலமாதிரி அமையலாம். அப்படியாயின் எதை நாம் வழக்கு என ஏற்றுக்கொள்கிறோம்? "வழக்கெனப்படுவது உயர்ந்தோர் மேற்றே. நிகழ்ச்சி அவர்கட்டாகலான்" என்பது தொல்காப்பியம் (மரபியல் 93). ஆக உயர்ந்தோர் வழக்கே பொது வழக்காக அமையும் எனத் தொல்காப்பியம் வரையறுக்கிறது.

வழக்குகள் என்பன:

இந்த வழக்குகளை அறுவகைகளாகப் பிரிப்பார்கள். உண்மை வழக்கு, இன்மை வழக்கு, உள்ளது சார்ந்த உண்மை வழக்கு, இல்லது சார்ந்த இன்மை வழக்கு, உள்ளது சார்ந்த இன்மை வழக்கு, இல்லது சார்ந்த உண்மை வழக்கு என்பன அந்த ஆறும்.

தொகை நான்கு:

அத்தோடு முடியவில்லை. இந்த ஆறு வழக்குகளில் ஒவ்வொன்றும் தொகை, தொடர்ச்சி, தன்மை மிகுத்துரை, இயந்துரை என

நால்வகைப்படும் எனவும் அறவணர் விளக்குகிறார். ஆக மொத்தத்தில் வழக்குகள் இருபத்து நான்கு வகைப்படுகின்றன. இப்படி நாம் வாழ்க்கையில் எதிர்கொள்ளும் எல்லாவற்றையும் குறைவின்றித் தெளிந்துகொள்ள வேண்டும் என்கிறார் அடிகள். தொடர்ந்து தொகை முதலான இந்த நான்கையும் விரித்துரைப்பார். முதலில் தொகையின் தன்மையாக உடம்பு, நீர், நாடி ஆகிய மூன்றையும் குறிப்பார். தொகை என்பது பலவற்றையும் தொகுத்துரைப்பது. பல தாதுக்களின் கூட்டமே உடம்பு எனப்படுகிறது. அவ்வாறே துளிகளின் தொகுப்பே நீர். பலதிறப் பகுதிகளின் தொகுப்பே நாடு.

தொடர்ச்சி:

அடுத்து தொடர்ச்சி என்பது. விதையிலிருந்து முளையும், முளையிலிருந்து இதழும் துளிர்த்துப் பின் 'நெல்' ஆவது போல இப்படி அடுத்தடுத்த நிகழ்வுகளின் காரண காரியத் தொடர்ச்சிகள் அமைகின்றன.

தன்மை மிகுத்துரை:

இது ஒன்றின் ஏதொரு தன்மையையும் மீமகுத்துரைத்தல். அதாவது ஒன்றின் இயல்பைக் காட்டிலும் மிகுதியாக அதன்மீது ஏற்றிச் சொல்லல். ஒவ்வொன்றும் அழிகின்றன, பின் தோன்றுகின்றன, மூப்பெய்கின்றன எனத் தொடர்கிறது. இவற்றில் ஏதொன்றையும் மிகுத்து அதன் மீது ஏற்றிச் சொல்வதே தன்மை மிகுத்துரை. பிறப்பு, மூப்பு, இறப்பு எனும் வழக்கமான வரிசையிலன்றி, மூப்பு பிறப்பு இறப்பு என்பதாக இங்கு முன்வைக்கப் படுகிறது. தோற்றத்தைக் காட்டிலும் இறப்பு நன்கு விளங்கும் என்பதால் இப்படி வரிசைப் படுத்தப் படுவதாக வேங்கடசாமி நாட்டார் இதற்கு உரை எழுதுகிறார்.

இயைந்துரை

எழுத்துக்கள் பல கூடி சொற்கள் உருவாகின்றன. நாட்கள் பல கூடுவதைத் 'திங்கள்' (மாதம்) என்கிறோம். ஆனால் 'திங்கள்' என்பதுதான் 'இயைந்துரை' எனப்படும். ஏனெனில் சொற்களின் உருவாக்கம் என்பது எழுத்துக்களின் எண்ணிக்கையைப் பொருத்ததன்று. எத்தனை எழுத்துக்களில் வேண்டுமானாலும் சொற்கள் உண்டாக்கலாம். ஆனால் மாதம் (திங்கள்) என்பது அப்படியல்ல. குறிப்பான எண்ணிக்கையால் அவை வரையறுக்கப்

படுகின்றன. ஒவ்வொறு மாதத்திற்கும் குறிப்பிட்ட நாட்கள் எனக் கால எண்ணிக்கை உண்டு. எனவே அது 'இயைந்து' ஆகிறது.

உள்ள ஓர் உணர்ச்சியை அது உள்ளது எனச் சொன்னால் அது உள் வழக்கு எனப்படும். முயற்கொம்பைப்போல அது வழக்கத்தில் இல்லாத ஒன்று. எனில் அது 'இல் வழக்கு' எனப்படும்.

உள்ள ஓர் உணர்ச்சியுடன் அதற்குரிய 'சித்தமும்' (நுகர்ச்சியும்) இனைந்திருந்தால் அது 'உள்ளது' சார்ந்த உள் வழக்கு ஆகும்.

'மின்னலைப் போல சித்தம் உண்டாயிற்று'- அதாவது உணர்வு தோன்றிற்று என்றால் அது 'உள்ளது சார்ந்த இல் வழக்கு'.

காரணம் இல்லாமல் காரியத்தை மட்டுமே கொண்டு உரைத்தல் என்பது 'இல்லது சார்ந்த உண்மை வழக்கு'.

முயற்கொம்பு என ஒன்றும் இல்லை என்பதால் அதற்குத் தோற்றமும் இல்லை எனக் கூறுதல் 'இல்லது சார்ந்த இல் வழக்கு' ஆகும். காரணம் இல்லாமல் காரியம் இல்லை என்பது.

நான்கு நயங்கள்

அடுத்து தெளிவாக அறியப்படும் நான்கு நயங்கள் குறித்து அறவணர் விளக்குவார். அவை, ஒற்றுமை, வேற்றுமை, புரிவின்மை, இயல்பு என்பன.

1. காரணம், காரியம் எனும் இரண்டையும் வேறு வேறாகப் பிரித்து நோக்காமல் ஒன்றாக உணர்வது ஒற்றுமை நயம் எனப்படும்.
2. இவ்வாறு காரண காரியங்களை ஒன்றாக உணராமல் தனித்தனியாக வேறுபட்டு உணர்தல் வேற்றுமை நயம் ஆகும்.
3. முற்றிலும் கெடுதல் இல்லாத முதல் பொருள், காரியப் பொருள் என்பவற்றுடன் பொருந்துகிற காரியம் என்பது அதனால் விளைதற்குரிய காரியத்தை ஏற்படுத்துவதை அறிவதற்கு ஏற்ற உணர்வு நிலை இல்லை என்பது புரிவின்மை நயம் எனப்படும்.
4. நெல் வித்தின் உள்ளிருந்து நெல் முளையே தோன்றும் எனக் கொள்வது நல்லியல்பு நயம் எனப்படும்.

ஏதொன்றில் இருந்தும் நெருப்பும் புகையும் வரும்போது அவை இரண்டையும் ஒன்றெனக் கருதி அந்நிலையை எதிர்கொள்வது

இழப்பிற்கே இட்டுச் செல்லும். நெருப்பிற்கும் அதன் காரணமாய் வரும் புகைக்கும் உள்ள தொடர்பை உணராமல் அணுகுவதும் பயன் தராது. இப்படி முதல் பொருளுக்கும் அதனால் விளையும் காரியப் பொருளுக்கும் இடையிலான உணர்வைப் புரிந்துகொள்ளாமையும் அழிவிற்கே காரணமாகும், எந்த ஒரு காரியத்திற்கும் எது காரணம் என அறிந்துகொள்வதே நல்லியல்பு ஆகும். அதுவே பயனுடையதும் ஆகும். பௌத்தம் அறம் சார்ந்த அணுகல் முறைகளை முன்வைக்கும் தத்துவம் மட்டுமன்று. அதுவே திறம் சார்ந்த வாழ்விற்கான வழிகாட்டும் நெறியும் ஆகும் என்பதற்கு இன்னொரு எடுத்துக்காட்டு.

இந்த நான்கு நயங்களாலும் நாம் பெறும் பயன்கள் அனைத்தும் காரண காரியம் என ஒன்றை ஒன்று சார்ந்து நிற்பனவே அன்றி அவை தனியே ஒன்றும் இல்லை. எனவே அப்பொருளிடைப் பற்று வைத்தல் ஆகாது என்பதும், இந்த வினை முதலானவற்றைச் செய்வானோடு இயல்பு கொள்ளுதல் சாத்தியமில்லை என்பதும், பொருத்தமான காரணத்தால்தான் ஒரு காரியம் பிறக்கும் என்பதும், அது காரண காரியமும் அன்று, அது அல்லாததும் அன்று என்பதும் முறையான தொகுப்பின் ஊடாகக் கீழ்க்கண்ட நான்கு வினா விடைகளாக விரியும் என்றனர் அடிகள்.

நான்கு வினா விடைகள்

வினாக்களுக்கான விடைகள் நான்கு மட்டங்களில் உள்ளன. ஒரு தலையாய முடிவென ஒன்றைத் தொடர்ந்து சொல்லல்; பல கூறுகளாகப் பகுத்து ஒவ்வொன்றாய் மொழிதல்; கேள்விக்கு எதிர்க் கேள்வி முன் வைத்தல்; வாய் பேசாது அமைதல் என்பன அவை. அவற்றை விளக்கவும் செய்வார் அறவணர். இப்படி நான்காக விடைகளைத் தொகுப்பது தொல்காப்பிய நெறி என்பதை மணிமேகலை உரை ஆசிரியர்கள் சுட்டிக் காட்டுவார்கள் (தொல்காப்பியம் சொல்லதிகாரம் 13. செப்பினும் வினாவினும் சினை முதல் கிளவிக்கு. அப் பொருள் ஆகும் உறழ் துணைப் பொருளே. 'செப்பு' என்பது பதில் கூறுதல்.)

நான்கு வகைப்பாடுகள்: 1. துணிந்து கூறல், 2.கூறிட்டு மொழிதல், 3.வினா விடுதல், 4.(ஒன்றும் பதில் அளிக்காமல்) வாய் வாளாதிருத்தல் என இதனைத் தெய்வச் சிலையார் முன்வைப்பார்.

விளக்கம்:

1. *துணிந்து சொல்லல்:* தோன்றியது கெடுமோ கெடாதோ எனக் கேட்டால் கேடுண்டு என ஒருதலையாய்த் துணிந்து சொல்லல். இது தோற்றம் உண்டேல் மரணம் உண்டு என ஒரு தலையாய் கூறுதல்.
2. *கூறிட்டு மொழிதல்:* இறந்தவர் பிறப்பாரோ எனக் கேட்கும்போது அவன் பற்றுக்களைத் துறந்தவனா இல்லையா என இறந்தவனை அடையாளப்படுத்தி அதையே விடையாய் முன்வைப்பது.
3. *வினாவில் விடுத்தல்:* கொட்டை முந்தியதா இல்லை பனை முந்தியதா என்றொரு பதில் கேள்வியை முன்வைப்பது
4. *வாய் வாளாமை:* விண்ணில் பூத்துள்ள பூ பழையதா இல்லை புதியதா எனக் கேட்டு பதில் கூறாதிருப்பது. விண்ணில் பூ முளைப்பதில்லை. அதை ஒரு கேள்வியாக முன்வைத்து பயனில் சொல்; பாராட்டுவானுக்கு பதில் அளிக்காததே சரியான பதில் என்பது.

37. பிறவிப் பெருஞ் சுழலில் இருந்து விடுதலை

மணிமேகலைக்கு ஞானதீபம் காட்டுவதற்கு முன் அறவணர் பிறவிப் பெருஞ்சுழலிலிருந்து விடுபடுவது குறித்துப் பேசுவார். பிறவிச் சுழலில் கட்டுண்டு தொடர்வதா அல்லது அப்படியின்றி இச்சுழலில் இருந்து விடுபெற்று வீடுபேறு அடைவதா என்பதெல்லாம் அவரவர் விருப்பத்தைப் பொறுத்ததுதான் என்பதைச் சுட்டிக் காட்டுவார். பிற யாரும் அதைச் செய்துவிட இயலாது. நான் மேலுரைத்த அனைத்திற்கும் காமம், வெகுளி, மயக்கம் எனும் இம் மூன்றுமே காரணம். "காமம், வெகுளி, மயக்கம் இம் மூன்றன் நாமம் கெடக்கெடும் நோய்" என்பது வள்ளுவம்.

பொருள்களின் நிலையற்ற தன்மை மானிட வாழ்வின் ஊடான துக்கம், ஆன்மாவின் உண்மை, இன்மை என்கிற இரண்டிற்கும் அப்பாற்பட்ட 'அனான்மம்' (ஆன்மம் அல்லாதது) எனும் நிலை, அறுவெறுப்பு முதலானவற்றை நுனித்தறிந்து பற்றறுத்தல் வேண்டும். 'மைத்ரிப் பாவனை, கருணைப் பாவனை, முதிதைப் பாவனை ஆகியவற்றை அறிந்து திருத்தலின் அடியாக மனதில் உறையும் வன்மமான 'செற்றமும்' (சினம்) அற்றுப் போவது முக்கியம். சுருதி, சிந்தனை, பாவனை, தரிசனை ஆகிய நான்கையும் உய்த்து உருவான மயக்கத்தையும் அகற்றுதல் அவசியம் என்பதையும் அறவணர் முன்வைப்பார்.

மைத்திரி பாவனை என இங்கே முன்வைக்கப்படுவது என்பது அனைத்து உயிர்களையும் நட்புறவோடு உணர்ந்து, அவை அனைத்தும் துன்பம், நோய் முதலானவை இன்றி மகிழ்வுர வேண்டுதல் ஆகும். எவ்வுயிற்கும் நல்லது செய்வதும் நினைப்பதும் ஆகும். இப்படியாக உள்மனத்தின் இருள் நீக்கப்படுதல் வேண்டும். என விளக்கமாக முன்வைத்து மணிமேகலைக்கு ஞானச் சுடரைக் காட்டி அருளினார் அடிகள்

நிறைவாய்ச் சில விளக்கங்கள்

1. அனான்மம்: முன்பே விரிவாக விளக்கப்பட்டுள்ளது. ஆன்மாவின் இருப்பை பௌத்தம் ஏற்பதில்லை. ஆன்மா இல்லை என்றும் அது உரைப்பதில்லை. ஆன்மா உள்ளது அல்லது இல்லாதது என இரண்டுமற்ற நிலையைப் பௌத்தம் கொண்டுள்ளது. புத்தரிடமே அந்தக் கேள்வி முன்வைக்கப்படுகிறது. புத்தர் அதனை விளக்குவார். (பார்க்க: அ,மார்க்ஸ், 'புத்தம் சரணம்' மெத்தா பதிப்பகம், சென்னை). 'சாராம்சம்- (Essence) 'மாறாமை' என்பவற்றை ஏற்காத பௌத்தம் 'ஆன்மா' என்பதையும் ஏற்பதில்லை. பதிலாக 'அநாத்மன்' (ஆத்மா அல்லாதது) என்கிற ஒரு எதிர்மறைக் கருத்தாக்கத்தைப் புத்தர் முன்வைத்தார். வாழ்வின் மூன்று கூறுகளாக பௌத்தம் சொல்வன. அவை: 1, அனிச்ச (அனித்தியம்) வாழ்வு நிறந்தரமற்றது. 2. துக்க: (திருப்தி இன்மை). வாழ்வு திருப்தி அற்றது. 3. 'அனத்த': அனாத்மன்: வாழ்வு ஆன்மா அற்றது.

2. 'மைத்ரி பாவனை': எல்லா உயிர்களையும் நட்புறவோடு அணுகி அவற்றின் நல்வாழ்வை நினைத்தல்; 'கருணாப் பாவனை': பிற உயிர்களின் துன்பங்களைக் கண்டு மனம் உருகி அத்துன்பங்களைப் போக்க விறைதல்; 'முதிதைப் பாவனை': பிற உயிர்களின் ஆக்கம் மற்றும் இன்பம் கண்டு மகிழ்வும், அமைதியும், இன்பமும் கொள்ளல்.

3. 'செற்றம்': மன வெறுப்பு. 'ஆர்வமும் செற்றமும் நீக்கிய அச்சுதனே' (திருனெற்றந்தாதி 20); செற்றம் நீக்கிய மனத்தினர்' (திருமுருகாற்றுப் படை 132).

4. சுருதி சிந்தனை, பாவனை, தரிசனை என்பன: சுறுதி ஆவது அறவுறை கேட்டல்; சிந்தனையாவது கேட்டவற்றைச் சிந்தித்தல்; பாவனை என்பது அதன்படி நடத்தல்; தரிசனை ஆவது உண்மை தெளிதல்.

தவமும், தருமமும், நோன்பும்

அறவணர் காட்டிய ஞானதீபத்தின் ஊடாகத் தெளிவும் திறனும் பெற்றார் அன்னை மணிமேகலை. இவ்வாறு தவத்திறம் பூண்டு, தருமம் கேட்டு, பிறப்பறுக்க ஏதுவான குற்றங்களில் நீங்குவேன் என நோன்பு உற்றாள்.

38. மணிமேகலை காப்பியம் நிறைவுறுகிறது

நிறைவுரையாய்ச் சில...

மணிமேகலை காப்பியத்திற்கு 'மனிமேகலைத் துறவு' என்றொரு பெயருண்டு. மணிமேகலை துறவு மேற்கொண்டவர். அவரது அன்னை மாதவி பிறப்பில் ஒரு கணிகை. எனினும் மணிமேகலையின் தந்தை கோவலனின் மரணத்திற்குப் பின் துறவு மேற்கொண்டு அறவாழ்வு வாழ்ந்தவள். மணிமேகலையின் இன்னொரு (பெறா) அன்னையான கண்ணகியின் வரலாற்றை அறிவோம். கற்புக்கரசியாய் வாழ்ந்து தன் கற்பின் வலிமையோடு நீதியை நிலைநாட்டி மறைந்தவள்.

மணிமேகலையும் மாதவியும் துறவு மேற்கொள்கின்றனர். பருவ வயதின் ஈர்ப்புகளில் இருந்து சிறுமி மனிமேகலை துறவுக்குரிய மேன்மையை அடையும் வரலாற்றைச் சொல்வதன் ஊடாக பௌத்த நெறிகள் சிதையாமல் வெளிப்படும் காவியம்தான் நம் மணிமேகலை.

'துறவு', 'பற்றறுப்பு' என்பனவெல்லாம் ஏதோ மனைவி, மக்கள், வீடு, சுற்றம் என்பவற்றை விட்டுப் பிரிதல் மட்டுமல்ல. எனில் பின் வேறென்ன? தன் குடும்பம், தன் பிள்ளை, பிதிர், பேத்தி என்பதாக அன்றி உலக மாந்தரையே உறவுகளாய், இவ் உலகையே

இல்லமாய்க் கொள்ளல் என்பதே துறவின் பொருள். அப்படித்தான் மணிமேகலையின் வாழ்வும் அமைகிறது. அவ்வகையில் நாம் மனம் கொண்டிருப்பது போலத் துறவு என்பது பற்றறுப்பு என்பதாகவன்றி ஒருவகையில் 'பற்று மிகுப்பு' என்னும் நிலையை எட்டுகிறது. அதாவது தன் பிள்ளை, தன் குடும்பம் என்பதாகச் சுருங்காமல் உலக மக்கள் அனைவரின் நலம், அவர்தம் பசி நீக்கல் உள்ளிட்ட அறச் செயல்களுக்குத் தன் வாழ்வை அர்ப்பணித்தல் என்றாகிறது,

இப்படியான வாழ்விற்கு வளமையான குடும்ப வாழ்க்கை ஒரு தடை. உலகமே தன் குடும்பம் ஆகும்போது குடும்ப வாழ்வு என்பதன் பொருள் அளவிடற்கரியதாய் விரிவு கொள்கிறது. உலக மக்கள் அனைவருமே நம் குடும்பத்தவர் ஆகின்றனர். 'பற்று'. 'பற்று மிகுப்பு' 'குடும்பம்' என்பனவற்றின் பொருள் எல்லாம் இவ்வாறு அகன்று ஒளிர்கின்றன.

ஆற்றுனர்க்கு அளிப்போர் அறவினை பகர்வோர்
ஆற்றா மாக்கள் அரும்பசி களைவோர்
உலகின் மெய்நெறி வாழ்க்கை
மண் திணி ஞாலத்து வாழ்வோர்க்கு எல்லாம்
உண்டி கொடுத்தோர் உயிர் கொடுத்தோரே
உயிர்க்கொடை பூண்ட உரவோய் ஆகிக்
கயக்கு அறு நல்லறம் கண்டனை என்றலும்,

என்கிறது மணிமேகலை. அதுமட்டுமல்ல மணிமேகலையின் இன்னொறு சிறப்பும் இங்கு சிந்தனைக்குரியது.

பழம் உலக மகா காப்பியங்கள் எல்லாமும் இயற்கைக்கு மாற்றான அற்புதங்களைச் சுமந்திருப்பதை அறிவோம். ஆனால் அப்படியான எந்த உலகக் காப்பியங்களிலும் இல்லாத ஒரு கற்பிதம்தான் இந்த அமுத சுரபி. எத்தனை அழகான பெயர்! என்ன அற்புதமான கற்பிதம்!! முதன் முதலில் அது அருளப்பெற்றது ஆபுத்திரனுக்கு! யார் அவன்? தன் தாய்க்குத் தவறான உறவில் பிறந்தவனாக அறியப்பட்டவன்.

அவனுக்குப் பின் அந்த அற்புதப் பாத்திரம் யார் கையை அடைந்தது?

மக்கள் தேவர் எனவிறு சார்க்கும்
ஒத்தமுடிவின் ஓர் அறம் உரைக்கேன்

பசிப்பிணி தீர்தல் என்றே அவரும்
தவப்பெறு நல்லறம் சாற்றினர், ஆதலின்
மடுத்தீக் கொளிய மன்உயிர்ப் பசிகெட
எடுத்தனள் பாத்திரம் இளங்கொடி தான் என்!

ஆம். அள்ள அள்ளக் குறையாத அந்தப் பாத்திரம் நம் அன்னை மணிமேகலையின் கையில்தான் சென்றடைந்தது. யார் அந்த அன்னை மணிமேகலை? அவர் கணிகையர் குலத்தில் தோன்றிய ஒரு பெண். அவரது கரங்களில்தான் அந்த அற்புதப் பாத்திரம் சென்றடைகிறது.

ஆம் ஒருவர் மேன்மை அடைவது என்பதில் அவரது சொந்த முயற்சி, அறம் சார்ந்த வாழ்க்கை ஆகியனவே முக்கியப் பங்கு வகிக்கின்றன, பிறப்பு, சாதி, மதம்,எதுவும் ஒருவர் மேன்மை அடையத் தடை இல்லை என்கிறது பேரறிஞனான சாத்தனின் மணிமேகலை.

நோய்களிலேயே கொடுநோய் பசிதான் என்பார் புத்தர். எனவே உயிர்களின் பசி தீர்த்தல் என்பது நமது முக்கிய கடமை ஆகிறது. கடமை என்பதைக் காட்டிலும் நாம் ஒரு மனித உயிரியாக இருப்பதற்கு அதுவே அடையாளமாகிறது.

அறமெனப் படுவது யாதெனக் கேட்பின்
மறவாது இதுகேள் மன்னுயிர்க் கெல்லாம்
உண்டியும் உறையுளும் அல்லது
கண்டதில்லை.
ஆற்றுனர்க்கு அளிப்போர் அறவிலை பகர்வோர்
ஆற்றா மாக்கள் அரும் பசி களைவோர்

நோய்களிலேயே கொடு நோய் ஆன மக்களின் பசியை நீக்குதல் என்பது நமது முக்கிய கடமை ஆகிறது. கடமை என்பதைக் காட்டிலும் நாம் ஒரு மனித உயிரியாக இருப்பதற்கு அதுவே அடையாளம் ஆகிறது.

உலகின் மெய்நெறி வாழ்க்கை
மண்திணி ஞாலத்து வாழ்வோர்க்கு எல்லாம்
உண்டி கொடுத்தோர் உயிர்கொடுத் தோரே
உயிர்க்கொடை பூண்ட உரவோய் ஆகிக்
கயக்குறு நல்அறம் கண்டனை என்றலும்

என்றெல்லாம் எளிய மக்களின் பசி தீர்த்தல் என்பதை உன்னத அறமாக முன்வைப்பதிலும், ஒருவர் மேன்மை அடைவதில் அவரது பிறவி, சாதி ஆகியனவற்றிற்கு எந்த இடமும் இல்லை.எனச் சொல்வதிலும், ஓர் ஆண் நாயகனே காவிய மையமாக இருக்க முடியும் என்பதைத் தகர்த்ததிலும் தனித்துவமாக அமைந்த ஒரு மகா காவியம்தான் மணிமேகலை.

கிட்டத்தட்ட மூன்றாண்டுகளாகத் தொடர்ந்து வந்த இந்தக் காவியத் தொடரை எந்தத் தடைகளும் இன்றி வெளியிட்டு வந்த குமுதம் ‘தீராநதி’ குழுவினருக்கு என் நன்றிகளை அன்புடன் சமர்ப்பிக்கிறேன்.

ஒன்றைச் சொல்லி முடிக்க வேண்டும். மணிமேகலையின் இறுதி அத்தியாயங்கள் முழுக்க முழுக்க இந்தியத் தத்துவங்கள் குறித்துப் பேசுகின்றன. ஆழமான தத்துவப் பயிற்சி இன்றி அவற்றை விளக்கிவிட இயலாது. மணிமேகலை காவியத்தை அறிஞர் உ.வே. சாமிநாதர் பதிப்பித்தபோது அவர் தொடர்ந்து எழுதி வந்த விளக்கக் குறிப்புகளை அவர் இந்த இறுதி அத்தியாயங்களில் தவிர்த்தார். இந்த ஆழமான தத்துவக் கருத்துக்களைத் தன்னால் விளக்க முடியவில்லை எனத் தன் இயலாமையை மிக்க நேர்மையுடன் ஏற்றுக்கொண்டார். அதன் பின்னர் வந்த பதிப்புகளில் இந்தத் தத்துவப் பகுதிகளை மிக்க சிரமங்களுடன் பின்வந்த அறிஞர்கள் மொழியாக்கம் செய்துள்ளனர். அப்படியான கருத்துக்களை எல்லாம் கணக்கில்கொண்டே எனது இந்தப் பகுதிகளுக்கு எழுதிய விளக்கங்கள் அமைகின்றன. இந்தியத் தத்துவப் புலமை குறித்த ஆழமான புரிதலும் பயிற்சியும் நம் பழம் இலக்கியங்களைப் படிக்க அவசியம் ஆகிறது.

நிறைவு

சாத்தனாரின்

மணிமேகலை

மூல காப்பியச் சுருக்கம்

சாத்தனாரின் மணிமேகலை காப்பியம் குறித்த இந் நூலின் மூலகாப்பியச் சுருக்கம் இது. முன்னுரைக் குறிப்புகள், பதிகம், விழாவறை காதை, ஊர் அலர் உறைத்த காதை, தொடங்கி 'மலர்வனம் புக்க காதை வரை உரிய கதைக் குறிப்புகள் ஏற்கனவே இந் நூலின் முதல் தொகுப்பின் தொடக்கத்தில் இணைக்கப்பட்டுள்ளதால் இங்கு இம் மூல காப்பியச் சுருக்கத்தில் அவை தவிர்க்கப்பட்டு, நான்காவதாக உள்ள "பளிக்கறை புக்க காதை" யிலிருந்து இங்கு 'காப்பியச் சுருக்கம்' தொடங்குகிறது. மற்றபடி மணிமேகலைக் காப்பியத்தின் இதர அத்தியாயங்கள் குறித்துத் தமிழறிஞர் அவ்வை சு.துரைசாமி அவர்களின் "மதுரை தமிழ் இலக்கிய மின் தொகுப்புத் திட்டத்தின்" கீழ் உருவாக்கப் பட்டுள்ள மணிமேகலைக் காப்பியம் குறித்த ஆய்வு நூல் முதலானவற்றிலிருந்து இக் காப்பியச் சுருக்கம் சற்றே எளிமைப்படுத்தி தொகுக்கப்பட்டுள்ளது.

இனி மதுரை தமிழ் இலக்கிய மணிமேகலைச் சுருக்கத்திலிருந்து மணிமேகலை காப்பியக் கதைச் சுருக்கம் தொடங்குகிறது

4. பளிக்கறை புக்க காதை

பளிக்கறை புக்க காதையில் ஒரு காட்சி: கோவலனும் கண்ணகியும் மட்டுமின்றி மதுரை நகரே பேரழிவை எதிர்கொண்ட பின்னணியில் சற்றே அமைதி நேர்ந்தபின் உவவனம் புக்க

சுதமதியும் மணிமேகலையும் ஒரு பூங்காவை அடைகின்றனர். துயரில் ஆழ்ந்திருந்த மணிமேகலையின் துயரைச் சற்றே கலையும் நோக்கில் அழகிய இயற்கைக் காட்சிகளைச் சுதமதி காட்டுகிறாள்.

இதற்கிடையில் நகரில் பெரும் கிளர்ச்சியொன்று உருவாகி இருந்தது. சோழ வேந்தனது பட்டத்து யானையான 'காலவேகம்' என்பது மதவெறிகொண்டு நகர வீதியில் திரியத் தொடங்குகிறது; மக்கள் கலக்கமுற்று அலமந்து நாற்புறமும் ஓடலாயினர். இச் செய்தி, சோழவேந்தனான நெடுமுடிக் கிள்ளியின் மகன் உதயகுமரனுக்குத் தெரிந்தது. உடனே, அவன் குதிரை ஒன்றின்மேல் விரைந்து வந்து, அந்த யானையை அடக்கி, பாகர் பால் விடுத்து, தான் ஒரு நெடுந்தேரில் ஏறி நாடக மடந்தையர் வாழும் தெருவழியே சென்றான்

இவ்வாறு இவ்விருவரும் உவவனத்துப் பொழிலும் பொய்கையும் வழங்கும் காட்சிகளை நுகர்ந்துகொண்டிருக்கையில், நகரத்தில் ஒரு பெருங்கிளர்ச்சி உண்டாயிறது. தெருவில் உள்ள நெடுமனை யொன்றின் மேல்மாடியில், தெருப்பக்கத்தே அமைந்திருந்த பள்ளியறைக்கண், நாடக மடந்தை ஒருத்தியுடன் எட்டி குமரன் ஒருவன் யாழ் ஒன்றைத் தழுவிக்கொண்டு கிடந்தான். அவனைத் தேரிலிருந்தே பார்த்த இளவரசனான உதயகுமரன் அழைத்து, "உன் பிரச்சினை என்னை? இவ்வாறு மயங்கிக் கிடக்கின்றனையே!" என்று வினவினான். அதற்கவன் மாதவி பெற்ற மணிமேகலை கோவலனுக்கு நேர்ந்த கொடுந்துயர் மத்தியில் மலர்வனம் முகுந்துள்ளதைக் கண்டு தான் துயர் உற்றதைச் சொல்கிறான். இதனைக் கேட்டதும் உதயகுமரன், "அவ்வாறாயின் யான் சென்று அவளை என் தேர்மீது ஏற்றி வருவேன்" என்று மொழிந்து உவவனம் நோக்கி விரைகிறான்.

அவனது தேரிற் கட்டிய மணியொலி உவவனத்தின் உள்ளிருந்த மணிமேகலையின் செவிக்கு எட்டுகிறது. உடனே அவள் சுதமதியை நோக்கி, "என் பாட்டி சித்திராபதியோடு உதயகுமரன் நெருக்கமாக இருந்து என் மீது ஒரு கண் வைதுள்ளது குறித்து வயந்த மாலை என் தாய் மாதவியிடம் ஒருநாள் சொல்லியதைக் கேட்டுள்ளேன். இன்று என் காதில் விழுந்த அவன் குரல் அவன் தேரொலி போல் உள்ளது. என் செய்வேன்" என்று மொழிந்து அஞ்சினள். இதெற்கெல்லாம் அத்தனை எளிதாக அஞ்சாத

சுதமதி அவளை அழைத்துச் சென்று அவ்வனத்திடையே இருந்த பளிக்கறைக்குள் விடுத்துத் தாழிட்டு, வெளியே வந்து, அதற்கு ஐந்து விற்கிடை அகன்று நின்றாள். உதயகுமரனும் அங்கு வந்து சேர்ந்து, சுதமதியைக் கண்டு மணிமேகலைபால் தனக்குள்ள காதற்காமம் தோன்றப் பலவற்றைக் கட்டுரைத்தான்.

அவன் உரைத்தவற்றை அமைதியுடன் கேட்ட சுதமதி, உதய குமரனை அச்சுறுத்தும் நோக்கில் விரிவாக அவனிடம் பேசி எச்சரித்தாள். இவ் எச்சரிக்கைகளும் அறிவுரைகளும் அவன் செவியிற் புகுந்து உள்ளத்தில் படியும்முன், பளிக்கறைக்குள்ளிருந்த மணிமேகலையின் உருவம் அவன் கண்முன் தோன்றிற்று.

5. மணிமேகலா தெய்வம் வந்து தோன்றிய காதை

பளிக்கறைக்குள் மணிமேகலையின் உருவம் தோன்றக் கண்ட உதயகுமரன் அதற்குள் நுழைய அதன் வாயிலை நாடினன். அது பளிங்கினால் ஆனதால், அதனைக் காண முடியவில்லை; அவன் அவ்வறையின் புறச்சுவரைக் கையால் தடவிப் பார்த்துச் சுற்றி வந்தான். வரும்போது மணிமேகலையைக் கண்டு, "சுதமதி! நின் தோழியாகிய மணிமேகலை எப்படியானவள்?" என்று வினவினான். அவனுக்கு அவள், "இளமை பொருந்திய அழகிய பூங்கொடி. விண்ணவர்களும் விளக்கும் ஒளி உடைய திருமேனி கொண்டவள்" - என்று தொடங்கினாள். "மணமலர்கள் அய்ந்தினைத் தன் கணையாக உடையவனும், மீனக் கொடியைக் கொண்டவனும் உருவிலியும் ஆன மன்மதனோடும் படைத்திறன் கூடியவள்"-என்றெல்லாம் சுதமதி சொல்லக் கேட்ட உதயகுமாரன் நிலைகுலைந்தான்.

"கிரவுஞ்ச மலையினைப் பிளந்து சூரனைக் கொன்றவன் முருகப் பெருமான். அவனைப் போன்றே விளங்கும் நின் இளமைச் செவ்வியைத் தன் கண்களால் முகர்ந்தும் பார்க்காதவள் மட்டுமல்ல. சாபம் இடுகிற திறனையும் தன் பாதுகாவலாக உடையவள்தான் மணிமேகலை" என்றெல்லாம் இளவரசனை எச்சரித்தாள் தோழி.

அதற்கெல்லாம் மசியாத அவன் அடங்காது, "செவ்வியளாயின் அவள் என் செவ்வியளாகுக" என உரைத்ததோடு நில்லாமல், சுதமதியை நோக்கி, "நீ சமண மகளிரிடையே விஞ்சையன் ஒருவனால் கைவிடப்பட்டவள் என்று பலராலும் கூறப்படும்

அவளில்லையோ? அவரிடத்தின் நீங்கி, இங்கே இம் மணிமேகலையுடன் எவ்வாறு வந்தனை?" எனச் சீண்டினான். அவனுக்குச் சுதமதி தன் வரலாறு சொல்லத் தொடங்கி,

தன் தந்தை தன்னையும் தன் தாயையும் இழந்து, தன்னால் தன் குடிக்கு நேர்ந்த குற்றத்தைப் போக்க வேண்டி, குமரியாட வடமொழியாளர் பலரோடும் வந்து குமரியிலும், காவிரியிலும் நீராடித் தன்னைத் தேடிய வரலாற்றைச் சொன்னாள். அப்படி அவன் ஒருநாள் தன்னைக் கண்டு, தன்னைப் பிரியாதவனாய் இருந்து மனைதோறும் இரந்துண்டு வாழ்ந்த வரலாற்றைக் கூறினாள்.. ஒருநாள் கன்றீன்ற ஆவொன்று அவன் மீது பாய்ந்து அவன் குடல் சரிந்தது. அதனைக் கையில் தாங்கிய வண்ணம் அவன் சமணரிடம் தஞ்சம்புகுந்தான் எனவும் அவர்கள், அவனையும் தன்னையும் புறத்தே போக்கி, 'நீவிர் இவ்விடத்திற்கு உரியரல்லீர்' என ஏற்க மறுத்தனர் என்றும், அதை ஒட்டித் தாங்கள், 'யாரேனும் அறவோர் அகப்படுவரோ?' என நகரத்தெருக்களில் அலமந்து திரிந்ததாகவும் அப்போது உச்சிப்போதில் மனைதோறும் சென்று பிச்சை எடுத்துவரும் சங்கதருமன் என்பவன் தங்களிடம் இரக்கம் கொண்டு "தம் சாதுயர் நீக்கினன்" எனத் தன் வரலாற்றைச் சொன்னாள். சங்க தருமன் எனப்படும் அந்தப் பெரியவன், புத்த சான்றோன் எனவும் அவனே தங்கட்குப் புத்தனது அருளறத்தைப் புகன்று தங்களுக்கு நல்வழி காட்டியவன் என்றும் விளக்கினாள் சுதமதி...

முன்னதாகக் குடல் சரிந்து சாகக் கிடந்த தன் தந்தைக்கும், அவரைப் பாதுகாக்க இயலாத தனக்கும் அவ்விடத்தே இருந்த சமணர்கள் அடைக்கலம் அளிக்க மறுத்ததையும், அதே நேரத்தில் அருகிருந்த புத்த சான்றோன் ஒருவன் அவர்களின் மத அடையாளங்களை எல்லாம் கருதாமல் அவர்களை ஏற்றுக் காப்பாற்றியமையையும் அருகருகே முன்வைத்துப் பேரறிஞர் சாத்தனார் இவ்வாறு பௌத்தத்தின் மேன்மையைக் கதைப் போக்கின் ஊடே முன்வைப்பது இங்கே கவனத்திற்குரியது.

இவ்வாறு சுதமதி தன் வரலாற்றைச் சொல்லி முடித்ததும். அதனைக் கேட்ட உதயகுமரன், "இனி, யான் இம் மணிமேகலையைச் சித்திராபதிபதியால் என்பால் சேர்த்துக் கொள்வேன்," என்று கூறி அப் பொழிலை விட்டு நீங்கினான். அவன் போனதை

உணர்ந்த மணிமேகலை, வெளியே சுதமதியிடம் வந்து, "கற்புத் தான் இலள், நற்றவ உணர்விலள், வருணக் காப்பிலள் பொருள் விலையாட்டி என்று இகழ்ந்தனனாகி நயந்தோன்" என அவனைக் கடியாமல், "புதுவோன் பின்றைப் போனது என் நெஞ்சம். இதுவோ அன்னாய், காமத்தியற்கை! இதுவே யாயின் கெடுக தன் திறம்" - எனச் சொல்லி நின்றாள் மணிமேகலை.

இப்படிக் காம வெறியில் தன்னைப் பின்தொடர் பவனாயினும், அப் புதியோன் நெஞ்சில் அச் சிறுமியின் முன்வாழ்வில் பங்கு கொண்டவனாக இருந்த உதயகுமாரனின்பால் அவளுக்கு மனம் கசிந்தபோதும், அதை மீறி அவள் வெளிவந்து உலகோர் பசிப்பிணி நீக்குபவளாகத் தன்னை எவ்வாறு அர்ப்பணித்துக் கொண்டவளாகிறாள் என்பதைச் சொல்வதுதான் மணிமேகலையின் எஞ்சிய வரலாறாக அமைகிறது.

6. சக்கரவாளக் கோட்டம் உரைத்த காதை

இவ்வண்ணம் தோன்றிய மணிமேகலா தெய்வம் சுதமதியையும் மணிமேகலையையும் கண்டது. பின் அது சுதமதியைப் பார்த்து, "இங்கே வாடிநிற்கின்ற நீவிர் என்உற்றீர்?" என்று வினவ, சுதமதி உதய குமாரன் கூறிய அனைத்தையும் ஒழியாது உரைத்தாள். அப்போது அத் தெய்வம்,

"அரசிளங்குமரன் ஆயிழை தன்மேல் தணியா நோக்கம் தவிர்விலனாகி அறத்தோர் வனம் என்று அகன்றனன்; ஆயினும், புறத்தோர் வீதியில் பொருந்துதல் ஒழியான். ஆதலால், நீங்கள் பெருந் தெருவிற் செல்வதை விடுத்து, இவ் உவவனத்தைச் சூழ்ந்துள்ள மதிலின் மேற்றிசைச் சிறுவாயில் வழியாகச் சக்கர வாளக் கோட்டத்திற்குச் செல்க. அங்கே இரவுப்போது கழியினும் உங்கட்குச் சிறு தீங்கும் எய்தாது," என்று சொல்லிற்று, சக்கரவாளக் கோட்டம் என்று தெய்வம் உரைப்பக் கேட்டதும் சுதமதி வியப்புற்று, "அக் கோட்டத்தை இங்குள்ளோர் அனைவரும் சுடுகாட்டுக் கோட்டம் என்கின்றனர்.. இதனைச் சுடுகாட்டுக் கோட்டம் என்னாது, நீங்கள் சக்கரவாளக் கோட்டம் என்று சொல்லுவதன் கருத்தென்னை?" என்று வினவினள்.

மணிமேகலா தெய்வம், "இதனை யாவரும் சுடுகாட்டுக் கோட்டம் என்பது வழுவன்று. இந் நன்காடு, சம்பாபதி என்னும் இந்நகர்

தோன்றிய காலத்தே உடன் தோன்றிய முதுகாடே யாகும்” என விளக்கியது.

இது நிற்க, ஒருநாள் இரவு ஒரு பேய்மகள் பெண் பிணமொன்றின் கருந்தலையைக் கையில் ஏந்திக் களிப்புடன் கூத்தாடி வந்ததை அவ்வழியே அறியாது சென்ற, சார்ங்கலன் என்னும் பார்ப்பனச் சிறுவன் ஒருவன் கண்டு அஞ்சி நடுநடுங்கி, தன் வீட்டிற்குச் சென்று, தன் தாயிடம் நடந்தது சொல்லி உயிர் விட்டான். அவன் பெற்றோர் மிக்க முதியோர். அவருள், அவன் தந்தை கண்ணிழந்தவன்.

மகன் பிரிவை ஆற்றாத கோதமை, அவன் உடலைச் சுமந்து ஈமப்புறங் காட்டின் வாயிலில் நின்று, சம்பாபதியை நோக்கி முறையிட்டழுதாள். அவள்முன் சம்பாபதி தோன்றி வினவியபோது, கோதமை தன் மகன் இறந்து கிடப்பதைக் காட்டி, “என் உயிர் கொண்டு இவன் உயிர் தந்தருளில, என் கண்ணில்லாத கணவனை இவன் காத்து ஓம்பிடும்; இவன் உயிர் தந்து என் உயிர் வாங்கு’ என்று இரந்தனள். அதுகேட்ட சம்பாபதி அது தனக்குச் சாத்தியமில்லை என்பதை விளக்கி, “நீ இக்கருத்தை விடுக” என்றனள்.

இதனாலும் மனம் தெளியாத கோதமை, ‘தேவர்கள் இத்தகைய வரம் தருவர் என நான்மறை அந்தணர் நவில்வ துண்டு; அதனால், நீ அருளாவிடின், யான் இப்பொழுதே உயிர் விடுவேன்’ என்று சொல்ல, சம்பாபதி, தெய்வ வகை பலவும் விடாது வரவழைத்து, அவள் முன் நிறுத்தி, “நீ கேட்கும் வரத்தை இவர் தரவல்லரோ, காண்’ என்றாள்”. அத் தெய்வங்கள் அனைத்தும், சம்பாபதி கூறியவாறே, ‘இறந்த உயிரை மீட்டும் தருவித்தல் முடியாது’ என்று சொல்ல, கோதமை தன் மகனைச் சுடுகாட்டில் இட்டுத் தானும் உயிர் துறந்தாள்.

“இதுவே இதன் வரலாறு” என அம் மணிமேகலா தெய்வம் கூறி முடித்தது. அதன்பின் சுதமதி உறங்கிவிட்டாள். அத் தெய்வம் மணி மேகலையைத் தன் மந்திரத்தால் மயக்கித் தழுவி எடுத்துக்கொண்டு வான் வழியாக, தென் திசையில் முப்பது யோசனைத் தொலைவில் கடல் நடுவண் இருந்த மணிபல்லவம் என்னும் ஒரு தீவில் கடற்கரையில் மணற்பரப்பில் அவளைக் கிடத்திவிட்டு நீங்கியது.

7. துயிலெழுப்பிய காதை

மணிமேகலையைக் கைப்பற்ற முடியாது, கையற்றுத் தன் அரண்மனைக்கு மீண்டுவந்த உதயகுமாரன், "இக் கங்குல் கழிந்ததும் அவளை என் கையகப்படுத்துவேன்" என்று எண்ணமிட்டு அன்றிரவு கண்ணுறக்கம் பெறாது கிடந்தபோது அவன் கண்முன்னே மணிமேகலா தெய்வம் தோன்றி, "மன்னவன் மகனே! கோல்நிலை திரிந்திடின், கோள்நிலை திரியும்;

கோள் நிலை திரிந்திடின், மாரி வறங்கூரும்; மாரிவறங் கூரின், மன் உயிர் இல்லை;

மன்னுயிர் எல்லாம் மண்ணாள் வேந்தன் தன்னுயிர் என்னும் தகுதி இன்றாகும். (எனவே)

"தவத்திறம் பூண்டோள் தன் மேல் வைத்த அவத்திறம் ஒழிக" என்று உரைத்து நீங்கி, உவவனம் புகுந்து அங்கே உறங்கிக் கொண்டிருந்த சுதமதியைக் கண்டு அவளது துயிலை நீக்கி அவள் தெளிந்த காலை, அவள் முன்னே நின்று, "சுதமதி, அஞ்சேல், யான் மணிமேகலா தெய்வம். இவ்வூரில் நடைபெறும் இந்திரவிழாவைக் காணவந்த நான், என் மந்திரத்தால் மணிமேகலையை மயக்கிக் கொண்டுபோய் மணிபல்லவத்தில் வைத்துள்ளேன். அவள் இன்றைய ஏழாம் நாள், தன் பழம் பிறப்பை அறிந்து கொண்டு இங்கு வருவள். அவளுக்குப் புத்தனது நல்லறத்தைப் பின்பற்றும் நல்லூழ் வந்துள்ளது. அவள் இவ்வூரில் தன் உருமாறி உலவியகாலையும் நின் கண்ணுக்குத் தன் உண்மையுருவை ஒளியாள்" என்று சொல்லி மறைந்தேகியது. சுதமதி தான் உறங்கிக் கிடந்த இடத்தினின்றும் எழுந்து சுற்றுமுற்றும் நோக்கினாள். எங்கும் எவ்வுயிரும் உறங்கின. இடையிடையே ஊர்காப்பாளர் எறிதுடி உட்படப் பல ஒலிகளும் ஓசைகளும் பிறவும் இசைத்தன. இவற்றால் உள்ளம் கலங்கி நடுக்கமுற்ற சுதமதி, அவ் வனத்தின் உள்ள சிறு வழியினூடு, அயலதாகிய சக்கரவாளக் கோட்டத்தை அடைந்தாள். அங்கு திறந்த வாயுடைய உலகவறவி இருந்தது. அங்கே சென்ற சுதமதியை அங்கு நின்ற தூணொன்றில் இருந்த பாவை ஒன்றிலிருந்து ஒரு தெய்வம் அவளை அழைத்து, "சுதமதி, நீ முன் பிறப்பில், அசோதர நகரத்து அரசனான இரவிவன்மன் மகள். நீ துச்சயன் என்னும் வேந்தற்கு மனைவி. நினக்கு முற்பிறப்பில் வீரை என்பது பெயர். நினக்குத்

தமக்கை யொருத்தி யுண்டு. அவள் தாரை எனப்படுவாள். அவள் இறந்தது கேட்டு நீ உயிர்விட்டாய். இப்போது நீ நின் முன் பிறந்தாளாகிய தாரையொடு கூடியிருக்கின்றாய். இன்றைய ஏழாம் நாள் நின் பழம் பிறப்பின் தங்கை இலக்குமி என்பாள் நின் பிறப்பும் தன் பிறப்பும் அறிந்து வருவள். நீ அஞ்சற்க" என்று சொல்லிற்று. இச் சொற்களால் சுதமதி திகைப்புண்டு அஞ்சி மருண்டிருக்கையில் சிரிது சிரிதாகக் கதிரவன் முளைத்து. சுதமதிக்கு அச்சம் நீங்கியது. அவள் மயிலென நடந்து மாநகரின் தெருவழியே சென்று மாதவியை அடைந்து நிகழ்ந்தது முற்றும் வழு வின்றிக் கூறினாள். மாதவி, அது கேட்டு, மணியிழந்த நாகம்போல் வருத்தம் கொண்டனள்; சுதமதியோ, மணிமேகலையின் பிரிவாற்றாது உயிரிழந்த உடல்போலத் துயர் உழப்பாளாயினள்.

8. மணிபல்லவத்துத் துயருற்ற காதை

மணிமேகலா தெய்வத்தால் தனித்து விடப்பெற்ற மணிமேகலை மணிபல்லவத் தீவின் கடற்கரையில் துயிலெழுந்து சுற்றுமுற்றும் பார்க்கிறாள். தன்னோடிருந்த சுதமதியையும் கண்டிலள். அவள் கண்ணெதிரே கண்ட காட்சிகள் அவளுக்குப் புதுமையாகத் தோன்றி வியப்பை அளித்தன. கொஞ்ச நேரத்தில் விடியல் தோன்றி ஞாயிறு கிழக்கே எழுந்தது. சுற்றி வெளிப்பட்ட இயற்கக் காட்சிகள் அவளை மகிழ்வித்தன. "உவவன மருங்கில் இது ஒன்று போலும் என்றெல்லாம் அவள் அக் காட்சிகளால் இன்புற்றாலும். சுதமதியைக் காணாதது துயரையும் அச்சத்தையும் அவளுக்கு அளித்தது. உவவன மருங்கில் ஓரிடம்போல் இது உள்ளது. தன்னை விட்டுச் சுதமதி போய்விட்டாளோ என்றும் கூடக் கலங்கிப் பலவாறும் எண்ணிக் கொண்டு, அவளைத் தேடித் திரியலானாள். நீர்த் துறைகள், மணற் குன்றங்கள், பெரும் பொழில்கள் ஆகிய இவ்விடங்கள் தோறும் தேடினாள். எங்கும் அவளைக் காணாத மணிமேகலை பெரிதும் அச்சமும் அவலமும் கொண்டு ஏங்கி அழவும் செய்தாள். தோழி தன்னை ஏமாற்றி விட்டாளோ என்றும் கூடக் கலங்கினாள்.

அவ்வாறு அழுபவள் முன்னர், புத்தனாகிய பெருந்தவ முனிவன் இருந்து அறம் உரைக்கும் தரும பீடிகையொன்று தோன்றியது.

ஒரு காலத்தே, நாகநாட்டை ஆண்ட நாகவேந்தர் இருவர் இப் பீடிகையைக் கண்டு, ஒவ்வொருவரும் அது தமக்கே உரியதெனக் கருதிக்கொண்டு அதை எடுக்க முயன்று ஆற்றாராயினர். ஆயினும், அதன்பாற் கொண்ட ஆசையால் இருவரும் ஒருவரோடொருவர் பெரும் படையுடன் நெருங்கிப் போர் செய்தனர். அதுபோது, அவர் முன் புத்தர் பெருமான் தோன்றி, "இருஞ் செரு ஒழிமின்; ஈது எமது. போரைக் கை விடுங்கள்," என்று சொல்லி, அதன்மீது இருந்து அறங் கூறினர். இது புத்த பீடிகையின் வரலாறு.

9. பீடிகை கண்டு பிறப்பு உணர்ந்த காதை

இவ்வண்ணம் தோன்றிய புத்த பீடிகையைக் கண்டதும் மணிமேகலை தன்னை மறந்து, அதன் அருகே சென்று, தலைமேற் கைகுவித்து உவகையாற் கண்ணீர் சொரிந்து, வணங்கி அதனை மும்முறை வலம் வந்து வழிபட்டு நின்றாள்.

அந்நிலையே அவட்கும் பழம் பிறப்பின் செய்திகள் நினைவிற்கு வந்தன. உடனே, அவள், "தொழுதகை மாதவ, துணிபொருள் உணர்ந்தோய்! காயங் கரையில் நீ உரைத்ததை யெல்லாம், வாயே ஆகுதல் மயக்கற உணர்ந்தேன். காந்தார நாட்டுப் பூருவதேய மன்னனான மத்திபதி என்னும் அரசன் தன்னாட்டிற்கு நிகழவிருந்த பெருந் தீங்கினைப் பிரமதருமன் என்னும் முனிவனால் உணர்ந்து, தன்னாட்டு மக்களுடன் இடவயம் என்னும் தன் நகரின் நீங்கி, அவந்தி நோக்கிச் சென்று கொண்டிருந்தான். ஒருகால் அவன் காயங்கரை என்னும் ஆற்றின் கரையில் பாடியமைத்துத் தங்கியிருக்கையில், அம் முனிவன் கூறியவாறே நாடு நில நடுக்கத்தால் கெட்டழியக் கேட்டறிந்து வருந்தினன். அப்போது அம்முனிவன் மீண்டும் வந்து அவ்வரசனுக்கும், குடிமக்கட்கும் நல்லறம் உரைத்தனன். அந்நாளில், அரவக் கடலொலி அசோதரம், ஆளும் இரவி வன்மன் ஒருபெருந் தேவி, அமுதபதி வயிற்று இலக்குமி என்னும் பெயர்பெற்றுப் பிறந்தேன்."

அத்திபதியெனும் அரசன் பெருந்தேவி சித்திபுரம் ஆளும் சீதரன் திருமகள் நீலபதி யெனும் நேரிழை வயிற்றில், காலை ஞாயிற்றுக் கதிர்போல் தோன்றிய இராகுலன் தனக்குப் புக்கேன்; அவனொடு பராவரு மரபின் நின் பாதம் பணிதலும், எட்டிரு நாளில் இவ்விராகுலன் தன்னைத்

திட்டி விடம் உணும்; செல் உயிர் போனால், தீயழல் அவனொடு சேயிழை மூழ்குவை;

ஏது நிகழ்ச்சி ஈங்கின்று; ஆதலின், கவேர கன்னிப் பெயரொடு விளங்கிய தவாக்களி மூதூர்ச் சென்று பிறப்பெய்துதி; அணியிழை, நினக்கு ஓர் அருந்துயர் வரும் நாள், மணிமேகலா தெய்வம் வந்து தோன்றி, அன்று அப்பதியில் ஆரிருள் எடுத்துத் தென் திசை மருங்கில் ஓர் தீவிடை வைத்தலும், வேக வெந்திறல் நாகநாட்டரசர், சினமாசு ஒழித்து, மனமாசு தீர்த்து ஆங்கு அறச்செவி திறந்து மறச்செவி அடைத்துப் பிறவிப்பிணி மருத்துவன் இருந்தறம் உரைக்கும் திருந்தொளி யாசனம் சென்று கைதொழுதி; அன்றைப் பகலே உன் பிறப் புணர்ந்தீங்கு இன்று யான் உரைத்த உரைதெளிவாய் என உரைத்தனை; அதுகேட்டு, என் காதலன் பிறப்பும் காட்டாயோ என்று வேண்டினேன். அதுபோது, அத் தீவிடை நின்னைக் கொண்டு சென்ற தெய்வம் தோன்றி, அவனைக் காட்டி, ' இவனே நின் கணவன்' என்று சொல்லுமென்று மொழிந்தனை. அத் தெய்வம் இன்னும் வந்திலதே" என்று உரைத்து நின்று அழுதாள்.

10. மந்திரம் கொடுத்த காதை

மணிமேகலை தன் பழம் பிறப்புணர்ந்து நிற்கையில், அவளை அத் தீவில் விட்டுச்சென்ற மணிமேகலை தெய்வம், அப் புத்த பீடிகையைப் புத்தனாகவே கருதி, உயிர்களெல்லாம் உணர்வு பாழாகிப் பொருள் வழங்கு செவித்துளை தூர்ந்து அறிவிழந்த வறந்தலை உலகத்து அறம்பாடு சிறக்கச் சுடர்வழக்கற்றுத் தடுமாறு காலையோர் இளவள ஞாயிறு தோன்றியது என்ன,

“நீயோ தோன்றினை; நின் அடி பணிந்தேன்; நீயே ஆகி, நிற்கு அமைந்த இவ்வாசனம் நாமிசை வைத்தேன்; தலைமிசைக் கொண்டேன்” - என்று சொல்லி வணங்கி நின்றாள். அவளைக் கண்டதும், மணிமேகலை, அவள் அடியிற் பணிந்து, “நின் திருவருளால் என் பழம் பிறப்பை உணர்ந்தேன்; என் பெருங் கணவன் யாங்கு உளன்?” என்று கேட்டனள். மணிமேகலா தெய்வம், அவட்கு அவளது வரலாறு கூறத்தொடங்கி, "முற்பிறப்பில் இலக்குமி யென்னும் பெயருடனிருந்தாய். நினக்குக் கணவன் இராகுலன் என்பவன். ஒருகால் அவன் நின்னொடுகூடி ஒரு பொழிலிடத்தே தங்கியிருக்கையில், அவனோடு நீ ஊடினை.

அவன் நின்னைப் புலவி தீர்த்தற்கு அடிவீழ்ந்து வணங்கினன். அப்போழ்தில், சாது சக்கரன் என்னும் முனிவன் வான் வழியாக வந்து நிற்க, அவனைக் கண்டு நீ வணங்கினை; இராகுலன் உண்மையுணராது நின்னை வெகுண்டான். அவனுக்கு நீ முனிவனது சிறப்புக் கூறி வணங்குவித்தனை. பின்பு அம் முனிவனை மீட்டும் வணங்கி,

"அமர! கேள்! நின் தமர் அலம் ஆயினும் அந்தீந் தண்ணீர் அமுதொடு கொணர்கேன்;

உண்டி; யாம் உன் குறிப்பினம்"- என்று உரைத்து உணவு கொடுத்து ஓம்பினை; அன்று நீ செய்த அற வினை நின்னைப் பிரியாது நின் பிறப்பை அறுப்பதற்குத் துணை யாயிற்று. உவவன மருங்கில் உன்பால் தோன்றிய உதயகுமரன் அவன், உன் இராகுலன்; ஆங்கு அவன் அன்றியும் அவன் பால் உள்ள நீங்காத் தன்மை நினக்கும் உண்டாகலின், கந்த சாலியின் கழிபெரு வித்து ஓர் வெந்துகு வெண்களர் வீழ்வது போன்ம் என அறத்தின் வித்து ஆங்கு ஆகிய உன்னை ஓர் திறப்படற்கு ஏதுவாச் சேயிழை! செய்தேன்;

"இன்னும் கேள் : நினக்கு முன் பிறந்த தாரை, வீரை என்ற இரு மடந்தையரும் தத்தம் கணவன்மாருடன் கங்கைப் பேர்யாற்றங் கரையில் விளையாடிக் கொண்டிருக்கையில், அறவணவடிகள் வந்து சேர்ந்தனர். அவரை இம் மடந்தையர் வணங்கி வழிபட்டனர். அவர் கட்கு, அடிகள், "மங்கைமீர், யான் புத்தன் இருந்து அறம் உரைத்த குன்றின் அருகில் உள்ள பாதபங்கய மலையைத் தொழுது வலம்கொள்ள வந்தேன்; நீவிரும் சென்று வழிபடுமின்" என்று உரைத்தேகினர். அவரும் அவ்வாறே செய்து "இப் பிறப்பில் மாதவியும் சுதமதியுமாயினர்," என்று கூறிய அத் தெய்வம் மேலும் கூறத்தொடங்கி,

"அறிபிறப் புற்றனை, அறம்பாடறிந்தனை; பிறவறம் உரைப்போர் பெற்றியும் கேட்குவை; பல்வேறு சமயப் படிற்றுரை எல்லாம் அல்லியங் கோதை கேட்கும் அந்நாள், இளையள், வளையோள் என்று உனக்கு யாவரும் விளை பொருள் உரையார்; வேற்றுரு எய்தவும் அந்தரம் திரியவும் ஆக்கும் இவ்வருந்திறல் மந்திரம் கொள்க" என வாய்மையின் ஓதி, முடிவில், "புத்தனருளிய திருவறம் எய்துதல் ஒருதலை இனி, நீ இப் புத்த பீடிகையை

வணங்கி நின் ஊர்க்குச் செல்க" என்று மொழிந்து அந்தரத்தே செல்லத் தொடங்கிற்று.

அத் தெய்வம் சிறிது தொலைவு சென்று, சட்டெனத் திரும்பி வந்து, "நினக்கு ஒன்று சொல்ல மறந்தேன், கேள்," என்று சொல்லி,

"சிறந்த கொள்கைச் சேயிழை, கேளாய்:
மக்கள் யாக்கை உணவின் பிண்டம்;
இப்பெரும் மந்திரம் இரும்பசி அறுக்கும்"

என்று ஒரு மந்திரத்தை வழங்கி, விசும்பு வழியாக மேற் செல்வதாயிற்று.

11. பாத்திரம் பெற்ற காதை

மணிமேகலா தெய்வம் நீங்கிய பின் மணிமேகலை எழுந்து மணி பல்லவத்துள் செறியத் தோன்றிய வெண்மணற் குன்றுகள், விரிபூஞ் சோலைகள் முதலிய காட்சிக்கு இனிய இடங்களைக் கண்டுவந்தனள். இவ்வாறு ஒரு காவதத் தொலைவு இவள் திரிந்துவருகையில், அவளெதிரே தீவதிலகை என்பவள் தெய்வக் கோலத்துடன் தோன்றினள். தீவதிலகை மணிமேகலையின் தனிமை கண்டு, "இலங்கு தொடி நல்லாய், நீ யார்?" - என்று வினவினள்.

அதற்கு மணிமேகலை,

"எப்பிறப் பகத்துள் யார் நீ என்றது? பொற்கொடி யன்னாய், பொருந்திக் கேளாய்:
போய பிறவியில் பூமியங் கிழவன் இராகுலன் மனையாள்; இலக்குமி என்பேன்;
ஆய பிறவியில் ஆடலங் கணிகை மாதவி ஈன்ற மணிமேகலை யான்;
என் பெயர்த் தெய்வம் ஈங்கு எனைக் கொணர, இம் மன் பெரும் பீடிகை என் பிறப் புணர்ந்தேன்;
ஈங்கு என் வரவு இது; ஈங்கு எய்திய பயன் இது"

என்று தன் வரலாறு கூறிய மணிமேகலை, அத் தீவதிலகையின் வரலாற்றை வினவினள். அதுகேட்ட தீவதிலகை, "இத்தீவிற்கு அயலே இரத்தினத் தீவு என்பதொன்றுண்டு, அதன்கண் சமந்தம் என்னும் மலையொன்றுளது. அதன் உச்சியில் புத்தர் பெருமானது திருவடி அமைந்திருக்கிறது. அதனைத் தொழுது வலங்கொண்டு

வந்த யான், இங்குள்ள புத்த பீடிகைக்கு வந்தேன். என்னை இந்திரன் இங்கே இருத்தி இதனைக் காவல்புரிந்து வருமாறு கட்டளையிட்டான். யானும் அது முதல் இங்கே இதனைக் காத்து வருகின்றேன்; என் பெயர் தீவதிலகை என்பது" என்றாள்.

தீவதிலகையின் வரலாறு கேட்ட மணிமேகலை மனம் மகிழ்கையில், அத் தீவதிலகை மேலும் கூறலுற்றுப், " புத்தர் பெருமான் உரைத்த நல்லறத்தை யுணர்ந்து, அவன் வழங்கிய நோன்பினை மேற் கொண்டவர் இப் பீடிகையைக் கண்டு தொழுது தம் பண்டைப் பிறப்பை அறிந்து கொள்வர்," என்று உரைத்தாள். அதன் பின், "இப் பீடிகையின் முன்னே கோமுகியென்னும் நீர்நிலை யொன்று உளது. அதன்கண், ஆண்டுதோறும் வைகாசித் திங்கள் பதினான்காம் நாளாகிய விசாகத்தன்று, அமுதசுரபி என்னும் உண்கலமொன்று தோன்றுவதுண்டு. இந்நாள் அந்நாளாகும். நீ செல்வாயாயின், அக் கலம் நின்கையிடத்தே வந்து பொருந்தும், அது முன்னாளில் ஆபுத்திரன் கையில் இருந்தது" -என்று கூறி,

"ஆங்கு அதிற் பெய்த ஆருயிர் மருந்து வாங்குநர்
கையகம் வருத்துதலல்லது,
தான் தொலைவில்லாத் தகைமையதாகும்; நறுமலர்க்
கோதை! நின் ஊராங்கண்
அறவணன் தன் பால் கேட்குவை இதன் திறம்"

என்று மொழிந்தாள். மணிமேகலையும் உடனே எழுந்து சென்று பாத பீடிகையைத் தொழுது வலங்கொண்டு, கோமுகியையும் அவ்வாறே வணங்கித் தொழுது நின்றாள். சிறிது போழ்தில், தீவதிலகை மொழிந்த வண்ணமே, அமுத சுரபியென்னும் உண்கலம் தோன்றி, அவள் கையகத்தே வந்து பொருந்திற்று.

பாத்திரம் பெற்ற பைந்தொடி மடவாள்
மாத்திரை யின்றி மனமகிழ் வெய்தி,
மாரனை வெல்லும் வீர, நின்னடி,
தீநெறிக் கடும்பகை கடிந்தோய், நின்னடி,
பிறர்க்கு அறம் முயலும் பெரியோய், நின்னடி,
துறக்கம் வேண்டாத் தொல்லோய், நின்னடி,
எண் பிறக்கொழிய இறந்தோய், நின்னடி,
கண் பிறர்க்கு அளிக்கும் கண்ணோய், நின்னடி,
தீமொழிக் கடைத்த செவியோய், நின்னடி,

வாய்மொழி சிறந்த நாவோய், நின்னடி.
நரகர் துயர் கெட நடப்போய், நின்னடி
உரகர் துயரம் ஒழிப்போய், நின்னடி
வணங்குத லல்லது வாழ்த்தல், என் நாவிற்கு
அடங்காது.

என்று மணிமேகலை போதிமாதவனைப் போற்றி வணங்கினாள் மணிமேகலை. தீவதிலகையும் அப் பாத பீடிகையைப் பணிந்து போற்றி, மணிமேகலைக்கு அவ்வுண்கலத்தின் உயர்வு சொல்லத் தொடங்கி,

"பசிக் கொடுமை என்பது குடிப்பிறப் பழிக்கும்,
விழுப்பம் கொல்லும்,
பிடித்த கல்விப் பெரும்புணை விடூஉம்,
நாண் அணி களையும், ஆண் எழில் சிதைக்கும்,
பூண் முலை மாதரொடு புறங்கடை நிறுத்தும்
பசிப்பிணி என்னும் பாவி; அது தீர்த்தோர்,
இசைச் சொல் அளவைக்கு என் நா நிமிராது.

"பின்பு, ஒருகாலத்தே பெரு வறம் உலகில் தோன்றி, வருத்த, எவ்வுயிரும் பசிப்பிணியால் பெருந்துயர் உழப்ப, கோசிக முனிவன், பசிமிகுதியால் நாய்க் கரியைத் தின்ன முயன்று, அதனைப்பெற்று, முறைமைப்படி தொடக்கத்தே இந்திரனுக்குப் படைத்துப் பின் தான் உண்ணலுற்றான். உடனே இந்திரன் தோன்றி மழைவளம் சுரந்தான். அதன் பின்பே உலகில் வசியும் வளமும் பெருகின. அத் தேவனும் நல்ல சிறப்பைப் பெற்றான்" என்று சொன்னாள்.

"ஆற்றுநர்க்கு அளிப்போர், அறவிலை பகர்வோர்,
ஆற்றா மாக்கள் அரும்பசி களைவோர்,
மேற்றே உலகில் மெய்ந்நெறி வாழ்க்கை;
மண் திணி ஞாலத்து வாழ்வோர்க் கெல்லாம்,

உண்டி கொடுத்தோர் உயிர்கொடுத் தோரே" - இவ்வாறு தீவதிலகை பசித்தோர்க்கு உணவு நல்கும் அறத்துறையின் பாங்கினை உரைக்க, மணிமேகலை, "முற்பிறப்பில், யான் சாது சக்கர முனிவனுக்கு உணவூட்டிய அறப்பயனால் இப் பிறப்பில் இச் சுரபியினையடைவேனாயினேன். நிற்க, இந் நாவலந்தீவில் வெயிலென முனியாது புயலென மடியாது பசி நோயால் வருந்தி, பிறர் இல்லந்தோறும் சென்று இரப்போர் பலர் உளர். அவர்க்கு

உணவு தந்து அவர் முகம் குளிர்வதைக் காண வேட்கின்றேன்" என்று உரைத்தாள். அவட்கு அத் தீவதிலகையும், "அன்னாய், இச் சுரபிதானும், அருள் மிகவுடைய சிறந்தார்க்கல்லது, செவ்வனம் உணவு சுரவாது; இஃது அதன் இயல்பு; இதனை முன்பே சொல்ல மறந்தேன்" என்றாள்.

சிறிது இவ்வாறு பேசியிருந்தபின் மணிமேகலை தீவதிலகையிடமிருந்து விடை பெற்றுக்கொண்டு, புத்த பீடிகையை வலம் வந்து வணங்கி, காவிரிப்பூம் பட்டினத்திற்கு வான்வழியாக வந்து சேர்ந்தனள். இவள் வருதற்குள், நாட்கள் ஏழு சென்றன. "மணிமேகலா தெய்வம் உரைத்தவாறு இன்னும் மணிமேகலை வந்திலளே" என்று மாதவியும் சுதமதியும் மனம் கலங்கியிருந்தனர். அப்போது மணிமேகலை திடீரென அவர் முன்னே வந்து தோன்றி நின்றனள். அவ்விருவரும் அவளைத் தழுவி மகிழ்ச்சி அடைந்தனர். அவர்கட்கு மணிமேகலை, நிகழ்ந்தது முற்றும் கூறி, அவர் தம் பழம் பிறப்பையும் எடுத்தோதலுற்று,

> "இரவி வன்மன் ஒரு பெருமகளே,
> துரகத் தானைத் துச்சயன் தேவி,
> அமுதபதி வயிற்று அரிதின் தோன்றித்
> தவ்வைய ராகிய தாரையும் வீரையும்
> அவ்வைய ராயினீர் நும்மடி தொழுதேன்;
> வாய்வதாக மானிட யாக்கையின்
> தீவினை யறுக்கும் செய்தவம் நுமக்கு ஈங்கு
> அறவண வடிகள் தம்பால் பெறுமின்
> செறிதொடி நல்லீர் உம்பிறப்பு ஈங்கிஃது" -

என்று சொல்லி, இதோ, என் கையிலுள்ள இந்த அமுத சுரபி முன்னர் ஆபுத்திரன் கையில் இருந்தது. இதனை நீவிரும் தொழுமின்" என்று மொழிந்தாள். அவர்களும் அவ்வண்ணமே வணங்கி நின்றனர். பிறகு மூவரும் அறவணவடிகளைக் கண்டு வணங்கச் சென்றனர்.

12. அறவணர்த் தொழுத காதை

மணிபல்லவத்திலிருந்து திரும்பிவந்து காவிரிப்பூம்பட்டினத்தை அடைந்த மணிமேகலை தன் முதற்பணியாக மாதவி, சுதமதி ஆகியோருடன் அறவண அடிகளைத் தேடிச் செல்கின்றனர்.

"அறவணவடிகள் எங்கே உளர்?" எனக் கேட்டுச் சென்று அவரை அடைந்தனர். அவர் நரைத்து முதிர்ந்த யாக்கையுடையர்; நடுங்காத நாவினையுடையர். அறம் உரைக்கும் அவ்வடிகளாரைக் கண்ட மணிமேகலை அவரை வலம்வந்து வணங்கித் தொழுது நின்று, தான் சுதமதியுடன் மலர்வனம் புகுந்தது, உதயகுமரன் தன்னை நோக்கி வந்தது என்பன முதலாக, மணிபல்லவத்திற் புத்த பீடிகையைக் கண்டு பழம் பிறப்புணர்ந்தது, அமுதசுரபி பெற்றது ஈறாக நிகழ்ந்தவை அனைத்தையும் ஒன்றும் விடாது உரைத்தாள்.

இவற்றைக் கேட்டதும் அறவணவடிகள் மிக்க மகிழ்ச்சிகொண்டு "பொற்றொடி மாதராய், நற்றிறம் சிறக்க" என வாழ்த்தி, மணிமேகலைக்குப் பழம் பிறப்பின் வரலாற்றைப் பற்றித் தானும் சில சொல்லல் தொடங்கினர். 'யான் ஆதி முதல்வன் அடியிணையைப் பரவுதற்குப் பாதபங்கய மலைக்குச் சென்றேன். வழியில் ஒரு பொழிலில் கச்சய நாட்டரசன் துச்சயனைக் கண்டு, "மன்ன, நின்னோடு நின் தேவியர்க்குத் தீதின்றோ?" என நலம் உசாவினேன். அவன் மனம் அழுங்கி, கண்கலுழ்ந்து, 'களிமயக்கத்தால் வீரை யானை முன் வீழ்ந்து இறந்தனள். அத்துயர் பொறாத தாரை, அரமிய முற்றத்தின் மேல் ஏறி, ஆங்கு நின்று வீழ்ந்து உயிர் துறந்தாள் என்றனன். அது கேட்டு, யான், அரசே, இது பழவினைப்பயன்; நீ பரியல் என்றேன். இன்று ஆடும் கூத்தியர் போல மாதவியும் சுதமதியும் மணிமேகலையுமாக நீவிர் வேற்றுருக்கொண்டு நிற்பதைக் காண்கின்றேன்" என்று கூறி, மேலும் கூறத்தொடங்கி,

"பிறவியும் அறவியும் பெற்றியின் உணர்ந்த
நறுமலர்க் கோதாய்! நல்கினை கேளாய்:
தரும தலைவன் தலைமையின் உரைத்த
பெருமைசால் நல்லறம் பெருகாதாகி
இறுதியில் நற்கறி செல்லும் பெருவழி
அறு கையும் நெறிஞ்சியும் அடர்ந்து கண்ணடைத் தாங்குச்
செயிர் வழங்கு தீக்கதி திறந்து கல்லென்று
உயிர்வழங்கு பெருநெறி ஒருதிறம்பட்டது:
தண்பனி விழுங்கிய செங்கதிர் மண்டிலம்
உண்டெனவுணர்தலல்லது யாவதும்
கண்டு இனிது விளங்காக் காட்சி போன்றது.

“இதனால் மக்கள் அறவுணர்வின்றி மெலிந்து தீமைகன்றிச் செய்து உழலுவாராயினர். இதனைக் கண்ட சக்கரவாளக் கோட்டத்துத் தேவரெல்லாம், துடிதலோகம் சென்று, ஆங்கு உறையும் பிரபா பாலன் என்னும் பெரியோன் திருவடியில் வீழ்ந்து குறையிரந்து நின்றனர். அவர் வேண்டுகோட்கு இசைந்து,

“இருள் பரந்து கிடந்த மலர்தலை யுலகத்து
விரிகதிர்ச் செல்வன் தோன்றினன் என்ன;
ஈரெண்ணூற்றோடு ஈரெட்டாண்டில்
பேரறிவாளன் தோன்றும்;

"அதன்பின் அவனால், இவ்வுலகில்,
"பெருங்குள மருங்கில் சுருங்கைச் சிறுவழி
இரும்பெரு நீத்தம் புகுவது போல
அளவாச் சிறுசெவி அளப்பரு நல்லறம்
உளமலி யுவகையோடு உயிர்கொளப் புகூஉம்,

"மேலும், அறம் உரைக்கும் திறலோனாகிய அந்தப் பெரியோன், இவ்வுலகில் தோன்றுங்கால்,

“திங்களும் ஞாயிறும் தீங்குறா விளங்கத்
தங்கா நாண்மீன் தகைமையின் நடக்கும்;
வானம் பொய்யாது; மாநிலம் வளம்படும்;
ஊனுடை உயிர்கள் உறுதுயர் காணா;
வளிவலம் கொட்கும் மாதிரம் வளம்படும்;
நளியிரு முந்நீர் நலம்பல தரூஉம்;
கறவை கன்றார்த்திக் கலநிறை பொழியும்;
பறவை பயன் துய்த்து உறைபதி நீங்கா;
விலங்குமக்களும் வெரூஉப் பகை நீங்கும்

“அக்காலத்தே, அவன் உரைக்கும் அருளறத்தைக் கேட்டு ஒழுகுவோர் பிறவித்துன்பம் நீங்குவர். அப்பெருமானது அடியிணை களைப் பிறவிதோறும் யான் மறவாது ஏத்திவருகின்றேன்.

“இனி, நின்னால் இவ்வூரின்கண் ஏது நிகழ்ச்சிகள் பல நிகழ இருக்கின்றன. அவை நிகழ்ந்தபின், நீ நல்லறம் பல பெறுவாய். மாதவியும் சுதமதியும், முன் பிறவியில் பாதபங்கய மலையைப் பரசியவ ராதலால், இனி அவர்கள் அப்புத்தனது திருவடி தொழுது வினை நீங்கி நன்னெறிப் படர்வர். நீ ஆருயிர் மருந்தாகிய

அமுதசுரபி பெற்றுளாய். அதுகொண்டு பசிப்பிணி தீர்க்கும் பேரறத்தைப் பண்ணுவாயாக"

என்று இவ்வாறு அறவணவடிகள் மணிமேகலைக்கு அறம் உரைத்தார். இதனை மனம்கொள்ளக் கேட்ட மணிமேகலை, பசிப்பிணி தீர்க்கும் பெரும்பணியை மேற்கொண்டு ஆற்ற எழுந்தனள்.

13. ஆபுத்திரன் திறம் அறிவித்த காதை

(ஆபுத்திரனுக்கு அள்ள அள்ளக் குறையாத அமுதசுரபி அளிக்கப்படுவதற்கு முன்னதாக மணிமேகலைக்கு அறவணர் ஆபுத்திரனின் வரலாற்றை விளக்கும் காதை இது.)

வட நாட்டில் உள்ள காசி நகரத்துக்கு வாரணாசி என்றும் பெயருண்டு. அதன்கண் அபஞ்சிகன் என்னும் ஓர் பார்ப்பான் வாழ்ந்து வந்தான். அவன் மறை யோதுவிக்கும் தொழிலினன். அவனுடைய மனைவி சாலியென்னும் பெயருடையவள். அவள் ஒருகால் தன் கற்பு நிலை இழந்து கருப்பமுற்றாள். கணவனை வஞ்சித்த இக் குற்றத்துக்குக் கழுவாய் நாடி, தென்குமரியில் நீராடக் கருதித் தென்னாடு நோக்கி வந்து கொண்டிருந்தாள். பாண்டி நாட்டுக் கொற்கை நகருக்குத் தெற்கே ஒருகாவதத் தொலைவில் கோவலர் 'வாழும் ஒரு சிற்றூரில், ஒரு சோலையில் வருத்தமுமுற்று ஆண் குழந்தை யொன்றைக் கருவுயிர்த்தாள்.

பிறந்த குழந்தையைக் கண்டும், அப் பார்ப்பனி மனம் சிறிதும் தெளியாது, அதன்பால் அன்போ அருளோ இறக்கமும் கொள்ளாது, அச் சோலையிலே தனிக்கவிட்டுச் சென்றொழிந்தாள். அங்கே தனித்துக்கிடந்த குழவியைப் பசுவொன்று கண்டு, அதன்பால் இரக்கமுற்றுத் தன் நாவால் நக்கித் தன் மடிசுரந்து பாலை ஊட்டி எழுநாள் வரையில் காத்து ஓம்பிவந்தது. கற்புச் சிறப்பில்லா அவ்வன்னெஞ்சப் பார்ப்பனியின் செயல் ஒருபுறமிருக்க, ஆவின் அருட்செயல் வேறொரு புறத்தே சிறக்க, அவ்வழியே வந்த இளம்பூதி என்னும் அந்தணன் கண்டு, அக் குழவிபால் அன்புமிகக்கொண்டு, வயனங்கோடு என்னும் தன் ஊருக்கு எடுத்துச்சென்று, தன் மனைவியுடன் தான் பெற்ற மகனாகவே கொண்டு வளர்த்து வரலானான். அம் மகனும் பார்ப்பார்க்குரிய நெறிமைப்படியே வளர்ந்து கலைபல வுணர்ந்து அறிவுமிகப் படைத்த நல்லான் மகனாகச் சிறப்புற்றனன்.

இஃது இங்ஙனமாக, ஒருகால் மறையோதும் பார்ப்பனர் பலர் கூடிப் பசு வேள்வியொன்று செய்யலுற்றனர். அவ் வேள்வியிற் கொலை செய்வதற்காகக் கன்றீன்ற கறவையொன்றைக் கொணர்ந்திருந்தனர். அக் கயவரது செயலை எவ்வாறோ உணர்ந்துகொண்ட அக் கறவை கதறிக் கத்திக் கண்ணீருகுத்து நின்றது. அதனைக் கண்ட இளம்பூதியின் வளர்ப்புச் சிறுவன், அக் கறவையின்பால் கழிபோருள் கொண்டு, நள்ளிருட் போதில் அக் கறவையை வேறெங்கேனும் கைக்கொண்டு போகக் கருத்தில் எண்ணினான்.

'அச் சிறுவன், தான் எண்ணிய வண்ணமே, அந்நாள் இரவில், கறவையைக் களவினால் பற்றிக்கொண்டு ஒரு காட்டு வழியே போவானாயினன். பொழுது விடிந்ததும், பார்ப்பனர் தம் வேள்விக்குரிய கறவைக் காணாது போனமைகண்டு, அதனைத் தேடி நாற்புறமும் திரியலுற்றனர். அவருள் ஒரு சிலர் இச் சிறுவன் செல்வதைக் கண்டறிந்து கொள்ளவே, அனைவரும் இக் காட்டிடத்துக்கு வந்து, இச்சிறுவனையும் கறவையையும் வளைந்து பற்றிக்கொண்டனர். இச் சிறுவனைப் பலவாறு வைதனர்; வளைந்து பற்றிக் கோல் கொண்டு அவனைக் கடுமையாகத் தாக்கினர். அந் நிலையில், அக் கறவை வெகுண்டு, அப் பார்ப்பனருள் முன்னணியில் நின்ற வேள்வி யாசானைத் தாக்கித் தன் கொம்பினாற் குத்திக் குடர் சரிந்து வீழச் செய்துவிட்டு ஓடிவிட்டது.

பார்ப்பனர் தன்னை மிகவும் அடித்து வருத்திய வழியும், அச் சிறுவன், மனச்சோர்வு கொள்ளாது, அவர்களை நோக்கி, "பார்ப்பனர்களே! "நோவன செய்யன் மின்; நொடிவன கேண்மின்: விடு நில மருங்கில் படுபுல் ஆர்ந்து, நெடுநில மருங்கில் மக்கட் கெல்லாம் பிறந்தநாள் தொட்டும் சிறந்ததன் தீம்பால் அறந்தரு நெஞ்சோடு அருள் சுரந் தூட்டும் இதனொடு வந்த செற்றம் என்னை?" - என்று வினவினன்.

அதற்கு அவ் வேதியர்கள், நேரிய காரணம் உரைக்கும் நீர்மை இல்லாமையால்,

> "பொன்னணி நேமி வலங்கொள் சக்கரக்கை
> மன்னுயிர் முதல்வன் மகன் எமக்கு அருளிய,
> அருமறை நன்னூல் அறியாது இகழ்ந்தனை;
> தெருமரல் உள்ளத்துச் சிறியை; நீ அவ்

ஆமகன் ஆதற்கு ஒத்தனை; அறியா
நீ மகனல்லாய்"

என இகழ்ந்து பேசத் தொடங்கினர்.

"இப்படி இவன் மக்களினத்து மகனல்லன்; விலங்கினத்து ஆனின் மகன்" என்று அப் பார்ப்பனர் இகழ்ந்து பேச, "அது குற்றமன்று" என்றற்கு அச் சிறுவன், “ஆன் மகன் அசலன்; மான் மகன் சிருங்கி; புலிமகன் விரிஞ்சி; புரையோர் போற்றும் நரிமகன் அல்லனோ கேசகம்பளன்; ஈங்கிவர் நும்குலத்து இருடிகணங்கள் என்று ஓங்குயர் பெருஞ்சிறப்பு உரைத்தலும் உண்டால்," - என அவர் கூற்றை மறுத்து, "ஆவொடுவந்த அழிகுலமுண்டோ?" என்று அவர்கள் வாய் அடைப்புண்ணக் கடாவினன். யாவரும் பேசும் திறமின்றிப் பேதுறுகின்றபோது, வேறொரு பார்ப்பனன், பேசுதற்கு வேறு ஒன்றும் தெரியாது, இச் சிறுவன் பிறப்பைப் பழிக்கத் தொடங்கி, "இவன் தன் பிறப்பு வரலாற்றினை யான் அறிகுவேன்; கேள்மின்" எனக் கூறலுற்றான்:

"நடவை வருத்தமொடு நல்கூர் மேனியள் :
வடமொழி யாட்டி; மறைமுறை எய்திக்
குமரி பாதம் கொள்கையின் வணங்கி,
தமரில் தீர்ந்த சாலி யென்போள் தனை
'யாது நின்னூர்? ஈங்கு என் வரவு' என,
மாமறை யாட்டி வருதிறம் உரைக்கும்:
'வாரணாசி யோர் மாமறை முதல்வன்,
ஆரணவுவாத்தி அரும்பெறல் மனைவியான்;
பார்ப்பார்க்கு ஒவ்வாப் பண்பின் ஒழுகிக்
காப்புக் கடைகழிந்து கணவனை இழந்தேன்;
எறிபயம் உடைமையின் இரியல் மாக்களொடு
தெற்கட்குமரி ஆடிய வருவேன்
பொன்தேர்ச் செழியன் கொற்கையம் பேரூர்க்
காவதம் கடந்து கோவலர் இருக்கையின்
ஈன்ற குழவிக்கு இரங்கேனாகி
தோன்றாத் துடவையின் இட்டனென் போந்தேன்;
செல்கதி யுண்டோ தீவினையேற்கு என்று
அல்லலுற் றழுத அவள் மகன் ஈங்கு இவன்;
சொல்லுதல் தேற்றேன் சொற்பயம் இன்மையின்

புல்லல் ஓம்பன்மின், புலைமகன் இவன்" - என்று மொழிந்தான்.

தன்னை இவ்வாறு இழிவுது செய்தை எல்லாம் கேட்ட அச் சிறுவன், அப் பார்ப்பனரை இகழ்ந்து நோக்கி நகைத்து, "பார்ப்பனமாக்களே, உங்கள் குலமுறை கூறுவேன்; கேண்மின். முதுமறை முதல்வன் முன்னர்த் தோன்றிய கடவுட் கணிகை காதலஞ் சிறுவர், அருமறை முதல்வர் அந்தணர் இருவரும்; புரி நூல் மார்பீர்! பொய்யுரை யாமோ?"- என்று சொல்லித், "தேவ வேசிமக்களான வசிட்டன், அகத்தியன் என்ற இருவரையும் மேற்கொண்டு அவர் வழியே வரும் பார்ப்பன மாக்களாகிய உங்கள் முறைமையே நோக்கின், என்னைப் பயந்த, சாலிக்கு ஒரு குற்றமும் இல்லையாமன்றோ?" - என அப் பார்ப்பனர் முகம் சுளித்துத் தலை குனியுமாறு பேசி நகையாடி எள்ளினன். இது கண்ட இளம்பூதி, இச்சிறுவனைத் தன் மனையினின்றும் நீக்கிவிட்டான். அவன்பின், அவ்வூரிடத்து ஓடேந்திச் சோறு இரந்துண்பானாயினன். அவ்வூரில் வாழ்ந்த கன்மனப் பார்ப்பனர், அவன் சோறு இரக்கும் ஓட்டில், சோறு இடாது கல்லையும் மண்ணையும் எறியலுற்றனர்.

அவன், பின்பு அவ்வூரின் நீங்கி, தென்மதுரை யடைந்தான். அங்கே சிந்தாதேவி கோயிலிலுள்ள பீடிகையில் தங்கி, சோறு இரந்துண்டு வந்தனன். அவனேந்திய ஓட்டில் பெற்ற உணவை அவன் அவ் வூரிடத்தே இருந்து பசியால் வாடிய,

காணார், கேளார், கால் முடப் பட்டோர்,
பேணுநர் இல்லோர், பிணிநடுக் குற்றோர்,

யாவரும் வருக என்று இசைத்து உடனூட்டி, அவருண்டொழிந்த எச்சிலைத்தான் உண்டு, அதனையே தலைக்கு அணையாகவும் கொண்டு உறங்கியுறைவானாயினன்.

குறிப்பு:- இச் சிறுவனே, ஈங்குப் பார்ப்பனரால் ஆமகன் என இழித்துக் கூறப்பட்டானாயினும், மறுபிறப்பில், சாவக நாட்டில் ஒரு பசு வயிற்றிற் பிறந்து சிறக்கின்றானாதலின், நம் கதை இனிது செல்வது வேண்டி, இவனை இனி ஆபுத்திரன் என்றே வழங்குகின்றோம்.

14. பாத்திரமரபு கூறிய காதை

இதுகாறும் தான் கூறிவந்ததை மிக்க ஆர்வத்தோடு கேட்ட

மணிமேகலையை நோக்கி, அறவணவடிகள் அச்சிறுவனான ஆபுத்திரனது வரலாற்றை மேலும் கூறுகின்றார்.

மதுரை நகரிலுள்ள, சிந்தாதேவி திருக்கோயிற் பீடிகையில் தங்கியிருந்த ஆபுத்திரன், மழைக்காலத்தில் ஒருநாள் நள்ளிரவில் இனிது உறங்கிக் கொண்டிருக்கையில், நெடுந்தொலைவு நடந்து பசியால் மெலிந்து சிலர் வந்து அவனை எழுப்பி, " ஐயனே, வயிறு காய்ந்து பெரும் பசியால் மிகவும் வருந்துகின்றேம்" என்று வணங்கினர். அவனோ அவர் பசி களையும் வகையறியாது திகைத்தான். அப்போழ்தில், சிந்தாதேவி தோன்றி, அவனை விளித்து,

"எழுந்து இது கொள்ளாய்; நாடு வறங்கூரினும் இவ்வோடு வறங்கூராது; என்று மொழிந்து தன் கையில் இருந்த தொரு உணவுக்கலத்தை அவன் கையில் அன்போடு அளித்தது.

அதனைப் பெற்றதனால் பேருவகைக் கடல்மூழ்கிய ஆபுத்திரன், அத்தேவியைப் பரவி, "நந்தா விளக்கே! நாமிசைப் பாவாய்! வானோர் தலைவி! மண்ணோர் முதல்வி!"- என்றெல்லாம்

தொழுது ஏனோர் உற்ற இடர் கலைவாய் எனச் சொல்லித் தன்பால் பசித்து வந்தவரின் பசிப்பிணி போக்கினான். அன்றுமுதல், அந்நகரினும் அதனைச் சூழவிருந்த நாட்டிலும் பசிப்பிணி இல்லதாயிற்று. ஆபுத்திரனது அறப்பயனும் சிறந்து மிகுவதாயிற்று. அதனால் விண்ணுலக வேந்தனான இந்திரனது பாண்டு கம்பளம் துளங்கத் தொடங்கியது. இதனையறிந்த அவ் இந்திரன், திரைத்து நரைத்து மூத்துத் தளர்ந்த மறையோனொருவனைப் போல ஆபுத்திரன் முன்தோன்றி, "யான் இந்திரன்; நின் அறத்தின் சிறப்பை அறிந்தேன்; நீ வேண்டும் வரம் யாது? கேள், தருவேன்" என்றான். அவனை எள்ளி நகைப்பான் போல ஆபுத்திரன் விலாவறச் சிரித்து,

இன் நன்னாட்டுக்கு இறைவனாகிய பெருந்திறல் வேந்தே! வருந்தி வந்தோர் அரும்பசி களைந்து அவர் திருந்து முகம் காட்டும் என் தெய்வக் கடிஞை எனக்கு ஈது ஒன்றே அமையும்; நின்னால் தரப்படக்கூடிய உண்டியும் உடையும் பெண்டிரும் பிறவும் எனக்கு வேண்டா" என்று விளம்பினன்.

இச்சொற்களைக் கேட்டலும் இந்திரனுக்குச் சினம் தோன்றியது.

"ஈத்துவக்கும் இன்ப மிகுதியால் இவன் இவ்வாறு மொழிகின்றான்; இனி, இந்நாட்டில் இவன்பால் உணவு ஏற்பார் இல்லாறுமாறு மழையும் விளை நலனும் மிக உண்டாக்குவேன்" என்று நினைத்து, நினைத்த வண்ணமே செய்தனன். ஆபுத்திரனும் தன்பால் பசித்துப் போந்து உணவு கொள்வோர் இல்லாமை கண்டு ஊர்தோறும் உணவின்றி வருந்துவோர் உளரோ எனத் தேடித் திரியலானான். பன்னிரண்டாண்டுகளாக மழையின்மையால் பெருவறம் கூர்ந்திருந்த பாண்டி நாட்டில், இப்போது பெருவளம் சுரந்து பேரின்பம் செய்ததனால் வீடரும் தூர்த்தர விட்டேற் றாளரும் பசித்தோரைத் தேடித் திரியும் ஆபுத்திரனை, "யார் இவன் என்றே" யாவரும் இகழ்ந்தனர்.

இந்நிலையில் சிலர் வந்து வணங்கி, "சாவக நாட்டில் பெயலின்மையால் உயிர்கள் பெரிதும் வருந்துகின்றன" என்றனர். அது கேட்டதும், ஆபுத்திரன் அங்கந் நாட்டுக்குப் புகுவதென்று கருதி சாவகநாடு செல்லும் மக்களொடு தன் மகிழ்வுடனேறிச் சென்றான். இடையில் காற்று வேகமாக வீசுவதைக் கண்டு மணிபல்லவத் தீவருகே கப்பல் ஒருநாள் அங்கு நிறுத்தப்பட்டது. ஆபுத்திரன் சற்றே கரையில் இறங்கியதைக் காணாது கப்பல் புறப்பட்டது. தான் விடப்பட்டுக் கப்பல் போனதைக் கண்டு அவன் வருந்தியதோடு எளிய மக்களின் பசிப்பிணி நீக்கும் அந்த அற்புதப் பாத்திரத்தால் இனி என்ன பயன் என்றும் கலங்கி நின்றான். தனியாக நிற்க நேர்ந்த அவன் கையில் உள்ள அமுத சுரபி இப்படிப் பயனற்றுப் போவதை ஏற்க இயலாத அவன் கோமுகி என்னும் பொய்கையில் அக் காப்பியத்தை எறிந்து "ஓராண்டில் ஒருநாளில் இது வெளிப்படுக. அதுபோது, அருளறம் பூண்டு ஆருயிரோம்பும் பெரியோர் உளரெனில், அவர் கைக்கண் இது சென்று அமர்வதாக" எனக் கூறி, உண்ணா நோன்பாற்றி உயிர் விட்டான்.பின்பு, அவன் சாவக நாட்டை யாளும் பூமி சந்திரன் என்னும் வேந்தனுடைய கோல் நிழலில் இருந்த மண்முகன் என்னும் முனிவரிடம் இருந்த ஆவின் வயிற்றில் பிறந்தான்

15. பாத்திரங்கொண்டு பிச்சைபுக்க காதை

ஆபுத்திரனை ஈன்ற சாலியென்பவள் விட்டுப்போன பின், அவனை ஆதரித்த பசு மறுபிறப்பில், சாவக நாட்டுத் தவளவரையிடத்தே வாழ்ந்த மண்முகன் என்னும் முனிவன்பால் பொற்கோடும்

பொற் கொம்பும் உள்ள பசுவாய்ப் பிறந்து வாழ்ந்து வந்தது. அதன் வயிற்றில் பொற்றகட்டால் ஆன முட்டையொன்றில் ஆபுத்திரன் சென்று தங்கினன். இதனை முக்காலமும் உணர்ந்த அம்முனிவன் முன்பே அறிந்து, இதன்பால், மழைவளம் சுரப்பவும் மன்னுயி ரோம்பவும், உயிர்க்காவலன் வந்து ஒருவன் தோன்றும்; குடர்த் தொடர் மாலை பூண்பானல்லன்; அடர்பொன் முட்டை அகவையினான் - என்றான்.

பின்னர்.

பிணிநோய் இன்றியும் பிறந்தறம் செய்ய,
மணிபல்லவத்திடை மன்னுயிர் நீத்தோன்;
தற்காத் தளித்த தகை ஆ அதனை,
ஒற்கா உள்ளத் தொழியானாதலின்,
ஆங்கவ் வாவயிற்று அமரர்கணம் உவப்ப,
தீங்கனி நாவல் ஓங்குமித் தீவினுக்கு
ஒருதானாகி உலகு தொழத் தோன்றினன்.

இவன் பிறந்த நாள் புத்ததேவன் பிறந்த நாளாதலின், மண்ணக மெல்லாம் மாரியின்றியும்,

புண்ணிய நன்னீர் போதொடு சொரிந்தது.

இச்சிறப்பைக் கண்ட சக்கரவாளக் கோட்டத்தில் வாழும் மாதவர்கள் திரண்டு சென்று கந்திற்பாவையை வினவினர். அவர்கட்கு அப்பாவை ஆபுத்திரனது தோற்றத்தைக் கூறி, ஏனைச் செய்திகளை அறவணவடிகள்பால் கேட்குமாறு விடுத்தது. அவர்கட்கு அவ்வடிகள், பின்வரும் செய்தியைக் கூறினன்.

மண்ணாள் வேந்தன், மண்முக னென்னும்
புண்ணிய முதல்வன் திருந்தடி வணங்கி,
'மக்களை யில்லேன்; மாதவன் அருளால்
பெற்றேன் புதல்வனை' என்று அவன் வளர்ப்ப,
அரைசாள் செல்வம் அவன் பால் உண்மையின்,
நிரைதார் வேந்தன் ஆயினன்; அவன் தான்,
துறக்க வேந்தன், துய்ப்பிலன் கொல்லோ!
அறக்கோல் வேந்தன், அருளிலன் கொல்லோ!

இவ்வண்ணம் கூறிப்போந்த அறவணவடிகள், மணிமேகலையை நோக்கி,

நலத்தகை யின்றி நல்லுயிர்க் கெல்லாம்
அலத்தற் காலையாகியது; ஆயிழை,
வெண்திரை தந்த அமுதை வானோர்
உண்டொழி மிச்சிலை ஒழித்து வைத்தாங்கு
வறனோடுலகில் வான் துயர் கெடுக்கும்
அறனோடு ஒழித்தல், ஆயிழை, தகாது

என்று மொழிந்தார். அது கேட்டதும், மணிமேகலை தன்னைச் சூழ இருந்த தாயருடன் அவர் திருவடியில் வீழ்ந்து வணங்கி விடை பெற்று, பிக்குணிக் கோலத்துடன், பிச்சைப்பாத்திரம் கையில் விளங்கக் காவிரிப்பூம்பட்டினத்துப் பெருந்தெருவை அடைந்தாள். அவளைக் கண்ட ஊரவரும் பிறரும்,

உதய குமரன் உளம்கொண் டொளித்த
மதுமலர்க் குழலாள் வந்து தோன்றிப்
பிச்சைப் பாத்திரம் கையின் ஏந்தியது
திப்பியம் என்றே சிந்தைநோய் கூர,

மணிமேகலை, மனமகிழ்ச்சி மிகவுடையளாய், "பத்தினிப் பெண்டிர் இடும் பிச்சையை முதற்கண் ஏற்றல் பெருந்தகவாகும்" என்றனள். அவட்குக் காயசண்டிகை என்னும் விஞ்சையர் மகளொருத்தி, (திப்பியம் தெய்வீகம்)

“குளன் அணிதாமரைக் கொழுமலர் நாப்பண்,
ஒருதனி ஓங்கிய திருமலர் போன்று,
வான்தரு கற்பின் மனையுறை மகளிரின்
தான் தனியோங்கிய தகைமையளன்றோ
ஆதிரை நல்லாள்; அவள் மனை, இம்மனை
நீ புகல் வேண்டும், நேரிழை!" என்றனள்.

(இவ்வாறு முன்மொழிந்த காயசண்டிகை ஆதிரையின் வரலாற்றினைக் கூறலுறுகின்றாள்.)

16. ஆதிரை பிச்சையிட்ட காதை

ஆதிரை யென்பவள் சாதுவன் என்னும் வணிகற்கு மனைவி. அவன் தொடக்கத்தே, கணிகையரின் காமவலைப்பட்டுத் தன் மனைவியைக் கைவிட்டொழுகினன்; அவன்பால் கள்ளுண்டல், கவறாடல் முதலிய தீச்செயல்கள் உளவாயின. அவற்றால் அவன் செல்வம் இழந்து வறியனாயினன். அவனாற் பேணப்பட்ட

கணிகையரும் அவனைக் "காணமிலி" எனக் கையுதிர்த்தனர். பின்னர், 'அவன் தன் நிலையினை நினைந்து வருந்தி, வங்கம் போகும் வாணிகர் தம்முடன் தானும் சென்றனன். வழியில், அவன் ஏறிச்சென்ற வங்கம் தீவளியால் கடலிற் கவிழ்ந்துவிட்டது. உடைகலப்பட்ட சாதுவன் ஒடி மரம் ஒன்றைப் பற்றி, நாகர் வாழும் தீவொன்றை யடைந்து உணர்வற்றுக் கிடந்தான்.

அவனைப் போல வேறோராற்றால் உயிர் தப்பிச் சென்றோர், ஆதிரைபால் நிகழ்ந்தது கூறி, சாதுவன் இறந்தான் என்றனர். ஆதிரை நல்லாள் ஆங்கதுதான் கேட்டு ஊரீரேயோ! ஒள்ளழல் ஈமம் தாரீரோ எனச் சாற்றினள் கழறி, சுடலைக் கானில் தொடுகுழிப் படுத்து, முடலை விறகின் முளியெரி பொத்தி, "மிக்க என் கணவன் வினைப்பயன் உய்ப்பப் புக்குழிப் புகுவேன்" என்று அவள் தீயிடை வீழ்ந்தாள். வீழ்ந்த போது, அவள் வெண்டியதுபோல அவளைத் தீயும் ஏற்கவில்லை. அவள் பெரிதும் கலக்க முற்று, "தீயும் கொல்லாத் தீவினை யாட்டியேன், யாது செய்வேன்" என்றவள் ஏங்கினள்; அப்போது வானத்தே மெய்யொலி எழுந்து:

"ஆதிரை, கேள்: உன் அரும்பெறற் கணவனை, ஊர்திரை கொண்டாங்கு. உய்ப்பப் போகி, நக்க சாரணர் நாகர் வாழ்மலைப் பக்கம் சேர்ந்தனன்; பல்யாண்டு இரான்; சந்திரதத்தன் எனுமோர் வாணிகன் வங்கம் தன்னுடன் வந்தனன் தோன்றும்; நின் பெருந் துன்பம் ஒழிவாய் நீ என உரைத்தது. அது கேட்டு மனந்தெளிந்து மகிழ்ந்த ஆதிரை தன் மனையகமடைந்து, கண்மணி யனையான் கடி தீங் குறுக எனப் புண்ணியம் முட்டாள்; பொழிமழை தரூஉம் அரும்பெறல் மரபின் பத்தினிப் பெண்டிரும் விரும்பினர் தொழூஉம் வியப்பினளாயினள்.

இவ்வாறு ஆதிரையின் செயல் வகை கூறிய காயசண்டிகை நாகர் தீவடைந்த சாதுவன் செயலைக் கூறலுற்று, நாகர் தீவில் மலைப்பக்கத்தே உணர்வற்றுக் கிடந்த சாதுவனை, ஆங்கே வந்த நாகர் சிலர் கண்டு, தமக்கு அவனது உடம்பு நல்லுணவாமென்று கருதியெழுப்பினர்.

எழுந்த சாதுவன் அவர் மொழியை நன்கறிந்தவனாதலின், அவருடன் இனிதே சொல்லாடினன். அதனல் அவன்பால் ஈர்க்கப்பட்ட அவர்கள் அவனைத் தொழுது, "இங்கே எம் தலைமகன் உளன்; அவன்பால் நீ போந்தருள் என நாகர்

தலைவன்பால் சாதுவனை அழைத்துச் சென்றனர்..

கள்ளடு குழிசியும் கழிமுடை நாற்றமும் கொண்ட இருக்கையில் பெண்டுடன் இருந்த அந்நாகர் தலைவனைச் சாதுவன் கண்டான். அவன் இவனது வரவு வினாவி, நிகழ்ந்தது கேட்டு, சொல்லாட்டால் அன்புகொண்டு, இச்சாதுவன்,

"அருந்துதல் இன்றி அலைகடல் உழந்தோன்; வருந்தினன்; அளியன். வம்மின், மாக்காள்! நம்பிக்கு இளையளோர் நங்கையைக் கொடுத்து, வெங்களும் ஊனும் வேண்டுவ கொடும்" என்று உரைத்தான்.

"வெவ்வுரை கேட்டேன்; வேண்டேன்." எனச் சாதுவன் மீண்டும் மறுத்தான். நாகர் தலைவன் முகஞ் சுளித்து, "பெண்டிரும் உண்டியும் இன்றெனில் மாக்கட்கு உண்டோ ஞாலத்து உறு பயன்? உண்டெனில் காண்குவம், யாங்களும்; காட்டுவாயாக."

சாதுவன் : "மயக்கும் கள்ளும் மன்னுயிர் கோறலும் கயக்கறு மாக்கள் கடிந்தனர், கேளாய்:

பிறந்தவர் சாதலும் இறந்தவர் பிறத்தலும் உறங்கலும் விழித்தலும் போன்றது உண்மையின், நல்லறம் செய்தோர் நல்லுல கடைதலும், அல்லறம் செய்வோர் அருநர கடைதலும் உண்டென வுணர்தலின், உரவோர் களைந்தனர்; கண்டனை யாக".

நாகர் தலைவன்:- (நகைத்து) "உடம்பு விட்டோடும் உயிர் உருக்கொண்டு ஓர் இடம் புகும் என்றே எமக்கு ஈங்கு உரைத்தாய்; அவ்வுயிர் எவ்வணம் போய்ப்புகும்? அவ்வகை செவ்வனம் உரை.

சாதுவன்:-

"இது கேள்,
உற்றதை யுணரும் உடல் உயிர் வாழ்வுழி;
மற்றைய வுடம்பே, மன்னுயிர் நீங்கிடின்,
தடிந்தெரி யூட்டினும் தானுணரா தெனின்,
உடம்பிடைப் போனதொன் றுண்டென உணர், நீ.
போனார் தமக்கோர் புக்கில் உண் டென்பது
யானோ அல்லேன், யாவரும் உணர்குவர்;
உடம்பீண் டொழிய உயிர்பல காவதம்
கடந்து சேண்சேறல் கனவினும் காண்குவை;

ஆங்கனம் போகி அவ்வுயிர் செய்வினை
பூண்ட யாக்கையில் புகுவது தெளி, நீ.”

நாகர் தலைவன்:-- (வணங்கி): “கள்ளும் ஊனும் கைவிடின் இவ்வுடம்பு உள்ளுறை வாழுயிர் ஓம்புத லாற்றேன்; தமக்கொழி மரபின் சாவுறு காறும் எமக்காம் நல்லறம் எடுத்துரை” எனச் சாதுவனை வேண்டினான்,

சாதுவன் அற உரை பகிர்கிறான்.:

“நன்று சொன்னாய் நன்னெறி படர்குவை உன் தனக்கு ஒல்லும் நெறியறம் உரைக்கேன்;

உடைகல மாக்கள் உயிருய்ந் தீங்குறின் அடுதொழில் ஒழிந்து அவர் ஆருயி ரோம்பி

மூத்து விளிமா ஒழித்து எவ்வுயிர் மாட்டும் தீத்திறம் ஒழிக.”

இவ் அறங்களைக் கேட்ட நாகர் தலைவன் பெருமகிழ்வு கொண்டு, வேண்டும் பொன்னும் பொருளும் மிக நல்கினன். அவற்றைப் பெற்ற சாதுவன் சந்திரதத்தன் என்னும் வணிகனது வங்கமேறி இந்நகரை யடைந்து தன் மனைவி ஆதிரையுடன் நல்லறம் செய்து வருவானா யினன்; இவ்வா திரைபால் பிச்சை பெறுவாயாக எனக் காயசண்டிகை சொல்லி முடித்தாள். அவ்வண்ணமே மணிமேகலை ஆதிரை இல்லின் முன் “புனையா ஓவியம்” போல நின்றனள். ஆதிரை நல்லாளும் அவளது பிச்சைப்பாத்திரம் நிறையச் சோறு பெய்தாள்.

17. உலக அறவி புக்க காதை

ஆதிரையிட்ட பிச்சையுடன் சென்ற மணிமேகலை பசிநோய் வருத்த வருந்தும் மக்கள் பலர்க்கும் உணவு இட்டு வரலானாள். அதனால், அப்பாத்திரத்துப் பிச்சை குறையாது நிறைந்து நின்றதுகண்டு காயசண்டிகை,

“நெடியோன் மயங்கி நிலமிசைத் தோன்றி அடலரு முந்நீர் அடைத்த நான்று,

குரங்கு கொணர்ந் தெறிந்த நெடுமலை யெல்லாம் அணங்குடை யளக்கர் வயிறு புக்காங்கு

> இட்டது ஆற்றாக் கட்டழற் கடும்பசிப் பட்டேன்,
> என்றன் பழவினைப் பயத்தால்;
>
> அன்னை, கேள் நீ. ஆருயிர் மருத்துவி! துன்னிய என்
> நோய் துடைப்பாய்" என்றனள்.

மணிமேகலை அங்ஙனமே சோறிடலும், காயசண்டிகை கொண்டிருந்த யானைத் தீ என்னும் பசிநோய் நீங்கிற்று. அவள் நெஞ்சு குளிர்ந்து, தனக்கு அந் நோயுண்டான காரணத்தைக் கூறலுற்றாள்:

"வெள்ளிமலையின் பகுதியாகிய சேடி மலையில் உள்ள காஞ்சன புரத்து வித்தியாதர மகளாகிய நான், என் கணவனுடன் பொதியில் மலையைக் காண்பதற்கு வந்து கொண்டிருந்தேன். வழியில் ஓர் யாற்றில் என்னை யிருத்தி என் கணவன் கனி கொணரச் சென்றான். அங்கே விருச்சிகன் என்னும் மாதவன் பன்னீராண்டிற் கொரு முறை பழுக்கும் நாவற்கனி யொன்றைக் கொண்டுவந்து தேக்கிலையில் வைத்து நீராடச் சென்றான். அதன் உண்மை நிலையுணராது செருக்கிச் சென்ற யான் அக்கனியைக் காலால் எற்றிச் சிதைத்தேன். திரும்பிப் போந்த விருச்சிகன் என் செயலைக் கண்டு சினந்து, "சீர்திகழ் நாவலில் பதிப்பியமானது, ஈராறாண்டில் ஒருகனி தருவது. அக்கனி யுண்டோர் ஆறீராண்டு மக்கள் யாக்கையின் வரும்பசி நீங்குவர்; பன்னீராண்டில் ஒருநாளல்லது உண்ணா நோன்பினேன் உண்கனி சிதைத்தாய்; அந்தரஞ் செல்லும் மந்திரம் இழந்து தந்தித் தீயால் தனித்துயருழந்து முந்நாலாண்டில் முதிர்கனி நான் ஈங்கு உண்ணும் நாள் உன் உறு பசி களைக எனச் சாப மிட்டகன்றான். பின்பு வந்த என் கணவன் என் அறியாமைக் கிரங்கி வருந்தி, முடிவில்,

"சம்புத் தீவினுள் தமிழக மருங்கில் கம்பமில்லாக் கழிபெருஞ் செல்வர், ஆற்றாமாக்கட்கு ஆற்றுந் துணையாகி, நோற்றோர் உறைவதோர் நோனகர் உண்டால்; பலநாளாயினும் நிலனொடு போகி, அப்பதிப் புகுக, என்று கூறிவிட்டுப் பிரிந்தனன். யானும் இந்நகரை யடைந்து இங்கு வதிவேனாயினேன். இந்திரவிழாக் காலத்தே என் கணவன் போந்து என்னைக் கண்டு செல்வது வழக்கம். இன்று நீ போந்து என் பசித் துயர் களைந்து பண்டையியல்பு பெறுவித்தாய். இனி யான் என் நகர்க்குச் செல்வேன். நீ இந்நகரில் உள்ள சக்கரவாளக் கோட்டத்து

உலகவறவிக்குச் சென்று, அங்கே, ஊரூராங்கண் உறுபசி யுழந்தோர், ஆரும் இன்மையின் அரும்பிணி யுற்றோர்,

இடுவோர்த் தேர்ந்தாங்கு இருப்போர் பலரால்; வடுவாழ் கூந்தல்! அதன் பாற போகுக”

என்று சொல்லிவிட்டு அக் காயசண்டிகை போய்விட்டனள். அவள் சொல்லியவண்ணமே, மணிமேகலை அவ்வுலக அறவிக்குச் சென்று, சம்பாபதி கோயிலை யடைந்து மும்முறை வலம் வந்து வணங்கிப் பின் கந்திற்பாவையைக் கைதொழுது, பசித்த மாக்கட்குப் பேருணவு வழங்கி அவர் பசி நோய்தீர்க்கும் பெருந்தொண்டு புரிந்துவரலானாள்.

18. உதயகுமரன் அம்பலம் புக்க காதை

மணிமேகலை இவ்வாறு பிச்சையேற்றளிக்கும் பேரறத் துறவியாய் ஒழுகுகின்ற செய்தி, சித்திராபதிக்கு எட்டியது. பெரும்புண்ணில் எரிசெருகியது போல், அஃது அவள் நெஞ்சில் பெருந்துயரைச் செய்தது. அதனால் அவள் ஏனைய நாடக மகளிரை நோக்கி, ”கோவலன் இறந்தபின் கொடுந்துயர் எய்தி மாதவி மாதவர் பள்ளியுள் அடைந்தது நகைப்பிற்குறிய ஒன்று. நாம் ஒன்றும் முதுகுடிப் பிறந்த பத்தினிப் பெண் அல்லோம். நறுந்தாதுண்டு நயனில் காலை வறும்பூத் துறக்கும் வண்டு போல்குவம்; வினை யொழி காலைத் திருவின் செல்வி அனையேமாகி ஆடவர்த் துறப்பேம். நாம் இவ்வாறு தாபதக் கோலம் தாங்கினம் என்பது யாவரும் நகைக்கும் இயல்பினது அன்றோ! மாதவி ஈன்ற மணிமேகலை ஒரு கலை வல்லி. அப்போதவிழ் செவ்வி பொருந்துதல் விரும்பி. உதைய குமரனாம் உலகாள் வேந்தன் காத்திருக்கின்றான். அவள் கைகளில் ஏந்தியுள்ள அள்ள அள்ளக் குறயாத அமுதசுரபியைப் பிச்சை மாக்கள் பிறர்கைக் காட்டி மணிமேகலையை அவன் கைக் கொண்டாக்குவன். மாறாக மணிமேகலை தனைப் பொற்றோரிடம் கொண்டு போதேனாகில், சுடுமண் ஏற்றி அரங்கு சூழ் போகி வடுவொடு வாழும் மடந்தையர் தம்மோரனை யேனாகி அரங்கக் கூத்தியர் மனையகம் புகாஅ மரபினன் என்று வஞ்சினங் கூறி, இளங்கோவாகிய உதயகுமரன் இருந்த போகத்தையடைந்தாள். ஆங்கே,

அரவ வண்டொடு தேனின மார்க்கும்.
தருமணல் ஞெமிரிய திருநாறு ஒருசிறைப்

பவழத் தூணத்துப் பசும்பொற் செஞ்சுவர்த்
திகழொளி நித்திலச் சித்திர விதானத்து,
விளங்கொளி பரந்த பளிங்கு செய் மண்டபத்து,
துளங்கு மானூர்தித் தூமலர்ப் பள்ளி
வெண்டிரை விரிந்த வெண்ணிறச் சாமரை
கொண்டு இரு மருங்கும் கோதையர் வீச,

உதயகுமரன் வீற்றிருந்தான். அவன்பால், சித்திராபதி, மணிமேகலையின் இளமைச் செவ்வியும், ஆடல்பாடல்களில் நிறைந்த புலமையும் அழகுறக் கூறி, அவள் உலகவறவியல் இருந்து அறம் செய்வதனையும் எடுத்து மொழிந்தாள். கடலில் கலம் கவிழப் பெற்ற ஒருவனுக்குப் பெரிய புணை கிடைத்தாற்போன்ற இச் செய்தியைக் கேள்வியுற்ற அவன், முன்பு அம் மணிமேகலையைக் கண்டது முதல், மணிமேகலா தெய்வம் தோன்றி, அரசுமுறை கூறி அகற்றியது ஈறாக நடந்தவை யெல்லாம் சொல்லி, தன் மையலறிவைப் புலப்படுத்தினான்.

சித்திராபதி அவன் கூறியது கேட்டுச் சிறுநகை செய்து, "அரசே, இவை யாவும் காமக் கள்ளாட்டில் நிகழும் இடையீடுகள். இவைபோல்வன பலவும் தேவர்க்கும் நிகழ்ந்துள்ளன" என்று கூறி, இந்திரன் ஆயிரங்கண் பெற்றதும், தீக்கடவுளின் மனையாள், முனிமகளிர் எழுவருள் அருந்ததியொழிய ஏனையோர் போலத் தோன்றி, அக்கடவுளின் காமத்துயர் துடைத்ததும் அவன் அறிய உரைத்தாள். மேலும் அவளே கூறலுற்று,

"வாட்டிறற் குருசில்!
கன்னிக் காவலும், கடியிற் காவலும்,
தன்னுறு கணவன் சாவுறிற் காவலும்
நிறையிற் காத்துப் பிறர்பிறர்க் காணாது,
கொண்டோ னல்லது தெய்வமும் பேணாப்
பெண்டிர்தம் குடியில் பிறந்தா ளல்லள்;
நாடவர் காண நல்லரங் கேறி,
ஆடலும் பாடலும் அழகும் காட்டிச்
சுருப்புநாண் கருப்புவில் அருப்புக்கணை தூவச்
செருக்கயல் நெடுங்கண் சுருக்குவலைப் படுத்துக்
கண்டோர் நெஞ்சம் கொண்டகம் புக்குப்
பண்தேர் மொழியிற் பயன் பல வாங்கி

வண்டின் துறக்கும் கொண்டி மகளிரைப்
பான்மையிற் பிணித்துப் படிற்றுரை யடக்குதல்
கோன் முறை யன்றோ குமரற்கு,”

என்று அவ் உதயகுமரன் உள்ளம் பிறழ்ந்து அம் மணிமேகலையை விடாது தொடருமாறு தூண்டினாள்.

உதயகுமாரன், உடனே, விரைபரி பூட்டிய நெடுந்தேர் ஏறி, மணி மேகலை இருந்த இடத்தை இடைந்தான். ஆங்கே, பசியால் வாடு வோர்க்குப் பெருஞ்சோறு வழங்கிக்கொண்டிருந்த மணிமேகலையைக் கண்டு, இடங்கழி காமத்தனாய், அவளை அண்மி,

“உடம்போடு என்றன் உள்ளகம் புகுந்து என் நெஞ்சம் கவர்ந்த வஞ்சக் கள்வி, நோற்றூண் வாழ்க்கையின் நொசிதவம் தாங்கி ஏற்றூண் விரும்பிய காரணம் என்?”

என வினவும் எண்ணமுடையனாய், வாய்விட்டு, “நல்லாய், என் கொல் நற்றவம் புரிந்தது?

சொல்லாய் என்று துணிந்துடன் கேட்ப,

மணிமேகலை, "இவன் பண்டைப் பிறப்பில் எனக்குக் கணவனான இராகுலன்; இவனை யான் வணங்கலும், இவன் என் கைப்பற்றலும் குற்றமாகா " என எண்ணினள். எனினும், மனம் நடுங்கி,

“கேட்டது மொழிவேன்: கேள்வி யாளரின் தோட்ட
செவியை நீ யாகுவை யாம் எனில்,

என்று முன்மொழிந்து, பின்பு,

“பிறத்தலும் மூத்தலும் பிணிப்பட் டிரங்கலும்
இறத்தலும் உடையது; இடும்பைக் கொள்கலம்;
மக்கள் யாக்கை இது, என உணர்ந்து மிக்க நல்லறம்
விரும்புதல் புரிந்தேன்;
மண்டமர் முருக்குங் களிறனை யார்க்குப் பெண்டிர்
கூறும் பேரறி வுண்டோ?
கேட்டனை யாயின், வேட்டது செய்க”

என்று சொல்லிவிட்டு, அம் மணிமேகலை அருகிருந்த சம்பாபதி கோயிற்குள் நுழைந்து, அத் தெய்வத்தைத் தொழுது, மணிமேகலா தெய்வம் கற்பித்த வேற்றுருக் கொள்ளும் மந்திரத்தை ஓதி, காய

சண்டிகையின் வடிவு கொண்டு, பிச்சைப்பாத்திரத்துடன் வெளியே வந்தாள். அவளைக் கண்ட உதயகுமரன் உண்மை யுணரானாய் அவளைக் காயசண்டிகை என்றே ஏற்று "இப் பாத்திரத்தைத் தந்து மணிமேகலை மறைந்தனள் " என்று நினைந்து, தானும், அச் சம்பாபதி முன் சென்று நின்று:

"பிச்சைப் பாத்திரம், பெரும்பசி யுழந்த
காயசண்டிகைதன் கையிற் காட்டி
மாயையின் ஒளித்த மணிமேகலை தனை
ஈங்கிம் மண்ணீட் டியாரென உணர்கேன்;
ஆங்கவள் இவள் என்று அருளா யாயிடின்,
பன்னாளாயினும் பாடு கிடப்பேன்;

"இன்னும் கேளாய்; இமையோர் பாவாய்!
பவளச் செவ்வாய்த் தவளவாள் நகையும்,
அஞ்சனம் சேராச் செங்கயல் நெடுங்கணும்,
முரிந்து கடைநெரிய வரிந்தசிலைப் புருவமும்,
குவிமுட் கருவியும், கோணமும், கூர் நுனைக்
கவைமுட் கருவியுமாகிக் கடிகொளக்
கல்விப் பாகரின் காப்புவலை ஓட்டி
வல்வாய் யாழின் மெல்லி தின் விளங்க,
முதுக்குறை முதுமொழி எடுத்துக் காட்டி,
புதுக்கோள் யானை வேட்டம் வாய்த்தென
முதியா ளுன்றன் கோட்டம் புகுந்த
மதிவாள் முகத்து மணிமேகலை தனை
யொழியப் போகேன்; உன் அடி தொட்டேன்;
இது குறை",

எனக் குறையிரந்து நிற்பானாயினன்.

19. மணிமேகலை வேண்டலில் சிறைக்கோட்டம்

அறக்கோட்டம் ஆன காதை

"மணிமேகலை இல்லாமல் போகேன்; உன் அடி தொட்டேன்" என்று சம்பாபதி முன் வஞ்சினம் கூறிய உதயகுமரன் கேட்க, அங்குள்ள சித்திரங்களுள் ஒன்றில் நின்று சம்பாபதி தெய்வம் அவனை நோக்கி மணிமேகலை என் கோமகள் என்பதை எண்ணாமல் அவளை அடையத் துணிக்கிறாய் என எச்சரித்து.

அதனைக் கேட்ட உதயகுமாரன் மனம் கலங்கி, மெய்வருந்தி அவ்விடம் விட்டுப் பெயர்ந்து நீங்கினன். காய சண்டிகையின் உருவுடனேயே மணிமேகலை தொடர்ந்து அறச் செயலாற்றி வருகிறாள். சிறைச்சாலைக்குள் சென்றும் அவள் உணவளிப்பதை காவலர் மூலம் அறிந்த மன்னன் மணிமேகலையை அழைத்து அவளுக்குத் தான் செய்யக்கூடியது யாது எனக் கேட்கிறான், அவள் கேட்டுக் கொண்டபடி சிறைக்கோட்டத்தை அறக்கோட்டமாக்கும் ஆணை இடப்பட்ட வியத்தகு வரலாறு கூறப்படுதல்:

மாலைவந்தது. இனி, வேற்றுருக்கொண்டு நின்ற மணிமேகலை, பலபடநினைந்து உதயகுமாரனை மனதிற்கொண்டு, மாதவி மகளாய் இனித் திரிதல் என்பது தவிர்க்க காயசண் டிகையென ஊர்முழுதறியும் உருவம்கொண்டே, ஆற்றா மாக்கட்கு ஆற்றும் துணையாகி ஏற்றலும் இடுதலும் இரப்போர் கடன்; அவர்மேற்சென் றளித்தல் விழுத்தகைத் தென்றே நூற்பொருள் ஊணர்ந்தோர் நுனித்தனர் என்று கருதி, வேந்தனது ஆணை பிழைத்தோரை ஒறுக்கும் சிறைக் கோட்டம் புகுந்து, ஆங்கே பசியால் வருந்தி மெலிந்து கிடந்தோர்க்குப் பேருணவு தந்து பசிப்பிணியைப் போக்கினள். அவள் பாத்திரம் ஒன்றே கொண்டு மிகப் பலர்க்குப் பசிதீர உணவளித்து நிற்கும் செயலைச் சிறைக் கோட்டக் காவலர் கண்டு பெருவியப்புக் கொண்டு, இச் செய்தியை அரசற்கு உணர்த்துவது தக்கது என்று எண்ணி அவன் பாற் சென்றனர். அக்காலையில், அரசர் பெருமான் தன் மனைவி சீர்த்தியென்பாளுடன், விளையாட்டுக் கருதியொரு பூம்பொழிற்குச் சென்றிருந்தான். அங்கே அழகிய பூம்பந்தர் ஒன்று அரசப் பெருமக்கட்கு இனிய காட்சி பயந்தது. அரசன் தன் மனைவியுடன் இக் காட்சிகளை எல்லாம் கண்டு களித்துச் சந்தன மெழுகிய பசும்பொன் மண்டபத்தை யடைந்து இனிதிருந் தான். அக்காலத்தே சிறைக்கோட்டக் காவலர் வந்து நின்று வணங்கித் திருமுன்பு அணுகிப் போற்றி வாழ்த்தி மணிமேகலை பாத்திரம் ஒன்று கொண்டு, ஆங்கு, மொய்கொள் மாக்கள் மொசிக்க ஊண் சுரந்தனள்; ஊழிதோறூழி உலகம் காத்து வாழி எங்கோ மன்னவ என்று தெரிவித்து நின்றனர். அரசன், விரையச் சென்று அம் மடக் கொடியை இங்கே அழைத்து வருக என, காவலர் சென்று உரைத்தலும் மணிமேகலை, அரசன்முன் போந்து அவனை வாழ்த்தி நின்றாள்.

வேந்தன்: தாங்கரும் தன்மைத் தவத்தோய்! நீயார்? யாங்கு ஆகியது இவ் வேந்திய கடிஞை?

மணிமேகலை :விரைத்தார் வேந்தே ! நீ நீடு வாழி ! விஞ்சை மகள்யான்; விழவணி மூதூர்

வஞ்சம் திரிந்தேன்; வாழியர் பெருந்தகை ! வானம் வாய்க்க; மண் வளம் பெருகுக;

தீதின்றாக கோமகற்கு சங்கு; ஈது ஐயக் கடிஞை; அம்பல மருங்கு ஓர் தெய்வம் தந்தது; திப்பிய மாயது; யானைத் தீநோய் அரும்பசி கெடுத்தது; ஊனுடை மாக்கட்கு உயிர்மருந்து இது.

வேந்தன் :- இளங்கொடி; யான் செயற்பாலது என்?

மணிமேகலை: “சிறையோர் கோட்டம் சீத்து, அருள் நெஞ்சத்து அறவோர்க்கு ஆக்குமது; வாழியர்” எனக் கூறியதனூடாகச் சிறைச்சாலையை அழைத்து அதனை அறவோர்க்குறிய அறக்கோட்டமாக அகைத்துள்க என வேண்டினாள்.

இதுகேட்டு உள்ளம் இசைந்த அரசப் பெருந்தகை, அச் சிறைக் கோட்டத்துள்ளார்க்குச் சிறைவீடு செய்து, அக் கோட்டத்தையும் இடித்துத் தூய்மை செய்து, அறவோர் வாழும் அறக்கோட்டமாக்கினன்.

20. உதயகுமரனைக் காஞ்சனன் வாளால் எறிந்த காதை

மணிமேகலையால் அரசன் சிறைக்கோட்டத்தைச் சீத்துச் செய்த அறக் கோட்டத்தே புலவோன் கோவில் ஒன்றும், அறவோர் பள்லி ஒன்றும், அட்டிற்சாலையும் அருந்துனர்ச் சாலையும் உருவாக்கப்பட்டன.

இதை அனைத்தையும் அறிந்தான் உதயகுமரன். உடனே அவன், அவளை, எவ்வாறேனும் கொள்ளல் வேண்டுமென்று கருதி, “மதியோர் எள்ளினும் மன்னவன் காயினும், பொதியில் நீங்கிய பொழுதிற் சென்று மணிமேகலையைப் பற்றிக் கொண்டு என் பொற்றேர் ஏற்றி,

கற்றறி விச்சையும் கேட்டு அவள் உரைக்கும் முதுக்குறை முதுமொழி கேட்குவன்” என்றே மனங்கொண்டு, மணிமேகலை தங்கியிருந்த உலகவறவிக்குச் சென்றான். அக்காலை, காயசண்டிகையின்

கணவனான காஞ்சனன், முனிவன் உரைத்தவாறு பன்னீராண்டு ஆண்டுகள் கழிந்தும் தன் மனைவி திரும்ப வாராமை கண்டு, இந் நகர்க்கண் அவளைப் பலவிடங்களிலும் தேடித் திரிந்து முடிவில், பிச்சைப் பாத்திரம் ஏந்திப் பலர்க்கும் உணவூட்டி வருவது கண்டு தன் பழைமைக் கிழமைதோன்றப் பல உரையாடினன். உதய குமரனும் அங்கே உடனிருந்தான். மணிமேகலை காயசண்டிகை வடிவில் நின்றாளாயினும், அவள், அக்காஞ்சனன்பால் செல்லாது, உதய குமரன் முகநோக்கி, அவன் உள்ளத்தையும் மாற்ற நினைந்தாள். அப் போது அவ்வழியே போந்த தொண்டுகிழவி யொருத்தியைக் காட்டி, ஒரு காலத்தில் பேரழகுடன் இருந்தவளாயினும் இன்று இவள் எவ்வாறு முதுமை அடைந்து, எல்லா அழகும் அற்றுப் போயின. கழுநீர்க் கண், காண், வழுநீர் சுமந்தன என்றெல்லாம் கூறி எல்லோரும் முதுமையை எதிர்க்க இயலாது என்பதைச் சுட்டிக் காட்டினாள். "குமிழ்மூக்கு, இவை,காண், உமிழ்சீ ஒழுக்குவ" என்றெல்லாம் அவளது உறுப்புக்களின் பண்டை வனப்பும், இன்றைய அழிவும் எப்படி மாறியுள்ளன என எடுத்துரைத்து யாக்கையின் நிறந்தரமிம்மையை விளக்கினள் இளவரசனைத் திருத்த முயன்றாள் மணிமேகலை. மன்னவன் மகன் நீ என்பதியும் அவனுக்கு நினைவூட்டினாள்.

இச் செய்தியைக் காஞ்சனன் கண்டு மனத்தே பொறாமையும் சினமும் பொங்கி மிகத் தன் நெஞ்சிற்குள், தற்பாராட்டும் என் சொற்பயன் கொள்ளாள்; பிறன் பின் செல்லும்; பிறன் போல் நோக்கும்;

"மதுக்கமழ் அலங்கல் மன்னவன் மகற்கு முதுக்குறை முதுமொழி எடுத்துக் காட்டிப் பவளக் கடிகையில் தவளவாள் நகையும், குவளைச் செங்கணும் குறிப்பொடு வழா அள்;

ஈங்கு இவன் காதலனாதலின், ஏந்திழை ஈங்கு ஒழிந்தனள்"- என நினைந்து, அவ்விடத்தே ஒருசார் தங்கியிருந்தான். உதயகுமானும், அம் மணிமேகலை யுரைத்த முதுக்குறை முதுமொழிகளைச் செவியிற் கொள்ளாது மாற்று உருவில் உள்ள மணிமேகலையையே தன் மனைவி காய சண்டிகை என்றே கணித்து ஆத்திரம் கொண்டு யாமத்தே மீண்டுவரத் துணிந்து தேரேறிச் சென்றான்.

இரவு கழிந்தது; இடையிருள் யாமமும். எய்துவதாயிற்று. உதயகுமரன் அரண்மனையின் நீங்கி, மணிமேகலை யிருந்த அம்பலம் நோக்கி

வந்தான். அதே நேரத்தில் காஞ்சனன் மணிமேகலை இருந்த இடத்திற்கேகும் நெறிக்கண் உறக்கமின்றிக் கிடந்தான்; அதனை யுணராது போந்த உதயகுமரன் மணிமேகலையைக் கடத்தும் நோக்கில் ஆங்கே சென்றான். தன் மனைவியான காஞ்சனை வடில் இருந்த மணிமேகலையை நோக்கிச் சென்ற உதயகுமாரனைத் தன் மனைவியான காஞ்சனனையைக் கடத்த வந்தவனாகவே கருதிய விஞ்சையன் ஆத்திரம் கொண்டு உதயகுமாரனை வெட்டிச் சாய்த்துக் கொன்றனன், அதன்பின் உள்ளே சென்று காயசண்டிகை வடிவத்திலிருந்த மணிமேகலையைத் தன் மனைவி என்றே கருதி அழைத்துச் செல்ல அவ் விஞ்சையன்துணிந்தபோது ஆங்கிருந்த கந்திற்பாவை,

"அணுகல், அணுகல்; விஞ்சைக் காஞ்சன! மணிமேகலை அவள்; மறைந்துரு வெய்தினள்;

காயசண் டிகைதன் கடும்பசி நீங்கி,வானம் போவுழி வந்தது கேளாய்" - என்று தொடங்கிக் காயசண்டிகை வானவழியே செல்லுங்கால் விந்த மலையிலிருந்து அதனைக் காக்கும் விந்தாகடிகை, தன்மேல் காயசண்டி கையின் சாயை தாக்க, அதனால், அவளை யிழுத்துத் தன் வயிற்றில் அடக்கிக்கொண்டாள்.

"கைம்மை கொள்ளேல், காஞ்சன ! இதுகேள் : ஊழ்வினை வந்து இங்கு உதய குமரனின், ஆருயிர் உண்டது; ஆயினும், அறியாய்: வெவ்வினை செய்தாய், விஞ்சைக் காஞ்சன!

அவ்வினை நின்னையும் அகலாது ஆங்குறும்" - என்றது. இதுகேட்டு விஞ்சையனும் வருந்திய உள்ளத்தனாய்த் தன் விஞ்சையருலகை அடைந்தான்.

21. கந்திற்பாவை வருவது உரைத்த காதை

சம்பாபதி கோயிலின் உள்ளே கிடந்த மணிமேகலை காஞ்சனன் செய்தியும், உதயகுமரன் வீழ்ச்சியும், கந்திற்பாவை அக் காஞ்சனற் குரைத்ததும் கேட்டு, எழுந்து, தன் உண்மை வடிவுகொண்டு வெளிப் போந்து, அரசகுமரனது உடலைக்கண்டு, துயர்மிகுந்தாள். என்ன இருந்தாலும் அவளது முற்பிறப்புக் கணவன் அவன். இறுக்கமான துறவு வாழ்வை ஏற்று, குறிப்பாக மக்கள் யாராயினும் அவர்கள் பசித்தீயை ஒழிப்பதைத் தடனாக ஏற்றுப் பசி தீர்க்கும் அன்னையாக வெளிப்பட்ட அத் தாயின் இன்னொரு புரத்தை

அறிந்து நாம் நெகிழ்கிறோம். முன்னொரு தருணத்தில் துறவு மேற்கொண்டபின்னும் கூட அவன் பின் "புதியோன் தன்னில் போனது நெஞ்சம்" எனக் கசிந்ததை நாம் அத்தனை எளிதாக மறந்துவிட இயலாது. சாத்தனார் பேரறிஞர் மட்டுமல்ல. கவித்திறம் மிக்க ஒரு காவிய கர்த்தாவும் கூட என்பது இவ்வாறு இக்காப்பியம் முழுவதும் ஆங்காங்கு வெளிப்படுவது இந்நூலின் சிறப்புகளில் ஆக முக்கியமான ஒன்று.

திட்டி விடமுண நின்னுயிர் போம்நாள்
கட்டழல் ஈமத்து என் உயிர் சுட்டேன்;
உவவன மருங்கில் நின்பால் உள்ளம்
தவிர்விலேன் ஆதலின், தலை மகள் தோன்றி
மணிப்பல்லவத்திடை என்னை ஆங் குய்த்துப்
பிணிப்பறு மாதவன் பீடிகை காட்டி
என் பிறப் புணர்ந்த என் முன் தோன்றி,
உன் பிறப் பெல்லாம் ஒழிவின் றுரைத்தலின்,
பிறந்தோர் இறத்தலும், இறந்தோர் பிறத்தலும்,
அறந்தரு சால்பும், மறந்தரு துன்பமும்,
யான் நினக் குரைத்து நின் இடர்வினை யொழிக்கக்
காயசண்டிகை வடி வானேன், காதல!
வைவாள் விஞ்சையன் மேயக்குறு வெகுளியின்
வெவ்வினை யுருப்ப விளிந்தனையோ

எனச் சொல்லிப் புலம்பலுற்றனள். அப்போழ்தில், கந்திற்பாவை மணிமேகலையை அழைத்து,

"செல்லல், செல்லல்; சேயரி நெடுங்கண்!
அல்லியந் தாரோன் தன்பாற் செல்லல்,
நினக்கு இவன் மகனாத் தோன்றி யதூஉம்,
மனக்கினி யாற்கு நீ மகளாயதூஉம்
பண்டும் பண்டும் பல்பிறப் புளவால்;
கண்ட பிறவியே அல்ல, காரிகை!
தடுமாறு பிறவித் தாழ்தரு தோற்றம்
விடுமாறு முயல்வோய், விழுமம் கொள்ளேல்"

என்று உரைத்தது. அதுகேட்ட மணிமேகலை, "இவ்வம்பலத்தில் உறையும் தெய்வமாகிய நீ, சென்ற பிறப்பில் இவன் திட்டிவிடத்தால் உயிரிழந்ததும், இப்பிறப்பில் இன்று ஈங்கு விஞ்சையனால்

வெட்டுண்டு வீழ்ந்ததும் அறிவாயன்றோ. அறிந்தனையாயின், இவன் வாள் வாய் வீழ்ந்த காரணம் விளம்ப வேண்டுகின்றேன்” என்றாள்.

உடனே அத் தெய்வம்,“முன்னைப் பிறவியில், காயங்கரை என்னும் ஆற்றங்கரையில், நீ நின் கணவன் இராகுலனோடு இருந்தபோது, அங்கு உங்கள்பால் வந்த பிரமதரும முனிவனுக்கு உணவுசமைத்தல் வேண்டி மடையனை விடியலில் வரப் பணித்தீர்; அவன் அவ்வாறே வருங்கால், அடிதளர்ந்து மடைக்கலம் சிதைய வீழ்ந்தான். அதனை நோக்காது, முனிவர்க்குச் செய்தற்குரிய பணிக்கு முட்டுப்பாடு உண்டாக்கினானென அம் மடையனை இராகுலன் சினந்து தன் கைவாளால் துணித்துக் கொன்றான். அக் கொலைவினையே, அவனை இப்பிறப்பில் விஞ்சையனால் வெட்டுண்டு வீழச் செய்தது காண்” என்று சொல்லி, மேலும், வினையின் இயல்பு சிறிது கூறலுற்ற அத்தெய்வம்,

“தலைவன் காக்கும், தம்பொருட் டாகிய
அவல வெவ்வினை யென்போர் அறியார்;
அறஞ்செய் காதல் அன்பினி னாயினும்,
மறம்செய் துளதெனின் வல்வினை யொழியாது;
ஆங்கு அவ்வினை வந்து அணுகுங் காலைத்
தீங்குறும் உயிரே செய்வினை மருங்கின்
மீண்டுவரு பிறப்பில் மீளினும் மீளும்;
ஆங்கு அவ்வினை காண், ஆயிழை! கணவனை
ஈங்கு வந்திவ் விடர்செய் தொழிந்தது”

-என்று கூறிவிட்டு, அதன்மேலும், மணிமேகலைக்கு நிகழவிருப்பன வற்றையும் முன்பே மொழியத் தொடங்கி,

“இன்னுங் கேளாய்: இளங்கொடி நல்லாய்!
மன்னவன் மகற்கு வருந்து துயர் எய்தி
மாதவர் உணர்த்திய வாய்மொழி கேட்டு,
காவலன் நின்னையும் காவல் செய் தாங்கிடும்;
ஈடு சிறை நீக்கி, இராசமா தேவி
கூடவைக்கும் கொட்பின ளாகி,
மாதவி மாதவன் மலரடி வணங்கித்
தீது கூற அவள் தன்னொடும் சேர்ந்து
மாதவன் உரைத்த வாய்மொழி கேட்டுக்

காதலி நின்னையும் காவல் நீக்குவள்;
அரைசாள் செல்வத்து ஆபுத்திரன் பால்,
புரையோர்ப் பேணிப் போகலும் போகுவை;
போனாலவனொடும் பொருளூரை பொருந்தி,
மாநீர் வங்கத்து அவனொடும் எழுந்து,
மாயமில் செய்தி மணிபல்லவமெனும்
தீவகத்து இன்னும் சேறலுமுண்டால்;
தீவ திலகையின் தன் திறம் கேட்டுச்
சாவக மன்னன் தன் நாடடைந்தபின் ஆங்கத்
தீவம்விட்டு அருந்தவன் வடிவாய்ப்
பூங்கொடி! வஞ்சி மாநகர் புகுவை;
ஆங்கு அந் நகரத்து அறிபொருள் வினாவும்
ஓங்கிய கேள்வி உயர்ந்தோர் பலரால்."

இவ்வாறு பலராய சமயக்கணக்கர் தம் திறம் கேட்டு, அவர்கட்குத் தகுவன கூறிச் சிறப்பெய்துவாய்; ஆதலால், தீவினை வந்து உறுத்தலும் செத்தோர் பிறத்தலும் உண்மையென்று துணிந்து நின் மனமயக்கம் ஒழிவாயாக என்று கூறிற்று.

இவ்வண்ணம் சொல்லிப் போந்த அத் தெய்வம், தான் கந்திற் பாவையாய் நின்று மக்கட்கு வருவதுரைத்து வரும் திறத்தைக் கூறத் தொடங்கி,

"என் திறம் கேட்டியோ: இளங்கொடி நல்லாய்!
மன்பெருந் தெய்வ கணங்களி னுள்ளேன்,
துவதிகன் என்பேன்; தொன்று முதிர் கந்தின்
மயன் எனக் கொப்பா வகுத்த பாவையின்
நீங்கேன் யான்; என் நிலையது கேளாய்;
மாந்தர் அறிவது வானவர் அறியார்;
ஓவியச் சேனன் என் உறு துணைத் தோழன்
ஆவதை இந்நகர்க்கு ஆருரைத் தனரோ ?
அவனுடன் யான் சென்று ஆடிட மெல்லாம்
உடனுறைந் தார்போல் ஒழியா தெழுதிப்
பூவும் புகையும் பொருந்துபு புணர்ந்து
நாநனி வருந்த என் நலம் பாராட்டலின்
மணிமேகலை! யான் வருபொருள் எல்லாம்
துணிவுடன் உரைத்தேன்; என் சொல் தேறுக."

என்று சொல்லவே,

மணிமேகலை, "யான் தேறாதொழியேன்; இனி எனக்கு முடிவுகாறும் நிகழவிருப்பனவற்றையும் கூறுக" என்று கேட்டாள். அவ்வாறே, அவற்றையும் சொல்லத் தொடங்கிய அத் தெய்வம், காஞ்சிமாநகர் வறம்படுதலும், ஆங்கே மணிமேகலை சென்று, தன் பிச்சைப்பாத்திரத்தால் உயிரோம்புதலும், மேலும் அங்கு நிகழும் நிகழ்ச்சிகளும், சமயக்கணக்கர் பலரொடு கேட்டவற்றை அறவணவடிகட்கு உரைப்பதும், அவர் தன் செயல் செப்புவதும், பின்பு மணிமேகலை மகதநாட்டில் ஆண்மகனாய்ப் பிறந்து அருளறம் பூண்டு, புத்த தேவனுக்கு முதல் மாணவனாகுதலும் பிறவும் கூறி, நீ முற்பிறப்பில் சாது சக்கரமுனிவற்கு அமுதளித்த நல்வினைப் பயனால், மணிமேகலா தெய்வம் நின்னை மணிபல்லவத்துக்குக் கொண்டு சென்று புத்த பீடிகை கண்டு பழம்பிறப்பை நீ யணர்ந்துகொள்ளுமாறு செய்தது" என்றும் சொல்லி முடித்தது.

22. சிறைசெய் காதை

பொழுது புலர்ந்ததும், சம்பாபதியையும் கந்திற்பாவையையும் வழிபட வந்தவர் உதயகுமரன் வெட்டுண்டு கிடப்பதைக் கண்டு; ஆங்கு வாழும் முனிவர்களுக்கு உரைத்தனர். அவர்கள் மணி மேகலையை வினவி நிகழ்ந்ததறிந்து அவளையும் உதயகுமரன் உடலையும் ஓரிடத்தே ஒளித்துவிட்டு, நடந்த செய்தியை அரசர்க்குணர்த்தச் சென்றனர். சென்றவருள் ஒருவர், அரசனைக் கண்டு,

"உயர்ந்தோங் குச்சி உவாமதி போல
நிவந்தோங்கு வெண்குடை மண்ணகம் நிழற்செய,
வேலும் கோலும் அருட்கண் விழிக்க;
தீதின்றுருள்க நீ ஏந்திய திகிரி;
நினக்கென வரைந்த ஆண்டுக ளெல்லாம்
மனக்கினிதாக : வாழிய வேந்தே!
இன்றே யல்ல; இப்பதி மருங்கில்
கன்றிய காமக் கள்ளாட்டயர்ந்து
பத்தினிப் பெண்டிர் பாற்சென் றணுகியும்
நற்றவப் பெண்டிர் பின்னுளம் போக்கியும்
தீவினை யுருப்ப உயிர் ஈறு செய்தோர்

பாராள் வேந்தே! பண்டும் பலரால்”

என்று மொழிந்து, இவற்றுக்கு எடுத்துக்காட்டாகப் பார்ப்பனி மருதியென்னும் பத்தினிப் பெண்டிர்பால் கருத்துச் செலுத்தி உயிரிழந்த சுகந்தன் மைந்தன் செய்தியும், விசாகை யென்னும் நற்றவ மகள் மீது காதலுற்ற அம் மைந்தனுக்கு முன் பிறந்தோன் செய்தியும் எடுத்துக் கூறி அரசனை வாழ்த்தி நின்றனர். அதுகேட்ட வேந்தன்,

“இன்றே யல்ல என்றெடுத் துரைத்து,
நன்றறி மாதவிர்? நலம்பல காட்டினிர்;
இன்றும் உளதோ இவ்வினை? உரையும்,”

என்று வினவினன்; அவனுக்கு அம்மாதவர் கூட்டத்து ஒருவர் முன் வந்து, " தீதின்றாக, செங்கோல் வேந்தே!" என்று தொடங்கி,

“முடி பொருள் உணர்ந்தோர் முது நீருலகில்
கடியப்பட்டன ஐந்துள, அவற்றில்
கள்ளும் பொய்யும் களவும் கொலையும்
தள்ளா தாகும் காமம்; தம்பால்
ஆங்கது கடிந்தோர் அல்லவை கடிந்தோரென
நீங்கினரன்றே நிறைதவ மாக்கள்;
நீங்காரன்றே, நீள்நில வேந்தே
தாங்கா நரகம் தன்னிடை உழப்போர்”

என்று தொடங்கி, மணிமேகலையின் வரலாறும், அவள் பால் உதய குமரன் கருத்துச் செலுத்தியுழன்ற திறமும், அவள் காயசண்டிகையின் வடிவுகொண்டு திரிந்த வகையும், விஞ்சையன் செய்தியும் விரியக் கூறி,

“...... தீவினை உருத்த தாகலின்,
மதிமருள் வெண்குடை மன்ன! நின் மகன்
உதய குமரன் ஒழியானாக,
ஆங்கவள் தன்னை அம்பலத் தேற்றி,
ஓங்கிருள் யாமத்து இவனை ஆங் குய்த்துக்
காயசண்டிகை தன் கணவனாகிய
வாய்வாள் விஞ்சையன் தன்னையும் கூஉய்
விஞ்சை மகள் பால் இவன் வந் தனனென
வஞ்ச விஞ்சையன் மனத்தையும் கலக்கி
ஆங்கவன் தன்கை வாளால் அம்பலத்து

ஈங்கிவன் தன்னை எறிந்தது," - என்று சொன்னார். அதுகேட்ட அரசன் நெஞ்சில் தன் மகன் செய்கையை அருவருத்து, அருகுகின்ற சோழிக ஏனாதியை நோக்கி,

"யான் செயற்பாலது இளங்கோன் தன்னைத்
தான் செய்ததனால் தகவிலன் விஞ்சையன்;
மாதவர் நோன்பும் மடவார் கற்பும்
காவலன் காவல் இன்றெனின் இன்றால்;
மகனை முறைசெய்த மன்னவன் வழி, ஓர்
துயர்வினையாளன் தோன்றினன் என்பது,
வேந்தர் தம்செவி உறுவதன் முன்னம்
ஈங்கு இவன் தன்னையும் ஈமத் தேற்றிக்
கணிகை மகளையும் காவல் செய்க"

என்று பணித்தான். மணிமேகலையும் சிறையிடப் பெற்றாள்.

23. சிறைவிடு காதை

தன் புதல்வன், உதயகுமரன் கொலையுண்டு இறந்ததனால், சோழ வேந்தன் மனைவி இராசமாதேவிக்கு உண்டான துயரத்திற்கு எல்லை யில்லையாயிற்று. அரசன் கோயிலில், அரசர்க்காயினும், அரசகுமரர்க் காயினும், அரசியர்க்காயினும் தகுவன கூறித் துயராற்றுவிக்கும் சான்றோர் பலர் இருந்தனர். அவருள் வாசந்தவை யென்பாளும் ஒருத்தி. இவள் ஒரு பெரு முதியோள். இராசமாதேவிக்கு நேர்ந்த துயரம் துடைக்கும் கருத்தினளாய் அவள் அரசியின் கோயிற்கு வந்தாள். வந்தவள். அரசியின் அடியில் வீழ்ந்துரைக்கும் அமைதியை விலக்கி,

"அழுது அடி வீழாது ஆயிழை தன்னைத்
தொழுது முன் நின்று தோன்ற வாழ்த்திக்
கொற்றம் கொண்டு குடிபுறங் காத்துச்
செற்ற தெவ்வர் தேஎந்தம தாக்கியும்,
தருப்பையிற் கிடத்தி வாளிற் போழ்ந்து.
செருப்புகல் மன்னர் செல்வுழிச் செல்கஎன
மூத்து விளிதல் இக் குடிப்பிறந் தோர்க்கு
நாப்புடை பெயராது; நாணுத்தக வுடைத்தே.
என்னெனப் படுமோ நின்மகன் முடிந்தது!
மன்பதை காக்கும் மன்னவன் தன்முன்

துன்பங் கொள்ளேல்” என்று அவள் சொல்லிவிட்டுப் போயினள். இராசமாதேவியும் ஒருவாறு தேறி, தன் மகன் இறத்தற்குக் காரணமாய் நின்ற மணிமேகலையை வஞ்சனை யால் முடிக்கத் துணிந்து, புறத்தே மெய்யன்பும் தெளிந்த வுணர்வு முடையாள் போல் நடித்து, ஒருநாள் அரசனை நண்ணி, அவன் அடி வீழ்ந்து தொழுது,

> “பிறர்பின் செல்லாப் பிக்குணிக் கோலத்து
> அறிவு திரிந்தோன் அரசியல் தான் இலன்;
> கரும்புடைத் தடக்கைக் காமன் கையற
> அரும்பெறல் இளமை பெரும்பிறி தாக்கும்
> அறிவு தலைப்பட்ட ஆயிழை தனக்குச்
> சிறை தக்கன்று செங்கோல் வேந்தே!”

- என்று சொல்லவே, அரசன் அவளது வஞ்சமறியாது, சிறந்த அறிவினால் ஆய்ந்து,

“சிறப்பின் பாலார் மக்கள்; அல்லார் மறப்பின் பாலார் மன்னர்க்கு என்பது, அறிந்தனை யாயின் இவ்வாயிழை தன்னைச் செறிந்த சிறை நோய் தீர்க்க” என்று அரசிக்குத் தெரிவித்து ஏவலரை நோக்கி மணிமேகலையைச் சிறை விடுமாறு பணித்தான். உடனே, இராசமாதேவி, "அரசே, என்னோடு இருப்பினும் இருக்க, இவ் விளங்கொடி தன் ஓடு எடுப்பினும் தகைக்குநர் இல்" என்றுரைத்து, மணிமேகலையை மெல்லக் கொணர்ந்து தன் அகநகர்க் கண்ணே தங்குமாறு செய்து கொண்டாள். பின்பு, மணிமேகலைக்குப் பித்துண்டாமாறு மருந்தொன்றைத் தந்தாள்;

மறுபிறப் புணர்ந்தவளாதலின், அவளை அம் மருந்து ஒன்றும் செய்யவில்லை. பின்பொரு கால், அரசி, கல்லா இளைஞன் ஒருவனை யழைத்து அவன் கைந்நிரம்பப் பொன் கொடுத்து, மணிமேகலை மார்பில் புணர்குறி செய்து பழிப் புண்டாமாறு செய்ய விடுத்தாள்; அவன் வருகைக்குறிப் பறிந்ததும் மணிமேகலை, வேற்றுருக்கொள்ளும் மந்திரம் ஓதி, ஆணுருக்கொண்டிருந்தாள். வந்தவன், “அரசர் உரிமை மகளிர் இருக்குமிடத்தே ஆடவர் குறுகார்; இங்கோர் ஆடவன் உளன்; ஈது ஏதோ வஞ்சம்” என்று அஞ்சியோடிவிட்டான்.

வேறொரு நாள், மணிமேகலை நோயால் உணவுகொள்வதிலள் எனப் பொய் கூறி, அவளை, அரசி, ஒரு புழுக்கறையில் உணவு

கொடாது அடைத்துவைத்தாள்; ஆயினும், அம் மணிமேகலை, ஊணொழி மந்திரம் ஓதி, மேனி வருந்தாது இனி திருந்தாள். இச் செய்கைகளால் அவட்குச் சிறிதும் தீங்கு நேராதது கண்டதும் இராசமாதேவி மிகவும் அச்சமுற்று, அவளைத் தாள் தொழுது, தன் மகன் மேல் வைத்த காதலால் தான் பிழையாகச் செய்தவற்றைப் பொறுக்க வேண்டினள்.

மணிமேகலை அவ்வாறே பொறுத்து, "அரசி, நின்மகன், சென்ற பிறப்பில் இராகுலன் என்னும் பெயருடன் வாழ்ந்து திட்டி விடத்தால் தீங்குற்று இறந்தான்; அப்போது அவன் பொருட்டு யான் உயிர் துறந்தேன். நீ யாது செய்தனை? இப்பிறப்பில் அவன் பொருட்டு வருந்தும் நீ முன்பிறப்பில் அவனுக்காக அழுதாயல்லையே.

"பூங்கொடி நல்லாய்! பொருந்தாது செய்தனை.
உடற்கழு தனையோ? உயிர்க்கழு தனையோ?
உடற்கழு தனையேல் உன் மகன் தன்னை
எடுத்துப் புறங்காட் டிட்டனர் யாரே!
உயிர்க்கழு தனையேல், உயிர் புகும் புக்கில்
செயப்பாட்டு வினையால் தெரிந்துணர்வரியது;
அவ்வுயிர்க் கன்பினை யாயின், ஆய்தொடி!
எவ்வுயிர்க் காயினும் இரங்கல் வேண்டும்.

"நின்மகன் இறத்தற்குக் காரணமாகியது, முற்பிறப்பில் மடைக்கலம் சிதைத்தானென்று மடையனைக் கொன்ற தீவினையே. அதுவே இன்று விஞ்சையன் வாளால் இவன் வெட்டுண்டு வீழச் செய்தது. இதனை யெவ்வாறு அறிந்தாயெனின், கூறுவேன்"

என்று தான் மலர் வனம் புகுந்தது முதல் உலகவறவியில் தெய்வம் உரைத்தது ஈறாக நிகழ்ந்தவை முற்றும், தேவி நெஞ்சு கொள்ளுமாறு கூறி முடித்தாள். அதன்மேலும், இராசமாதேவி நிகழ்த்திய தீங்குகளையும், அவற்றில் தான் உய்ந்து தீர்ந்த வகையையும் சொல்லி,

> "அந்தரம் சேறலும் அயலுருக் கோடலும்
> சிந்தையிற் கொண்டிலேன், சென்ற பிறவியின்
> காதலற் பயந்தோய், கடுந்துயர் களைந்து
> தீதுறு வெவ்வினை தீர்ப்பது பொருட்டால்,"

எனத் தன் கொள்கையை யுரைத்தாள். பின்பு, காமம், கொலை, பொய், களவு முதலிய குற்றங்களைக் கடிதல் வேண்டுமென்று சொல்லி, மேலும் சில அறங்களைக் கூறலுற்று,

"செற்றம் செறுத்தோர், முற்ற உணர்ந்தோர்;
மல்லல் மாஞாலத்து வாழ்வோ ரென்போர்,
அல்லல் மாக்கட்கு இல்லது நிரப்புநர்;
திருந்தேர் எல்வளை ! செல்லுல கறிந்தோர்,
வருந்தி வந்தோர் அரும்பசி களைந்தோர்;
துன்ப மறுக்கும் துணிபொருள் உணர்ந்தோர்,
மன்பதைக் கெல்லாம் அன்பொழியார்"

என்ற இவ்வறங்களை இராசமாதேவிக்கு ஓதி, அவளுற்ற வருத்தத்தைப் போக்கி, மனம் தெளிவடையச் செய்தாள்.

ஞான நன்னீர் நன்கனம் தெளித்துத்
தேனாரோதி செவி முதல் வார்த்து
மகன் துயர் நெருப்பா மனம்விறகாக
அகஞ்சுடு வெந்தீ ஆயிழை அவிப்ப,
தேறுபடு சின்னீர் போலத் தெளிந்து
மாறுகொண்டோரா மனத்தினளாகி
ஆங்கு அவள் தொழுதலும், ஆயிழை பொறாஅள்
தான் தொழு தேத்தித் தகுதி செய்திலை;
காதலற் பயந்தோய்; அன்றியும், காவலன்
மாபெருந் தேவி," என்று எதிர் வணங்கினளென்.

24. ஆபுத்திரனாடு அடைந்த காதை

சித்திராபதி யென்னும் முதுகணிகை, தன் சூழ்ச்சியால் உதய குமரன் உலகவறவி புக்கு உயிரிழந்தான் என்பது உணர்ந்து நெஞ்சு நடுங்கி மெய்வருந்தி, இராசமாதேவியை அடைந்து, அவள் திருவடியில் வீழ்ந்து வணங்கித் தொழுது,

"தொன்று படு மாநகர்த் தோன்றிய நாள் முதல்
யானுறு துன்பம் யாவரும் பட்டிலர்;
மாபெருந் தேவி! மாதர் யாரினும்,
பூவிலை யீத்தவன் பொன்றினன் என்று,
மாதவி மாதவர் பள்ளியுள் அடைந்ததும்,
பரந்துபடு மனை தொறும் பாத்திரம் ஏந்தி

அரங்கக் கூத்திசென்று ஐயங் கொண்டதும்,
நகுதலல்லது நாடகக் கணிகையர்
தகுதி யென்னார், தன்மை யன்மையின்;
மன்னவன் மகனே யன்றியும் மாதரால்,

இந்நகர் உறூஉம் இடுக்கணும் உண்டால், - என்று சொன்னவள், முன்பொருகால், சோணாட்டை ஆண்ட நெடு. முடிக்கிள்ளி யென்பான் கடற் கானற் பூம்பொழிலில் பீலிவளை யென்ற ஒரு நாகநாட்டு மகளைக் கண்டு அவள் நலத்திற் கருத்தைப் போக்கிப் பேதுற்று நிற்கையில், அவள் மறைந்தனள்; அவளைத் தேடித் திரிந்த அவன்முன், தேவசாரணன் ஒருவன் தோன்ற, அவனை அரசன் வணங்கிக் கேட்க, அவன்,

"கண்டிலேன்; ஆயினும் காரிகை தன்னைப்
பண்டறி வுடையேன்; பார்த்திப! கேளாய்.
நாக நாடு நடுக்கின்றாள்பவன்,
வாகை வேலோன், வளைவணன்; தேவி,
வாச மயிலை வயிற்றுள் தோன்றிய
பீலிவளை யென்போள்; பிறந்த அந்நாள் .
இரவிகுலத் தொருவன் இணை முலை தோயக்
கருவொடு வரும் எனக் கணியெடுத் துரைத்தனன்,
ஆங்கப் புதல்வன் வரூஉ மல்லது,
பூங்கொடி வாராள்; புலம்பல்; இது கேள்"

என அச் சாரணன் மேலும் சொல்லலுற்று, இந்நகரில் இந்திரவிழா ஆண்டுதோறும் . நிகழ்தல் வேண்டும்; தவறின் இந்நகர் கடலாற் கொள்ளப்படும். இது மணிமேகலா தெய்வத்தின் வாய்மை மொழி; இந்திரனது சாபமும் உண்டு என்று கூறிவிட்டு நீங்கினன்; கிள்ளியும் தன் நகரை யடைந்தான். அன்று முதல் இன்றுவரை இப் பூம்புகார் நகரத்தார் இந்திரவிழா எடுத்து வருகின்றனர். அவர் மனத்தே இதுபற்றிய அச்சம் இருந்துகொண்டே வருகிறது. இனி, மணி பெயரையுடையாட்கு உண்டாகிய துன்பம் காரணமாக வருமோ என்று அஞ்சுகின்றேன்; ஆதலால், அம் மணிமேகலையைச் சிறை விடுத்து என்பால் தருக என வேண்டினள்.

இவ்வாறு சித்திராபதி வேண்டிச் சொன்னதைக் கேட்ட இராச மாதேவி,

"கள்ளும் பொய்யும் காமமும் கொலையும்,

உள்ளக் களவு மென்று உரவோர் துறந்தவை
தலைமையாக் கொண்டநின் தலைமையில் வாழ்க்கை
புலைமையென் றஞ்சிப் போந்த பூங்கொடி
நின்னொடு போந்து நின்மனைப் புகுதாள்;

என்னோடிருக்கும் என்று இயம்பினள். சித்திராபதி ஏக்கமுற்றாள். இந்நிலையில் மணிமேகலை சிறைப்பட்டமை சுதமதியால் அறிந்த மாதவி அறவண வடிகளை யடைந்து அவரை வணங்கி, நிகழ்ந்தது கூறி, மணிமேகலையின் சிறைவீடு விரும்பி அவருடன் இராசமாதேவிபால் வந்தனள். அடிகள் வரக்கண்ட இராசமாதேவி பொருக்கென எழுந்து இருக்கை தந்து அவர்க்கு வேண்டிய சிறப்புக்களைச் செய்து,

"யாண்டு பல புக்க நும் இணையடி வருந்த என்
காண்தகு நல்வினை நும்மையீங் கழைத்தது;
நாத்தொலை வில்லை யாயினும், தளர்ந்து
மூத்தது இவ் யாக்கை; வாழ்க பல்லாண்டு"-

என்று முகமன் மொழிந்தாள். கேட்ட அடிகள், மகிழ்வுற்று,

"தேவி! கேளாய்: செய்தவ யாக்கையின்,
மேவினே னாயினும் வீழ்கதிர் போன்றேன்:
பிறந்தார் மூத்தார் பிணிநோயுற்றார்
இறந்தார் என்கை இயல்பே; இதுகேள் :
பேதைமை செய்கை யுணர்வே அருவுரு
வாயில் ஊறே நுகர்வே வேட்கை
பற்றே பவமே தோற்றம் வினைப்பயன்
இற்றென வகுத்த இயல் பீராறும்
பிறந்தோர் அறியின் பெரும் பேறறிகுவர்
அரைசன் தேவியொடு ஆயிழை நல்லீர்!

புரைதீர் நல்லறம் போற்றிக் கேண்மின்" எனப் பலர்க்கும் பொதுப்படக் கூறி, மணிமேகலையைச் சிறப்பாக நோக்கி,

"மறுபிறப் புணர்ந்த மணிமேகலை, நீ
பிறவறங் கேட்ட பின்னாள் வந்து உனக்கு
இத்திறம் பலவும் இவற்றின் பகுதியும்
முத்தேர் நகையாய்! முன்னுறக் கூறுவல்"

என்று உரைத்துவிட்டுச் சென்றார். பின்பு மணிமேகலை

யெழுந்து, அம் மகளிரை வணங்கி, "நீங்கள் இதுகாறும் கேட்ட நல்லறங்களை மறவாது கடைப்பிடித்தொழுகுமின்; யான் இனிமேல் இங்கு உறை வேனாயின், இவள் உதயகுமான் இறத்தற்கு ஏதுவாயினள் என்பராதலின், யான் ஆபுத்திரன் நாடு செல்வேன். அதன்பின், மணிபல்லவம் சென்று பீடிகை தொழுது, வஞ்சிக்குச் சென்று பத்தினிக் கடவுட்கு நல்லறம் செய்வேன். எனக்கு இடர் உண்டாமென்று நீவிர் இரங்குதல் வேண்டா" என்று சொல்லிவிட்டு, அந்திமாலை வந்ததும், உலகவறவியும் சம்பாதி கோயிலும், கந்திற்பாவையும் வணங்கிப் பரவி, வான்வழியாக, ஆபுத்திரன் நாட்டையடைந்து ஆங்கு ஒரு பொழிலைத்தே தங்கி இளைப்பாறினள். சிறிது போதில், அவள் அங்கே வாழ்ந்த தருமசாவகன் என்னும் முனிவன் ஒருவனைக் கண்டு,

"இந்நகர்ப் பேர் யாது? இந்நக ராளும் மன்னவன் யார்?" என்றாள். அவட்கு, அம் முனிவன்,

> "நாகபுரம் இது; நல்நக ராள்வோன்
> பூமி சந்திரன் மகன், புண்ணியராசன்:
> ஈங்கு இவன் பிறந்த அந்நாள் தொட்டும்
> ஓங்குயர் வானத்துப் பெயல் பிழைப்பறியாது;
> மண்ணும் மரனும் வளம்பல தருஉம்;
> உண்ணின்று உருக்கும் நோய் உயிர்க்கு இல்லை"

என்று உரைத்தான்.

25. ஆபுத்திரனோடு மணிபல்லவம் அடைந்த காதை

புண்ணியராசனாகிய ஆபுத்திரன் தன் உரிமை மனைவியுடன் மணிமேகலை யடைந்திருந்த பொழிலையடைந்து, ஆங்கே வாழ்ந்திருந்த தருமசாவகன் என்னும் முனிவன் அடிவணங்கி,

> அறனும் மறனும் அநித்தமும் நித்தத்
> திறனும் துக்கமும் செல்லுயிர்ப் புக்கிலும்
> சார்பின் தோற்றமும் சார்பறுத் துய்தியும்

ஆரியன் அமைதியும் அமைவுறக் கேட்டு வருகையில், அவன் இருந்த பொழிலில் மணிமேகலை பிச்சைப்பாத்திர மேந்தி நிற்பது கண்டு வியந்து,

> "பெண்ணிணை யில்லாப் பெருவனப் புற்றாள்,

கண்ணிணை யியக்கமும் காமனோ டியங்கா,
அங்கையிற் பாத்திரம் கொண்டு அறம் கேட்கும்
இங்கு இணையில்லாள் இவள் யார் என்ன,"

அருகே சட்டையணிந்த காவலன் ஒருவன், அரசனை வணங்கி, "அரசே, இவளை யொப்பார் நாவலந்தீவில் ஒருவரும் இலர்; ஒருகால் யான் கிள்ளிவளவனுடைய கெழுதகைமை வேண்டிக் காவிரிப்பூம் பட்டினம் சென்றிருந்த காலத்து யான் இவளைப்பற்றி யறிந்தேன். ஆங்கே இவள் பிறப்பை யுணர்ந்து எனக்கு அறவணவடிகள் உரைத்தார் என்பதைத் தங்கட்கு முன்பே உரைத்துள்ளேன்; அவளே அப்பதியின் நீங்கி இப்போழ்தில் இங்கே வந்துள்ளாள்" என்றான். என்றதும், மணிமேகலை, அரசனை நோக்கி, " அரசே!நின்கைப் பாத்திரம், என்கைப் புகுந்தது; மன்பெருஞ் செல்வத்து மயங்கினை யறியாய்; அப்பிறப் பறிந்திலை யாயினும், ஆவயிற்று, இப்பிறப் பறிந்திலை; என் செய் தனையோ? மணிப்பல்லவம் வலம் கொண்டா லல்லது, பிணிப்புறு பிறவியின் பெற்றியை யறியாய்; ஆங்கு வருவாய், அரச, நீ"

என்றுரைத்து, வான்வழியே படர்ந்து பகலோன் குடபால் மறைவதற்குள் மணிபல்லவத்தை அடைந்தாள். அங்கே அவள், புத்தபீடிகையைக் கண்டு வலம்வந்து நிற்ப, அஃது அவட்குப் பழம் பிறப்புணர்வை: நல்கிற்று. அவள், அப்பிறப்பில் காயங்கரையில் கண்ட பிரமதரும் முனிவனை முன்னிலைப் படுத்திக்கொண்டு,

பெருமகன் தன்னொடும் பெயர்வோர்க் கெல்லாம்
விலங்கும் நரகரும் பேய்களு மாக்கும்
கலங்கஞர்த் தீவினை கடிமின்; கடிந்தால்,
தேவரும் மக்களும் பிரமரும் ஆகு திர்;
ஆகலின் நல்வனை அயராது ஓம்புமின்;
புலவன், முழுதும் பொய்யின் றுணர்ந்தோன்,
உலகுயக் கோடற்கு ஒருவன் தோன்றும்;
அந்நாள் அவன் அறம் கேட்டோர், அல்லது
இன்னாப் பிறவி இழுக்குநர் இல்லை;
மாற்றரும் கூற்றம் வருவதன் முன்னம்
போற்றுமின் அறம்' எனச் சாற்றிக் காட்டி
நாக்கடிப்பாக வாய்ப்பறை யறைந்தீர் !
அவ்வுரை கேட்டு நும் அடிதொழு தேத்த
வெவ்வுரை எங்கட்கு விளம்பினிர்;

அன்றியும், அப்போதில், யான், புத்தன் தோன்றாமுன்பே இந்திரன் இப்பீடிகை அவற்கு இட்ட காரணம் என்னை? என்று வினவினேன்; அதற்கு, புத்தன் தோன்றிய பின் அவன் பிறப்பைத் தான் அறிந்து கொள்வதற்காக இந்திரன் இதனை அமைத்தான்; மேலும் இப்பீடிகை அப் புத்தனையல்லது பிறரைப் பொறாது என்று கூறியதுடன் அவ் விந்திரனே, இப் பீடிகையைப் புத்தனாகிய பெருமகற்கு அமைத்துப் பிறந்தார் பிறவியைத் தருமபீடிகை சாற்றுக என்றே அருளினன்; ஆதலின், ஆயிழை பிறவியும் இருளறக் காட்டும் என்று எடுத்துரைத்த வாய்மொழி எனக்கு இன்றும் அன்றேபோல் விளங்குகின்றது," என்று கூறிப் பாராட்டி யேத்தி நின்றாள்.

இஃதிங்ஙனமாக, மணிமேகலை கூறியவற்றைக் கேட்டுக் கலக்க முற்ற வேந்தன், நேரே தன் தாய் அமரசுந்தரிபாற் சென்று தன் பிறப்பு வரலாறு முழுதும் கேட்டு,

இறந்த பிறவியின் யாய்செய் ததூ உம்,
பிறந்த பிறவியின் பெற்றியும் நினைந்து,
செருவேல் மன்னர் செவ்வி பார்த்துணங்க,
அரைசு வீற்றிருந்து புரையோர்ப் பேணி,
நாடகம் கண்டு பாடற் பான்மையின்
கேள்வி இன்னிசை கேட்டுத் தேவியர்

மதிமுகக் கருங்கண் செங்கடை கலக்கக்
கருப்பு வில்லி யருப்புக்கணை தூவத்
தருக்கிய காமக் கள்ளாட் டிகழ்ந்து
தூவறத் துறத்தல் நன்றெனச் சாற்றித்
தெளிந்த நாதன் என் செவி முதல் இட்ட வித்து
ஏதமின்றாய் இன்று விளைந்தது;

மணிமேகலை தான் காரணமாக,- என்று தன் அரசியற் சுற்றத்தார்க்குத் தெரிவித்தனன். இவற்றைக் கேட்டோருள், சனமித்திரன் என்னும் அமைச்சன், " மன்னன் மனம் வேறாயினன்" என்று நன்கறிந்து, அரசனை அடிவணங்கி,

"எங்கோ வாழி; என் சொல் கேண்மதி:
நுங்கோன் உன்னைப் பெறுவதன் முன்னாள்,
பன்னீராண்டிப் பதிகெழு நன்னாடு மன்னுயிர்
மடிய மழைவளம் கரந்து. இங்கு.

ஈன்றாள் குழவிக்கு இரங்காளாகித்
தான் தனி தின்னும் தகைமைய தாயது;
காய்வெங் கோடையில் கார்தோன்றியதென,
நீ தோன்றினையே; நிரைத்தார் அண்ணல்!
தோன்றிய பின்னர்த் தோன்றிய உயிர்கட்கு
வானம் பொய்யாது; மண்வளம் பிழையாது;
ஊனுடை யுயிர்கள் உறுபசி அறியா;
நீ ஒழிகாலை, நின்நாடெல்லாம்,
தாய் ஒழி குழவி போலக் கூஉந்;
துயர் நிலை உலகம் காத்தலின்றி, நீ
உயர்நிலை உலகம் வேட்டனை யாயின்,
இறுதி உயிர்கள் எய்தவும், இறைவ !
பெறுதி விரும்பினை யாகுவை யன்றே?
தன்னுயிர்க் கிரங்கான், பிறவுயி ரோம்பும்
மன்னுயிர் முதல்வன் அறமும்ஈது அன்றால்;

மதிமாறு ஓர்ந்தனை, மன்னவ!" - என்று எடுத்துரைத்தான். இதனாலும், அரசன் எண்ணம் சிறிதும் மாறாதாயிற்று. ஆகவே, அவன்,

"மணிபல்லவம் வலம் கொள்ளுதற் கெழுந்த
தணியா வேட்கை தணித்தற்கு அரிதால்;
அரசும் உரிமையும் அகநகர்ச் சுற்றமும்
ஒருமதி எல்லை காத்தல் நின் கடன்,"

- என்று கூறி விடைபெற்றுச் சென்று, வங்கமேறி மணிபல்லவம் சென்று சேர்ந்தான். அவனை மணிமேகலை எதிர்கொண்டழைத்துச் சென்று, அத் தீவகத்துச் சோலையை வலம்வந்து புத்தபீடிகையைக் காட்டினள். வேந்தன் அதனைக்கண்டு வலம் வந்து பணிந்துநிற்ப, அப் பீடிகை, அவனது பழம்பிறப்பின் நிகழ்ச்சியை, கையகத் தெடுத்துக் காண்போர் முகத்தை மையறு மண்டிலம் போலக் காட்ட, அறிந்த அந்த வேந்தன்,

என் பிறப்பறிந்தேன்; என் இடர் தீர்ந்தேன்; தென் தமிழ் மதுரைச் செழுங்கலைப் பாவாய்!

மாரி நடுநாள் வயிறுகாய் பசியால்
ஆரிருளஞ்சாது அம்பலமணைந்து ஆங்கு
இரந்தூண் வாழ்க்கை என்பால் வந்தோர்க்கு

அருந்தூண் காணா தழுங்குவேன் கையில்
நாடுவறங் கூரினும் இவ்வோடு வறங்கூராது;
ஏடா! அழியல்; எழுந்து இது கொள்க என
அமுத சுரபி அங்கையில் தந்து என்
பவம் அறுவித்த வானோர் பாவாய்!
உணர்வில் தோன்றி உரைபொருள் உணர்த்தும்
மணிதிகழ் அவிரொளி மடந்தை நின்னடி,
தேவராயினும் பிரம ராயினும்
நாமாசு கழூஉம் நலம்கிளர் திருந்தடி,
பிறந்பேணுதலல்லது,
மறந்து வாழேன், மடந்தை!

எனச் சிந்தாதேவியை முன்னிலைப்படுத்து வணங்கி, மணிமேகலையுடன், அப் பீடிகைக்குத் தென்மேற்கில் உள்ள கோமுகி யென்னும் பொய்கைக் கரைக்குச் சென்று, ஒரு புன்னைமரத்தின் நீழலில் இருந்தனன். இவ்விருவரது வரவும், புன்னை நிழலில் பொருந்தியிருப்பதும் உணர்ந்த தீவதிலகை யென்பாள், அவர் முன் போந்து, அரசனைச் சிறப்பாக நோக்கி,

"அருந்துயிர் மருந்து முன் அங்கையிற் கொண்டு
பெருந்துயர் தீர்த்த அப்பெரியோய் ! வந்தனை;
அந்நாள் நின்னை யயர்த்துப் போயினர்,
பின் நாள் வந்து நின் பெற்றிமை நோக்கி,
நின்குறி யிருந்து தம்முயிர் நீத்தோர்,
ஒன்பது செட்டிகள் உடலென்பு இவைகாண்;
ஆங்கவர் இடவுண்டு அவருடன் வந்தோர்,
ஏங்கி மெய்வைத்தோர் என்பும், இவைகாண்;
ஊர்திரை தொகுத்த உயர்மணல் புதைப்ப,
ஆய்மலர்ப் புன்னை யணிநிழல் கீழால்
அன்புடை ஆருயிர் அரசற் கருளிய
என்புடை யாக்கை இருந்தது, காணாய்,
நின்னுயிர் கொன்றாய்; நின்னுயிர்க் கிரங்கிப்
பின்னாள் வந்த பிறருயிர் கொன்றாய்;
கொலைவன் அல்லையோ! கொற்றவனாயினை!"

என்றிவ்வாறு புண்ணியராசனுக்குச் சொல்லி வந்தவள், பின்பு மணி மேகலையை நோக்கி,

"பலர் தொழுபாத்திரம் கையின் ஏந்திய
மடவரல் நல்லாய்! நின்றன் மாநகர்,
கடல்வயிறு புக்கது; காரணம் கேளாய்"

என்று தொடங்கி, "நாகநாட்டரசன் பீலிவளை யென்பாள், சோழனுக்குப் பிறந்த தன்மகனுடன் இத்தீவகம் போந்து பீடிகையை வலங் கொண்டேத்தி நிற்ப, காவிரிப்பூம்பட்டினத்திற்குச் செல்லும் கம்பளச் செட்டியின் வங்கம் வந்து நிற்கக் கண்டு அவன்பால் மகனைத் தந்து, அரசன்பால் சேர்ப்பிக்குமாறு கொடுத்தனள். அச் செட்டி அவ்வாறே கொண்டு செல்லுங்கால், அவனது மரக்கலம் கடலில் அன்று இரவே கவிழ்ந்து விட்டது. இதனை யவன் தப்பிச் சென்று, அரசற் குணர்த்த, அவன் மகனை யிழந்த துயரம் பொறாது, கானலும், கடலும், கடற்கரையும் தேடித் திரிந்தனன். அதனால், அந்நகரம் இந்திர விழா ஆற்றாது மறந்தொழிந்தது. உடனே, மணிமேகலா தெய்வம் அந் நகரத்தைக் கடல் கொள்ளுமாறு சாபமிட்டாள்; அதனால் அது கடற்கு இரையாயிற்று; அரசனான நெடுமுடிக்கிள்ளியும் தனிப்பட்டுப் போயினன் என்று சொல்லி, இச் செய்தியைத் தனக்கு அத் தெய்வம் கூறியதாகவும் தெரிவித்து, இந் நிகழ்ச்சியில், " நின் தாயரும் அறவண வடிகளுடன் வஞ்சிமாநகர் சென்றடைந்தனர்; இனி, நின்குல முதல்வன் ஒருவனை அம் மணிமேகலா தெய்வம் முன்னாளில் ஆதரவு செய்தளித்ததும், அவன் பின்பு அறவரசாண்டதும் பிறவும் அறவணன்பால் கேட்டறிகுவை" என்று தெரிவித்துவிட்டு, அத்தீவதிலகையும் அவர்களைவிட்டு நீங்கினள்.

பிறகு, புண்ணியராசன் மணிமேகலையுடன் தன் முன்பிறப்பின் உடம்பு புதையுண்டிருந்த இடமணுகி, அகழ்ந்து நோக்க, அங்கே, அதன் என்புக்கூடு தோன்றக்கண்டு மனங் கலங்கினன். அவனை மணிமேகலை பார்த்து,

"என்னுற்றனையோ! இலங்கு இதழ்த்தாரோய்!
நின்னாடு அடைந்து யான் நின்னை ஈங்கழைத்தது,
மன்னா! நின்றன் மறுபிறப் புணர்த்தி,
அந்தரத் தீவினும் அகன் பெருந் தீவினும்
நின்பெயர் நிறுத்த; நீள்நில மாளும்,
அரசர் தாமே அருளறம் பூண்டால்,

பொருளு முண்டோ பிறபுரை தீர்த்தற்கு?
அறமெனப் படுவது யாதெனக் கேட்பின்,
மறவாது இதுகேள் : மன்னுயிர்க் கெல்லாம்,
உண்டியும் உடையும் உறையுளு மல்லது,
கண்டது இல்,"

எனக் கட்டுரைத்தாள். இதைக் கேட்ட அவ் வேந்தன்,

"என் நாட்டாயினும் பிறர் நாட்டாயினும்,
நன்னுதல்! உரைத்த நல்லறம் செய்கேன்:
என் பிறப்பு உணர்த்தி என்னை நீ படைத்தனை;
நின் திறம் நீங்கலாற்றேன் யான்",

என்றானாக, இச்சொற்களைக் கேட்டதும், மணிமேகலை முறுவலித்து,

"புன்கண் கொள்ளல்; நீ போந்ததற்கு இரங்கி, நின்
மன்பெரு நாடு வாயெடுத் தழைக்கும்;
வங்கத் தேகுதி; வஞ்சியுட் செல்வல்,"

என்று கூறிவிட்டுத் தான் வான்வழியாக வஞ்சி மாநகர்க்குச் சென்றாள்.

26. வஞ்சிமா நகர் புக்க காதை

தாய் கண்ணகியையும், தந்தை கோவலனையம் தான் காண வேண்டுமென்று எழுந்த வேட்கை மணிமேகலை யுள்ளத்தை யலைப்ப, அவள் வஞ்சி நகரின் புறத்தே, அவர்களுடைய படிமம் நிறுவிய கோயிற்குள் நுழைந்து தன் வேட்கை தீர, வணங்கி நின்று குணம் பல ஏத்தி,

"அற்புக்கடன் நில்லாது, நற்றவம் படராது, கற்புக் கடன் பூண்டு நும் கடன் முடித்தது அருளல் வேண்டும்," என்று அழுது, கண்ணகிப் படிமத்தின் முன் நின்றாள். அப்போது, கண்ணகி,

"எம் இறைக்குற்ற இடுக்கண் பொறாது,
வெம்மையின் மதுரை வெவ்வழற் படுநாள்
மதுராபதி யெனும் மாபெருந் தெய்வம்,
இது நீர் முன்செய் வினையின் பயனால்;

என்று தம் பழம் பிறப்பில் நிகழ்ந்த நிகழ்ச்சியை விளங்கவுரைத்து, அப்பிறப்பில், தன் கணவன் சங்கமனைப் பரதன் என்பான் பற்றிக்

கொலை புரிவித்தானாக, அவன் மனைவி நீலி என்பாள் இட்ட சாபமே இத் துன்பத்துக்கு ஏதுவாயிற்று என அம் மதுராபதி வற்புறுத்திச் சொல்லியும்,

“சீற்றம் கொண்டு செழுநகர் சிதைத்தேன்;
மேற்செய் நல்வினை யின் விண்ணவர்ச் சென்றேம்;
அவ்வினை யிறுதியின் அடுசினப் பாவம்,
எவ்வகை யானும் எய்துத லொழியாது;
உம்பர் இல்வழி இம்பரிற் பல்பிறப்பு
யாங்கணும் இருவினை யுய்த்து உமைப்போல,
நீங்கரும் பிறவிக் கடலிடை நீந்திப்
பிறந்தும் இறந்தும் உழல்வோம்; பின்னர்,
மறந்தும் மழைமறா மகத நன்னாட்டுக்கு
ஒருபெருந் திலகமென்று உரவோர் உரைக்கும்
கரவரும் பெருமைக் கபிலையம் பதியில்,
அளப்பரும் பாரமிதை அளவின்று நிறைத்துத்
துளக்கமில் புத்த ஞாயிறு தோன்றி,
போதி மூலம் பொருந்தி வந்தருளி.....
எண்ணரும் சக்கரவாளம் எங்கணும்
அண்ணல் அறக்கதிர் விரிக்குங்காலை ....
துன்பக் கதியில் தோற்றர வின்றி,
அன்புறு மனத்தோடு அவன் அறம் கேட்டுத்
துறவி யுள்ளம் தோன்றித் தொடரும்
பிறவி நீத்த பெற்றிய மாகுவம்;
அத்திற மாயினும் அநேக காலம்
எத்திறத் தார்க்கும் இருத்தியும் செய்குவம்.”

என இவ்வாறு தாம் செய்தனவும் செய்யவிருப்பனவும் கூறிய கண்ணகியார், மேலே மணிமேகலைக்குச் சில கூறலுற்றது:

“நறைகமழ் கூந்தல் நங்கை! நீயும்,
முறைமையின் இந்த மூதூரகத்தே,
அவ்வவர் சமயத்து அறிபொருள் கேட்டு,
மெய்வகை யின்மை நினக்கே விளங்கிய
பின்னர்ப் பெரியோர் பிடகநெறி கடவாய்,
இன்னது இவ்வியல்பு,”

என எடுத்துரைத்து, மேலும், “நீ இளையள் வளையள் என்று

கருதி நினக்கு யாவரும் மெய்ப்பொருளை உணர்த்த முன்வாரார்; ஆதலின், நீ வேற்றுருக் கொள்க” என்று பணித்தனுப்பினள். மணிமேகலையும் ஒரு மாதவன் வடிவு கொண்டாள்.

மாதவன் வடிவிற் புறப்பட்ட மணிமேகலை,

தேவகுலமும் தெற்றியும் பள்ளியும்
பூமலர்ப் பொழிலும் பொய்கையும் மிடைந்து,
நற்றவ முனிவரும் கற்றடங்கினரும்,
நன்னெறி காணிய தொன்னூற் புலவரும்,
எங்கணும் விளங்கிய எயிற் புறவிருக்கையின்
செங்குட்டுவன் எனும் செங்கோல் வேந்தன்
இருந்து அரசுபுரியும் வஞ்சிமா நகர்க்குட் புகுந்தனள்.

27. சமயக் கணக்கர் தம் திறம் கேட்ட காதை

வஞ்சி நகர்க்குட் சென்ற மணிமேகலை அங்கே இருந்த சமயக் கணக்கர் பலரையும் கண்டு அவரவர் சமயத்திறங்களைக் கேட்கலானாள், அவருள் வைதிக மார்க்கத்து அளவை வாதியை நோக்கி, “நின் கடைப்பிடி யாது?” என வினவ, அவன், வேத வியாதனும் கிருத கோடியும், ஏதமில் சைமினி எனும் இவ்வாசிரியர் பத்தும் எட்டும் ஆறும் பண்புறத் தத்தம் வகையால் தாம் பகர்ந்திட்டனர்; காண்டல், கருதல், உவமம், ஆகமம், ஆண்டைய அருத்தா பத்தியோடு இயல்பு, ஐதிகம், அபாவம், மீட்சி, ஒழிவு, அறிவு எய்தி உண்டாம் நெறி என்று இவை தம்மால் பொருளின் உண்மை புலங்கொளல் வேண்டும் என்றும் இவை ஒவ்வொன்றின் இலக்கணமும் முறையே கூறி, பிரமாணா பாசங்கள் எட்டு உள என்றும், அவை, சுட்டுணர்வொடு, திரியக்கோடல், ஐயம், தேராது தெளிதல், கண்டுணராமை, எய்தும் இல்வழக்கு, உணர்ந்ததை யுணர்தல், நினைப்பு என நிகழ்வ என்றும், இவற்றின் இயல்புகளையும் தெரியக் கூறினன். அதன் மேலும், அவனே, “பாங்குறும் உலோகாயதமே, பௌத்தம், -சாங்கியம், நையாயிகம் வைசேடிகம், மீமாஞ் சகமாம்: சமயவாசிரியர் தாம், பிருகற்பதி, சினனே, கபிலன், அக்கபாதன், கணாதன், சைமினி; மெய்ப் பிரத்தியம், அனுமானம், சாத்தம், உவமானம், அருத்தா பத்தி, அடாவம்[1] இவையே இப்போது இயன்றுள அளவைகள் - என்று

1 சமயம் ஆசிரியர் அளவை

கூறினன். அவனை நீங்கியதும், ஈசனே இறைவன் எனக் கொள்ளும் சைவவாதி மணிமேகலை முன் நேர்பட்டான். அவனை வினவிய மணிமேகலைக்கு, அவன், இருசுடரோடு இயமானன் ஐம்பூத மென்று எட்டுவகையும் உயிரும் யாக்கையு மாய்க் கடகலையுருவி னோனும் படைத்து விளையாடும் பண்பினோனும் துடைத்துத் துயர் தீர் தோற்றத் தோனும் தன்னில் வேறுதான் ஒன்றிலோனும் அன்னோன் இறைவனாகும் என்றான்.

பிறகு, பிரமவாதி தோன்றி, "பேருலகமெல்லாம் தேவன் இட்ட முட்டையாகும்" என்றான்; வைணவவாதி, "கடல்வணன், நாரணனே இறைவன்" என்றானாக, வேதவாதி மேல்வந்து சொல்லலுற்றான் :

கற்பம் கை, சந்தம்கால், எண் கண்,
தெற்றென் நிருத்தம் செவி, சிக்கை மூக்கு,
உற்ற வியாகரணம் முகம் பெற்றுச்

'உலோகாயதம் - பிருகற்பதி பிரத்தியக்கம்

பௌத்தம் - சினன் பிரத்தியக்கமும் அனுமானமும் சாங்கியம் - கபிலன் பிரத்தியக்கமும் அனுமானமும் ஆகமமும் இவ்வாறே பிறவற்றையும் ஓட்டிக்கொள்க. சாத்தம் - ஆகமம்

சார்பில் தோன்றா ஆரண வேதக்கு
ஆதியந்தம் இல்லை; அது நெறி,

என்ற அவ்வேதியன் உரை, மெய்த்திறம், வழக்கு என வரைக்கும் எவ்வகையாலும் இசைவதன்று என உட்கொண்ட மணிமேகலை, ஆங்கே தோன்றிய ஆசீவகனைக் கண்டு, "நின் இறைவன் யாவன்? நின் நூற்பொருள் யாது?" என வினவினள். அவன்,

"எல்லையில் பொருள்களில் எங்கும் எப்பொழுதும், புல்லிக் கிடந்து புலப்படுகின்ற வரம்பில் அறிவன் இறை; நூற்பொருள்கள் ஐந்து" என்று கூறி, அவ்வைந்தும், உயிரும், நிலம், நீர், தீ, காற்று எனும் நால்வகை யணுக்களுமாம் என்று வகுத்தும்,

"அவ்வணு உற்றும் கண்டும் உணர்த்திடப்
பெய்வகை கூடிப் பிரிவதும் செய்யும்:
நிலம் நீர் தீக் காற்றென நால் வகையின
மலைமரம் உடம்பெனத் திரள்வதும் செய்யும்:
வெவ்வேறாகி விரிவதும் செய்யும்;

அவ்வகை யறிவது உயிரெனப்படுமே” - என உயிரையும், இவ்வாறே ஏனை நால்வகை யணுக்களையும் விரித்தும் கூறினன். அங்ஙனம் கூறுமிடத்து, அணுக்களின் பொதுவியல்பை,

தீதுற்று யாவதும் சிதைவது செய்யா;

★★★

புதிதாய்ப் பிறந்தொன்று ஒன்றிற் புகுதாது
நீரணு நிலவணுவாய்த் திரியா;
ஒன்று இரண்டாகிப் பிளப்பதும் செய்யா;
அன்றியும் அவல்போல் பரப்பதும் செய்யா,
என்றும், உயிர்கள் சென்றெய்தும் பிறப்பும் வீடுபேறும் கூறலுற்று,

“கரும்ம் பிறப்பும் கருநீலப் பிறப்பும்
பசும்ம் பிறப்பும் செம்ம் பிறப்பும்
பொன்ன் பிறப்பும் வெண்ண் பிறப்பும்
என்று இவ்வாறு பிறப்பினும் மேவிப்
பண்புறு வரிசையிற் பாற்பட்டுப் பிறந்தோர்,
கழிவெண் பிறப்பிற் கலந்து வீடணுகுவர்” என்றும், உயிர்கள்,

“பெறுதலும் இகழ்தலும் இடையூறுறுதலும்,
உறுமிடத் தெய்தலும் துக்கசுக முறுதலும்,
பெரிதவை நீங்கலும் பிறத்தலும் சாதலும்
கருவிற் பட்ட பொழுதே கலக்கும்;
இன்பமும் துன்பமும் இவையும் அணுவெனத் தகும்;
முன்னுள ஊழே பின்னும் உறுவிப்பது
மற்கலி நூலின் வகை இது” -

என்றும் கூறி முடித்தான். அவனை விட்டு, நிகண்டவாதியை நோக்கி, மணிமேகலை, "நின்னால் புகழும் தலைவன் யார் ? நின் நூற்பொருள் யாவை?” என்றாள். நிகண்டவாதி,

”இந்திரர் தொழப்படும் இறைவன் எம் இறைவன்;
தந்த நூற்பொருள் தன் மாத்திகாயமும்,
அதன்மாத்திகாயமும் காலா காயமும்
தீதில் சீவனும் பரமாணுக்களும்
நல்வினையும் தீவினையும் அவ்வினையால்

செய்வுறு பந்தமும் வீடும் இத்திறத்த" எனத் தன் நூற்பொருளைத் தொகுத்தும், பின்பு ஒவ்வொன்றையும் விரித்தும் கூறி முடிவில், வீடு பேற்றியல்பை,

"சீர்சால் நல்வினை தீவினை யவை செயும்
வருவழி யிரண்டையும் மாற்றி முன் செய்
அருவினைப் பயன் அனுபவித் தறுத்திடுதல்;
அது வீடாகும்,"

என்றனன். அவன்பின் சாங்கியன் தோன்றித் தன் சாங்கிய நூற் கருத்தை யுரைக்கத் தொடங்கி,

"தனையறிவரிதாய்த் தான் முக்குணமாய்
மனநிகழ் வின்றி மாண்பமை பொதுவாய்
எல்லாப் பொருளும் தோன்றுதற் கிடமெனச்
சொல்லுதல் மூலப் பகுதி"

என்றும், சித்தம், மான், புத்தி, வான், காற்று, தீ, நீர், மண் என்ற இவை ஒன்றிலிருந்து ஒன்று வெளிப்படும் என்றும், இவற்றின் கூட்டத்திலிருந்து மனமும், மனத்து ஆங்காரமும், கன்மேந்திரிய ஞானேந்திரிய விகாரங்களும் தோன்றி உலகாய் நிகழும் என்றும்,

"வந்த வழியே இவை சென் றடங்கி
அந்தமில் பிரளயமாய் இறுமளவும்
ஒன்றாய் எங்கும் பரந்து நித்தியமாய்
அறிதற் கெளிதாய் முக்குண மன்றிப்
பொறியுணர்விக்கும் பொதுவு மன்றி
எப்பொருளும் தோன்றுதற் கிடமின்றி
அப்பொருளெல்லாம் அறிந்திடற்கு உணர்வாய்
ஒன்றாய் எங்கும் பரந்து நித்தியமாய்
நின்றுள உணர்வாய் நிகழ்தரும் புருடன்
புலமார் பொருள்கள் இருபத் தைந்துள"

- என்றும், அவை நிலம் முதலாக உயிரெனும் ஆன்மா ஈறாக இருபத் தைந்தும் நிரலே கூறி முடித்தான். மணிமேகலை, உடனே அருகில் நின்ற வைசேடிகனை "நின் வழக்கினை உரைப்பாயாக," என்று கேட்டாள். அந்த வைசேடிகன், பொருள், குணம், தொழில், சாமானி யம், விசேடம், சமவாயம் என நூற்பொருள் ஆறாகும் என்றும்,

அவற்றுள், பொருள் என்பது,

குணமும் தொழிலும் உடைத்தாய், எத்தொகைப்
பொருளுக்கும் ஏதுவாம்; அப்பொருள் ஒன்பதாம்;
ஞாலம், நீர், தீ, வளி, ஆகாயம், திசை,
காலம். ஆன்மா, மனம்; இவற்றுள் நிலம்,
ஒலி ஊறு நிறம் சுவை நாற்றமொடு ஐந்தும்
பயில் குணம் உடைத்து; நின்ற நான்கும்
சுவை முதல் ஒரோ குணம் அவைகுறை வுடைய,

என ஒவ்வொன்றின் இயல்புகளையும் விரித்துக் கூறினன்.

அவன்பின், பூதவாதி தோன்றி,

> "தாதகிப் பூவும் கட்டியும் இட்டு
> மற்றும் கூட்ட மதுக்களி பிறந்தாங்கு
> உற்றிடும் பூதத்து உணர்வு தோன்றிடும்;
> அவ்வுணர்வு அவ்வப்பூதத் தழிவுகளின்
> வெவ்வேறு பிரியும்; பறையோசையிற் கெடும்;
> உயிரொடும் கூட்டிய உணர்வுடைப் பூதமும்,
> உயிரில்லாத உணர்வில் பூதமும்
> அவ்வப் பூதவழி அவை பிறக்கும்;

மெய்வகை இதுவே; என்றும், யாம் காட்சியளவை யன்றிக் கருத்து முதலிய அளவைகளைக் கொள்ளேம் என்றும், இப்பிறப்பே, இம்மையும் இம்மைப் பயனுமாம்; மறுமையும் வினைப்பயன் துய்த்தல் உண்டு என்பதும் வெறும் பொய்யே என்றும் கூறினன். இவற்றைக் கேட்டு மணிமேகலை மாறு வேறு கூறாது நகைத்தனள்; அவன், நகைப்பது என்னை? என்றானாக, தான் பழம் பிறப்புணர்ந்த செய்தி கூறினள்.

அதனைக் கேட்டதும் அவன் நகைத்து, "தெய்வ மயக்கினும் கனாவுறு திறத்தினும் மையலுறுவார் மனம் வேறாம் வகை ஐயமன்றி இல்லை, என்றான். அவனை மணிமேகலை நோக்கி, "காட்சியே யளவையாயின் நின்தந்தை தாயரை அனுமானத்தால் அலது இந்த ஞாலத்து எவ்வகை அறிவாய்? மெய்யுணர் வின்றி மெய்ப் பொருள் உணர்வரிய ஐயமல்லது இது சொல்லப் பெறாய்",

எனத் தான் கொண்டிருந்த மாதவன் வடிவிலே நின்று தான் உன்னிய பொருளை உரைத்து, இங்கே காட்டிய சமய

நூற்பொருள்களை அறிந்தாள்.

28. கச்சிமா நகர் புக்க காதை

இனி, அவ்வஞ்சி மாநகரத்தே மணிமேகலை தன் தாயரையும் அற வணவடிகளையும் காண விரும்பி அவரைத் தேடிக்கொண்டு புறஞ்சேரி கடந்து, கலவை நீரும், சாந்துகழி நீரும், விரைநீரும் என்ற பலவகை நீரே எங்கும் பாய்தலால், தாமரை, கழுநீர், ஆம்பல் முதலிய பூக்கள் மலராது, வண்டாற்ற விளங்கிய அகழியையும், பல்வகைப் பொறியமைத்து, வினை மாண்பு சிறந்து நின்ற மதிலையும், கடந்து சென்று, கொடிநிலவும் வாயில் வழியாக நகர்க்குள்ளே சென்றனள். அங்கே, காவலாளர், மீன் விலைஞர், உப்புப்பகருநர், கள்விற்போர், காழியர், கூவியர் என்பவர் முதலாகப் பல தொழிலாளரும் வணிகரும் நிரம்பக் காணப்பட்டனர். அவர் கூட்டத்தைக் கடந்து செல்பவள், கண்டு பெருமகிழ்வு கொண்டு, இந்திர விகாரம் போல் எழில்பெற்று விளங்கிய ஒரு மாதவப் பள்ளியைக் கண்டாள்.

நலந்தரு பண்ணும் திறனும் வாய்ப்ப
நிலம் கலம் கண்டம் நிகழக் காட்டும்
பாணர் என்றிவர் பல்வகை மறுகும்,
விலங்கரம் பொரூஉம் வெள்வளை போழ்நரோடு
இலங்கு மணி வினைஞர் இரீஇய மறுகும்,
வேத்தியல் பொதுவியல் என்றிவ் விரண்டின்
கூத்தியல்பு அறிந்த கூத்தியர் மறுகும்,
பால்வேறாக எண்வகைப் பட்ட
கூலம் குவை இய கூலமறுகும்,
மாகதர் சூதர் வேதாளிகர் மறுகும்,
போகம் புரக்கும் பொதுவர் மலி மறுகும்,
கண் நுழைகல்லா நுண்ணூற் கைவினை,
வண்ண அறுவையர் வளம் திகழ் மறுகும்,
பொன்னுரை காண்போர் நன்மனை மறுகும்,
பன்மணி பகர்வோர் மன்னிய மறுகும்,
மறையோர் அருந்தொழில் குறையா மறுகும்,
அரசியல் மறுகும், அமைச்சியல் மறுகும்,
எனைப் பெருந்தொழில் செய் ஏனோர் மறுகும்,
மன்றமும், பொதியிலும், சந்தியும், சதுக்கமும்,

புதுக் கோள் யானையும் பொற்றார்ப் புரவியும்,
கதிக்குற வடிப்போர் கவின்பெறு வீதியும்,
சேணோங் கருவி தாழ்ந்த செய் குன்றமும்,
வேணவா மிகுக்கும் விரை மரைக்காவும்,
விண்ணவர், தங்கள் விசும்பிடம் மறந்து
நண்ணுதற்கு ஒத்த நன்னீரிடங்களும்,
சாலையும் கூடமும் தமனியப்பொதியிலும்
கோலம் குயின்ற கொள்கை யிடங்களும்

அங்கு உறைந்த மாதவர்களில், கோவலன் தந்தையாகிய மாசாத்துவானும் தவத்திறம் பூண்டிருந்தான். அவனைக் கண்டதும், மணிமேகலை அவன் திருவடி பணிந்து, தான் அமுத சுரபி பெற்றது முதல், சமயக் கணக்கர் திறம் கேட்டதும், அவர் கூறியவற்றைக் கொள்ளாது, புத்த தேவனது நல்லறம் கேட்க நயந்து அறவணனைத் தேடி வந்ததும் ஈறாக நிகழ்ந்தவை அனைத்தும் சொல்லி முடித்தாள். மாசாத்துவான், இனித் தன் வரலாறு கூறலுற்று,

"தூயோய்! நின்னை என்
நல்வினைப் பயன் கொல் நான் கண்டது;
தையல்! கேள் : நின்தாதையும் தாயும்
செய்த தீவினையின் செழுநகர் கேடுறத்
துன்புற விளிந்தமை கேட்டுச் சுகதன்
அன்பு கொள் அறத்திற்கு அருகனேனாதலின்,
மனைத்திற வாழ்க்கையை மாயமென் றுணர்ந்து
தினைத்தனையாயினும் செல்வமும் யாக்கையும்
நிலையா என்றே நிலைபெற உணர்ந்தே
மலையா அறத்தின் மாதவம் புரிந்தேன்"

என்றவன், தான் இந்த வஞ்சிமாநகர்க்கு வந்த காரணம் கூறத் தொடங்கி,

"குடக்கோச் சேரலன் குட்டுவர் பெருந்தகை
விடர்ச்சிலை பொறித்த வேந்தன் முன்னாள்,
துப்படு செவ்வாய்த் துடியிடையாரொடும்
இப்பொழில் புகுந்தாங்கு இருந்த எல்லையுள்,

"இலங்கைத் தீவிலுள்ள சமனொளி என்னும் மலைக்குச் சென்று அதனை வலங்கொண்டு போந்த தருமசாரணர், இப் பொழிற்கண் வந்து கற்றலத்தில் இருந்தனர். அவர்களைக் கண்ட அரசன்

அவர்கட்கு வேண்டும் உணவும் வேறு பல சிறப்பும் தந்து இறைஞ்சி நின்றான்."

> அவர்கள் மகிழ்ந்து பறப்பின் துன்பமும் பிறவா இன்பமும்
> அறத்தகை முதல்வன் அருளிய வாய்மை
> இன்ப வாரமுது இறைவன் செவிமுதல் துன்பம் நீங்கச் சொரிந்தனர்.

அந்நாளில், அவ்வேந்தற்குக் காதற் பாங்கனாக - இருந்தவன், நின் தந்தை கோவலனுக்கு ஒன்பது தலைமுறை முன்னவனாவான்; அவன் பெயரும் கோவலன் என்பதே. அவனும் அவர் கூறிய அறங்களைக் கேட்டு, தன் முன்னோர் படைத்த செல்வத்தையே யன்றித் தான் படைத்ததனையும் கூட்டி ஏழுநாளில் இரவலர்க்கு ஈந்து, புத்தனுக்கு ஒரு சிறந்த சைத்தியம் அமைத்தனன்; அதனைக் கண்டு வணங்குதற்காக யான் வந்தேன். ஈங்குறையும் மாதவர்கள் காவிரிப்பூம் பட்டினத்தைக் கடல் கொளும் என்றதனால், இங்கே இருந்தொழிந்தேன்.

> இன்னும் கேளாய்: நன்னெறி மாதே!
> தீவினை யுருப்பச் சென்ற நின் தாதையும்
> தேவரின் தோற்றி முற்செய்வினைப் பயத்தால்,
> ஆங்கத் தீவினை இன்னும் துய்த்துப்
> பூங்கொடி! முன்னவன் போதியின் நல்லறம்
> தாங்கிய தவத்தால் தான் தவம் தாங்கிக்
> காதலி தன்னொடு கபிலையம் பதியில்
> நாதன் நல்லறம் கேட்டு வீடுஎய்து மென்று
> அற்புதக் கிளவி அறிந்தோர் கூறச்
> சொற்பயன் உணர்ந்தேன்; தோகை! யானும்,
> அந்நாள் ஆங்கவன் அறநெறி கேட்குவன் என்றான்.

அதன்பின், மணிமேகலைக்கு, " நினக்கு உளவாகும் நிகழ்ச்சிகளை நினக்குக் கந்திற்பாவைக்கண் நின்ற துவதிகன் உரைத்துளான் அன்றோ ? அவன் உரைத்தனன் என்ற செய்தியை அறவணன் சொல்லக்கேட்டுள்ளேன்; அவ்வறவணனே, நினக்கு எது நிகழ்ச்சி நிகழுமிடம் காஞ்சி என்றான். அவன் காஞ்சிக்குச் சென்ற நாளில் நின் தாயராகிய மாதவியும் சுதமதியும் உடன் சென்றனர், என்று சொல்லிவிட்டு,

"அன்னதை யன்றியும், அணியிழை! கேளாய் :
பொன்னெயிற் காஞ்சி நாடு கவினழிந்து,
மன்னுயிர் மடிய மழைவளம் கரத்தலின்,
அந்நகர் மாதவர்க்கு ஐயமிடுவோர்,
இன்மையின் இந்நகர் எய்தினர், காணாய்;
ஆருயிர் மருந்தே! அந்நாட்டகவயின்
காரெனத் தோன்றிக் காத்தல், நின் கடன்"

என வற்புறுத்தினன். அதுகேட்ட மணிமேகலை வஞ்சிநகரின் மேற்குப் பக்கத்தினின்று விண்ணிடத்தில் ஓங்கி, வடதிசையில் காஞ்சி நோக்கிச் சென்று, அது வளங்குன்றிப் பொலிவிழந்து கிடப்பதைக் கண்டு வருந்தி, நடுநகர் எல்லைக்கண் இறங்கி, தொடுகழற் கிள்ளியின் பின்னவனான இளங்கிள்ளி எடுத்த புத்த சைத்தியத்தைப் பரவித்தொழுது, அந்நகரின் தென்மேற்கிலிருந்த பூம்பொழிலை யடைந்திருந்தாள். அதனைத் தருமதவனம் என்பர். அவள் வரவை யறிந்த கஞ்சுகி யொருவன், அரசன்பால் விரைந்து சென்று, வணங்கி நின்று,

"கோவலன் மடந்தை குண வதம் புரிந்தோள்;
நாவலந்தீவில் தான் நனி மிக்கோள்,
அங்கையின் ஏந்திய அமுத சுரபியொடு
தங்காது, இப்பதித் தருமத வனத்தே
வந்து தோன்றினள் மாமழை போல"

என்று மொழிந்தான். கேட்ட வேந்தன் மந்திரிச்சுற்றம் சூழ்ந்து வரப் புறப்பட்டுத் தனக்குக் கந்திற்பாவை யுரைத்தவை யனைத்தும் உண்மையாதல் கண்டு வியந்த உள்ளத்தனாய் வந்து மணிமேகலையைக் கண்டு,

"செங்கோல் கோடியோ, செய்தவம் பிழைத்தோ,
கொங்கவிழ் குழலார் கற்புக்குறை பட்டோ,
நலத்தகை நல்லாய்! நன்னாடெல்லாம்
அலத்தற் காலை யாகியது; அறியேன்;
மயங்குவேன் முன்னர் ஓர் மாதெய்வம் தோன்றி
உயங்காதொழி : நின் உயர் தவத்தால் ஓர்
காரிகை தோன்றும்; அவள் பெருங் கடிஞையின்
ஆருயிர் மருந்தால் அகல்நிலம் உய்யும்;
ஆங்கவள் அருளால் அமரர்கோன் ஏவலின்

தாங்கா மாரியும் தான் நனி பொழியும்;
அன்னாள் இந்த அகனகர் புகுந்த
பின்னாள் நிகழும் பேரறம் பலவால்;
கார்வறங் கூரினும் நீர்வறங் கூராது;
பாரக வீதியில் பண்டையோர் இழைத்த
கோமுகி என்னும் கொழுநீர் இலஞ்சியொடு
மாமணி பல்லவம் வந்தது ஈங்கெனப்
பொய்கையும் பொழிலும் புனையும் என்று அறைந்து அத்
தெய்வதம் போயபின் செய்தியாம் அமைத்தது
இவ்விடம்"

என்று அவ்விடத்தைக் காட்டினன். அதுகண்டு மகிழ்ந்த மணிமேகலை, அரசனைக் கொண்டே புத்தபீடிகையையும், தீவதிலகையையும் மணி மேகலா தெய்வத்தையும் வணங்கி வழிபடுதற்குரிய கோயில் என்ற இவற்றை இயற்றுவித்து, அவற்றிற்குப் பூசையும் விழாவும் செய்வித்து, அமுதசுரபியைப் பீடிகையில் வைத்து வழிபட்டு ஏத்தி, "பசிப்பிணி யால் வருந்தும் எல்லா உயிர்களும் வருக" என்றனள். என்றலும்,

"காணார் கேளார் கால்முட மானோர்
பேணா மாக்கள் பேசார் பிணித்தோர்
படிவ நோன்பியர் பசிநோயுற்றோர் மடி.நல் கூர்ந்த மக்கள்
யாவரும்
பன்னூறாயிரம் விலங்கின் தொகுதியும்
மன்னுயி ரடங்கலும் வந்தொருங் கீண்டி,
அருந்தியோர்க் கெல்லாம் ஆருயிர் மருந்தாய்ப்,
பெருந்தவர் கைப்பெய் பிச்சையின் பயனும்,
நீரும் நிலனும் காலமும் கருவியும்
வித்திய வித்தின் விளைவும்
பெருகிய தென்னப் பெருவளம் சுரப்ப
வசித்தொழில் உதவி வளந் தந்தது"

என மணிமேகலையைப் பாராட்டிக்கொண்டு செல்ல, மாதவியும் சுதமதியும் என்ற இவருடன் அறவணவடிகள் அம் மணிமேகலையின் அறச் சாலையை வந்தடைந்தனர். அவர்களின் திருவடி வணங்கி, நீரால் விளக்கி, இருக்கையில் இருத்தி, நல்லுணவு இனிதூட்டி,

பாசிலைத்திரையலும் பளிதமும் படைத்து
வாய்வதாக என் மனப் பாட்டு அறம்

என மணிமேகலை இறைஞ்சி நின்றாள்.

29. தவத்திறம் பூண்டு தருமம் கேட்ட காதை

தன் அடிகளில் வணங்கி நின்ற மணிமேகலையை நோக்கி, அறவணவடிகள், 'நாகநாட்டரசன் மகளான பீலிவளை தான் பெற்ற மகனைக் கம்பளச் செட்டியிடம் தந்து சோழனிடம் சேர்ப்பிக்கச் சொல்ல, அம் மகனை அழைத்துப் போந்த அன்றிரவே, அவனது வங்கம் கடலில் கவிழ்ந்தது. தப்பிக் கரையடைந்த அச் செட்டி, காவிரிப்பூம் பட்டினத்தை யடைந்து சோழனிடம் நிகழ்ந்தது கூறினன். அரசன் மகன் பிரி வாற்றாது அவனைத் தேடிக் கடற்கரை யிலும் கானற்சோலையிலும் அலைந்து திரியவே, பூம்புகார் நகரம் இந்திர விழாவை! ஆற்றாது நெகிழ்த்தது. இது நிற்க,

தன் விழாத் தவிர்தலின் வானவர் தலைவன்,
நின்னுயிர்த் தந்தை நெடுங்குலத் துதித்த
மன்னுயிர் முதல்வன் மகர வேலையுள்,
முன்னிய வங்கம் முங்கிக் கேடுறப்
பொன்னின் ஊசி பசுங்கம் பளத்துத்
துள்ளிய தென்னத் தொடுகடல் உழந்துழி,
எழுநாள் எல்லை இடுக்கண் வந்தெய்தா
வழுவாச் சீலம் வாய்மையிற் கொண்ட
பான்மையின், தனாது பாண்டு கம்பளம் தான்
நடுக்குற்ற தன்மை நோக்கி,
ஆதிமுதல்வன் போதி மூலத்து
நாதனாவோன் நளி நீர்ப் பரப்பில்
எவ்வாறுற்றான் தனது எவ்வம் தீர் என

உரைத்தான். அதுகேட்ட மணிமேகலா தெய்வம் போந்து அவனுக்கு வேண்டும் உதவியினைச் செய்தது. இதனை முன்னறியாத அவனுக்கு,

அறவரசாளவும் அறவாழி யுருட்டவும்,
பிறவி தோறுதவும் பெற்றியள் என்று

சாரணர் அறிந்து கூறினர். அந்த உதவி நினைந்து நின் தந்தை நினக்கு மணிமேகலை யென்ற இப்பெயரை இட்டனன்; அன்றிரவே

அவன் கனவில் மணிமேகலா தெய்வம் தோன்றி நனவுபோல நீ துறவுபூணும் செய்தியை உரைத்துளது. இந்த மணிமேகலா தெய்வமே புகார் நகரம் இந்திரவிழாவை மறந்தது கண்டு, " இந் நகரைக் கடல் கொள்ளுக" என்று சபிக்க, இந்திரன் சாபமும் உடன் வந்து ஒன்றியது; நகரும் கடலால் விழுங்கப்பட்டது.

அப்பால் யானும் நின் தாயரும் நின் பொருட்டு இந் நகரை யடைந்தோம்," என்று சொல்லி முடித்தனர்.

மணிமேகலை, அவர் தாளை மறுபடியும் வணங்கி, இச் செய்தியையே யான் புத்தபீடிகையைப் போற்றிய காலத்துப் போந்த தீவ திலகையும் உரைத்தனள்.

அன்ன அணிநகர் மருங்கே,
வேற்றுருக் கொண்டு வெவ்வே றுரைக்கும்
நூற்றுறைச் சமய நுண் பொருள் கேட்டே,
அவ்வுருவென்ன ஐவகைச் சமயமும்
செவ்வி தன்மையின் சிந்தையில் வைத்திலேன்;
அடிகள்! மெய்ப்பொருள் அருளுக

என வேண்டி நின்றாள். அறவண அடிகளும், புத்தசமய அளவையியல் களைக் கூறலுற்று, ஆதிசினேந்திரன் அளவை இரண்டே என வகுத்தான்; அவை, பிரத்தியக்கம், அனுமானம் என்பன.

சுட்டுணர்வைப் பிரத்தியக்கம் எனச் சொல்லி,
விட்டனர் நாமசாதிக் குணக் கிரியைகள்,
மற்றவை அனுமானத்தும் அடையும் என,

ஏனை அளவைகளெல்லாம் கருத்தினில்
ஆன முறைமையின், அனுமானமாம்.

இவ்வனுமானத்தில், பக்கம், எது, திட்டாந்தம், உபநயம், நிகமனம் என ஐந்து உறுப்புக்கள் உள. அவற்றில்,

பக்கம், இம்மலை நெருப்புடைத்து என்றல்;
புகையுடைத் தாதலால் எனல், பொருந்து ஏது;
வகையமை அடுக்களை போல், திட்டாந்தம்;
உபநயம், மலையும் புகையுடைத் தென்றல்;
நிகமனம், புகையுடைத்தே நெருப்புடைத் தெனல்.

இனி, பக்கமுதலாக நிகமனம் ஈறாகக் கூறிய ஐந்தனுள், உபநயம் நிகமனம் என்ற இரண்டும் திட்டாந்தத்தில் அடங்கும். அடங்கவே, நின்ற பக்கம், ஏது, திட்டாந்தம் என்ற மூன்றிலும் நல்லவும் தீயவும் என இருதிறம் உண்டு. தீயபக்கம் பக்கப்போலி என்றும், தீயஎது, ஏதுப் போலி என்றும், தீய திட்டாந்தம் திட்டாந்தப்போலி யென்றும் திட் டாந்த வாபாசம் என்றும் கூறப்படும். ஏதுப்போலியையும் ஏது வாபாசம் என்ப. .

வெளிப்பட்டுள்ள தன்மியினையும்,
வெளிப்பட்டுள சாத்தியதன்மத்திறம்
பிறிதில் வேறாம் வேறுபாட்டினையும்
தன் கண் சார்த்திய நயம் தருதலுடையது
நன்கு என் பக்கமென நாட்டுக........ நல்லேது,
மூன்றாய்த் தோன்றும் : ஒழிந்த பக்கத்து
ஊன்றி நிற்றலும், சபக்கத்து உண்டாதலும்,
விபக்கத்து இன்றியே விடுதலும் என.
ஏதமில் திட்டாந்தம் இருவகைய;
சாதன்மியம் வைதன் மியம் என;

இவ்வாறு நற்பக்கம், நல்லேது, நல்திட்டாந்தம் என்ற மூன்றும் கூறிப்போந்த அடிகள், இனி, தீயவாகிய பக்கப்போலி, ஏதுப் போலி, திட்டாந்தப்போலி மூன்றையும் தொகுத்தும் வகுத்தும் ஓதுகின்றார்.

பக்கப் போலி ஒன்பது வகைப்படும்;
பிரத்தியக்க விருத்தம், அனுமான
விருத்தம், சுவசனவிருத்தம், உலோக
விருத்தம், ஆகமவிருத்தம், அப்பிர
சித்த விசேடணம், அப்பிரசித்த
விசேடியம், அப்பிரசித்த வுபயம்,
அப்பிரசித்த சம்பந்தம் என.

இதன்மேல் ஏதுப்போலி கூறலுற்று, அஃது, அசித்தம், அநை காந்திகம், விருத்தம் என மூன்றாமென வகுத்துக்கொண்டு ஒவ்வொன்றையும் விரிக்கின்றார்.

உபயா சித்தம், மன்னியதா
சித்தம், சித்தா சித்தம், ஆசிரயா சித்தம்,
என நான்கு,

அநைகாந்திகமும்,
சாதாரணம், அசாதாரணம், சபக்கைக
தேசவிருத்தி, விபக்க வியாபி,
விபக்கைக தேச விருத்தி, சபக்க
வியாபி, உபயைக தேசவிருத்தி,
விருத்த வியபிசாரி யென்று ஆறு,
விருத்தம் தன்னைத் திருத்தக விளம்பின்
தன்மச் சொரூப விபரீத சாதனம்,
தன்ம விசேட விபரீத சாதனம்,
தன் மிச் சொரூப விபரீத சாதனம்,
தன்மி விசேட விபரீத சாதனம்,
என்ன நான்கு வகையதாகும்.

இனி, இறுதியாகத் தீய எடுத்துக்காட்டுக்களான திட்டாந்த வாபாச மென்பதை வகுத்துரைக்கின்றார். இதனை முதற்கண், சாதன்மிய திட்டாந்த ஆபாசம், வைதன்மிய திட்டாந்த ஆபாசம் என இரண்டாக வகுத்துக் கொள்ளுகின்றார். இவ்விரண்டனுள்,

சாதன் மிய திட்டாந்த வாபாசம்
ஓதில், ஐந்து வகையுளதாகும் :
சாதன தன்ம விகலமும், சாத்திய
தன்ம விகலமும், உபயதன்ம
விகலமும், அநன்னுவயம், விபரீ
தான்னுவயம் என்ன. வைதன் மிய
திட்டாந்த வாபாசமும் ஐவகைய:
சாத்தியா வியா விருத்தி,
சாதனா வியாவிருத்தி,
உபயா வியாவிருத்தி, அவ்வெதிரேகம்,
விபரீத வெதிரேகம்

என்பனவாம். இவ்வாறு தொகுத்தும் வகுத்தும் விளக்கிய அடிகள் மணிமேகலையை நோக்கி,

நாட்டிய இப்படித் தீய சாதனத்தால்,
காட்டும் அனுமான வாபாசத்தின்
மெய்யும் பொய்யும் இத்திற விதியால்,
ஐயமின்றி அறிந்துகொள் ஆய்ந்து

என்று அறிவுறுத்துகின்றார்.

30. பவத்திற மறுகெனப் பாவை நோற்ற காதை

தானம் தாங்கிச் சீலம் மேற்கொண்டு பழம்பிறப்புணர்ந்த மணி மேகலை, புத்த தரும சங்கத்தை அடைந்து, " புத்தம் சரணங்கச்சாமி, தர்மம் சரணங்கச்சாமி, சங்கம் சரணங்கச்சாமி" என்பவைகளை மும் முறை ஓதி மூன்றுமுறை வணங்கிச் சரணடைந்தபின், அவளை நோக்கி, அறவணவடிகள், புத்தனைப்பற்றிச் சில கூறலுற்று,

அறிவு வறிதாய் உயிர் நிறைகாலத்து
முடிதயங் கமரர் முறைமுறை இரப்ப,
துடித லோகம் ஒழியத் தோன்றிப்
போதி மூலம் பொருந்தி யிருந்து
மாரனை வென்று வீரனாகிக்
குற்ற மூன்றும் முற்றவறுக்கும்
வாமன் வாய்மை யேமக் கட்டுரை,
இறந்தகாலத்து எண்ணில் புத்தர்களும்
சிறந்தருள் கூர்ந்து திருவாய் மொழிந்தது

பன்னிரண்டு இயல்பினதாகிய பொருள் என்றும், அவை பேதைமை முதல் வினைப்பயன் ஈறாகவுள்ளன என்றும், இவை முறையே ஒன்றி னொன்று தோன்றலும் மீளலும் உடையவென்றும், இவ்வாறு மீள மீளத் தோன்றும் இயல்பால், நால்வகைக் கண்டமும், மூவகைச் சந்தியும், மூவகைத் தோற்றமும், மூவகைக் காலமும், அப்பொருள் உடையதாகி,

குற்றமும் வினையும் பயனும் விளைந்து
நிலையில, வறிய, துன்பமென நோக்க,
உலையா வீட்டிற்கு உறுதியாகி,
நால்வகை வாய்மைக்குச் சார்பிடனாகி,
ஐந்து வகைக் கந்தத்து அமைதியாகி,
மெய்வகை யாறு வழக்கு முகமெய்தி,
நயங்கள் நான்கால் பயன்கள் எய்தி,
இயன்ற நால்வகையால் வினாவிடை யுடைத்தாய்,
நின்மதி யின்றி, ஊழ்பா டின்றி,
பின் போக்கல்லது பொன்றக் கெடாதாய்,
பண்ணுநர் இன்றிப் பண்ணப் படாதாய்,
யானும் இன்றி, எனது மின்றி,

போனது மின்றி, வந்தது மின்றி,
முடித்தலும் இன்றி முடிவு மின்றி
வினையும் பயனும் பிறப்பும் வீடும்

என்ற இவையெல்லாம் தானே யாகியது என்றும், அப் பொருளின் இயல்புகளை,

பேதைமை, செய்கை, உணர்வே, அருவுரு,
வாயில், ஊறே, நுகர்வே, வேட்கை,
பற்றே, பவமே, தோற்றம், வினைப்பயன்
இற்றென வகுத்த இயல்பு ஈராறும்
பிறந்தோர் அறியின் பெரும் பேறறிகுவர்;
அறியாராயின் ஆழ்நரகு அறிகுவர்

என்றும் கூறி, பேதைமை முதலிய பன்னிரண்டின் இலக்கணங்களைத் தொடங்குகின்றார்.

பேதைமை யென்பது யாதென வினவின்,
ஓதிய இவற்றை உணராது மயங்கி,
இயற்படு பொருளால் கண்டது மறந்து
முயற்கோடு உண்டு எனக் கேட்டு, அதுதெளிதல்.

தீவினை யென்பது யாதென வினவின்,
ஆய்தொடி நல்லாய்! ஆங்கது கேளாய்:
கொலையே, களவே, காமத்தீ விழைவு,
உலையா உடம்பில் தோன்றுவ மூன்றும்;
பொய்யே, குறளை, கடுஞ்சொல், பயனில்
சொல் எனச் சொல்லில் தோன்றுவ நான்கும்;
வெஃகல். வெகுளல், பொல்லாக் காட்சியென்று
உள்ளம் தன்னின் உருப்பன மூன்றும் எனப்
பத்து வகையால்; பயன் தெரிபுலவர்
இத்திறம் படரார்; படர்குவ ராயின்
விலங்கும் பேயும் நரகரு மாகிக்
கலங்கிய உள்ளக் கவலையில் தோன்றுவர்;
நல்வினை யென்பது யாதென வினவின்,
சொல்லிய பத்தின் தொகுதியின் நீங்கி,
சீலம் தாங்கித் தானம் தலை நின்று
மேலென வகுத்த ஒருமூன்று திறத்துத்
தேவரும் மக்களும் பிரமரு மாகி

மேவிய மகிழ்ச்சி வினைப்பயன் உண்குவர்;
உணர்வெனப் படுவது உறங்குவோர் உணர்வில்
புரிவின்றாகிப் புலன் கொளா ததுவே;
அருவுரு வென்பது அவ்வுணர்வு சார்ந்த
உயிரும் உடம்பு மாகும் என்ப. '
வாயில் ஆறும் ஆயுங்காலை,
உள்ளம் உறுவிக்க உறுமிடன் ஆகும்.
ஊறுஎன வுரைப்பது உள்ளமும் வாயிலும்
வேறு புலன்களை மேவுதல் என்ப;
நுகர்வே உணர்வு புலன்களை நுகர்தல்;
வேட்கை விரும்பி நுகர்ச்சி ஆராமை;
பற்றெனப் படுவது பசை இய அறிவே;
பவம் எனப்படுவது கரும வீட்டம்
தருமுறை இதுவெனத் தாம்தாம் சேர்தல்;
பிறப்பெனப் படுவது அக் கருமப் பெற்றியின்
உறப்புணர் உள்ளம் சார்பொடு கதிகளில்
காரண காரிய உருக்களில் தோன்றல்;
பிணியெனப் படுவது சார்பிற பிறிதாய்
இயற்கையில் திரிந்து உடம்பு இடும்பை புரிதல்;
மூப்பென மொழிவது அந்தத் தளவும்
தாக்கு நிலையாமையில் தாம் தளர்ந்திடுதல்;
சாக்காடு என்பது அருவுருத் தன்மை
யாக்கை வீழ்கதிர் என மறைந்திடுதல்.

இக் கூறிய பேதைமை முதலியன முன்னதைப் பின்னது சார் வாகக்கொண்டு தோன்றுதலும், தோன்றியவற்றில் மீளவும் முன் - போலத் தோன்றுதலும் இவற்றின் இயல்பாம். இவ்வாற்றால் கண்டம் நான்கும், சந்தி மூன்றும், தோற்றம் மூன்றும், காலம் மூன்றும் கூறுகின்றார். அவற்றின்பின் நால்வகை வாய்மையும், ஐவகைக் கந்தமும், அறுவகை வழக்கும், நால்வகை நயமும், நால்வகைப் பயனும், நால் வகை வினாவிடையும் கூறுகின்றார்.

வினாவிடையைக் கூறுமிடத்து, .

வினாவிடை நான்குள :

துணிந்து சொல்லல், கூறிட்டு மொழிதல்,
வினாவின் விடுத்தல், வாய்வாளாமை யென:

தோன்றியது கெடுமோ? கெடாதோ? என்றால்,
கேடுண்டு என்றல் துணிந்து சொல்லாகும்.
செத்தான் பிறப்பானோ ? பிற வானோ
என்று செப்பின்,
பற்றிறந்தானோ?அன் மகனோ? எனல்,
மிகக் கூறிட்டு மொழிதல் என விளம்புவர்;
வினாவின் விடுத்தல், முட்டை முந்திற்றோ?
பனை முந்திற்றோ? எனக் கட்டுரை செய்
என்றால், எம்முட்டைக்கு எப்பனை? என்றல்;
வாய் வாளாமை, ஆகாயப்பூப்
பழைதோ? புதிதோ? என்று புகல்வான்
உரைக்கு மாற்றம் உரையா திருத்தல்,

இவ் வண்ணம் பேதைமை முதலிய இயல்புகளையுடைய பொருளே பற்றிக் கூறத் துவங்கி,

கட்டும் வீடும் அதன் காரணத்தது;
ஒட்டித் தருதற்கு உரியோர் இல்லை;
யாம் மேல் உரைத்த பொருள்கட் கெல்லாம்
காமம் வெகுளி மயக்கம் காரணம்,

என்று சொல்லி இவற்றின் குற்றத்தைக் கடிதல் வேண்டுமென வற்புறுத்தக் கருதி மணிமேகலையை நோக்கி, அந்த அறவணவடிகள்,

அநித்தம் துக்கம் அநான்மா அசுசியெனத்
தனித்துப் பார்த்துப் பற்றறுத் திடுக;
மைத்திரி கருணாமுதிதை யென்று அறிந்து
திருந்து நல்லுணர்வால் செற்றம் அற்றிடுக;
சுருதி சிந்தனா பாவனா தரிசனை
கருதியுய்த்து மயக்கம் கடிக;

இந்நால் வகையால் மனத்து இருள் நீங்குக என முன்பின் மலைவில்லாத மங்கலமொழிகளின் வாயிலாய் இந்த ஞானப்பொருளை உரைத்தருளினர். அதனால், மணிமேகலை தவத்திறம் பூண்டு தருமம் கேட்டுப் பவத்திறம் அறுக என்று நோற்பாளாயினள்.

சாத்தனாரின் மணிமேகலைச் சுருக்கம் முற்றும்.

www.ingramcontent.com/pod-product-compliance
Lightning Source LLC
LaVergne TN
LVHW060329051026
849517LV00004B/1253
* 9 7 8 9 3 9 1 7 4 8 9 8 2 *